கூண்டுப்பறவை ஏன் பாடுகிறதென்று எனக்குத் தெரியும்

கூண்டுப்பறவை ஏன் பாடுகிறதென்று எனக்குத் தெரியும்

மாயா ஆஞ்சலு (1928–2014)

உலகப் புகழ்பெற்ற அமெரிக்கக் கறுப்பினப் பெண் கவிஞர். தன்வரலாற்று நூல்களுக்காகப் பெரும் கவனம் பெற்றார். கவிதைகள் பதினைந்து தொகுப்புகளாக வெளிவந்துள்ளன. கவிஞர், நடிகர், திரைக்கதாசிரியர், மனித உரிமைப் போராளி, தொலைக்காட்சி நட்சத்திரம். தன்னுடைய 86ஆவது வயதில் மறைந்தார்.

பெர்னார்ட் சந்திரா (பி. 1953)
மொழிபெயர்ப்பாளர்

கன்னியாகுமரியில் பிறந்தவர். வணிகவியல் பேராசிரியராக 13 ஆண்டுகள் சென்னை டி.பி. ஜெயின் கல்லூரியிலும் 23 ஆண்டுகள் பாளையங்கோட்டை தூய சவேரியார் கல்லூரியிலும் பணியாற்றி ஓய்வுபெற்று நாகர்கோவிலில் வசித்துவருகிறார்.

எழுத்தில் ஆர்வம்கொண்டவர். பல்வேறு இதழ்களில் கட்டுரைகள் எழுதியுள்ளார். இது இவரின் மூன்றாவது மொழிபெயர்ப்பு நூல்.

மனைவி   : ஹெர்மனா ஜில்ட் ஆராச்சி

மகன்   : கரோல் வசந்த், மகள்: ஆனி வர்த்தினி

கைப்பேசி   : 94431 23125

மின்னஞ்சல் : bernardchandra@gmail.com

மாயா ஆஞ்சலு

கூண்டுப்பறவை ஏன் பாடுகிறதென்று எனக்குத் தெரியும்

தமிழில்
பெர்னார்ட் சந்திரா

காலச்சுவடு பதிப்பகம்

> அன்பார்ந்த வாசகருக்கு,
>
> வணக்கம்.
>
> காலச்சுவடு நூலை வாங்கியமைக்கு நன்றி.
>
> நூலின் உள்ளடக்கம், உருவாக்கம், அட்டைப்படம் இன்ன பிற அம்சங்கள் பற்றிய உங்கள் கருத்துகளையும் ஆலோசனைகளையும் காலச்சுவடு வரவேற்கிறது. தகவல், எழுத்து, வாக்கியப் பிழைகள் தென்பட்டால் கட்டாயம் தெரிவித்து உதவுங்கள். நூல் தயாரிப்பில் கடும் குறைபாடு இருப்பின் மாற்றுப் பிரதி உங்களுக்குக் கிடைக்கக் காலச்சுவடு ஏற்பாடு செய்யும்.
>
> மின்னஞ்சல்: **publisher@kalachuvadu.com**
>
> காலச்சுவடு நாகர்கோவில் அலுவலகத்திற்குக் கடிதம் அனுப்பலாம்.
>
> தங்கள்
> எஸ்.ஆர். சுந்தரம் (கண்ணன்)
> பதிப்பாளர் – நிர்வாக இயக்குநர்

I KNOW WHY THE CAGED BIRD SINGS by Maya Angelou

Copyright © 1969 by Maya Angelou

All rights reserved including the right of reproduction in whole or in part in any form.

This edition published by arrangement with Random House, an imprint and division of Penguin Random House LLC.

கூண்டுப்பறவை ஏன் பாடுகிறதென்று எனக்குத் தெரியும் ❖ தன்வரலாறு ❖ ஆசிரியர்: மாயா ஆஞ்சலு ❖ ஆங்கிலத்திலிருந்து தமிழில்: பெர்னார்ட் சந்திரா ❖ முதல் பதிப்பு: மார்ச் 2024 ❖ வெளியீடு: காலச்சுவடு பப்ளிகேஷன்ஸ் (பி) லிட்., 669 கே.பி. சாலை, நாகர்கோவில் 629001

காலச்சுவடு பதிப்பக வெளியீடு: 1270

kuunTuppaRavai een paaTukiRatenRu enakkut teriyum ❖ Autobiography ❖ Author: Maya Angelou ❖ Tamil Translation from English by Bernard Chandra ❖ Language: Tamil ❖ First Edition: March 2024 ❖ Size: Royal ❖ Paper: 21.3 kg maplitho ❖ Pages: 288

Published by Kalachuvadu Publications Pvt. Ltd., 669, K.P. Road, Nagercoil 629001, India ❖ Phone: 91-4652-278525 ❖ e-mail: publications@kalachuvadu.com ❖ Printed at Sudarsan Graphics Private Limited, # 4/641, 12th Link Street, 3rd Cross Road, Nehru Nagar, Kottivakkam, (OMR), Chennai 600041

ISBN: 978-81-19034-56-7

03/2024/S.No.1270, kcp 4904, 21.3 (1) rsss

எனது மகன் கை ஜான்சனுக்கும்,
தடைகளையும் கடவுள்களையும் மீறித் தங்களது பாடல்களைப்
பாடிக்கொண்டிருக்கும் நம்பிக்கையளிக்கும் வலிமையான
கறுப்புப் பறவைகளுக்கும் சமர்ப்பணம்

அப்படி ஏன் என்னைப் பார்க்கிறாய்?
நான் வந்தது இருப்பதற்கல்ல . . .

மறக்காமல் நினைவில் வைத்துக்கொள்ள எனக்கு எவ்வளவோ இருந்ததால் நான் இதை நினைவில் வைத்துக் கொள்ளவில்லை. வேறு விஷயங்கள் இன்னும் முக்கிய மானவையாக இருந்தன.

அப்படி ஏன் என்னைப் பார்க்கிறாய்?
நான் வந்தது இருப்பதற்கல்ல . . .

மீதிக் கவிதையை என்னால் நினைவுகூர முடியுமா முடியாதா என்பது முக்கியமல்ல. சொன்னதிலிருக்கும் உண்மை எனது உள்ளங்கைக்குள், நசநசத்த கைக்குட்டையைப் போல் பொதிந்திருக்கிறது. எவ்வளவு சீக்கிரம் அதை எல்லோரும் ஒத்துக்கொள்கிறார்களோ அப்போதுதான் நான் கைகளை விரிக்கவும் காற்று எனது உள்ளங்கைகளைக் குளிர்விக்கவும் முடியும்.

அப்படி ஏன் என்னைப் பார்க்கிறாய் . . ?

கறுப்பின மெதடிஸ்ட் எபிஸ்கோப்பல் சர்ச்சின் குழந்தைகள் குழு மொத்தமும் பிரபலமான எனது மறதியை மையப்படுத்திச் சிரித்து ஆடிக்கொண்டிருந்தது.

நான் அணிந்திருந்த உடை இளஞ்சிவப்பு நிற மெல்லிய பட்டுப் போன்ற துணியாலானது. ஒவ்வொரு முறை நான் மூச்சுவிடும்போதும் அது சலசலக்கும். என் அவமானத்தை வெளியேற்ற இப்போது நான் மூச்சை உள்ளிழுக்கும்போது அது சவஊர்தியின் அடியில் பரப்பப்படும் மொறமொறப்பான தாள்போன்று ஒலித்தது.

நுனியில் ஜரிகையையும் இடுப்பைச் சுற்றி அழகான சிறுமடிப்புகளையும் அம்மா வைப்பதைப் பார்த்தபோது, அதைப் போட்டுக்கொண்டால் சினிமா நட்சத்திரம்போல இருப்பேன் என்று எனக்குத் தோன்றியது. (அது பட்டுத்துணி யாக இருந்தது அதன் பயங்கர நிறத்தை ஈடுசெய்திருந்தது.) அழகான வெள்ளைக்காரச் சிறுமிகளைப் பார்க்கும்போது உலகம் சரியாகத்தானிருக்கிறது என எப்படி எல்லோரும் ஒரு கனவுநிலைக்குச் சென்றுவிடுகிறார்களோ, அப்படியொருச் சிறுமியைப் போல நானும் காட்சியளிப்பேன். கறுப்பு நிற

சிங்கர் தையல் இயந்திரத்தின் மேல் மிருதுவாகத் தொங்கிக்கொண்டிருந்த அந்த உடை ஒரு மாயப்பொருள்போலத் தோற்றமளித்தது; என்னை அந்த உடையில் பார்ப்பவர்கள் என்னிடம் ஓடிவந்து 'மார்கிரெட் (சில நேரங்களில் 'பிரியமான மார்கிரெட்') மன்னித்துக்கொள், நீதான் இது என்று எங்களுக்குத் தெரியவே இல்லை' என்பார்கள். நானும் பெருந்தன்மையோடு,'ஆமாம், நீங்கள் தெரிந்துகொண்டிருக்க முடியாதுதான். அதற்கென்ன, உங்களை மன்னித்துவிடுகிறேன்" எனப் பதில் சொல்வேன்.

அதைப் பற்றி யோசிப்பது பல நாட்களுக்கு நன்தேவதைகளின் துகள்களை முகத்தில் பூசிக்கொண்டு திரிவதைப் போல இருந்தது. ஆனால் ஈஸ்டர் திருநாளின் அதிகாலைச் சூரியன், அந்த ஆடை ஒரு வெள்ளைக்காரப் பெண் வேண்டாமென்று போட்ட ஆடையை வெட்டிச் சரிசெய்தது என்பதைக் காட்டிவிட்டது. அது முதிய பெண்கள் அளவுக்கு உயரம் கொண்டதுதான். ஆனாலும் புளூசீல் வாஸ்லின் பூசி, அர்க்கான்சாஸ் சிவப்புக் களிமண் தடவிய எனது குச்சிக் கால்களை அது மறைக்கவில்லை. அரதப் பழைய அந்த நிறம், என் தோலைச் சேறு பூசியிருப்பதுபோல அழுக்காகக் காட்டியது. தேவாலயத்தில் அனைவரும் எனது குச்சிக் கால்களையே பார்த்துக்கொண்டிருந்தனர்.

எனது அழுக்கான கறுப்புக் கனவிலிருந்து ஒருநாள் நான் விழிக்கும்போது, என் அம்மா நிமிர்த்துவதற்கு விடாத எனது கொசறு தலைமுடியின் இடத்தில் நீளமான, பொன்னிறமான என் அசல் முடி இருப்பதைப் பார்த்து அவர்கள் ஆச்சரியப்பட மாட்டார்களா? எனது இளநீலக் கண்கள் அவர்களை மனோவசியப்படுத்தப்போகிறது; எனது கண்கள் சிறிதாக இடுங்கியிருப்பதை வைத்து அவர்கள் என்னவெல்லாம் பேசினார்கள். 'இவள் அப்பன் சீனனாக இருந்திருக்க வேண்டும் (சீனக் களிமண்ணால் ஆனவள், குவளையைப் போல, என்று அவர்கள் சொல்வதாக நினைத்தேன்). அப்புறம் நான் ஏன் தென்பகுதியினரின் பேச்சுப் பாணியை அல்லது சாதாரண பேச்சு வழக்கைப் பழகிக்கொள்ளவில்லை என்பதையும் ஏன் பன்றிகளின் வாலையும் மூக்கையும் கட்டாயப்படுத்திச் சாப்பிடவைக்கப்பட்டேன் என்பதையும் புரிந்துகொள்வார்கள். ஏனெனில் உண்மையில் நான் வெள்ளையினப் பெண்தான்; எனது அழகில் பொறாமைகொண்ட கொடூர மாற்றாந்தாய்த் தேவதைதான் பொசுபொசுவென்ற கருமுடியும் பெரிய பாதங்களும் இரண்டாம் நம்பர் பென்சிலைப் பொருத்தி வைக்குமளவு இடைவெளியோடு பற்களும் கொண்ட ஒரு தடித்த நீக்ரோ பெண்ணாக என்னை மாற்றிவிட்டாள்.

'அப்படி ஏன் பார்க்கிறாய் . . .' பாதிரியாரின் மனைவி குனிந்து என்னிடம் கேட்டாள். அவளது நீண்ட மஞ்சள் முகத்தில் கவலை நிறைந்திருந்தது. 'நான் வந்தது இன்று ஈஸ்டர் திருநாள் என்று உன்னிடம் சொல்ல' எனக் கிசுகிசுத்தாள். 'நான்வந்ததின்றுஈஸ்டர்திருநாளென்றுன் னிடம்சொல்ல' சொற்களைச் சேர்த்து திரும்பச் சொன்னேன், முடிந்த அளவு மெல்லிய குரலில். என்மேல் பொழியக் காத்திருக்கும் மேகம்போல் சிரிப்புகள் மேலே தொங்கிக்கொண்டிருந்தன. கழிவறைவரைக்குப் போக வேண்டுமென்பதை உணர்த்தும்படி இரு விரல்களை நெஞ்சுக்கருகில் தூக்கிக் காட்டிவிட்டு நுனிக்காலில் சத்தமிடாமல் நடந்து தேவாலயத்தின்

பின்புறம் நோக்கிச் சென்றேன். தலைக்கு அப்பால் எங்கிருந்தோ பெண்கள் சொல்வது மங்கலாகக் கேட்டது. 'கடவுளே, இந்தக் குழந்தையை ஆசீர்வதியும்', 'கடவுளுக்கு நன்றி.' என் தலை நிமிர்ந்தும் கண்கள் நேராகவும் இருந்தன. ஆனாலும் நான் எதையும் பார்க்கவில்லை. இரு பக்க இருக்கைகளுக்கு நடுவில் பாதி தூரம் கடந்தபோது 'என் இறைவனைச் சிலுவையில் அறைந்தபோது நீ அங்கிருந்தாயா?' என்ற சத்தம் வெடித்துத் தேவாலயத்தை நிரப்பியதில் குழந்தைகளுக்கான பிரத்யேக இடத்திலிருந்து நீட்டிக்கொண்டிருந்த காலொன்றில் இடறினேன். தடுமாறிப்போய், ஏதோ சொல்லவோ அல்லது ஒருவேளை கத்தவோ தொடங்கினேனா தெரியவில்லை; ஒரு பச்சைநிற சீமைப் பனிச்சை, அது எலுமிச்சையாகவுமிருக்கலாம், எனது கால்களுக்கிடையில் அகப்பட்டு நசுங்கியது. அதன் சாறு பீறிட்டுப் புளிப்புச் சுவை என் நாக்கில் பட்டது. வாயின் உட்புறத்திலும் அதை உணர்ந்தேன். வாசலுக்குப் போவதற்குள்ளாகவே என் கால்களில் காந்தல் தொடங்கி நான் ஞாயிற்றுக்கிழமைகளில் போட்டுக்கொள்ளும் காலுறைகளுக்குள்ளும் இறங்கியது. அதை அடக்கிவைக்க, பிடித்துநிறுத்த, மேலும் பரவாமல் தடுக்க முயன்றேன். ஆனால் தாழ்வாரப் பகுதிக்கு வந்தபோது அதை விட்டுவிடத்தான் வேண்டுமென்று எனக்குத் தெரிந்துவிட்டது: இல்லாவிட்டால், அது மேலே ஏறி மண்டையின் பின்புறம் புகுந்துவிடும். அப்புறம் எனது பரிதாபத்திற்குரிய மண்டை கீழே விழுந்த தர்பூசணி போலச் சிதறும். மூளைக்குள் இருப்பவை, எச்சில், நாக்கு, கண்கள் எல்லாமே அந்த இடம் முழுவதிலும் உருண்டு செல்லும். ஆகவே நான் முற்றத்தினூடாக ஓடி அதை வெளியே விட்டேன். சிறுநீர் கழித்தபடி, அழுதுகொண்டே ஓடினேன், கழிப்பறையை நோக்கியல்ல, மீண்டும் எனது வீட்டை நோக்கி. கண்டிப்பாக இதற்காக எனக்கு அடி கிடைக்கும், போக்கிரிக் குழந்தைகள் என்னைக் கேலி செய்ய புதிதாக ஒரு விஷயமும் கிடைத்துவிடும். ஆனாலும் சிரித்தேன், சிறுநீர் கழித்ததால் உண்டான இனிய உணர்வு ஒரு காரணம்; அதைவிடப் பெரிய மகிழ்ச்சி, அந்த மடத்தனமான தேவாலயத்திலிருந்து விடுதலையடைந்ததற்காக. அது மட்டுமல்ல, தலைவெடித்து நான் இறந்துபோக மாட்டேனென்று அறிந்துகொண்டதும்.

தெற்கத்தியக் கறுப்பினச் சிறுமிக்கு வளர்ந்து ஆளாவது வேதனையானதென்றால், இடம்பெயர்ந்து போகப்போகிறோம் என்று தெரியவருவது சவரக்கத்தியில் படிந்த துரு கழுத்துக்கு அச்சுறுத்தல் விடுவதைப் போல.

அது தேவையற்ற இழுக்கு.

1

எனக்கு மூன்று வயதும் பெய்லிக்கு நான்கு வயதுமாக இருந்தபோது, நாங்கள் பழையநெடியடிக்கும் அந்த ஊருக்கு வந்து சேர்ந்தோம், கைகளில் கட்டப்பட்ட அடையாள அட்டைகளுடன். அவற்றில் 'பொதுவான அறிவிப்பு: கலிபோர்னியாவின் லாங்பீச்சிலிருந்து அர்க்கான்ஸாஸிலுள்ள ஸ்டாம்ப்ஸ் நகரத்திலுள்ள திருமதி ஆனி ஹெண்டர்சன்னிடம் செல்கின்ற மார்கிரெட்டும் இளைய பெய்லி ஜான்சனும்' என்று எழுதப்பட்டிருந்தது.

எனது பெற்றோர்கள் பெருந்துயரமாகிப்போன தங்களது மணவாழ்வை முறித்துக்கொள்ள முடிவெடுத்ததும் அப்பா எங்களைத் தனது அம்மா வீட்டிற்கு அனுப்பி வைத்தார். எங்களைப் பார்த்துக்கொள்ள ஒரு சுமைதூக்குபவரிடம் ஏற்பாடு செய்யப்பட்டிருந்தது, அடுத்த நாள் அரிஸோனாவில் அவர் இறங்கிவிட்டார். எங்களது பயணச்சீட்டுகள் எனது சகோதரனின் உள்கோட்டுப் பையில் குத்தி வைக்கப்பட்டிருந்தன.

அந்தப் பயணத்தைப் பற்றி எனக்குப் பெரிதாக நினைவில்லை, ஆனால் தெற்குப் பகுதியில் கறுப்பர்களுக்கு ஒதுக்கப்பட்ட பயணப் பகுதியில் நான் கொஞ்சம் ஆசுவாசமாக உணர்ந்திருக்க வேண்டும். நிரம்பிய உணவுப் பெட்டிகளோடு எப்போதும் பயணம் செய்யும் நீக்ரோ பயணிகள், தாயில்லாத பாவப்பட்ட செல்லங்களான எங்கள் மீது இரக்கப்பட்டு, வதக்கிய கோழியும் உருளைக்கிழங்குக் காரக்கறியும் தந்தனர்.

வடக்கேயுள்ள நகரங்களில் ஓரளவுக்கு வசதி ஏற்படுத்திக் கொண்ட பெற்றோரிடம் சேர்வதற்காகவோ அல்லது வசதிமிக்க வடக்கு நம்பிக்கையளித்திருந்த பொருளாதார முன்னேற்றம் கிடைக்காமல்போனதால் தெற்குப்பகுதி ஊர்களிலிருக்கும் பாட்டிமார்களிடம் திரும்பிப் போவதற்காகவோ கறுப்பினச் சிறார்கள், பயந்து நடுங்கியபடித் தன்னந்தனியாக அமெரிக்க தேசத்தைக் குறுக்கும் நெடுக்குமாக ஆயிரக்கணக்கான தடவை கடந்து சென்றிருக்கிறார்கள் என்பதை பல ஆண்டுகளுக்குப் பின்னர் நான் அறிந்துகொண்டேன்.

நாங்கள் வருவதற்கு முன்பு புதியவற்றையெல்லாம் அந்த ஊரில் வசிப்பவர்கள் எப்படி எதிர்கொண்டார்களோ

அப்படியேதான் நாங்கள் வந்தபோதும் அந்த நகரம் எங்களை எதிர்கொண்டது. கொஞ்ச நாட்கள் எந்தவித ஆர்வமும் இல்லாமல் ஆனால் எச்சரிக்கையுடனும் எங்களைப் பார்த்தது. சில நாட்களுக்குப் பின் நாங்கள் தொல்லைதராதவர்கள் (சிறு பிள்ளைகளாக வேறு இருந்தோம்) என்று தோன்ற, ஒரு அந்நியக் குழந்தையைத் தழுவும் தாயைப் போல நேசத்தோடு, ஆனால் ரொம்பவும் அந்நியோன்யம் காட்டாமல் அரவணைத்துக்கொண்டது அந்த ஊர்.

எங்கள் பாட்டி, சித்தப்பாவுடனும் அந்த ஸ்டோரின் (ஸ் என்ற முதலெழுத்தை எப்போதும் அவள் அழுத்திச் சொல்வதுண்டு) பின்கட்டில் நாங்கள் வசித்தோம். பாட்டி சொந்தமாக இருபத்தைந்து வருடமாக நடத்தி வந்த ஸ்டோர் அது.

நூற்றாண்டின் ஆரம்பத்தில் அம்மா (நாங்கள் பாட்டி என்று சொல்வதைச் சீக்கிரத்திலேயே விட்டுவிட்டோம்) கிழக்கு ஸ்டாம்ப்ஸின் மரத் தொழிற்சாலைப் பகுதியில் மரமறுக்கும் தொழிலாளர்களுக்கும், மேற்கு ஸ்டாம்ப்ஸில் பருத்தியிலிருந்து கொட்டைகளைப் பிரிக்கும் வேலை செய்பவர்களுக்கும் உணவு விற்றுக் கொண்டிருந்தாள். மொறுமொறு வென்ற இறைச்சியும் ஜில்லென்ற எலுமிச்சைப் பானகமும், இவற்றோடு ஒரே நேரத்தில் இரண்டு இடங்களில் விற்பனை செய்யக்கூடிய அவளது அபூர்வத் திறமையும் சேர்ந்து, அவளது வியாபார வெற்றியை உறுதி செய்தன. நடமாடும் உணவுக் கடையாக இருந்ததை அவள் பிறகு பணம் புழங்கும் இரண்டு பகுதிகளுக்கு நடுவில் ஒரு பெட்டிக்கடையாகச் சில ஆண்டுகள் நடத்தி தொழிலாளர்களின் உணவுத் தேவையைக் கவனித்துக்கொண்டாள். அதன் பிறகு நீக்ரோ மக்கள் வசிக்கும் பகுதியின் மையமான ஓரிடத்தில் ஸ்டோரைக் கட்டினாள். காலப்போக்கில் அது நகரத்தின் சாதாரண மக்கள் கூடும் இடமாக ஆகிவிட்டது. சனிக்கிழமைகளில் நாவிதர்கள் ஸ்டோரின் தாழ்வார நிழலில் தங்கள் வாடிக்கையாளர் களை உட்கார வைத்து வேலை பார்த்தார்கள்; தென்பகுதியில் ஓயாது சுற்றித்திரியும் தெருப்பாடகர்கள் ஸ்டோரின் பெஞ்சுகளில் உட்கார்ந்து மோர்சிங்கையும் நாட்டுக் கிடாரையும் இசைத்தபடி துயரமான பிரகோஸ் பாடல்களைப் பாடிக் கொண்டிருப்பார்கள்.

ஸ்டோரின் உண்மையான பெயர் வில்லியம் ஜான்சன் ஜெனரல் மெர்கன்டைஸ் ஸ்டோர். வாடிக்கையாளர்களுக்கு அங்கு உணவுப் பொருட்கள், ஏராளமான வண்ணங்களில் நூல்கள், பன்றிகளுக்கான தானியத் தவிடு, கோழித் தீவனம், விளக்குகளுக்கான நிலக்கரி எண்ணெய், வசதியுள்ளவர்களுக்கு மின்சார பல்புகள், காலணி ரகங்கள், சிகையலங்காரப் பொருட்கள், பலூன்கள், பூச்செடி விதைகள் எல்லாம் கிடைக்கும். கண்களில் படாதவற்றை ஆர்டர் செய்து பெற்றுக்கொள்ளலாம்.

அந்த ஸ்டோருக்கு நாங்களும் அந்த ஸ்டோர் எங்களுக்கும் முழுமை யாக பழகும் வரையிலும் நாங்கள், ஒரு வினோதக் காட்சியரங்கிற்குள் அடைபட்டுக் கிடந்தோம். அதைக் கவனித்துக் கொள்பவன் ஒரேயடியாக போய்விட்டிருந்தான்.

ஒவ்வொரு ஆண்டும் ஸ்டோருக்கு எதிர்ப்புறமிருந்த வயல்கள் கம்பளிப் புழுக்களின் பச்சை நிறத்திலிருந்து பனித்துகளின் வெண்மைக்குப் படிப்படியாக மாறுவதைப் பார்த்துக்கொண்டிருப்பேன். எவ்வளவு நேரத்துக்கு முன்னால் பெரிய ஒரு வண்டி வந்து பஞ்சுப் பறிப்பவர்களை அதிகாலையிலேயே ஏற்றிக்கொண்டு அடிமைத்தனம் இன்னமும் எஞ்சியிருக்கும் பருத்தித் தோட்டங்களுக்குக் கொண்டு செல்லும் என்று என்னால் துல்லியமாகச் சொல்ல முடியும். பஞ்சு பறிக்கும் காலங்களில் எனது பாட்டி அதிகாலை நான்கு மணிக்கு (அவள் அலாரம் கடிகாரத்தைப் பயன்படுத்தியதில்லை) எழுந்து முழந்தாளிட்டு உறக்கம் நிறைந்த குரலில் வேண்டுதல் செய்வாள். ‘தந்தையே, இந்தப் புதிய தினத்தைக் காணும் வாய்ப்பை எனக்கு அளித்ததற்கு நன்றி. நேற்றிரவு நான் படுத்த படுக்கை நான் விறைத்துக் கிடக்கும் பலகையாகவோ, எனது போர்வை எனக்குரிய சல்லாத் துணியாகவோ மாறிவிட நீர் அனுமதியாததற்கு நன்றி. இன்றைய தினத்தில் நேரான, சுருக்குப் பாதையில் எனது கால்களை வழிநடத்துவீராக. இந்த வீட்டையும் இதிலுள்ள எல்லோரையும் ஆசீர்வதிப்பீராக. உமது திருமகன் இயேசுவின் பெயரால் உமக்கு நன்றி. ஆமென்’.

முழுவதுமாக அவள் எழுந்திருக்கும் முன்பே எங்களைப் பெயர் சொல்லி அழைத்து உத்தரவுகள் போட்டுவிட்டுத் தனது பெரிய பாதங்களை நாட்டுச் செருப்புகளில் நுழைத்துக்கொண்டு, கடுங்கார நீரால் சுத்தம் செய்யப்பட்ட மரத்தரையில் நடந்து சென்று நிலக்கரி எண்ணெய் விளக்கைப் பற்ற வைப்பாள்.

அந்த விளக்கின் ஒளி ஸ்டோருக்குள் எங்கள் உலகத்துக்கான ஒரு மெல்லிய நம்பகத்தன்மையைத் தந்துகொண்டிருந்ததால், என்னை அது கிசுகிசுப்பான குரலில் பேசவும் நுனிக்காலில் நடக்கவும் ஆசைபட வைக்கும். வெங்காயம், ஆரஞ்சு, மண்ணெண்ணெய் இவற்றின் மணங்கள் இரவு முழுவதும் ஒன்றாகக் கலந்து வாசல் மரப்பலகைகளை அகற்றும்வரையிலும் தம் போக்கில் இருந்துகொண்டிருக்கும்; மைல்கணக்காக நடந்து தங்களை வேலைக்கு ஏற்றிச் செல்லும் இடத்திற்கு வருபவர்களோடு அதிகாலை நேரக் காற்றும் ஸ்டோரின் உள்ளே நுழைந்துவிடும்.

‘அக்கா, எனக்கு இரண்டு டின் சாளை மீன் வேண்டும்.’

‘நான் இன்றைக்கு எவ்வளவு வேகமாக வேலை செய்யறேன் என்று பார்த்துக்கொண்டிரு; அந்த வேகத்தைப் பார்த்தால் நீயெல்லாம் எதுவும் செய்யாமல் நிற்பதுபோல இருக்கும்.’

‘எனக்கு ஒரு பெரிய சீஸ் துண்டும் கொஞ்சம் மொறுமொறு மிட்டாய் பிஸ்கெட்டுகளும் வேண்டும்.’

‘எனக்கு இரண்டு கடலைமிட்டாய் தாருங்கள்.’ இது தனது மதியச் சாப்பாட்டைக் எடுத்துக்கொண்டுபோக வரும் பஞ்சு பறிப்பவர் கேட்டது. அவரது தொளதொள மேலாடையின் நுனியில் வழப்பான பழுப்புநிறக் காகிதக் கோணி இணைக்கப்பட்டிருந்தது. நண்பகல் சூரியன்

வேலையாட்களை ஓய்வெடுக்க விரட்டுவதற்கு முன்னால் அவர் அந்த மிட்டாய்களை நொறுக்குத் தீனியாக எடுத்துக்கொள்வார்.

ஸ்டோர், இதமான அந்தக் காலைப் பொழுதுகளில் சிரிப்புகளாலும் கேலிகளாலும் தற்பெருமைகளாலும் சவடால்களாலும் நிறைந்திருக்கும். ஒருவன் இருநூறு ராத்தல் பஞ்சைப் பறிக்கப் போகிறானாம், மற்றொருவன் முன்னூறு ராத்தல். சில சிறுவர்கள்கூட நான்கு பண்டல்கள், ஆறு பண்டல்கள் என்று வீட்டுக்குக் கொண்டுவரப்போகிறார்களாம்.

முதல் நாளில் அதிகம் பஞ்சு பறித்தவரே மறுநாள் காலைப் பொழுதின் கதாநாயகன். இன்றைக்குத் தோட்டத்தில் பஞ்சு குறைவாகத்தான் இருக்கும், கோந்துபோட்டு ஒட்டியதுபோல கொட்டையோடு சேர்ந்திருக்கும் என்று அவர் கணித்துச் சொன்னால் கேட்பவர்கள் அனைவருமே ஊமென்று அதை ஆமோதிப்பார்கள்.

காலி பஞ்சுக் கோணிப்பைகள் தரையில் உராயும் சத்தத்தையும் நடப்பவர்களின் முணுமுணுப்புகளையும் நாங்கள் ஐந்து சென்ட் வியாபாரத்துக்காக ஒவ்வொருமுறை இயக்கும் பணப்பதிவு இயந்திரத்தின் ஒலி ஊடறுக்கும்.

காலை நேர ஓசைகளிலும் மணங்களிலும் இயற்கைக்கு அப்பாற்பட்ட ஒரு தீண்டல் இருக்கும் என்றால், பின்மாலைப் பொழுதுகளோ வழக்க மான அர்க்கான்ஸாஸ் வாழ்க்கையின் பண்புகளைக்கொண்டிருக்கும். மங்கிக்கொண்டிருக்கும் சூரியனின் வெளிச்சத்தில் அவர்கள் இழுத்து நடப்பது தங்களைத்தான், காலிப் பஞ்சுக் கோணிப்பைகளை அல்ல.

மறுபடியும் ஸ்டோருக்குக் கொண்டுவரப்பட்டு வண்டிகளின் பின்புறத்திலிருந்து இறங்கும் அவர்கள், தாளாத சோர்வுடன் தரையில் மடங்கி உட்காருவார்கள். எவ்வளவு பறித்திருந்தாலும் அவர்களுக்கு அது காணாது. அவர்களது கூலி எனது பாட்டியிடம் அவர்கள் பட்ட கடனை அடைப்பதற்குக்கூடப் போதாது. நகரப் பகுதியிலிருக்கும் வெள்ளையர் உணவுப் பொருள் பண்டக சாலையில் அவர்கள் பெயரிலிருக்கும் பற்றுச் சீட்டுகளைப் பற்றிச் சொல்லவே வேண்டியதில்லை.

ஒவ்வொரு நாள் காலைப் பொழுது ஓசைகளின் இடத்தை, ஏமாற்றுக்காரக் கொள்முதல் நிலையங்கள், எடையைக் குறைத்துக் காட்டும் தராசுகள், பாம்புகள், அடர்த்தியில்லாத பஞ்சு, புழுதி சூழப்பட்ட வரிசைகள் பற்றிய எரிச்சல் குரல்கள் எடுத்துக்கொண்டுவிடும். பின்னாட்களில் நான் யாராவது பஞ்சு பறிப்பவர்களைக் கேளிக்கையாகப் பாடிக்கொண்டே வேலை செய்பவர்கள் என்பது போன்ற வழக்கமான சித்திரத்தை வைத்தால் அவர்களோடு அடங்காச் சினத்துடன் மோதுவேன்; என் சக கறுப்பர்கள்கூட எனது இந்த ஆவேசப்படும் வியாதி தர்ம சங்கடப்படுத்துவதாகக் கூறுவார்கள். ஏனென்றால் வன்மம் மிகுந்த சிறிய பஞ்சுக் காய்கள் கீறிய விரல்களை நான் பார்த்திருக்கிறேன்; வேறெந்த வேலைகளுக்கும் பணிய முடியாமல் போய்விட்ட முதுகுகளை, தோள்களை, கைகளை, கால்களைப் பார்த்த சாட்சியாக நானிருக்கிறேன்.

சில வேலையாட்கள் தங்கள் கோணிப்பைகளை மறுநாள் நான் எடுத்துக்கொள்ளுவதற்காக ஸ்டோரிலேயே விட்டுவிட்டுப் போவார்கள். சிலர் கிழிசல்களைத் தைப்பதற்காக வீட்டுக்கு எடுத்துச் செல்வார்கள். அந்த நாளின் வேலையில் மரத்துப்போன தங்களது விரல்களால், நிலக்கரி எண்ணெய் விளக்கின் அடியில், கரடுமுரடான பைகளை அவர்கள் தைத்துக்கொண்டிருப்பதை மனதில் காட்சிப்படுத்தி வெதும்பியிருக்கிறேன். இனி சொற்ப நேரத்திற்குள் அவர்கள் ஹெண்டர்சன் அக்காவின் ஸ்டோருக்கு மீண்டும் நடந்துவர வேண்டும்; வந்து, சாப்பிட ஏதாவது வாங்கிக்கொண்டு மறுபடியும் வண்டிகளில் ஏறிச் செல்ல வேண்டும். அந்த ஆண்டைக் கடத்துவதற்காக அன்றைய தினத்திலாவது ஏதாவது சம்பாதிக்க மாட்டோமா என்று, அந்தப் பஞ்சு பறிக்கும் பருவத்தை எப்படித் தொடங்கினார்களோ அதே நிலையில்தான் முடிக்கப் போகிறாமென்ற கனத்த புரிதலுடன், அந்த நாளை எதிர்கொள்வார்கள். மூன்று மாதக் குடும்பச் செலவிற்குப் பணமோ கடன் வசதியோ இருக்கப் போவதில்லை. பஞ்சு பறிப்புக் காலத்தின் பிற்பகல் நேரங்கள் தெற்குக் கறுப்பர்களின் கோரமான வாழ்க்கையை வெளிப்படுத்திக்கொண்டிருக்கும்; காலை வேளைகளோ இயற்கையின் கொடைகளான மதி மயக்கம், மறதி இவற்றாலும் மென்மையான விளக்கொளியாலும் இதமாக இருக்கும்.

2

பெய்லிக்கு ஆறு வயதும் எனக்கு அதைவிட ஒரு வயது குறைவாகவும் இருந்தபோது பெருக்கல் வாய்ப்பாடு களை நாங்கள் கடகடவென்று ஒப்பிப்போம். பின்னாட்களில் நான் சான் பிரான்சிஸ்கோவில் சீனக் குழந்தைகள் இதே வேகத்தில் அபாக்கஸில் கணக்கிடுவதைப் பார்த்தேன். கோடைக்காலச் சாம்பல் நிறத்தாலான பானைக் கணப்படுப்பு குளிர்காலங்களில் ரோஜா சிவப்பாகக் கனன்று, நாங்கள் ஏதாவது தப்பு செய்தால் எங்களை அச்சுறுத்தும் பயங்கர சாதனமாக இருக்கும்.

வில்லி சித்தப்பா ஒரு ராட்சச கறுப்பு இசட் எழுத்துப் போல (அவர் குழந்தைப் பருவத்திலேயே முடமாகிப்போனவர்) உட்கார்ந்திருந்தவாறே நாங்கள் லஃபாயெட் கவுண்டி ட்ரெயினிங் பள்ளியின் திறமைகளைப் பற்றிச் சொல்லு வதைக் கேட்டுக்கொண்டிருப்பார். கீழ் வரிசைப் பற்களில் ஒரு குண்டைக் கட்டித் தொங்கவிட்டிருப்பதைப் போல அவரது முகத்தின் இடது பக்கம் தொங்கிக்கொண்டிருக்கும். இடது கையோ பெய்லியுடைய கையைவிட கொஞ்சமே பெரியது. நாங்கள் இரண்டாவது தடவை தப்பாகச் சொன்னாலோ அல்லது மூன்றாம் முறை தயங்கி நின்றாலோ தனது பெரிதாக வளர்ந்த வலது கையால் எங்களின் பிடரியை இறுகப் பிடித்து சிவப்புநிற ஹீட்டருக்கு அருகில் இலேசாகத் தலையைக் கொண்டுபோவார். அது சாத்தானின் பல் வலிபோல் அதிர்ந்தபடி இருக்கும். எங்களுக்கு ஒருபோதும் தீக்காயம் பட்டதில்லை என்றாலும், ஒருமுறை காயம் பட்டுவிடக் கூடாது என்ற பயத்தில் துள்ளிய நான் ஸ்டவ்விலேயே விழப் போனேன். எல்லாச் சிறுவர்களையும் போலவே நானும் மிக மோசமான எந்தவொரு ஆபத்தையும் நாமாகவே எதிர்கொண்டு வெற்றிபெற்றுவிட்டால், அதன்பிறகு எப்போதுமே அதை தோற்கடிக்கும் வல்லமை நமக்கு ஏற்பட்டுவிடும் என்று எண்ணிக்கொண்டிருந்தேன். ஆனால் எனது தியாக முயற்சி முறியடிக்கப்பட்டது. வில்லி சித்தப்பா எனது ஆடையை இறுக்கிப் பிடித்துக்கொண்டதால், பழுத்த இரும்பின் அசல் கறுகும் வாசனையை முகரும் அளவுக்குத்தான் நான் ஸ்டவ் அருகே போனேன். நாங்கள் பெருக்கல் வாய்ப்பாட்டை அவற்றின் பின்னாலுள்ள அடிப்படை தெரியாமலேயே கற்றுக்கொண்டோம். ஏனெனில் அது எங்களால் முடிந்தது; எங்களுக்கு வேறு வழியில்லை.

குழந்தைகளுக்கு முடமையின் கோரம் ரொம்பவே அநியாயமாகத் தோன்றும்; எனவே அதன் அருகாமை அவர்களைச் சங்கடப்படுத்தும். அவர்கள் இயற்கையின் சமீபத்திய வார்ப்பாக இருப்பதால், அதன் கேலி விளையாட்டிலிருந்து தாங்கள் மயிரிழையில் தப்பித்துவிட்டதாக உணர்வார்கள். அந்தத் தப்பித்தலின் ஆசுவாசத்தில் அவர்கள், துரதிர்ஷ்டமாக முடமாகிப் போனவர்களிடம் பொறுமைகாட்டாமலும், விமர்சித்தும் தங்களை உணர்ச்சிகளை வெளிப்படுத்துகிறார்கள்.

மூன்று வயதில் சித்தப்பாவைத் தாதிப் பெண் கீழே போட்டுவிட்டாள் என்பதைப் பாட்டி, கொஞ்சமும் உணர்ச்சியை வெளிக்காட்டாமல், எத்தனை முறை சொல்லியிருப்பாள் என்பதற்குக் கணக்கே கிடையாது. குழந்தையைத் தவறவிட்ட அந்தப் பெண்ணின் மீதோ, இப்படி ஒன்றை நடக்க விட்ட நியாயவானான கடவுள் மீதோ எந்த வருத்தமும் அவளுக்கு இருந்ததைப் போலத் தெரியவில்லை. இந்தக் கதையைக் கேட்டுக்கேட்டு மனப்பாடமாக ஆகிவிட்டவர்களிடம் அவர், ‘அவன் பிறக்கும்போது இப்படியில்லை’ என்பதை மட்டும் வலியுறுத்த விரும்புவாள்.

இரண்டு கால்களையும் இரண்டு கைகளையுமுடைய வலிமையான கறுப்பு மனிதர்களே அதிகபட்சம் தங்கள் அன்றாடத் தேவைகளை மட்டுமே நிறைவேற்றிக்கொள்ள முடிந்த எங்கள் சமூகத்தில், விறைப்பான மேல்சட்டையும் பளபளக்கும் காலணிகளையும் அணிந்த, அலமாரி நிறைய உணவும் உடைய வில்லி சித்தப்பா வேலையில்லாத, குறைந்த கூலி பெறும் மனிதர்களின் கேலிகளுக்கும் இடக்குகளுக்கும் இலக்காக இருந்தார். விதி அவரை முடமாக மட்டும் ஆக்கவில்லை, அவர் பாதையில் இரண்டடுக்குத் தடையையும் ஏற்படுத்தியிருந்தது. அவர் இறுமாப்புடனும் எளிதில் பாதிக்கப்படும் மனம் கொண்டவராகவும் இருந்தார். ஆகவேதான் ஊனமில்லாதவன் என்று நடிக்கவோ, பிறர் தனது ஊனத்துக்காகத் தன்னிடம் அருவருப்புக் காட்டவில்லையென்று ஏமாற்றிக்கொள்ளவோ அவருக்கு முடியவில்லை.

அவரைக் கண்காணிக்கக் கூடாது என்று நான் முயன்றுகொண்டிருந்த அத்தனை வருடங்களில் ஒரே ஒருமுறைதான் அவர் தான் முடமல்ல என்று தனக்காகவும் பிறருக்காகவும் நடித்துப் பார்த்திருக்கிறேன்.

ஒருநாள் பள்ளியிலிருந்து வீட்டுக்கு வந்தபோது எங்கள் முற்றத்தில் ஒரு அடர் சிவப்பு நிறக் கார் நின்றிருந்தது. வேகமாக உள்ளே போன நான், ஸ்டோரின் இதமான சூழலில் எனக்கு அறிமுகமில்லாத ஒரு ஆணும் ஒரு பெண்ணும் டாக்டர் பெப்பர் பானத்தைக் குடித்துக்கொண்டிருந்ததைக் கண்டேன். (அவர்கள் லிட்டில் ராக்கைச் சேர்ந்த பள்ளி ஆசிரியர்கள் என்று வில்லி சித்தப்பா பின்னர் சொன்னார்.) இங்கே ஏதோ சரியில்லையே என்று எனக்கு சட்டென்று பட்டது; அலாரம் வைக்காமலேயே கடிகாரம் அடிப்பதைப் போல.

வந்தவர்கள் அறிமுகமில்லாதவர்கள் என்பதால் அல்ல இது என்று எனக்குத் தெரியும். பயணம் செய்பவர்கள், அடிக்கடி என்றில்லாவிட்டாலும் அவ்வப்போது, பிரதான சாலையின் ஓரமாக வண்டியை நிறுத்தி ஸ்டாம்ப்ஸின் இந்த ஒரே நீக்ரோ கடையில் புகையிலையோ, பானங்களோ

வாங்குவதற்கு வருவார்கள். வில்லி சித்தப்பாவை ஏறிட்டுப் பார்த்தபோது எனது மனதை உறுத்திக்கொண்டிருந்தது எதுவென்றுத் தெரிந்து விட்டது. அவர் கவுன்டருக்குப் பின்னால் நேராக நிமிர்ந்து நின்று கொண்டிருந்தார், முன்புறமாகச் சரியவுமில்லை, அவருக்காகச் செய்யப்பட்டிருந்த சிறிய அலமாரி போன்ற அமைப்பில் சாய்ந்து கொள்ளவுமில்லை. நேராக நிமிர்ந்து நின்றார். அவரின் கண்களில் தெரிந்த அச்சுறுத்தலும் கெஞ்சலும் கலந்த பாவம் என்னை ஈர்த்ததைப் போலத் தோன்றியது.

நான் பணிவோடு அந்த அந்நியர்களுக்கு வணக்கம் சொல்லிவிட்டு அவருடைய ஊன்றுகோலைத் தேடிக் கண்களைச் சுழற்றினேன். எங்கேயேயும் அதைக் காணவில்லை. அவர் 'இ... இது... இது... எனது அண்ணன் மகள் இ... இப்ப... இப்பதான் பள்ளியிலிருந்து வருகிறாள்' என்று சொன்னார்; "உங்களுக்குத் தெரியாதா, இப்போதெல்லாம் பிள்ளைகள் நா... நா... நா... நாள் முழுவதும் ஸ்கூலில் விளையாட்டு தான், வீட்டுக்கு வ... வ... வ... வந்து கொஞ்சம் விளையாடுவோம் என்றில்லாமல்."

அவர்கள் இணக்கமாகப் புன்னகைத்தார்கள்.

'வெளியே போய் வி... விளையாடு பிள்ளை' என்றார் வில்லி.

அந்தப் பெண்மணி மெல்லிய அர்க்கான்ஸாஸ் குரலில் சொன்னார், 'நல்லது, ஜான்சன், உங்களுக்குத் தெரியுமல்லவா. ஒரேயொருமுறைதான் நாம் குழந்தையாக இருக்க முடியும் என்று சொல்வார்கள். உங்களுக்குப் பிள்ளைகளுண்டா?'

கணுக்காலுக்கு மேல் உயரமான பூட்ஸ் ஓட்டைகளில் லேசை நுழைப்பதற்கு அரை மணிநேரத்துக்கு அதிகமாக எடுக்கும்போதுகூட அவரிடம் நான் கண்டிராத எரிச்சலோடு வில்லி சித்தப்பா என்னைப் பார்த்தார். 'நா... நான் அப்போதே உன்னிடம் வெ... வெளியே போய் விளையாடச் சொன்னேன், இல்லையா.'

நான் வெளியே போவதற்கு முன் அவர் காரெட் மூக்குப் பொடி, ஆல்பர்ட் ஸ்பார்க் பிளக் புகையிலை வைத்திருந்த அலமாரியின் மேல் சாய்ந்து நின்றதைக் கண்டேன்.

'இல்லை மேடம்... குழ... குழந்தைகளில்லை, மனைவியும் இல்லை' அவர் சிரிக்க முயன்றார். 'வயதான அ... அம்மா இருக்கிறார், அதோடு சகோதரனுடைய இரண்டு பிள்ளைகளையும் நான் கவனித்துக் கொள்ள வேண்டும்'.

தன்னைப் பொறுப்பானவராகக் காட்டிக்கொள்ள அவர் எங்களைப் பயன்படுத்துவதை நான் பெரிதுபடுத்துவதில்லை. அவர் விரும்பினால் நான் அவரது மகளாக என்னைப் பாவித்துக்கொள்ளவும் செய்வேன். எனது அப்பாவோடு எனக்கு எந்த ஈடுபாடும் இல்லாத தோடு, நான் வில்லி சித்தப்பாவின் பிள்ளையாக இருந்திருந்தால் எனக்கு நிறையவே கவனிப்பு கிடைத்திருக்குமென்று நான் நினைத்ததுண்டு.

சில நிமிடங்களுக்குப் பின் அந்த ஜோடி கிளம்பிச் சென்றது. வீட்டிற்குப் பின்புறமிருந்து நான் அவர்களது சிவப்புக்கார் கோழிகளை வெருட்டி, புழுதியைக் கிளப்பியபடி மக்னோலி நோக்கி மறைந்து போனதைப் பார்த்தேன்.

வில்லி சித்தப்பா கவுண்டருக்கும் அலமாரிகளுக்குமிடையே வெளிச்சம் குறைவாக இருந்த நீளமான இடைவெளியில் மெதுவாக ஒரு கைக்கு மேலாக இன்னொரு கை வைத்து இறங்கிக்கொண்டிருந்தார். கனவிலிருந்து ஒரு மனிதன் வெளியே வருவதைப் போன்றிருந்தது அது. நான் சத்தம் போடாமல், ஒரு பக்கத்திலிருந்து சாய்ந்து மறுபக்கத்தை இடித்தவாறு நிலக்கரி எண்ணெய்த் தொட்டிக்கு அவர் வந்துசேரும்வரை அவரைக் கவனித்துக்கொண்டிருந்தேன். பின்பக்கத்தில் ஒரு இடுக்கில் கையைவிட்டு ஊன்றுகோலை எடுத்து தனது பாரத்தை அதில் மாற்றிக்கொண்டு நின்றார். தனது தடுமாற்றத்தைச் சமாளித்துக்கொண்டு விட்டதாக அவர் எண்ணிக்கொண்டார்.

அந்த ஜோடி (அதற்கு முன் தான் அவர்களைப் பார்த்ததில்லை யென்று பிறகு அவர் சொன்னார்.) தன்னைப் பற்றி குறைப்பாடில்லாத முழு ஜான்சன் என்ற மனச்சித்திரத்தோடு லிட்டில் ராக்குக்குப் போக வேண்டும் என்பதில் அவர் ஏன் அவ்வளவு அக்கறை காட்டினார் என்று எனக்கு ஒருபோதும் தெரியப் போவதில்லை.

ஊனமாக இருந்ததைக் குறித்து அவர் சோர்ந்துபோயிருக்கக் கூடும், சிறைவாசிகள் சிறைக்கம்பிகளைப் பார்த்துப் பார்த்துச் சோர்வடை வதைப் போல, குற்றமிழைத்தவர்கள் பழிச்சொல் கேட்டுக் கேட்டுச் சோர்வடைவதைப் போல. உயரமான ஷூக்களும் ஊன்றுகோலும் கட்டுப்பாட்டிலில்லாத தசைநார்களும் தடித்த நாக்கும், ஏளன அல்லது அனுதாபப் பார்வைகள் அளித்த வேதனையும் அவரைத் தளர்ந்து போக வைத்துவிட்டன. ஒரு பிற்பகலில் அல்லது பிற்பகலின் ஒரு பகுதியிலாவது இவற்றிற்கெல்லாம் தொடர்பற்றவராக இருக்க அவர் விரும்பினார்.

எனக்குப் புரிந்துவிட்டது. அந்தக் கணத்தில் எனக்கு அவரோடு உணர்ந்த நெருக்கத்தை அதற்கு முன்பும் பின்பும் நான் ஒருபோதும் உணர்ந்ததில்லை.

ஸ்டாம்ப்ஸில் இருந்த அந்த ஆண்டுகளில் நான் வில்லியம் ஷேக்ஸ்பியரின் அறிமுகம் கிடைத்து அவரை நேசிக்க ஆரம்பித்தேன். அவர்தான் எனது முதல் வெள்ளைக் காதலன். கிப்ளிங், போ, பட்லர், தாக்கரே, ஹென்றி ஆகியோரை ரசித்தும் மதித்தும் வந்தாலும், பால் லாரன்ஸ், டன்பார், லாங்ஸ்டன் ஹியூக்ஸ், ஜேம்ஸ் வெல்டன் ஜான்சன் இவர்களிடமும் டபிள்யூ.இ.பி. ட்யூபோயிஸின் 'லிட்டானிவு – அட்லாண்டா' விலும் என் இளம் மனதைப் பறிகொடுத்திருந்தேன் என்றாலும் 'பெரும் செல்வமும் மனிதர்களின் கண்களும் கூனிக்குறுகச் செய்யும்போது' என்று சொன்னது ஷேக்ஸ்பியர்தானே. அது மிகவும் பரிச்சயமான எனது நிலையாக நான் உணர்ந்தேன். அவரது வெள்ளைத் தோலைப் பற்றி நினைவுவரும்போது,

அவர் இறந்துபோய் எவ்வளவோ காலம் கடந்துவிட்டது, இனிமேல் அது என்ன நிறத்தில் இருந்தால் யாருக்கென்ன என்று சமாதானம் செய்துகொள்வேன்.

பெய்லியும் நானும் 'மெர்ச்சண்ட் ஆஃப் வெனிஸ்' நாடகத்திலிருந்து ஒரு காட்சியை மனப்பாடம் செய்ய முடிவெடுத்தோம். ஆனால் அதன் ஆசிரியரைப் பற்றி அம்மா கேட்பார்கள், நாங்கள் ஷேக்ஸ்பியர் வெள்ளைக்காரரென்று சொல்லியாக வேண்டும். அவர் இருக்கிறாரா, இறந்துவிட்டாரா என்பதெல்லாம் அம்மாவுக்கு முக்கியமாகப் படாது என்று எங்களுக்குத் தோன்றியது. எனவே ஜேம்ஸ் வெல்டன் ஜான்சனின் 'தி கிரியேஷன்' என்னும் படைப்பை நாங்கள் தேர்ந்தெடுத்தோம்.

3

தலைதட்டி அளக்கப்பட்ட அரை பவுண்ட் மாவை தூசுபடாமல் மெல்லிய தாள்பைகளில் அடைப்பது எனக்கு எளிதான சாகசமாக இருந்தது. மாவோ, தானியத்தூளோ, தீவனமோ, சர்க்கரையோ அல்லது மக்காச்சோளமோ ஒரு பெரிய அகப்பைக்கு எவ்வளவு போட்டால் தராசு எட்டு அவுன்ஸ் அல்லது ஒரு பவுண்ட் எடையைக் காட்டும் என்று தெரிந்துகொள்ளும் அளவுக்குத் தேர்ந்திருந்தேன். நான் மிகத் துல்லியமாக அளவிடும் போதெல்லாம் வியப்புடன் பாராட்டும் வாடிக்கையாளர்கள் பாட்டியிடம் சொல்வார்கள்: ‘சகோதரி ஹெண்டர்சன்னுக்குத் திறமை யான பேரப் பிள்ளைகள் வாய்த்திருக்கிறார்கள்.’ நான் குறைவாகப் போட்டு விடும் நேரங்களில் கழுகுக் கண்கள் கொண்ட பெண்கள் ‘இன்னும் கொஞ்சம் பையில் எடுத்துப் போடு குழந்தை, என்னை வைத்து லாபம் பார்க்க நினைக்காதே’ என்று செல்வார்கள்.

அப்புறம் அமைதியாக ஆனால் நிச்சயமாக என்னையே தண்டித்துக்கொள்வேன். ஒவ்வொரு பிசகான அளவீட்டுக்கும் நான் வெள்ளைத் தாளில் பொதிந்த ‘கிஸ்ஸஸ்’ மிட்டாய், நான் உலகில் எல்லாவற்றையும்விட – பெய்லியைத் தவிர்த்து – மிகவும் விரும்பிய சாக்லேட், எனக்குக் கிடையாது என்பதுதான் அதற்கு அபராதம். சில சமயம் டப்பாவில் அடைத்த அன்னாசிப்பழம். அன்னாசி மேலிருந்த அதீத மோகம் என்னைக் கிறுக்குப்பிடிக்க வைத்திருந்தது. நான் வளர்ந்த பிறகு அந்த டப்பாக்கள் கொண்ட ஒரு முழுப் பெட்டியை எனக்கே எனக்காக வாங்கிக் கொள்வேன் என்று கனவு கண்டிருக்கிறேன்.

பாகு போர்த்திய அன்னாசிப்பழ நறுக்குகள் கவர்ச்சி யான டப்பாக்களில் எங்களைச் சுற்றி அலமாரிகளில் இருந்ததாலும் நாங்கள் கிறிஸ்துமஸ் சமயங்களில் மட்டுமே அவற்றைச் சுவைப்பதுண்டு. அம்மா அவற்றின் சாற்றைப் பயன்படுத்தி கிட்டத்தட்ட கறுப்புநிறத்தில் பழ கேக்குகள் செய்வதுண்டு. அப்போது நிறைய எண்ணெய் பிசுக்கு அப்பிய இரும்பு வாணலியில் அன்னாசி வட்டங்கள் வரிசையாக வைத்துத் தலைகீழ் கேக்குகளாகச் செய்வாள். எனக்கும் பெய்லிக்கும் ஆளுக்கு ஒரு வில்லை கிடைக்கும், நான் என் துண்டை மணிக்கணக்காக வைத்திருப்பேன்.

பழத்துண்டைக் கரம்பி கரம்பி இறுதியில் விரல்கள் நுனியில் மணத்தைத் தவிர எதுவுமில்லாதுபோகும்வரை. அன்னாசிப் பழத்தின்மீது எனக்கிருந்த ஆசை மிகவும் புனிதமானது என்று நான் நினைப்பதால்தான் ஒரு டப்பாவை லவட்டி (அது சாத்தியமானதே என்றாலும்) தோட்டத்திற்குக் கொண்டுபோய் தனியே சாப்பிட நான் என்னை அனுமதிக்கவில்லை என்று எண்ணிக்கொள்ள ஆசைப்படுவேன்; ஆனால் பழத்தின் மணம் என்னைக் காட்டிக் கொடுத்துவிடும் வாய்ப்பு இருப்பதால் அதை எதிர்கொள்ளும் தைரியம் எனக்கில்லையென்பதுதான் உண்மை.

பதின்மூன்றாவது வயதில் நான் நிரந்தரமாக அர்க்கான்ஸாஸை விட்டுப் பிரியும்வரையிலும் ஸ்டோர்தான் எனக்குப் பிரியமான இடமாக இருந்தது. ஆளரவம் இல்லாத காலை வேளைகளில் தனியாக இருக்கும்போது அது ஏதோ ஒரு அந்நியரிடமிருந்து வந்து இன்னும் பிரிக்கப்படாத பரிசுப் பொருளைப் போலிருக்கும். முன்கதவைத் திறப்பது எதிர்பாராத பரிசுப் பொருளைக் கட்டியிருக்கும் ரிப்பனை அவிழ்ப்பது போலிருக்கும். வெளிச்சம் இதமாக உள்ளே (எங்கள் கடை வடக்கு நோக்கியிருக்கும்) வந்து அயலை, சால்மன், புகையிலை, நூல்கள் என வைக்கப்பட்டிருக்கும் அலமாரிகளில் படியும்; பன்றிக் கொழுப்பு வைக்கப்பட்டிருக்கும் பெரிய அண்டாவின்மீது பளீரென விழும். அது நண்பகலில் கொழுப்பை இளக்கி சூப்பு போலாக்கிவிடும். பிற்பகல்களில் நான் ஸ்டோருக்குள் போகும்போதெல்லாம் அது களைப்பாகிவிட்டதாக எனக்குத் தோன்றும். எனக்கு மட்டுமே தனது வேலையைப் பாதி முடித்துவிட்டு அது மெதுவாகத் துடிப்பது கேட்கும். ஏராளமானோர் வந்து போன பின், விலைகளைக் குறித்த சிலரின் சர்ச்சைகளுக்குப் பின், பக்கத்து வீட்டுக்காரர்களைப் பற்றிய கேலிகளுக்கு அப்புறம் அல்லது சும்மா வந்து ‘எல்லோரும் எப்படியிருக்கீங்க சகோதரி ஹெண்டர்சன்’ என்ற விசாரிப்புகளுக்குப் பின் வரவிருக்கின்ற மாயாஜால காலை வேளைகளுக்கான எதிர்பார்ப்பு ஸ்டோருக்குத் திரும்பும், கரைசேர்ந்த வாழ்க்கை அலைகள் போல் அது எங்கள் குடும்பத்தின்மீது கவிழும்.

பாட்டி, மொறுமொறுப்பான பிஸ்கட் பெட்டிகளைத் திறக்கும் போது நாங்களெல்லோரும் ஸ்டோருக்குப் பின்புறமிருந்த இறைச்சி வெட்டும் மேடையைச் சுற்றி உட்கார்ந்திருப்போம். நான் வெங்காயத்தை நறுக்கிக்கொண்டிருப்பேன். பெய்லி இரண்டு அல்லது மூன்று சாளை மீன் டப்பாக்களைத் திறந்து எண்ணெயும் மீன் கொழுப்பும் கலந்த திரவத்தை டப்பாக்களின் வெளிப்புறமாகக் கீழே வடியவிட்டுக் கொண்டிருப்பான். அதுதான் இரவு உணவு. மாலை வேளைகளில் அவ்வாறு நாங்கள் மட்டும் இருக்கும்போது வில்லி சித்தப்பாவிற்கு வாய் திக்குவதோ, உடல் ஆட்டமோ இருக்காது. மட்டுமல்ல அவருக்கு அப்படியொரு உடல் துன்பம் இருப்பதற்கான எந்த அறிகுறியும் வெளிப்படாது. ஒரு நாள் முடிவடையும்போது நிலவும் அமைதி, குழந்தைகளிடமும் கறுப்பர்களிடமும் ஊனமுற்றவர்களிடமும் கடவுள் ஏற்படுத்திக்கொண்ட உடன்படிக்கை இன்னும் அமலில் இருப்பதாகத் தோன்றச் செய்யும்.

மக்காச்சோளத்தைக் கைப்பிடிகளாகக் கோழிகளுக்கு இறைப்பதும், மீந்த உணவையும் எண்ணெய் பிசுக்குப் படிந்த பாத்திரங்களைக் கழுவிய நீரையும் உலர்ந்த புளிப்புத் தீவனத்தோடு கலந்து பன்றிகளுக்கு வைப்பதும் எங்களது மாலைநேர வேலைகளுள் ஒன்று. பெய்லியும் நானும் பன்றித் தொட்டிகளுக்கு இட்டுச் செல்லும் அந்தி ஒளியில் தெரியும் தடத்தின் வழியாகத் தடுமாறிக்கொண்டே சென்று முதல் வேலிப் படிகளின் மேலேறி நின்று எந்தவித ஆர்வத்தையும் தூண்டாத அந்த அசிங்கக் கலவையை நன்றியோடு காத்திருக்கும் பன்றிகளுக்கு ஊற்றுவோம். அவை தங்களது ரோஜா நிற மூக்குகளை அந்தக் கலவைக்குள் படாரென்று அமிழ்த்தித் தங்கள் திருப்தியை அடித்தொண்டை உறுமல்களால் வெளிப்படுத்தும். நாங்களும் பாதி உற்சாகத்தோடு பதிலுக்கு உறுமுவோம். அதோடு எங்களது வேலைகளிலேயே அருவருப்பான நாற்றமடிக்கும் வேலை முடிந்துவிடும், அந்தக் கலவை எங்கள் ஷூக்கள், காலுறைகள், கால்கள், கைகள் ஆகியவற்றில் மட்டுமே பட்டிருக்கிறது என்று ஆசுவாசப்பட்டுக்கொள்வோம்.

பின்பு ஒருநாள் நாங்கள் பன்றிகளைக் கவனித்துக்கொண்டிருக்கும் போது முற்றத்தில் (அதை முற்றமென்று சொல்ல முடியாது, வண்டிகள் வந்து போகுமிடம் என்றுதான் சொல்ல வேண்டும், வண்டி எதுவும் கிடையாதென்பது வேறு விஷயம்) ஒரு குதிரை வந்து நிற்கும் ஓசையைக் கேட்டேன். இப்படி வியாழக்கிழமை மாலை யார் வருகிறார்கள்; சவாரிக் குதிரை வைத்திருக்கும் அமைதியான, ஆனால் சந்தோஷமில்லாத மிஸ்டர் ஸ்டூவர்ட்டும் வியாழன் மாலை வர மாட்டாரே, அடுத்தநாள் காலைப் பொழுது பண்ணைக்குப் போக அவரை எழுப்பும்வரையிலும் கணப்படுப்பின் அருகில் படுத்துக்கொண்டல்லவா இருப்பார் என்று நினைத்துக்கொண்டேன். யாரென்று பார்க்க ஓடினேன்.

தலைமைக் காவல் அதிகாரியாகவே பலகாலம் இருப்பவர் குதிரைமேல் ஆனந்தமாக வீற்றிருந்தார். அவரது அலட்சிய பாவனை சாதுவான விலங்குகளிடம்கூட அவருக்குள்ள அதிகாரத்தையும் வலிமையையும் காட்டியது. அப்படியானால் கறுப்பர்களிடம் எந்த அளவுக்கு நடந்துகொள்வார்? சொல்லித் தெரிய வேண்டியதில்லை.

இலேசான காற்றினூடாக அவரது வில்லோசைக் குரல் தாக்குதல்போல் வந்தது. ஸ்டோரின் பக்கவாட்டிலிருந்து நானும் பெய்லியும் அவர் பாட்டியிடம் சொல்வதைக் கேட்டோம். ‘ஆனி, இன்றிரவு வில்லியை வீட்டோடு அடங்கியிருக்கச் சொல். ஒரு நீக்ரோ பைத்தியக்காரன் இன்று ஒரு வெள்ளைக்காரியிடம் விளையாடிவிட்டான். எப்படியும் பையன்கள் நேரம் கழித்து இங்கு வருவார்கள்’. வருடங்கள் மெதுவாக உருண்டோடி விட்டாலும் சூடான, வறண்ட சுவாசத்தால் எனது வாயை நிரப்பிய, உடம்பை இலேசாக்கிய அந்த அச்சத்தை இப்போதும் உணர்கிறேன்.

‘பையன்களா’? அந்த சிமெண்ட் முகங்களும், சனிக்கிழமைகளில் நகரத்தின் உட்பகுதியிலுள்ள தெருவில் நம்மைப் பார்க்க நேரிட்டால் வெறுப்பில் தோய்ந்த கண்களால் உடம்பிலிருந்து உடைகளைப் பொசுக்கி எடுத்துவிடும் பார்வையும்... பையன்களா? இளமை அவர்களுக்கு வாய்க்கவே

இல்லையென்று தோன்றுகிறது. பையன்கள்? இல்லை, மாறாக, மையவாடிப் புழுதியைப் பூசிக்கொண்டு அழகும் அறிவுமில்லாமல் வளர்ந்த மனிதர்கள் அவர்கள். பழைய அருவருப்புகளின் அசிங்கங்களும் அழுகல்களும்.

இறுதித் தீர்ப்பு நாளில் புனித பேதுரு, தலைமைக் காவல் அதிகாரியாகவே இருந்துகொண்டிருந்தவரின் இரக்கத்துக்குச் சாட்சியம் சொல்ல என்னை அழைத்தால், அவர் சார்பாகச் சொல்லுவதற்கு என்னிடம் எதுவுமில்லை. எனது சித்தப்பாவும் மற்ற கறுப்பின ஆண்களும் 'கிளான்'கள் வருகிறார்களென்று அறிந்த உடனே தங்கள் வீடுகளுக்குக் கீழே பாய்ந்து கோழி எச்சங்களுக்கிடையே பதுங்கிக்கொள்வார்கள் என்று நினைக்கும் அவரது ஆணவத் தொனி கேட்பதற்குத் தாங்க முடியாத அவமானமாக இருந்தது. பாட்டியின் நன்றி வார்த்தைகளுக்குக் காத்திருக்காமல், எது எப்படி இருக்க வேண்டுமோ அப்படியே இருப்பதை உறுதி செய்துகொண்டு, தான் கண்டுகொள்ளாமல் விட வேண்டியுள்ள, நாட்டின் நடைமுறையாகிப் போய்விட்ட கொலைவெறிச் செயல்களிலிருந்து தகுதியான அடிமைகளைக் காப்பாற்றிவிட்ட துரைத்தன தோரணையோடு முற்றத்திலிருந்து அவர் கிளம்பிச் சென்றார்.

அவசரமாகப் புறப்பட்டுச் செல்லும் குதிரையின் கால்குளம்புகள் தரையில் தடதடக்கும் ஓசை கேட்டுக்கொண்டிருக்கும்போதே பாட்டி நிலக்கரி எண்ணெய் விளக்குகளையெல்லாம் ஊதி அணைத்து விட்டார். வில்லி சித்தப்பாவோடு அவர் மெதுவாக ஆனால் உறுதியாகப் பேசும் சத்தம் எங்களுக்குக் கேட்டது. அப்புறம் என்னையும் பெய்லியையும் ஸ்டோருக்குள் கூப்பிட்டார்.

உருளைக்கிழங்கையும் வெங்காயத்தையும் அவை வைக்கப்பட்டிருந்த பகுதிகளிலிருந்து வெளியே எடுக்கவும் அந்தப் பகுதிகளைப் பிரித்து வைத்திருந்த பலகைகளை அகற்றிவிடவும் எங்களிடம் சொன்னார். அப்புறம் நுனியில் ரப்பர் பூண் கொண்ட கைத்தடியை வேதனையும் பயமும் கவ்வ என்னிடம் கொடுத்துவிட்டு இப்போது விரிவடைந்திருந்த காலி மரப்பெட்டிக்குள் நுழைவதற்கு வில்லி சித்தப்பா குனிந்தார். அவர் நீளவாக்கில் படுப்பதற்கு நீண்ட நேரம் பிடித்தது. அப்புறம் நாங்கள் அடுக்கடுக்காக அவர்மேல் உருளைக்கிழங்கையும் வெங்காயத்தையும் கொட்டி மறைத்தோம். இருட்டாக இருந்த ஸ்டோரில் பாட்டி மண்டியிட்டுப் பிரார்த்தனை செய்துகொண்டிருந்தார்.

அதிர்ஷ்டவசமாக அந்த மாலையில் 'பையன்கள்' எங்கள் முற்றத்துக்கு வந்து பாட்டியிடம் ஸ்டோரைத் திறக்கச் சொல்லவில்லை. வந்திருந்தால் நிச்சயமாக வில்லி சித்தப்பாவைக் கண்டுபிடித்திருப்பார்கள், நிச்சயமாக அவரை வன்கொலை செய்திருப்பார்கள். இரவு முழுவதும் தான்தான் ஏதோ ஒரு கொடூர செயலைச் செய்துவிட்டவரைப் போல அவர் முனகிக் கொண்டிருந்தார். அந்தக் கனத்த சத்தங்கள் அவர் மேலிருந்த காய்கறிப் போர்வையை விலக்கிகொண்டு மேலே வந்தன. அவர் வாய் வலதுபுறமாக இறங்கி, அதிலிருந்து எச்சில் புது உருளைக்கிழங்குகளின் கண்களில் படிந்து, பனித்துளிகளென, காலைப்பொழுதின் இதமான வெப்பத்தை எதிர்பார்த்துக் காத்திருப்பதைப் போல நான் கற்பனை செய்தேன்.

4

ஒரு தெற்கத்திய நகரை மற்றொரு நகரிடமிருந்தோ, வடக்கிலுள்ள ஊர், கிராமம் அல்லது உயரமான கட்டடங்களையுடைய பெரு நகரத்திலிருந்தோ வேறுபடுத்துவது எது? அதைத் தெரிந்துகொள்ளாத பெரும்பான்மையினரும் நன்கு தெரிந்துகொண்ட சிறுபான்மையினரும் பகிர்ந்து கொள்ளும் அனுபவத்தில்தான் அந்த வேறுபாடு இருக்கிறது. இளமைப் பருவத்தின் விடை கிடைக்காத கேள்விகளையெல்லாம் கடைசியில் அதே ஊருக்கு நாம் தள்ளிக்கொண்டு போய், பதில்களைப் பெற வேண்டும். நாயகர்களும் போலிகளும் விழுமியங்களும் வெறுப்புகளும் எனப் பலவும் அங்கேதான், அந்த ஆரம்பச் சூழலில்தான், எதிர்கொள்ளப்பட்டு அடையாளப்படுத்தப்படுகின்றன. பின்னாட்களில் அவையே முகங்களை, இடங்களை – ஏன் இனங்களையும்தான் – தீவிரத் தன்மைகளை, குறிக்கோள்களை, விதிமுறைகளை மாற்றுகின்றன. ஆனால் ஊடுருவ வாய்ப்புள்ள அந்த முகமூடிகளுக்குக் கீழே, அவை எப்போதும் அணிந்திருப்பது இளமைப் பருவத்தின் பனிக்குல்லா அணிந்த முகங்களைத்தான்.

ஸ்டோருக்கு அடுத்திருந்த பெரிய, பரந்த வீட்டில் வாழ்ந்த திரு. மெக்எல்ராய் நல்ல உயரம், பருமன். காலம் அவரது தோள்பகுதியின் தசைகளைத் தின்றுவிட்டிருந்தாலும், எனக்கு அவரைத் தெரியவந்த சமயத்தில் அவரது பெருத்த வயிற்றையோ, கைகளையோ அல்லது கால்களையோ அது தொட்டிருக்கவில்லை.

பள்ளித் தலைமையாசிரியரும் வருகை ஆசிரியர்களையும் தவிர மெக்எல்ராய் மட்டும்தான் கால்சட்டைக்குப் பொருத்தமான மேலுடை அணியும் ஒரே கறுப்பர். ஆண்களின் இந்த உடைகள் 'சூட்ஸ்' என்ற பெயரில் ஜோடியாகவே விற்கப்படுகிறது என்று நான் தெரிந்துகொண்டபோது, யாரோ ஒரு புத்திசாலிதான் இந்தப் பெயரைக் கொடுத்திருக்கிறான் என்று நான் எண்ணியது நினைவுக்கு வருகிறது. ஏனெனில் அது ஆண்களைக் குறைவான மிடுக்குடன், அச்சுறுத்தல் குறைவாக, சிறிதளவு பெண்களைப் போலக் காண்பித்தது.

திரு. மெக்எல்ராய் சிரிக்கவே மாட்டார், அபூர்வமாகவே புன்னகை செய்வார். அவர் வில்லி சித்தப்பாவுடன் பேசுவதை விரும்புவார் என்பதுதான் அவரைப் பற்றிய நல்ல விஷயம்.

அவர் சர்ச்சுக்கும் போவதில்லை: அவர் தைரியமான ஆள் என்று நிரூபிப்பதாக இதுவே என்னையும் பெய்லியையும் நினைக்க வைத்தது. குறிப்பாக என்னுடைய பாட்டி போன்ற ஒரு பெண்மணியின் பக்கத்து வீட்டுக்காரராக இருந்துகொண்டு மதத்தை இளக்காரமாகப் பார்க்கும் அவரைப்போல வளர்ந்தால் எவ்வளவு சிறப்பாக இருந்திருக்கும்.

எந்த நேரத்தில் அவர் எதைச் செய்யப்போகிறார் என்ற எதிர்பார்ப்புத் தந்த கிளர்ச்சியோடு அவரைக் கவனித்துக்கொண்டிருப்பேன். இது எனக்குச் சலிப்பையோ அவர்மீது ஏமாற்றத்தையோ அல்லது அவநம்பிக்கையையோ ஏற்படுத்தியதில்லை. வயதில் வளர்ந்துவிட்ட எனக்கு இப்போது அவர் எந்தவித சுவாரஸ்யமுமில்லாத, ஸ்டாம்ப்ஸ் நகரைச் சுற்றியுள்ள கிராமங்களிலிருக்கும் சாமானியர்களுக்கு மருந்து களும், கஷாயங்களும் விற்கும் ஒரு எளிய மனிதராகவே தெரிகிறார்.

திரு. மெக்எல்ராய்க்கும் பாட்டிக்குமிடையில் ஒரு புரிதல் இருந்த தென்று நினைக்கிறேன். தன் சொந்த இடத்திலிருந்து அவர் எங்களை விரட்டியதேயில்லை என்பதிலிருந்து எங்களுக்கு அது வெளிப்படையாகத் தெரிந்தது. கோடைக்காலத்தின் மாலையில் சூரியஒளி மறையத் தாமதமாகும் வேளை நான் அவரது முற்றத்திலிருந்த சீனப் பெர்ரி மரத்தின் கீழ் அதன் பழங்களின் புளிப்பு மணம் சூழ, பழங்களைத் தின்பதற்காக மேலே பறந்துகொண்டிருக்கும் ஈக்களின் ரீங்காரத்தில் உட்கார்ந்திருப்பேன். அவர் தன்னுடைய மூன்றடுக்கு உடையோடு வராண்டாவில் தொங்கவிடப்பட்டிருந்த பலகை ஊஞ்சலில் அசைந்தாடிக் கொண்டிருப்பார். பூச்சிகளின் சிறகடிப்புக்கு ஒத்திசைவாக அவரது பனாமா தொப்பி மேலும் கீழும் ஆடும்.

மெக்எல்ராயிடமிருந்து ஒருநாளைக்கு ஒரு தடவைதான் ஹலோவை எதிர்பார்க்க முடியும். ‘குட்மார்னிங் சைல்ட்’ அல்லது ‘குட்ஆஃப்டர்நூன் சைல்ட்’ இதற்கு மேல் அவர் வேறெதுவும் சொன்னது கிடையாது. அவரது வீட்டுக்கு முன்னாலுள்ள சாலையில் அல்லது கிணற்றுப் பக்கத்தில் மீண்டும் பார்த்தாலும் சரி, அல்லது கண்ணாமூச்சி விளையாட்டில் ஒளிந்துகொள்வதற்காக அவரது வீட்டின் பின்புறமாகப் போகும்போது எதிர்பட்டாலும் சரி.

எனது இளமைப் பருவத்தில் அவர் ஒரு புதிராகவே இருந்தார். சொந்தமாக நிலமும், பல ஜன்னல்கள், சுற்றிலும் சேர்ந்த தாழ்வாரம் உடைய வீடும் கொண்டவர். சுதந்திரமான கறுப்பர். ஸ்டாம்ப்ஸ் நகரத்தில் காலம் தப்பிப் பிறந்தவர்.

எனது உலகத்தின் ஆகச்சிறந்த நபர் பெய்லி. அவன் எனது சகோதரனாக, ஒரே சகோதரனாக இருந்ததும், அவனைப் பங்கு போட்டுக்கொள்ள வேறு சகோதரிகள் இல்லாததும் உண்மையில் எனது பேரதிர்ஷ்டம். இதற்கு கடவுளுக்கு நன்றிக்கடனாகவாவது நல்ல கிறிஸ்தவ வாழ்வை வாழ விரும்பினேன். நான் பருத்து விகாரமான உடலுடன் நாசூக்கில்லாமல் இருந்தேன். அவன் ஒல்லியாக, மெருகும் மென்மையும் கொண்டவனாக இருந்தான். என்னுடைய விளையாட்டுத் தோழர்கள் என் நிறத்தை மலத்தின் நிறம் என்று சொல்வார்கள்; அவனுடைய

வெல்வெட் கறுப்புத் தோலைப் புகழ்ந்து தள்ளுவார்கள். அவனது முடி கறுப்புச் சுருள்களாகத் தொங்கிவிழும். என் தலை கறுப்பு எஃகு இழைகளால் மூடப்பட்டிருக்கும். என்றாலும் அவனுக்கு என் மீது நல்ல பிரியம்.

பெரியவர்கள் எனது தோற்றத்தைப் பற்றிக் குறைவாக ஏதாவது சொல்லும்போது (என் குடும்பத்தினர் எனக்கு வேதனையைத் தருமளவுக்கு அழகானவர்கள்) எதிரிலிருக்கும் பெய்லி என்னைப் பார்த்துக் கண்ணைச் சிமிட்டுவான். அப்போதே அவன் வெகுசீக்கிரத்தில் பழிக்குப் பழியாக ஏதாவது செய்வான் என்று எனக்குத் தெரிந்துவிடும். எப்படித்தான் நான் வந்து பிறந்தேனோ என்று கிழவிகள் ஆதங்கப்பட்டு முடிக்கும்வரை பொறுத்திருப்பான். அப்புறம் உறையத் தொடங்கும் பன்றிக்கொழுப்பின் பசைக் குரலில் சொல்வான் ‘மிஸஸ் கோல்மன், உங்கள் பையன் எப்படியிருக்கிறான்? சமீபத்தில் அவனைப் பார்த்தேன், சாகப்போகிற நோயாளியைப் போல இருந்தானே.’

துணுக்குற்றவர்களாக அப்பெண்கள் கேட்பார்கள் ‘சாவுறதா? எதனாலே? அவனுக்கு எந்தச் சுகக்கேடும் கிடையாதே’ இன்னும் குரலில் பசையைக் கூட்டி பெய்லி பாவனையில்லாத முகத்தோடு ‘அவன் இருக்கும் லட்சணத்தைப் பார்த்துதான்’ என்று பதிலளிப்பான்.

நான் சிரிப்பை அடக்கிக்கொள்வேன், நாக்கைக் கடித்துப் பற்களை இறுக்கி புன்னகையின் தடயம்கூட முகத்தில் இல்லாமல் பார்த்துக்கொள்வேன். பிறகு வீட்டின் பின்புறமிருந்த கருப்பு வால்நட் மரத்தருகில்போய் நாங்கள் சிரிப்பாய்ச் சிரித்து ஊளையிடவும் செய்வோம்.

தொடர்ந்து சேட்டைகள் செய்தாலும் பெய்லிக்குப் பெரிய தண்டனைகள் கிடைக்காது என்பது அவனுக்குத் தெரியும். ஏனெனில் அவன் ஹென்டர்சன் / ஜான்சன் குடும்பத்தின் பெருமையாகக் கருதப்பட்டவன்.

அவனது செயல்கள் எண்ணெய் தடவிய இயந்திரத்தின் நேர்த்தியைப் போல முடுக்கி விடப்பட்டவையாக இருக்கும். தெரிந்தவர் ஒருவரைப் பற்றி அவனே பின்பு ஒருமுறை இப்படிச் சொல்லியிருக்கிறான். நான் இருக்கிறது என்று எண்ணிக் கொண்டிருந்ததைவிட அதிக மணிநேரத்தை அவன் தெரிந்துகொண்டிருந்தான். வேலைகளை, வீட்டுப்பாடங்களை முடிப்பான். என்னைவிட அதிகப் புத்தகங்கள் படிப்பான். நன்றாக விளையாடக் கூடிய பையன்களோடு குன்றுக்கருகில் குழு விளையாட்டு களில் ஈடுபடுவான். சர்ச்சில் உரத்த குரலில் பிரார்த்தனை செய்யவும் அவனால் முடியும். வில்லி சித்தப்பாவின் கண்காணிப்பு இருக்கும் போதே பழங்களின் பகுதிக்குக் கீழிருக்கும் பீப்பாயிலிருந்து ஊறுகாயை அவனால் லாவகமாகத் திருடவும் முடியும்.

ஸ்டோரில் பகலுணவு வாடிக்கையாளர்கள் நிறைந்திருந்த ஒருநாள் அவன் மாவு, உணவுப் பொருட்களிலிருந்து அந்துப்பூச்சிகளை அகற்றுவதற்குப் பயன்படுத்தும் அரிப்பை உள்ளேவிட்டு இரண்டு பெரிய ஊறுகாய்த் துண்டுகளுக்கு வலைவிரித்தான். அவை அகப்பட்டவுடன் அரிப்பை மேலே இழுத்துப் பீப்பாயின் விளிம்பில் எண்ணெய் சுத்தமாக

வடிவதற்காகத் தொங்கவிட்டான். பள்ளிக்கூடத்தின் கடைசி மணி அடித்த சத்தம் கேட்டதும் ஈரமே இல்லாத அவற்றைக் கால்சாராய் பாக்கெட்டில் போட்டுக்கொண்டு அரிப்பை ஆரஞ்சுகளுக்குப் பின்னால் வீசினான். நாங்கள் இருவரும் ஸ்டோருக்கு வெளியே பள்ளிக்கூடத்தை நோக்கி ஓடினோம். அது கோடைக்காலம். அவனுடைய கால்சட்டையும் குட்டை. எனவே ஊறுகாய்ச் சாறு அவனுடைய சாம்பல் நிறக் கால்களில் வழிந்து கோடுகளாகத் தெரிந்தது. அவனோ, பாக்கெட் நிறைய லவட்டிய பொருட்களோடு 'இது எப்படியிருக்குது' என்று கண்களால் சிரித்தவாறு துள்ளித் துள்ளி வந்தான். வினிகர் பீப்பாய் போலும் அல்லது புளிப்பு சம்மனசு போலவும் அவன் மணந்துகொண்டிருந்தான்.

எங்கள் வேலைகளை முடித்தபின் வில்லி சித்தப்பாவோ பாட்டியோ கடையைக் கவனித்துக்கொள்ளும்போது நாங்கள் விளையாடப் போகலாம். ஆனால் கூப்பிடும் தூரத்திற்குள் இருக்க வேண்டும். கண்ணாமூச்சியில் அவன் பாடுவது கணீரென்று கேட்கும், 'நேற்றிரவு, முந்தா நாள் இரவு எனது வாசலில் இருபத்திநாலு கள்ளர்கள். ஒளிந்திருப்பது யார்? உள்ளே விட, என்னைக் கேள், உருட்டுக் கட்டையால் அவர்கள் மண்டையில் போடு, ஒளிந்திருப்பது யார்?' அப்புறம் அவன் தாச்சாவாக உள்ளே வருவான், இயல்பாகவே சாகசமாகவும் சுவாரஸ்யமாகவும் நிறையச் செய்வான். குழந்தைகள் ஒருவருக்கொருவர் கையைப் பிடித்துக்கொண்டு ஓடும் விளையாட்டில் அவன் வால்பகுதியின் கடைசியில் இருந்தால், பம்பரம்போலச் சுற்றுவான், சுழலுவான், கீழே விழுவான், சிரிப்பான். சிரித்துச்சிரித்து என் இதயத்துடிப்பே நின்றுபோகும் வரையிலும் இதையெல்லாம் செய்வான். அப்புறம் மீண்டும் விளையாட்டில் சேர்ந்து கொள்வான். சிரிப்பை இன்னும் விடாமல்.

தனிமைப்பட்டுப்போன குழந்தையின் தேவைகள் (இவற்றில் கற்பனைத் தேவை எதுவும் கிடையாது) எல்லாவற்றிலும் கட்டாயமாக நிறைவேற்ற வேண்டிய ஒன்று – நம்பிக்கை, பூரண நம்பிக்கை வேண்டு மென்றால் – அசைக்க முடியாத ஆண்டவனுக்கான அசைக்க முடியாத தேவைதான். எனது அழகான கறுப்புச் சகோதரனே எனது கடவுளின் அரசாங்கம்.

ரொம்ப நாட்கள் வைத்துப் பயன்படுத்த வேண்டிய உணவுப் பொருட்கள் எல்லாவற்றையும் டப்பாக்களில் அடைத்து வைப்பதுதான் ஸ்டாம்ப்ஸ் நகரத்துப் பழக்கம். கசாப்புப் பருவத்தில், முதல் பனிக்குப்பின் எல்லா அண்டை வீட்டுக்காரர்களும் பன்றிகளை, ஏன் அமைதியாகப் பெரிய கண்களோடு இருக்கும் பசுக்களையும்தான். அவை பால்தரும் நிலையைக் கடந்திருந்தால், கொல்வதற்கு ஒருவருக்கொருவர் உதவுவார்கள்.

கிறிஸ்டியன் மெதடிஸ்ட் எபிஸ்கோப்பல் சர்ச்சைச் சார்ந்த ஊழியக்காரப் பெண்கள் பன்றி இறைச்சியைக் கொத்திறைச்சியாகத் தயாரிக்கப் பாட்டிக்கு உதவுவார்கள். அரைக்கப்பட்ட இறைச்சிக்குள் முழங்கைவரை இறக்கி அமிழ்த்திப் பிசைவார்கள், மூக்கைத் தாக்கி விரியச் செய்யும் சாம்பல்நிறப் பூண்டையும் மிளகு, உப்பையும் கலப்பார்கள்.

பசை படிந்த கறுப்பு அடுப்புக்கு விறகு எடுத்துவந்து தருகிற சொல்பேச்சைக் கேட்கும் குழந்தைகள் ருசிக்கவென்று அதைக் கொஞ்சம் தருவார்கள். ஆண்கள் இறைச்சியை நீளமான துண்டுகளாக வெட்டி புகை அறையில் பதப்படுத்துவதற்காக அடுக்குவார்கள். இறைச்சியின் முழங்கால் இணைப்புப் பகுதியை அச்சமூட்டக்கூடிய கத்திகளால் வெட்டிப் பிளந்து ஒரு குறிப்பிட்ட உருண்டையான, மென்மையான எலும்பை அகற்றி (அது இறைச்சியைக் கெட்டுப்போகச் செய்து விடுமாம்) பழுப்பு நிற கல் உப்பை இறைச்சியில் ஆழமாகப் பூசுவார்கள், உள்ளிருந்து இரத்தம் மேல் பகுதிக்குப் பொங்கிவரும்.

கடையை ஒட்டி ஒன்றுவிட்ட சகோதரன்போல சிறிய தோட்டமாக இருந்த புகை அறையிலிருந்தும் அலமாரிகளிலுள்ள டப்பாக்களில் அடைக்கப்பட்ட உணவுகளிலிருந்தும் எடுத்து வருடம் முழுவதும், அடுத்த பனிக்காலம் வரும்வரைக்கும் எங்களது சாப்பாட்டை உண்போம். அலமாரிகளில், தேர்ந்தெடுக்க ஏதுவான வகைகளிலிருக்கும் உணவுகள் ஒரு குழந்தைக்கு எச்சிலை ஊறவைக்கும். சரியான அளவில் வெட்டப்பட்ட பச்சை பீன்ஸ், பரட்டைக் கீரை, முட்டைக் கோஸ், சூடு வெண்ணெய் தடவப்பட்ட பிஸ்கெட்டில் தோய்க்கப்படும்போது தன்னை விஞ்சிய சுவைபெறும் பத்திரப்படுத்தப்பட்ட சாறு ததும்பும் தக்காளிகள், பீட்ரூட்கள், பெர்ரி இன்னும் அர்க்கான்ஸாஸில் விளையும் பழ வகைகள் எனப் பலவும் இருக்கும்.

ஆனால் பாட்டி குறைந்தபட்சம் ஆண்டுக்கு இரண்டு முறையாவது புத்திறைச்சி குழந்தைகளின் உணவில் சேர்க்கப்பட வேண்டும் என விரும்புவாள். நகரத்துக்குப் போய் ஈரல் வாங்கி வருவதற்கு அப்போது எங்களிடம் பணம், பெய்லியின் பொறுப்பில் சில்லறைகளாகத் தரப்படும். வெள்ளையர்களிடம் குளிர்பதனப் பெட்டிகள் இருந்ததால் அவர்கள் டெக்ஸார்கானாவின் இறைச்சி வணிகக் கூடங்களிலிருந்து வாங்கிவந்து வசதியானவர்களுக்குக் கோடையிலும் அவற்றை விற்பதுண்டு.

குழந்தைப் பருவத்தின் சின்னப் பார்வைக்கு, முழுமையான உலகமாக உணரப்பட்ட ஸ்டாம்ஸின் கறுப்பர் பகுதியில் யாரைச் சந்தித்தாலும் நின்று இரண்டு வார்த்தைகள் பேசிச் செல்ல வேண்டும் என்ற கட்டாயம் இருந்தது. ஒவ்வொரு நண்பனோடும் சில நிமிடங்கள் விளையாடிவிட்டுப் போவது பெய்லிக்கு நெருக்கடியாக இருந்தது. பாக்கெட்டில் (பெய்லியின் பாக்கெட்டுகள் என்பவை எனது பாக்கெட்டுகள் போலத்தான்) பணத்தோடு நகரத்துக்குள் போவதில் இருக்கும் மகிழ்ச்சி வெள்ளையர்கள் பகுதியை அடைந்தவுடன் பறந்தோடிவிடும். வெள்ளைக்காரர்களின் பகுதிக்கு முன்னாலுள்ள கடைசி எல்லையான திரு. வில்லி லில்லியம்சனின் ‘டூ டிராப் இன்’னைத் தாண்டியவுடன் குளத்தைக் கடந்து இருப்புப்பாதைகளில் சாகசமாக நடந்துபோக வேண்டும். ஆட்கொல்லி விலங்குகளின் பிரதேசத்தில் ஆயுதங்கள் இல்லாத தேடுதல் வேட்டையாளர்கள் நாங்கள்.

ஸ்டாம்ஸின் அநேக கறுப்பர் குழந்தைகளுக்கு வெள்ளைக்காரர்கள் பார்க்க எப்படி இருப்பார்கள் என்றுகூடத் தெரியாத அளவுக்கு

எங்களை அங்கே விலக்கி வைத்திருந்தார்கள். அதுபோக, அவர்கள் வித்தியாசமானவர்கள், பயப்பட வேண்டியவர்கள்; பலவீனனுக்குப் பலசாலிகளிடமும் ஏழைக்குப் பணக்காரரிடமும் வேலைக்காரருக்கு எஜமானனிடமும் கந்தலுடைக்காரனுக்குத் தோரணையாக உடையணிந்தவனிடமும் இருக்கும் குரோதம் அந்தப் பீதிக்குள் இருந்தது.

வெள்ளைக்காரர் என்று உண்மையில் மனிதர்கள் இருக்கிறார்கள் என்றுகூட எனக்குத் தெரியாமலிருந்ததை நினைத்துக்கொள்கிறேன்.

அவர்களுடைய சமையலறைகளில் வேலை செய்யும் பெண்கள் பலர் எங்கள் ஸ்டோருக்குப் பொருட்கள் வாங்க வருவார்கள். அப்போது திரும்ப டவுனுக்குள் கொண்டு போவதற்காகச் சலவை செய்த துணிகள் அடங்கிய பெரிய கூடைகளை எங்கள் முன்முற்றத்தில் வைத்திருப்பார்கள். தாங்கள் எவ்வளவு நேர்த்தியாக இஸ்திரி செய்திருக்கிறோம் என்றோ அல்லது தங்கள் எஜமானர்களின் உடை எவ்வளவு உயர்ந்த தரத்தில் ஆடம்பரமாக இருக்கிறது என்றோ காண்பிப்பதற்காக, அந்தக் கூடையிலுள்ள கஞ்சிபோட்ட ஆடைகளிலிருந்து ஒன்றை உருவியெடுப்பார்கள்.

உருவி வெளியே காட்டப்படாத உருப்படிகளைக் கவனிப்பேன். சில விஷயங்களை நான் தெரிந்துகொண்டேன். உதாரணமாக வில்லி சித்தப்பாவைப் போலவே வெள்ளை ஆண்களும் கால்சட்டை அணிவார்கள், அவை அவர்கள் ‘சாமான்’களை வெளியே எடுத்து ஒன்றுக்குப் போவதற்கான முன்திறப்போடிருக்கும். சிலர் சொல்வதுபோல, வெள்ளைகார பெண்களின் மார்புகள் அவர்களது மேலாடைகளுக்குள் நேரடியாக முட்டிக்கொண்டிருக்காது. ஏனெனில் கூடைகளில் அவர்களது பிராக்களைப் பார்த்திருக்கிறேன். ஆனால் மனிதர்களாக அவர்களை என்னால் நினைத்துப் பார்க்க முடியவில்லை. திருமதி லக்ரோன், திருமதி ஹெண்ட்ரிக்ஸ், பாட்டி, ரெவரன்ட் ஸ்னீட், வில்லி பி, லூயிஸ் ரெக்ஸ் இவர்களெல்லாம் மனிதர்கள். வெள்ளையர்கள் மனிதர்களாக இருக்க வாய்ப்பில்லை. ஏனென்றால் அவர்கள் பாதங்கள் மிகச் சிறியவை, அவர்களது தோல் ஊடுருவிப் பார்க்குமளவுக்குக் கடும் வெள்ளை; மனிதர்கள் நடப்பதுபோல முன் பாதங்களை அழுத்தி அவர்கள் நடப்பதில்லை; மாறாக, குதிரைகளைப் போல் குதிகால்களால் நடப்பவர்கள்.

நகரின் எங்கள் பகுதியில் வசிப்பவர்களே மனிதர்கள். அவர்களில் அனைவரையும் எனக்குப் பிடிக்காது, உண்மையில் யாரையுமே அளவுக்கதிகமாகப் பிடிக்காது. ஆனாலும் அவர்கள் மனிதர்கள். அந்த மற்றவர்களோ, வேற்றுகிரகத்தில் உயிரற்ற வாழ்க்கை நடத்தும் வெளிறிப்போன வினோத உயிரினம். அவர்களை மனிதர்களாகக் கொள்ள முடியாது. அவர்கள் வெள்ளையர்கள்.

5

‘அழுக்காக இருக்கக் கூடாது’ ‘வெட்கக்கேடாக நடந்து கொள்ளக் கூடாது’. பாட்டி ஹெண்டர்சனுடைய இந்த இரண்டு கட்டளைகளில்தான் எங்களது மீட்பு தொங்கிக் கொண்டிருந்தது.

கடுங்குளிர்காலத்தின் ஒவ்வொரு இரவிலும் உறங்கச் செல்லும் முன்பு நாங்கள் முகங்களை, கைகளை, கழுத்துகளை, கால்களை, பாதங்களைக் கழுவ வேண்டும். அழுக்காக இருக்கும்போது அசிங்கமில்லாதவர்களால் அசிங்கத்துக்குள் புகுவதைக் கட்டுப்படுத்த முடியாது என்றும் பாட்டி நமட்டுச் சிரிப்போடு சொல்வார்கள். ‘எவ்வளவு முடியுமோ அவ்வளவுக்கும் அப்புறம் எப்போதெல்லாம் முடிகிறதோ அப்போதும் கழுவிக்கொள்ள வேண்டும்.’

நாங்கள் கிணற்றுக்குப் போய் ஜில்லென்றிருக்கும் தெளிந்த நீரால் சுத்தப்படுத்திக்கொண்டு அதேபோல குளிர்ந்து உறைந்திருக்கும் வாஸலினைக் கால்களில் தடவிக்கொண்டு மெதுவாக வீட்டிற்குள் நுழைவோம். கால்விரல்களில் படிந்திருக்கும் தூசைத் தட்டிவிட்டுவிட்டு, வீட்டுப் பாடம், மக்காச்சோள ரொட்டி, கெட்டிப்பால், ஜெபம், அப்புறம் படுக்கை என ஒவ்வொன்றாக எப்போதும் அதே வரிசையில் நிறைவேற்றுவோம். நாங்கள் தூங்கியபின் போர்வையை விலக்கி எங்கள் பாதங்களில் தூசு இருக்கிறதா என்று பார்ப்பதில் பாட்டி பிரசித்தம். அவருக்குத் திருப்தியான அளவுக்குக் கால் சுத்தமாக இல்லையென்றால் அவசரத்துக் கென்று படுக்கையறையின் கதவுக்குப் பின்னால் அவர் வைத்திருக்கும் சவுக்கை எடுத்து உடலில் குறிப்பாகச் சில இடங்களில் காந்த வைக்கும் நினைவு முத்திரைகளைப் பதிப்பார்.

இரவு நேரங்களில் கிணற்றைச் சுற்றியுள்ள பகுதி இருண்டு சொதசொதப்பாக இருக்கும். பையன்கள் சொல்வார்கள்; பாம்புகளுக்குத் தண்ணீர் என்றால் பிடிக்குமாம். இரவில் தண்ணீர் பிடித்துக் குளிப்பதற்காகத் தனியாக வருபவர்களுக்குத் தெரியும். விரியன்களும் சாரைகளும் வெங்கிணாத்திகளும் கிணற்றை நோக்கி ஊர்ந்து வருவது. அதுவும் முகத்தில் சோப்பு போடும் போதுதான் வரும்.

ஆனால் தெய்வபக்திக்கு அடுத்தது தூய்மைதான் என்றும் அசுத்தம் துன்பத்திற்கு வழி என்றும் பாட்டி எங்களுக்குச் சமாதானம் சொல்வார்கள்.

பெரியவர்களை மதிக்காத குழந்தை கடவுளால் வெறுக்கப்படும், பெற்றோருக்கு அவமானம். குடும்பத்திற்கும் சந்ததியினருக்கும் அழிவைத் தரும். வயதில் மூத்தோர் அனைவரையும் திரு, திருமதி, அம்மணி, அத்தை, மாமா, மச்சான், அண்ணன், அக்கா என்று சேர்த்து அழைக்க வேண்டும். அல்லது குடும்ப உறவையும் சொல்பவரின் வயது இளப்பத்தையும் குறிக்கும் நூற்றுக்கணக்கான முன்னொட்டுக்களால் அழைத்து உரையாட வேண்டும்.

குப்பைத்தொட்டி வெள்ளைக்காரச் சிறுவர்களைத் தவிர எனக்குத் தெரிந்த எல்லோரும் இந்தப் பழகிவந்த வழக்கத்தை மதித்துப் பின்பற்றி வந்தனர்.

சில குப்பைத்தொட்டி வெள்ளைக் குடும்பங்கள் பள்ளிக்குப் பின்னாலிருந்த பாட்டியின் விவசாய நிலத்தில் குடியிருந்தனர். சில நேரங்களில் ஒரு கும்பலாக அவர்கள் ஸ்டோருக்கு வருவார்கள். காற்று முழுவதுமாக வெளியேறும் அளவுக்கு இடத்தை அடைத்துக்கொண்டு நன்கு பழக்கப்பட்ட வாசனையே மாறிப்போகுமளவுக்கு இருப்பார்கள். அவர்களில் குழந்தைகள் அலமாரிகளிலும் வெங்காய, உருளைக்கிழங்கு வரிசைப் பெட்டிகளிலும் தகரடப்பா கிடார்கள் போல் கீச்சுக்குரலில் ஒலி எழுப்பிக்கொண்டு தவழ்ந்து செல்வார்கள். நான் கற்பனையிலும் செய்ய விரும்பாத சேட்டைகளை அவர்கள் கடைக்குள் செய்வார்கள். வெள்ளையர்களிடம், குப்பைத்தொட்டி வெள்ளையர்களிடம்கூடப் பேச்சுக் கொடுக்காமலிருப்பது உத்தமம் என்று பாட்டி சொல்லியிருந்ததால் நானும் பெய்லியும் கலைந்துவிட்ட கடைக்காற்றுக்குள் அமைதியாக, பொறுமையாக நின்றுகொண்டிருப்போம். ஆனால் விளையாடிக்கொண்டிருக்கும் அந்தப் பிசாசுகளில் ஏதாவது ஒன்று எங்களை நெருங்கினால் நான் அதைக் கிள்ளிவிடுவேன். அது பாதி எனது இயலாமை கோபத்தினாலும் மீதி அந்த உடலின் நிஜத்தன்மையை நான் நம்பாதிருந்ததாலும் விளைவது.

எனது சித்தப்பவை அவர்கள் பெயர் சொல்லி அழைத்துக் கடைக்குள் அங்குமிங்கும் அலைக்கழிப்பார்கள். நான் கேவலத்தில் வெட்கி அழும் அளவிற்கு அவரும் நிமிரும் நொண்டி, சாயும் நொண்டி பாணியில் அவர்களுக்குக் கீழ்ப்படிவார்.

பாட்டியும் அவர்களது கட்டளைகளுக்குக் கட்டுப்படுவார்; ஆனால் அவர்கள் என்ன கேட்கப் போகிறார்கள் என்பதை முன்னரே கணிக்கும் திறன் இருந்ததால் அவரிடம் தேவையற்ற பணிவு இருக்காது.

‘இதோ சர்க்கரை, மிஸ் பாட்டர், ஆப்பச் சோடா இங்கிருக்கிறது. நீங்கள் போன மாசம் சோடா வாங்கவில்லையல்லவா, உங்களுக்குத் தேவைப்படலாம்’

பாட்டி எப்போதும் பெரியவர்களிடம் தான் பேசுவார். சில சமயங் களில், ஓ, துன்பகரமான சில சமயங்களில் அழுக்குப்பிடித்த, விடைத்த மூக்குப் பெண்பிள்ளைகள் பாட்டிக்குப் பதில் சொல்லிவிடுவார்கள்.

'இல்லை ஆனி . . .' பாட்டியையா இப்படி? அவர்கள் வசிக்கும் நிலத்தின் சொந்தக்காரியையா? அவர்கள் எப்பவுமே கற்றுக்கொள்ள முடியாத விஷயங்களையெல்லாம் கற்று மறந்துவிட்ட பாட்டியிடமா? உலகத்தில் நியாயமென்று ஒன்றிருந்தால் கடவுள் இப்போதே அவர்களை ஊமைகளாக்கி விடட்டும்! 'இன்னும் கொஞ்சம் மொறுமொறு பிஸ்கட்டு களும், கூடக் கொஞ்சம் அயலை மீன்களும் தா.'

ஒரு ஆறுதல், அவருடைய முகத்தை அவர்கள் பார்த்துப் பேசுவதில்லை, அல்லது அவர்கள் பார்ப்பது என் கண்ணில் தட்டுப்பட்டதில்லை. கடுகளவேனும் நல்ல வளர்ப்புள்ளவர்களோ, ஆகக் கழிவான கூலியாட்கள் கூடப் பெரியவர்களுடைய முகங்களை நேருக்குநேர் பார்க்க மாட்டார்கள். அப்படிச் செய்தால் மனதில் உருவாவதற்கு முன்பே சொற்களை வெளியே எடுப்பதற்கு அந்த நபர் முயற்சிக்கிறாரென்று பொருள். அந்த அழுக்குச் சிறுவர்கள் அப்படிச் செய்வதில்லை, ஆனால் அவர்கள் ஸ்டோருக்குள், சவுக்கிலிருந்து பீறிடும் விளாசல்களைப் போல அதிகாரக் குரலில் ஏவிக்கொண்டிருப்பார்கள்.

எனக்குப் பத்து வயதிருக்கும்போது பாட்டியுடன் ஒருபோதும் ஏற்பட்டிராத ஒரு வலியான, குழப்பமான அனுபவத்தை அந்த அசிங்கம் பிடித்த சிறுவர்கள் உருவாக்கினார்கள்.

ஒரு கோடைக்கால காலைவேளையில், முற்றத்தில் குவிந்திருந்த இலை, சூயிங்கம் பொதி தாள், வியன்னா பன்றியிறைச்சிக் குழல் லேபிள் குப்பைகளைப் பெருக்கிவிட்டு அந்த மஞ்சள் சிவப்புக் கூளத்தைக் கவனமாகப் பாதி நிலவுகள்போல நான் குவித்துக் குவித்து வைத்தபோது அவை தெளிவாகவும் முகமூடிகள் போலவும் இருந்தன. துடைப்பத்தை ஸ்டோருக்குப் பின்னால் வைத்துவிட்டுப் பின்வாசல் வழியாக உள்ளே வந்தபோது பாட்டி முற்றத்தில் அவர்களது பெரிய, விரிந்த வெள்ளைநிற கவச உடுப்போடு நின்றுகொண்டிருப்பதைக் கண்டேன். கவச உடுப்பு அதன்மேல் ஏற்றப்பட்ட கஞ்சிப்பசை காரணமாகத் தனியாகவிட்டால் அதுவே நின்றுவிடுமளவுக்கு விறைப்பாக இருந்தது. பாட்டி முற்றத்தின் நேர்த்தியை ரசித்துக்கொண்டிருந்தார். நான் அவரருகே போனேன். முற்றம் உண்மையில் பெரிய பற்களுடைய சீப்பினால் வாரப்பட்ட தட்டையான சிவப்புத்தலையைப் போலிருந்தது. பாட்டி எதுவும் சொல்லவில்லை, ஆனால் அவருக்கு அது பிடித்திருந்ததென்று எனக்குத் தெரியும். அவர் பள்ளித் தலைமையாசிரியரின் வீட்டையும் கடை முற்றத்தையும் மாறிமாறிப் பார்த்தார். அன்றைய நாளின் நடமாட்டங்கள் அந்தக் குவியல்களின் அழகைச் சிதைப்பதற்கு முன்பு அப்பகுதியின் தூண்களான யாரேனும் ஒருவர் அதைப் பார்த்துவிட வேண்டுமென்று அவர் எதிர்பார்த்தார். அப்புறம் பள்ளிக்கூடத்தை ஏறிட்டுப் பார்த்தார். எனது மண்டையும் அவருடையதோடு இணைந்து திரும்பிக்

கொண்டிருந்த அதே தருணத்தில் குப்பைத் தொட்டிச் சிறுவர்களின் கும்பல் ஒன்று மேட்டிலிருந்து இறங்கி பள்ளிக்கூடத்தின் பக்கவாட்டில் வந்துகொண்டிருந்தது.

நான் என்ன செய்ய வேண்டுமென்று கேட்பதைப் போல் பாட்டியைப் பார்த்தேன். அவர் இடுப்புக் கீழே தளர்ந்தவாறும் ரோட்டிற்கு அந்தப்புறம் இருந்த ஓக் மரத்தை எட்டிப்பிடிப்பது போல் இடுப்புக்கு மேல்பகுதி விறைத்து நிற்பதுபோன்ற பிரமாதமான ஒரு பாவனையைச் செய்தார். அப்புறம் ஒரு பிரார்த்தனை கீதத்தை மெதுவாக முனகினார். முனகுவது அவரது எண்ணமாக இல்லாதிருக்கலாம். என்றாலும் மெட்டு அவ்வளவு மெதுவாகவும் அளவு வித்தியாசமாகவுமிருந்ததால் அவர்கள் முனகுவது போலவேயிருந்தது. அவர் என்னைப் பார்க்க வில்லை. அந்தச் சிறுவர்கள் மேட்டிலிருந்து இறங்கி ஸ்டோருக்குப் பக்கத்தில் பாதி தூரம் அளவிற்கு வந்தபோது பாட்டி என் பக்கம் திரும்பாமலே 'பிள்ளை, உள்ளே போய்விடு' என்று சொன்னார்.

நான் அவரிடம் மன்றாட நினைத்தேன். 'பாட்டி, அவர்களுக்காக நீங்கள் கடையில் இருக்க வேண்டாம். என்னோடு நீங்களும் உள்ளே வந்துவிடுங்கள். அவர்கள் கடைக்குள் வந்தால் நீங்கள் படுக்கையறைக்குள் இருந்துகொள்ளுங்கள். நான் அவர்களைக் கவனித்துக்கொள்கிறேன். நீங்கள் என்னோடு இருந்தால் எனக்கு அவர்களைப் பற்றி பயமாக இருக்கும். தனியாக அவர்களை எப்படிச் சமாளிப்பது என்று எனக்குத் தெரியும்'. ஆனால் நான் எதுவும் சொல்லவில்லை. ஆகவே உள்ளே போய் கதவு திரைச்சீலைக்குப் பின்னால் நின்றேன்.

சிறுமிகள் முற்றத்துக்கு வரும் முன்பே அவர்களது சிரிப்புச் சத்தம், சமையல் அடுப்பில் எரியும் பைன் மரக்கட்டைகள் உடைந்து பொரிவது போல் கேட்டது. வாழ்நாள் முழுவதும் எனக்கிருந்த சித்தபிரமை, பரபரப்பற்ற, துளித்துளியாக நகர்ந்த அந்த நிமிடங்களில்தான் ஏற்பட்டிருக்க வேண்டும். கடைசியில் அவர்கள் பாட்டியின் முன்னால் வந்து நின்றார்கள். முதலில் அவர்கள் ரொம்பக் காரியமாக வந்திருப்பதைப் போலப் பாவனை செய்தார்கள். பின் அவர்களில் ஒருத்தி தனது வலது முழங்கையை இடதுகை வளைவில் பொருத்திக்கொண்டு உதடுகளை முன்னுக்குத் தள்ளி எதையோ வாய்க்குள்ளாகப் பாட ஆரம்பித்தாள். அவள் எனது பாட்டியைக் கேலி செய்கிறாளென்று எனக்குப் புரிந்தது. இன்னொருத்தி சொன்னாள், 'இல்லை ஹெலன், நீ அப்படி நிற்கவில்லை. இதோ இப்படி'. அப்புறம், தனது நெஞ்சை உயர்த்தி கைகளை மடக்கி வித்தியாசமான உடலமைப்புக் கொண்டவரான, ஆனி ஹெண்டர்சனைப் போலக் காட்டி உருவக்கேலி செய்தாள். இன்னொருத்தி சிரித்து, 'உனக்குச் செய்யத் தெரியவில்லை, உனக்கு உதடுகளை முன்னால் குவிக்கத் தெரியவில்லை. இப்படி செய்ய வேண்டும்.'

கதவுக்குப் பின்னால் அறையில் கைத் துப்பாக்கி இருப்பது என் நினைவுக்கு வந்தது. என்னால் அதை நேராகப் பிடிக்கக்கூட முடியாது என்பது எனக்குத் தெரியும்தான். எப்போதும் குண்டுகள் பொருத்தப்பட்டு, புத்தாண்டு இரவில் மட்டும் மேல்நோக்கி சுடுவதற்கு எடுக்கப்படும் நீளம்

குறைந்த எங்களது அந்தத் துப்பாக்கி, அறையிலுள்ள டிரங்குப்பெட்டியில் வைத்துப் பூட்டப்பட்டு அதன் சாவி வில்லி சித்தப்பாவின் சங்கிலியில் தொங்கிக்கொண்டிருக்கும். பூச்சிகளால் கறைபடிந்த திரைச்சீலை வழியாகப் பாட்டியின் மேல்கவசத்தின் கைப்பகுதிகள் அவரது வார்த்தையற்ற இசையொலியால் குலுங்கிக்கொண்டிருந்தன. ஆனால் அவரது கால் மூட்டுகள் இனி எப்போதுமே வளையப்போவதில்லை யென்பதுபோல பூட்டிக்கொண்டவாறிருந்தன.

அவர் தொடர்ந்து பாடிக்கொண்டிருந்தார். முன்பைவிட உரக்காமல், ஆனால் அதைவிட மெல்லியதாகவுமில்லாமல்; வேகமாகவோ மெதுவாகவோ இல்லாமல்.

அந்தச் சிறுமிகள் அணிந்திருந்த பஞ்சுத் துணிகளின் அழுக்கு அவர்களது கால்களிலும் பாதங்களிலும் முழங்கைகளிலும் முகங்களிலும் படர்ந்து அவர்கள் அழுக்கின் மொத்த வடிவங்களாக இருந்தனர். பிசுக்குப் பிடித்த அவர்களது நிறமில்லாத தலைமுடி சீவப்படாமல் தீர்மானமான கடுப்புடன் தொங்கிக்கொண்டிருந்தது. எப்போதும் அவர்களை நினைவில் வைத்துக்கொள்ள, அவர்களை நன்றாகப் பார்க்க நான் முட்டிப் போட்டேன். எனது உடையில் வழிந்து கருப்பு வட்டங்களை உருவாக்கிய கண்ணீர் என் பார்வையில் முற்றத்தைத் தெளிவில்லாததாக ஆக்கி அந்தச் சூழலை இன்னும் அசாதாரணமாக மாற்றியது. இந்தப் பூமி உருண்டை ஆழமாகத் தனது மூச்சை இழுத்தவாறு மேலும் சுழல வேண்டுமா என்ற சந்தேகத்தில் இருந்த தருணம் அது.

சிறுமிகள் பாட்டியை ஏளனம் செய்து சலித்துப்போய் வேறு வகைகளில் தங்களது திமிரைக் காட்ட ஆரம்பித்தார்கள். ஒருத்தி கண்களை மாறு கண்ணாக்கி இரு கட்டைவிரல்களையும் வாய்க்கு இருபுறமும் உள்ளே விட்டு 'இங்கே பார் ஆனி' என்று சொன்னாள். பாட்டி தொடர்ந்து பாடிக்கொண்டிருந்தாள், மேல் கவச உடுப்பு அசைந்துகொண்டிருந்தது. கைப்பிடி மிளகுத்தூளை அவர்களது முகத்தில் வீச, கடுங்காரக் கரைசலை அவர்கள் மீது எறிய அவர்களை நோக்கி அழுக்குப் பாண்டைகளா, அருவருப்பான மரங்கொத்திகளா எனக் கத்த விரும்பினேன். ஆனால் நான் பின்னால் சிறைபட்டிருப்பதும் வெளியிலிருக்கும் நடிகர்கள் தங்களது பாத்திரங்களில் ஆட்பட்டிருப்பதும் எனக்குத் தெரியும்.

குள்ளமாக இருந்தவர்களில் ஒருத்தி ஒருமாதிரி பொம்மலாட்டத்தைச் செய்தபோது மற்றவர்கள் சத்தமாகச் சிரித்தார்கள். ஆனால் கிட்டத்தட்ட குமரியாக இருந்த ஒருத்தி நான் கேட்க முடியாத மெல்லிய குரலில் ஏதோ சொன்னாள். அவர்கள் எல்லோரும் முற்றத்தில் பின்னோக்கி, பாட்டியைப் பார்த்துக்கொண்டே நகர்ந்தார்கள். கிலியான ஒரு நொடிப்பொழுதில் அவர்கள் ஒரு பெரிய கல்லைப் பாட்டிமீது வீசப்போகிறார்கள் என நினைத்தேன். பாட்டியோ, மேல் கவச உடுப்பின் நாடாக்களைத் தவிர, மேற்படி கல்லாக மாறிவிட்டதைப் போல நின்றுகொண்டிருந்தார். ஆனால் அந்தப் பெரிய பெண் பின்புறமாகத் திரும்பி, முதுகை வளைத்து இரண்டு கைகளையும் தரையில் வைத்தாள் –

அவள் எதையும் எடுக்கவில்லை. அவருடைய எடையை மாற்றித் தலைகீழாகக் கைகளில் நின்றாள்.

அவளுடைய அழுக்குப் பாதங்களும் நீள கால்களும் வானத்தை நோக்கி நேராக நின்றன. அவளுடைய உடுப்பு அவளது தோள்களின் மீது விழுந்தது, அவள் எந்த உள்ளாடையும் போட்டிருக்கவில்லை அவளது கால்கள் இரண்டும் சேருமிடத்தில் பஞ்சு போன்ற பருவமுடி பழுப்புநிற முக்கோணமாய் தெரிந்தது. அந்த உயிரற்ற காலைப்பொழுதின் வெற்றிடத்தில் சில நொடிகள் மட்டும் அவ்வாறு நின்றுவிட்டுப் பின் அசைந்து, சரிந்து அவள் இறங்கினாள். மற்ற சிறுமிகள் அவள் முதுகில் தட்டிக்கொடுத்து, கை தட்டினார்கள்.

பாட்டி தனது கீதத்தை மாற்றி 'வானத்தின் உணவே, வானத்தின் உணவே, போதும் இனி வேண்டாம் என்கிற வரைக்கும் எனக்கு உணவூட்டும்' என்று பாடினாள்.

நானும் பிரார்த்தனை செய்துகொண்டிருப்பதை உணர்ந்தேன். இன்னும் எவ்வளவு நேரம் பாட்டி தாக்குப் பிடிக்கப் போகிறார்? இன்றும் என்ன புது அவமரியாதைக்கு அவர்கள் அவரை ஆளாக்கப் போகிறார்கள்? இதற்கு அப்பாற்பட்டு அங்கிருக்க என்னால் முடியுமா? நான் என்னதான் செய்ய வேண்டுமென்று பாட்டி விரும்புகிறார்?

அப்புறம் அவர்கள் முற்றத்திலிருந்து நகரத்துக்குள் போவதற்குக் கிளம்பினார்கள். அவர்கள் தலையைக் குலுக்கிக்கொண்டு தங்கள் கொழுத்த பின்புறங்களை அசைத்துக்கொண்டு நேரத்துக்கு ஒருவராகத் திரும்பினார்கள்.

'வர்றோம் ஆனி'

'வர்றோம் ஆனி'

'வர்றோம் ஆனி'

பாட்டி தலையை அசைக்கவோ மடக்கியிருந்த கைகளை எடுக்கவோ இல்லை. 'சரி, மிஸ் ஹெலன், சரி, மிஸ் ரூத், சரி, மிஸ் எலோயிஸ்.'

நான் வெடித்தேன். ஜூலை நாலாம் தேதியின் வாண வேடிக்கை வெடிப்பு. எப்படிப் பாட்டி அவர்களை மிஸ் என்று அழைக்கலாம்? அவர்களின் அந்த மோசமான இழிசெயல்களுக்குப்பின்? அந்தக் கும்பல் மேட்டிலிருந்து இறங்கி வருவதைப் பார்த்தபோதே அவர் ஏன் தனது இனிய, இதமான ஸ்டோருக்குள் வந்திருக்கக் கூடாது? அவர் எதை நிரூபிக்க வேண்டியிருந்தது? அப்புறம், அவர்கள் அவ்வளவு அழுக்குப் பாண்டைகளாகவும் மோசமானவர்களாகவும் சேட்டைக்காரர்களாகவும் இருக்கும்போது பாட்டி ஏன் மரியாதையாக அவர்களை அழைக்க வேண்டும்?

பாட்டி இன்னும் ஒரு பாட்டுப் பாடி முடிக்கும்வரை அங்கேயே நின்றுவிட்டுக் கதவு திரைச்சீலைகளைத் திறந்து நான் ஆத்திரத்தில் அழுதுகொண்டிருப்பதைப் பார்த்தார். நான் அவரை ஏறிட்டுப்

பார்க்கும்வரை அவர் என்னையே பார்த்துக்கொண்டிருந்தார். அவர் அழகாக இருந்தார். வெளியில் ஏதோ நடந்திருக்கிறது, அதை எனக்குப் புரிந்துகொள்ள முடியவில்லை, ஆனால் பாட்டி மகிழ்ச்சியாக இருந்தாரென்பது தெரிந்தது. அப்புறம் அவர் குனிந்து தேவாலயத் தாய்மார்கள் 'நோயுற்றவர்களின், பாதிக்கப்பட்டவர்களின் மீது கரங்களை வைப்பது' போல் என்னைத் தொட்டார். நான் அமைதியானேன்.

'போய் உன் முகத்தைக் கழுவு, பிள்ளை' அப்புறம் மிட்டாய்கள் வைத்திருந்த அடுக்குக்குப் பின்னால் போய் நின்று முனகலாகப் பாடினார், 'நான் என் பாரத்தை இறக்கிவைக்கும் போது மகிமை, மகிமை அல்லேலூயா'.

கிணற்றுத் தண்ணீரை முகத்தில் தெளித்து வாராந்திர கைக்குட்டை யால் மூக்கைச் சிந்தி துடைத்தேன். என்ன போட்டி வெளியில் நடந்ததோ அதில் பாட்டி வெற்றி பெற்றார் என்பது எனக்குத் தெரிந்தது.

துடைப்பானை எடுத்துக்கொண்டு மறுபடியும் முன் முற்றத்துக்குப் போனேன். கலைந்த காலடித்தடங்களை அழிப்பது இலகுவாக இருந்தது. நீண்ட நேரம் கலைந்த குப்பைகளை வடிவாகத் குவித்து வைப்பதில் செலவிட்டுவிட்டுத் துடைப்பானைக் கழுவும் வாளிக்குப் பின்புறமாக வைத்தேன். மறுபடியும் ஸ்டோருக்குள் வந்ததும் நான் பாட்டியின் கையைக் கோர்த்துக்கொள்ள இருவரும் முன்புற முற்றத்திலிருக்கும் குவியல் வடிவங்களைப் பார்க்கப்போனோம்.

வெளியிலிருந்து சிறிதாகிக்கொண்டே உட்புறமாகச் செல்லும் இதய வடிவங்களை உள்ளடக்கிய பெரிய இதய வடிவமாக இருந்தது. அது. வெளி வளையத்திலிருந்து ஆகச் சிறிய இதயத்தில் பாயும் ஓர் அம்பு அதனுள்ளிருந்தது. பாட்டி சொன்னார், 'பிள்ளை, இது ரொம்ப அழகு'. பிறகு ஸ்டோரை நோக்கித் திரும்பி, 'நான் என் பாரத்தை இறக்கி வைக்கும்போது, மகிமை மகிமை அல்லேலூயா' என்று தொடர்ந்தார்.

6

ஸ்டாம்ப்ஸை உள்ளடக்கிய அர்க்கான்ஸாஸ் மறைவட்டத்துக்கு ரெவரண்ட் ஹோபர்ட் தாமஸ் தலைமை மூப்பர். மூன்று மாதங்களுக்கு ஒருமுறை அவர் எங்கள் ஆலயத்துக்கு வருகை தருவார். பாட்டி வீட்டில் சனிக்கிழமை இரவில் அவர் தங்கி ஞாயிற்றுக்கிழமை யன்று உணர்ச்சி பொங்க பிரசங்கம் பண்ணுவார். மூன்று மாதங்களாகச் சேர்ந்த காணிக்கைப் பணத்தைப் பெற்றுக் கொண்டு எல்லாத் தரப்பினரிடமிருந்தும் நிலவரங்களைக் கேட்டுக்கொள்வார். பெரியவர்களிடம் கைக்குலுக்குவார்; சின்னவர்களை முத்தமிடுவார். அப்புறம் போய்விடுவார். (நான் அவர் மோட்சத்துக்குப் போவாரென்று நினைத்திருந்தேன்; பாட்டிதான் சொல்லித் தெளிவுபடுத்தினார். அவர் அங்கிருந்து டெக்ஸார்கானாவுக்குத்தான் போவார் என்று.)

பெய்லியும் நானும் அவரை வகைதொகையில்லாமல் வெறுத்தோம். அவர் குண்டாக, அசிங்கமாக இருந்தார். அதோடு பெருங்குடலில் வலி பிடித்த பன்றிபோல சிரிப்பார். அந்தக் கட்டித்தோல் பிரசங்கியாரை ஒருவருக்கொருவர் பகடிசெய்து வெடிச்சிரிப்புச் சிரிப்போம். பெய்லி இந்த விஷயத்தில் கில்லாடி. ரெவரண்ட் தாமஸ் போல் வில்லி சித்தப்பா பக்கத்திலேயே நடித்துக்காட்டினாலும் அவரிடம் மாட்டிக்கொள்ளவே மாட்டான். ஏனெனில் அதை அவ்வளவு அரவமில்லாமல் செய்வான். தனது கன்னங்களை நனைந்த பழுப்புநிற கற்களைப்போலத் தோன்றும்வண்ணம் ஊதி தலையைத் தள்ளாட்டமாக வலது இடது புறங்களாகச் சரிப்பான். எனக்கும் அவனுக்கும்தான் அது தெரியும், அது அப்படியே கிழவர் ரெவரண்ட் தாமஸைப் போல் இருந்தது என்பது.

அவரது பருமன் அருவருக்கத்தக்கதாக இருந்தாலும் அதுமட்டுமே நாங்கள் அவரைத் தீவிரமாக வெறுப்பதற்குக் காரணமல்ல. எங்களது பெயர்களை அவர் எப்போதும் நினைவில் வைத்துக்கொள்வதில்லை என்றாலும் அந்த இளக்காரம் மட்டுமே எங்களது வெறுப்புக்குக் காரணமில்லை. தராசு முனை அவர் பக்கமாகச் சாய்ந்து, எங்கள் வெறுப்புக் கடந்து செல்வதாக இல்லாமல், கட்டாயமானதாக ஆகியதற்கு அவர் செய்த குற்றம் சாப்பாட்டு மேஜையில் நடந்த

காரியங்கள்தாம். ஒவ்வொரு ஞாயிற்றுக்கிழமைகளிலும் பெரிய, நன்கு பொரித்த, கொழுத்த கோழிப்பகுதிகளை அவரே எடுத்துக்கொள்வார்.

அவருடைய வருகையிலிருந்த நல்ல விஷயம், சனிக்கிழமைகளில் நாங்கள் இரவு உணவை முடித்தபின்பு நேரம் கழித்து அவர் வருவதுதான். நாங்கள் சாப்பிட்டுக்கொண்டிருக்கும்போது வந்துவிடுவதற்கு அவர் முயற்சி செய்வாரா என்று நான் யோசித்ததுண்டு. அது உண்மையாகக்கூட இருக்கும், ஏனெனில் அவர் முன்கதவை வந்தடையும்போது அவர் கண்கள் மேஜையை ஆர்வத்தோடு பார்க்கும், காலி மேஜையைக் கண்டு ஏமாற்றத்தில் முகம் தொங்கிப் போகும். அப்புறம் ஒரு மெல்லிய திரையில் அவரது முகபாவனைகளை மறைப்பதுபோல் மாற்றிக்கொண்டு குரைப்பாகச் சிரிப்பார். 'ஹ, ஹ, ஹ, ஹ. சகோதரி ஹெண்டர்சன், ஒரு பென்னி நாணயத்தில் ஓட்டை விழுந்தது போல் நான் எப்போதும் வந்து சேர்கிறேன்'.

ஒவ்வொரு தடவையும் சரியாக முடுக்கி விட்டதுபோல், பாட்டி பதிலளிப்பார். 'சரிதான் தாமஸ் பெரியவரே, ஆசீர்வதிக்கப்பட்ட இயேசுவுக்கு நன்றி, உள்ளே வாருங்கள்'

முன்கதவு தாண்டி வந்து அவர் தனது கிளாட்ஸ்டோனைக் கீழே வைத்துவிட்டு (அவர் அப்படித்தான் சொல்வார்) என்னையும் பெய்லியையும் தேடி சுற்றிப் பார்ப்பார். அப்புறம் தனது மோசமான கைகள் விரித்து உறுமுவார், 'கஷ்டப்படும் சின்னக் குழந்தைகளே என்னிடம் வாருங்கள் இதோ என்னிடம் மோட்ச ராஜ்ஜியம்'.

எப்போதும் பெய்லி குலுக்குவதற்காகக் கையை நீட்டிக்கொண்டு அவரிடம் போவான். அவரோ, அவனது கையை விலக்கிவிட்டுச் சில நொடிகள் எனது சகோதரனை அணைத்துக்கொள்வார். 'நீ இன்னும் சின்னப் பையன்தான் நண்பா, ஞாபகம் வைத்துக்கொள். வேதாகமம் சொல்வதாக நான் கேட்டதுண்டு' 'நான் குழந்தையாக இருந்தபோது குழந்தையைப் போலப் பேசினேன். குழந்தையைப் போல சிந்தித்தேன். ஆனால் பெரியவனான போது குழந்தைத்தனமானவற்றை விட்டுவிட்டேன்' அதன்பிறகே அவர் கைகளை விரித்து அவனை விடுவிப்பார்.

அவர் அருகில் போகும் தைரியம் எனக்கு எப்போதும் இருந்ததில்லை. 'ஹலோ ரெவரண்ட் தாமஸ்' என்று சொல்ல முயன்றால் அவரைக் கேலி செய்த பாவத்துக்கு ஆளாவேன் என உண்மையாகவே பயப்படுவேன். வேதாகமத்தில்தான் சொல்லப்பட்டிருக்கிறதே, 'கடவுளைக் கேலி செய்யக் கூடாது' என்று. அதோடு இந்த மனிதர் கடவுளின் பிரதிநிதியாயிற்றே. அவர் என்னிடம் சொல்வதுண்டு, 'கிட்டே வா சகோதரி, வந்து என்னிடம் ஆசீர்வாதங்களைப் பெற்றுக்கொள்' ஆனால் எக்கச்சக்கப் பயத்தினாலும், அவரை அதிகமாக வெறுத்ததினாலும் எனது உணர்வுகள் கலந்து, குழம்பி அதுவே நான் அழத் தொடங்குவதற்குக் காரணமாகிவிடும். ஒவ்வொரு தடவையும் பாட்டி சொல்வார், 'அவளைச் சட்டை செய்ய வேண்டாம் தாமஸ் பெரியவரே. அவள் எவ்வளவு பூஞ்சை மனம் படைத்தவள் என்பது உங்களுக்குத் தெரிந்ததுதானே'

இரவு உணவின் மிச்ச மீதிகளை அவர் சாப்பிட்டுவிட்டு வில்லி சித்தப்பாவுடன் தேவாலயச் செயல்பாடுகளைப் பற்றி பேசிக் கொண்டிருப்பார். ஆலயத்தின் அப்போதைய பாதிரியார் உறுப்பினர்களை எப்படிக் கவனித்துக்கொள்கிறார், யார் யாருக்குத் திருமணங்கள் நிகழ்ந்தன, யார் இறந்துபோனார்கள், அவரது கடைசி வருகைக்குப்பின் எத்தனை குழந்தைகள் பிறந்தனர் போன்ற விஷயங்கள் பகிரப்படும்.

ஸ்டோரின் பின்பகுதியில், நிலக்கரி எண்ணெய் பீப்பாய்க்கு அருகில் நானும் பெய்லியும் அந்த உரையாடலில் ஏதாவது கிளுகிளுப்பான துணுக்குகள் கேட்குமா என்று நிழல்களாய்க் காத்திருப்போம். ஆனால் அவர்கள் சமீபமாக ஊரில் நிகழும் நடத்தைப் பிறழ்வுகளைப் பற்றிப் பேசத் தொடங்கும்போது பாட்டி எங்களை ஞாயிற்றுகிழமை வீட்டுப் பாடங்களைச் சரியாக மனப்பாடம் செய்து முடிக்க வேண்டும், இல்லையென்றால் என்ன கிடைக்குமென்பது எங்களுக்குத் தெரியுமென்று எச்சரித்து உள்ளே அனுப்பிவிடுவார்.

எங்களுக்கென்று எப்போதும் தப்பாத ஒரு ஒழுங்குமுறை இருந்தது. நான் அடுப்புக்குப் பக்கத்திலிருந்த ஒரு பெரிய ஆடும் நாற்காலியில் உட்கார்ந்துகொண்டு எப்போதாவது காலைத் தரையில் தட்டி ஆடிக் கொள்வேன். இப்போது மென்மையாகவும் பெண்போலவே இருக்கின்ற, அப்போது பெய்லியைப் போல கனத்ததாக இருந்த எனது குரலை மாற்றி மாற்றிப் பேசிக்கொண்டிருப்பேன். அதே நேரம் பெய்லி ஸ்டோருக்குள் நைசாக நுழைவான். பல தடவை அவன் மின்னல் வேகத்தில் திரும்பிவந்து, படுக்கையில் புத்தகத்தைத் திறந்து உட்காரும்போது சரியாகப் பாட்டி திடீரென வாசலை அடைத்துக்கொண்டு நிற்பார். 'பிள்ளைகளா, உங்கள் பாடங்களைச் சரியாகப் படிக்க வேண்டும். மற்ற பிள்ளைகள் உங்களை முன்மாதிரியாகப் பார்க்கிறார்கள்'. அப்புறம் அவர் திரும்பி ஸ்டோருக்கும் போகும்போது பெய்லி அவருடைய காலடிகளைக் குனிந்தவாறு பின் தொடர்ந்து மறைவாக நின்றுகொண்டு எங்களுக்கு விலக்கப்பட்ட புரளிகளைக் கேட்டுக்கொண்டிருப்பான்.

ஒருமுறை, லூயிஸ்வில்லிருந்து ஒரு பெண்ணை திரு கோலி வாஷிங்டன் தனது வீட்டில் தங்கவைத்ததைப் பற்றி அவன் கேட்டான். எனக்கு அது அவ்வளவு தப்பாகப்படவில்லை, ஆனால் திரு வாஷிங்டன் அவளைச் 'செய்திருக்கக் கூடும்' என்று அவன் விளக்கினான். அது தப்புதான், என்றாலும் உலகத்தில் எல்லோரும் யாரையாவது செய்வது வழக்கம்தான் என்றாலும் வேறு யாருக்கும் அது தெரியக் கூடாதல்லவா என்று அவன் சொன்னான். மேலும் ஒருமுறை, வெள்ளையர்களால் கொல்லப்பட்டுக் குளத்தில் வீசப்பட்ட ஒருவரைப்பற்றித் தெரிந்துகொண்டோம்: அவருடைய பிறப்புறுப்பு அறுத்து அவருடைய சட்டைப்பையில் வைக்கப் பட்டிருந்ததாகவும் அவர் தலையில் சுடப்பட்டிருந்ததாகவும். அவர் ஒரு வெள்ளைப் பெண்ணைச் செய்த காரணத்தால் அவ்வாறு உறுப்பை அறுத்துவிட்டனர் என்று வெள்ளையர்கள் பேசிக் கொண்டதாக பெய்லி சொன்னான்.

இப்படிப்பட்ட தாழ்ந்த குரலில் பரிமாறப்படும் தகவல் வகைகளை நாங்கள் லவட்டிக் கொள்வதால், எப்போதெல்லாம் ரெவரண்ட் தாமஸ் வருகிறாரோ அப்போது வெள்ளையர்கள் பற்றியும் 'செய்பவைகள்' பற்றியும் பேச்சு நடக்கும் என்ற காரணத்தினால்தான் பாட்டி எங்களை விரட்டிவிடுகிறார். நான் உறுதியாக நம்பினேன், இந்த இரண்டு விஷயங் களிலும் நான் நிச்சயம் மக்குதான்.

ஞாயிற்றுக்கிழமை காலை வேளைகளில், 9.30 மணியிலிருந்து பிற்பகல் 3 மணிவரை நாங்கள் தாக்குப்பிடிக்கும் வகையில் பாட்டி காலை உணவைத் தருவார். வீட்டிலேயே பதப்படுத்தப்பட்ட கட்டியான இளஞ்சிவப்புநிறப் பன்றி இறைச்சித்துண்டுகளைப் பொரித்து பன்றிக் கொழுப்பைப் பொரித்த முட்டை கலந்து நறுக்கப்பட்ட தக்காளி வில்லைகள்மீது ஊற்றுவார். உருளைக்கிழங்கு, வெங்காயத்துடன் மஞ்சள்நிற மக்காச்சோள ரவை – மொறுமொறுவென வறுக்கப்பட்டு வாய்க்குள் வைத்துக் கடிக்கும்போது வெடிப்பதுபோல இருக்கும் அவருடைய பூனைத்தலைவடிவ பிஸ்கெட்டுகள் மூன்று அங்குல அகலமாகவும் இரண்டு அங்குலப் பருமனாகவும் இருக்கும். அவற்றைத் தின்பதன் நுணுக்கம், அவை ஆறிப்போவதற்கு முன்பு அவற்றின்மீது வெண்ணெய் தடவிவிட்டால் மிகச் சுவையாக இருக்கும், துரதிர்ஷ்டவச மாக அவை ஆறிப்போய்விட்டால் தன்மையிழந்த பசைபோல் பிசுபிசுப்பாக வாய்க்குள் ஒட்டிக்கொள்ளும்.

எங்களது பிஸ்கட் பற்றிய இந்தக் கண்டுபிடிப்பை ரெவரண்ட் தாமஸ் எங்களோடு செலவிடும் ஒவ்வொரு ஞாயிறும் நாங்கள் உறுதி செய்வோம். இயல்பாக அவர்தான் சாப்பாட்டை ஆசீர்வதிக்கக் கேட்டுக் கொள்ளப்படுவார். நாங்கள் எல்லோரும் நின்றுகொண்டிருப்போம்; சித்தப்பா தனது ஊன்றுகோலைச் சுவரில் சாத்திவைத்துவிட்டு மேஜையோடு சாய்ந்து நிற்பார். அப்புறம் ரெவரண்ட் தொடங்குவார். 'மகிமையான தந்தையே, இந்தக் காலை வேளையில் உமக்கு நன்றி சொல்கிறாம் . . .' இப்படிப் போய்க்கொண்டேயிருக்கும். கொஞ்ச நேரத்துக்குப்பின் கேட்பதை நிறுத்திவிடுவேன். பெய்லி என் காலை உதைத்து எச்சரிக்கை செய்யும்போது கண் இமைகளைத் திறந்து அந்த ஞாயிற்றுக்கிழமையைத் தாக்கவிருக்கின்ற உணவு எதுவென்று மேஜையைப் பார்ப்பேன். திரும்ப திரும்பக் கேட்டு அலுத்துப் போயிருப்பார் என நான் இரக்கப்படும் கடவுளை நோக்கி ரெவரண்ட் தொடர்ந்து வேண்டிக் கொண்டிருக்கும்போது பன்றியிறைச்சித் துண்டுகள் மேல் தடவப்பட்ட கெட்டி வெண்ணெய் இளகி தக்காளிகளின் மேல் பகுதியை வெள்ளை நிறமாக்கிவிடும். தட்டுகளின் விளிம்பிலிருந்து முட்டைகள் உள்வாங்கி குளிரில் தனித்துவிடப்பட்ட குழந்தைகள் போல் குவியலாய் நடுப் பக்கத்திற்குப் போய்விடும். ஆடும் நாற்காலியில் அமுங்கி தீர்மானமாய் உட்கார்ந்திருக்கும் குண்டுப் பெண்கள் போல் பூனைத்தலை பிஸ்கெட்டுகள் தமது எடையில் தாமே அழுத்திக்கொண்டிருக்கும். ஆனாலும் அவர் தொடர்ந்து பேசிக்கொண்டிருப்பார். அப்புறம் அவர் எப்போது முடிக்கிறாரோ அந்நேரம் எங்களது உண்ணும் ஆவல் பறந்தோடிப்

போயிருக்கும், அவரோ அந்த ஆறிப்போன உணவைப் பேச்சில்லாமல் சத்தத்தோடு ருசித்துச் சாப்பிடுவார்.

கிறிஸ்டியன் மெதடிஸ்ட் எபிஸ்கோப்பல் ஆலயத்தில், வலதுபுறத்தில் 'சபையின் அம்மாக்கள்' என்று அழைக்கப்படும் பயங்கரமாகத் தோற்றமளிக்கும் பெண்களுக்கான தனிப்பகுதிக்கு அப்பால், உணவு மூலை அமைப்பில் இருப்பதுதான் சிறுவர்களுக்கான இடம். இளம் வயதினருக்கான பகுதியில் பெஞ்சுகள் மிக நெருக்கமாகப் போடப்பட்டிருக்கும். அந்த நெருக்கத்தில் எந்தச் சிறுவனுக்கும் காலைச் சௌகரியமாக வைத்துக் கொள்ள முடியாமல்போனால் அந்தச் சிறுவன் ஆலயத்தின் நடுப்பகுதிக்குச் செல்ல அனுமதிக்கப்படுவான். பெய்லியும் நானும் சாதாரணக் கூடுகைகளிலும் சமூக நிகழ்வுகளிலும் மற்ற சிறுவர்களோடு இருப்பதற்கு அனுமதிக்கப்படுவோம். ஆனால் ரெவரண்ட் தாமஸ் பிரசங்கம் செய்யும் ஞாயிற்றுக்கிழமைகளில் 'மரணத்தால் வருந்துவோர்' என்று அழைக்கப் படுபவர்களுக்கான முன் பெஞ்சில் உட்கார வேண்டும் என்பது எங்கள் தலைவிதி. பாட்டி பெருமைக்காக அப்படிச் செய்கிறார் என்று நான் நினைத்திருந்தேன். ஆனால் பெய்லி அடித்துச் சொன்னான், பாட்டி எங்களைத் தன் முழுக் கண்காணிப்பில் வைப்பதற்கான ஏற்பாடு அது என்று.

ரெவரண்ட் தாமஸ் அவருடைய வாசகங்களை விவிலியத்தின் உபதேசங்கள் புத்தகத்திலிருந்து எடுப்பார். அவருடைய குரலின்மீது எனக்கிருந்த கடுப்புக்கும் பிரசங்கம் கேட்க வேண்டுமென்ற விருப்பத்துக்குமிடையான இழுபறியில் நான் அகப்பட்டிருப்பேன். விவிலியத்தில் 'உபதேசங்கள்' எனக்குப் பிடித்தமான புத்தகம். அதில் சொல்லப்பட்டிருக்கும் கட்டளைகள் எந்த அளவுக்கு முடிவானதாகவும் தெளிவாகவும் இருக்குமென்றால், நரகத்தையும் கந்தகக் காளவாயையும் சாத்தானின் நெருப்பில் முடிவேயில்லாமல் உடல் வறுபடப் போவதையும், உண்மையாகவே தவிர்க்க விரும்பும் ஒருவர் அவற்றை முழுமையாகப் பின்பற்றினாலே போதும். ஒரு சிறுமி செய்ய வேண்டிய தெல்லாம் உபதேசத்தை மனப்பாடம் செய்து அதன் படிப்பினைகளை வார்த்தைக்கு வார்த்தை பின்பற்றினாலே போதும். நாக்கிலிருந்து, அதன் வார்த்தைகள் உருண்டுவரும் விதம் எனக்குப் பிடிக்கும்.

பெய்லியும் நானும் மரப்பலகைகள் எங்கள் முதுகையும் பின் தொடைப் பகுதியையும் அழுத்த, தனியாக முன் பெஞ்சில் உட்கார்ந்திருப்போம். நான் லேசாகத்தான் அசைந்திருப்பேன், அப்போது பாட்டியைப் பார்த்தால் ஒவ்வொரு முறையும் என்னை எச்சரிப்பது போலவே இருக்கும். 'அசையாதே, கொன்று போடுவேன்.' எனவே சத்தமில்லாத அந்தக் கட்டளைக்கு அடிபணிந்து அசையாமலிருப்பேன். எனக்குப் பின்னால் பெண்கள் கூட்டம் சில அல்லேலூயா, ஆண்டவருக்கு நன்றி, ஆமென்களுடன் உணர்ச்சிவயப்படத் தொடங்கியிருப்பார்கள், பிரசங்கியார் இன்னும் பிரதானக் கருத்துப் பகுதிக்கு வந்திருக்க மாட்டார்.

அது ஒரு உணர்ச்சிகரமான வழிபாடாக இருக்கப்போகிறது.

ஆலயத்துக்கு வரும் வழியில் நான் சகோதரி மன்றோவைப் பார்த்தேன். அண்டைவீட்டார் வாழ்த்துக்காக அவள் வாயைத் திறந்தபோது அவளது தங்கப்பல் பூண் மின்னியது. அவள் கிராமப்புறத்தில் வசிப்பதால் எல்லா ஞாயிற்றுக்கிழமைகளிலும் வழிபாட்டுக்கு அவளால் வர முடியாது. எனவே அதை ஈடுசெய்யும் விதமாக ஆலயத்துக்கு வரும்போதெல்லாம் எந்த அளவுக்குப் பெருங்குரலில் கூவுவாள் என்றால் அப்படி அவள் செய்யும்போது ஆலயம் முழுவதும் குலுங்கும். அவள் தனது இருக்கையில் உட்கார்ந்தவுடனே எல்லா ஊழிய உதவியாளர்களும் அவளுடைய பக்கத்தில் வந்துவிடுவார்கள். ஏனெனில் அவளைப் பிடித்து வைப்பதற்கு மூன்று பெண்கள், சிலசமயம் ஆண்கள்கூடத் தேவைப்படும்.

ஒருதடவை, சில மாதங்களாக வழிபாட்டுக்கு வராமல் (குழந்தை பேற்றுக்காக எங்கேயோ போயிருந்தாள்) அப்புறம் வந்தபோது அவள்மேல் ஆவி இறங்கி அவள் கத்த ஆரம்பித்தாள். கைகளை அங்குமிங்கும் வீசி, உடம்பைப் பயங்கரமாகக் குலுக்கி ஆர்ப்பாட்டம் செய்ததில் அவளைக் கட்டுப்படுத்த ஆலய உதவியாளர்கள் வந்து பிடித்தனர்; அவளோ அவர்களிடமிருந்து திமிறி பிரசங்க மேசையை நோக்கி ஓடினாள். ஆலயப் பீடத்துக்கு முன்னால்போய் அப்போதுதான் அகப்பட்ட கெண்டைமீன் போல் துடித்துக்கொண்டிருந்தாள். ரெவரெண்ட் டெய்லரை நோக்கி வீறிட்டாள், ‘உபதேசம் பண்ணு, நான் சொல்றேன் உபதேசம் பண்ணு.’ அவரோ, அவள் அங்கு நின்றுகொண்டிருப்பதையோ அவரிடம் கட்டளையிடுவதையோ பொருட்படுத்தாமல் அவர் போக்குக்குப் பிரசங்கம் பண்ணிக்கொண் டிருந்தார். அப்போது அவள் படுபயங்கரமாக, ‘நான் சொல்றேன், அதை உபதேசம் பண்ணு’ – என்று அசாதாரண வேகத்தில் கத்தினாள். ரெவரெண்ட், இலக்கை நோக்கிப் வீசப்படும் பந்துகளைப் போல சொற்றொடர்களை வீசிக்கொண்டிருந்தார், சகோதரி மன்றோ வேகமாகப் போய் அவரைப் பிடித்துக்கொண்டாள். அந்த ஒரு கணத்தில் ரெவரெண்டையும் சகோதரி மன்றோவையும் தவிர எல்லாமும் ஆலயத்துள்ளிருந்த எல்லோரும் கொடியில் காயப்போட்ட நீள்காலுறைகள் தொங்குவதுபோல தளர்ந்து அசைந்தனர். அப்புறம் அவள் அவருடைய சட்டையின் முழங்கைப் பகுதியையும் மேல்சட்டையின் பின் கீழ்ப் பகுதியையும் பிடித்துப் பக்கவாட்டாக அவரை ஆட்டினாள்.

எங்கள் பாஸ்டரைப் பற்றி நான் ஒன்று சொல்லியாக வேண்டும், அவர் எங்களுக்குப் பாடம் எடுப்பதை நிறுத்தவே இல்லை. உதவியாளர் குழு பிரசங்க மேடைக்கு இருக்கை வரிசைகள் வழியாக, வழக்கமாக ஆலயத்தில் நடப்பது போலல்லாத வேகத்தில் விரைந்தனர். உண்மையைச் சொல்வதானால் பாஸ்டருக்கு உதவ அவர்கள் கிட்டதட்ட ஓடினார்கள். அப்புறம் டீக்கன்களில் இரண்டு பேர், அவர்களது பளபளக்கும் ஞாயிற்றுக்கிழமை ஆடைகளில், வெள்ளை ஆடை உதவியாளர் பெண்களோடு சேர்ந்துகொண்டனர். எல்லோருமாகச் சேர்ந்து பாஸ்டரிடமிருந்து சகோதரி மன்றோவைக் கழற்ற முயன்ற ஒவ்வொரு முறையும் அவர் மூச்சை ஆழமாக இழுத்துக்கொண்டு பிரசங்கத்தைத்

தொடர்ந்துகொண்டேயிருந்தார். அவளும், இடம் மாற்றிமாற்றி மேலும் பிடியை இறுக்கிக்கொண்டிருந்தாள். ரெவரெண்ட் டெய்லரும் அவரைக் காப்பாற்ற வந்தவர்களுக்கு உதவும் பொருட்டு, வாய்ப்புக் கிடைக்கும் போதெல்லாம் அங்குமிங்கும் துள்ளிக்கொண்டிருந்தார். அவரது பேச்சொலி எந்த அளவுக்குக் குறைந்து போயிருந்ததென்றால் இப்போது அது உருண்டுவரும் இடியோசை போலிருந்தது. ஆனாலும் சகோதரி மன்றோவின், 'உபதேசம் பண்ணு' அவரது கர்ஜனையை ஊடுருவி தொடர்ந்துகொண்டிருந்தது. நாங்கள் எல்லோரும் (குறைந்தபட்சம் நான் மட்டுமாவது) அது எப்போதாவது முடிவுக்கு வருமா என்று நினைத்தோம். அது முடிவின்றிப் போய்க்கொண்டிருக்குமா அல்லது நீண்ட நேரமாகிப்போன கண்ணாமூச்சி விளையாட்டுப்போல சோர்ந்து, யாருக்கும் விஷயம் என்னவென்றறிய ஆர்வமில்லாமல் முடிவுக்கு வருமா?

என்னதான் நடந்ததென்று எனக்குத் தெரியப் போவதில்லை, ஏனென்றால் மாயாஜாலம்போல் குழப்பம் பரவியது ஆவி, ஒரே சமயத்தில் டீக்கன் ஜாக்சனையும் உதவியாளர்கள் குழுத்தலைவி சகோதரி வில்சனையும் ஆட்கொண்டது. உயரமான, ஒல்லியான, அமைதியான பகுதிநேர ஞாயிறு மறைக்கல்வி ஆசிரியருமான டீக்கன் ஜாக்சன் சற்றே பின்னால் சாய்ந்து ரெவரெண்ட் டெய்லரின் முழங்கையில் ஓங்கிக் குத்தினார். எதிர்பாராத இந்த அடி ரெவரெண்ட்டுக்கு நன்கு வலித்திருக்க வேண்டும். சுழன்று கொண்டிருந்த சத்தங்களில் ஒரு நொடி இடைவெளி ஏற்பட்டு ரெவரெண்ட் டெய்லர் அதிர்ச்சியில் திரும்பி தன்னைச் சற்று இழுத்துக்கொண்டு டீக்கன் மேல் ஒரு குத்துவிட்டார். அதே நேரத்தில் சகோதரி வில்சன் அவரது கழுத்துப் பட்டையைத் தனது கைமடக்கில் சில சுற்றுகள் சுற்றி அவரை நெரித்தாள். பீடத்தின் பின்புறம் தரையில் அவர்கள் மூவரும் விழுவதற்கு முன் சிரிப்பதற்கோ அழுவதற்கோ நேரம் இருக்கவில்லை. விறகு அடுப்பிலிருந்து கிளம்பி நிற்கும் கட்டைகள் போல் அவர்கள் கால்கள் இருந்தன.

இவ்வளவு களேபரத்துக்கும் காரணமான சகோதரி மன்றோ மேடையிலிருந்து அமைதியாக, தனது சக்தியையெல்லாம் செலவழித்து விட்டவளாக இறங்கி, பின் தனது உருக்குலைந்த குரலை உயர்த்தி 'நான் இயேசுவிடம் வந்தேன், கவலையோடு, காயத்தோடு, வருத்தத்தோடு; அவரிடம் கண்டேன் என் அடைக்கலத்தை, அவர் என்னை மகிழ்வித்தார்,' எனத் துதிப்பாடலாகப் பாடினாள்.

தரையில் கிடந்த பாஸ்டர் அதையே சாதகமாகப் பயன்படுத்தி தனது தடுமாறிப் போன மெல்லிய குரலால் எல்லோரும் மண்டியிட்டு அவரோடு சேர்ந்து நன்றி ஜெபம் பண்ணுமாறு கேட்டுக்கொண்டார்.

ஒரு சக்திவாய்ந்த ஆவி ஆலயத்துக்குள் வந்துவிட்டதாகவும் அதிலிருந்து மீள எல்லோரும் சேர்ந்து ஆமென் என்று சொல்லுமாறும் சொன்னார்.

அடுத்த ஞாயிற்றுக்கிழமை பிரசங்கத்துக்கான பகுதியாக அவர் புனித லூக்கா நற்செய்தியின் பதினெட்டாவது அத்தியாயத்தைத் தேர்வு செய்துகொண்டு, நிதானமாகவும் அதே சமயம் அழுத்தமாகவும் தங்கள் பக்தி சிரத்தையை மக்கள் பார்த்து வியப்பதற்காகத் தெருக்களில்

நின்று ஜெபம் பண்ணிய பரிசேயர்களைப் பற்றிப் பிரசங்கித்தார். கண்டிப்பாக யாருக்கும்–குறிப்பாக எவரை நோக்கிச் சொல்லப்பட்டதோ அவர்களுக்கு – அது புரிந்திருக்குமா என்பது எனக்குச் சந்தேகம்தான் என்றாலும் நிர்வாகிகள் குழு அவருக்கு ஒரு புது கோட்செட் வாங்கு வதற்குப் பணம் ஒதுக்கியது. அவரிடம் முன்பிருந்த உடை சுத்தமாக உருக்குலைந்துவிட்டது.

தலைமை பாஸ்டரான ரெவரெண்ட் தாமஸ், ரெவரெண்ட் டெய்லர் சகோதரி மன்றோ ஆகியோரின் சம்பவத்தைப் பற்றிக் கேள்விபட்டிருந்தார். எனினும் அவளைப் பார்த்தால் அவருக்கு அடையாளம் தெரியாது என்று எனக்குத் தெரியும். ஆகவே வழிபாட்டின் வல்லமைத்தன்மையில் எனக்கிருந்த அவநம்பிக்கையும் ரெவரெண்ட் தாமஸ் மீதிருந்த வெறுப்பும் சேர்ந்து அவரை எனது அகராதியிலிருந்து கிழித்துப் போட்டுவிட்டன. ஒருவரை மனதிலிருந்து அப்புறப்படுத்தி விடுவதோ அல்லது பாராமுகமாக ஆக்கிவிடுவதோ எனக்குக் கைவந்த கலை. கீழ்ப்படியும் குழந்தைகளைப் பிறருக்குக் காட்டலாம். ஆனால் அவர்களைப் பேசவிடக் கூடாது என்பது எனக்கு உடன்பாடானதால் நான் அதை இன்னும் தீவிரமாக்கிக்கொண்டேன். கீழ்ப்படிதலுள்ள குழந்தைகள் அவர்கள் விரும்பினால் பார்க்கவும் தேவையில்லை, கேட்கவும் தேவையில்லை. என் அகத்தில் கைப்பிடி அளவு கவனத்தைத் தேக்கி ஆலயத்தில் கேட்ட சத்தங்களின் அளவை உயர்த்திக்கொண்டேன்.

சகோதரி மன்றோவுக்கு ஏற்கெனவே திரி கொளுத்திய நிலை ஆகிவிட்டிருந்தது. எனக்கு நேர் பின்னே ஓரிடத்தில் பொரிந்து கொண்டிருந்தாள். மூப்பர் தாமஸ் பிரசங்கத்தில் குதித்துவிட்டார். நான் நினைக்கிறேன், ஆலயத்தில் இருப்பவர்கள் என்ன கேட்க விரும்புகிறார்களோ அதைக் கச்சிதமாகச் செய்துவிட வேண்டும் என்ற உறுதியில் அவர் இருக்கிறாரென்று. ஊழியர்கள் ஆலயத்தின் இடதுபுறத்தி லிருந்து சத்தமில்லாமல் சவப்பெட்டி தூக்குபவர்கள்போல, மன்றோ இருந்த பெஞ்சுக்குப் பக்கத்தில் வந்ததை நான் பார்த்தேன். பெய்லி என் காலைத் தட்டினான். சகோதரி மன்றோ சம்பந்தப்பட்ட சம்பவம் நடந்தபோது – அதை நாங்கள் எப்போதும் 'அந்தச் சம்பவம்' என்றே குறிப்பிடுவோம் – அளவு கடந்த வியப்பினால் எனக்குச் சிரிக்கக்கூடத் தோன்றவில்லை. ஆனால் தொடர்ந்துவந்த வாரங்களாக 'உபதேசம் பண்ணு' என்று யாராவது மெல்லிய குரலில் சொல்லிவிட்டால் எங்களிடமிருந்து வெடிச்சிரிப்புக் கிளம்பிவிடும். இருந்தபோதும், அவன் என் காலை அழுத்தி, வாயை மூடியவாறே கிசுகிசுத்தான், 'நான் சொல்றேன், உபதேசம் பண்ணு.' குழந்தைகள் பகுதியிலிருந்து சில அமுக்கலான சிரிப்புச் சத்தங்கள் கேட்டன, பெய்லி மறுபடியும் என்னை அழுத்தினான். கிசுகிசுப்பாக அவன் சொன்னான், 'நான் சொல்றேன், உபதேசம் பண்ணு' சகோதரி மன்றோ அவனை எதிரொலிப்பதுபோல் உரத்த குரலில் முழங்கினாள், 'நான் சொல்றேன், உபதேசம் பண்ணு.'

இரண்டு டீக்கன்கள் சகோதரர் ஜாக்சனுக்கு இருபுறமும் பாதுகாப்பாக அடைத்துக்கொண்டு நின்றனர். மேலும் இரண்டு வாட்ட

சாட்டமான ஆட்கள் இறுகிய முகங்களோடு இருக்கைகளின் ஓரமாக, சகோதரி மன்றோவை நோக்கி நகர்ந்தனர்.

ஆலயத்துக்குள் சத்தம் உயர்ந்துகொண்டே இருந்தபோது மூப்பர் தாமஸ் தனது குரலையும் உயர்த்தித் தான் வருந்தப்போகிற அந்தத் தவறைச் செய்தார். உடனே திடீரெனப் பொழியும் கோடைமழையைப் போல, சகோதரி மன்றோ அவளை அடக்கி வைக்கச் சுற்றியிருந்த மனிதத் திரளைப் பிளந்துகொண்டு பிரசங்க மேடையை நோக்கிப் பாய்ந்தாள். இம்முறை அவள் நிற்கவில்லை. பீடத்தில் நின்றுகொண்டிருந்த மூப்பர் தாமஸை நெருங்கி 'நான் சொல்கிறேன், உபதேசம் பண்ணு' என்று கதறினாள்.

பெய்லி, சத்தமாக, 'பயங்கரம்', 'நாசமாப் போக' 'அவள் அவர் பின்புறத்தில் உதைக்கப் போகிறாள்' என்று சொன்னான்.

ஆனால் ரெவரெண்ட் தாமஸ், அது நிகழும்வரை காத்திருக்கப் போவதில்லையென்று தெரிந்தது. ஆகவே சகோதரி மன்றோ பிரசங்க மேடையை அடைய வலதுபுறத்திலிருந்து வந்துகொண்டிருந்த போது அவர் இடதுபுறத்தில் இறங்க ஆரம்பித்தார். தனது இடம் மாறிவிட்டாலும் அவர் தனது தைரியத்தை விடவில்லை. நகர்ந்து கொண்டே பிரசங்கத்தைத் தொடர்ந்துகொண்டிருந்தார். இறுதியில் சரியாகக் காணிக்கை மேஜை முன் அவர் நின்றுவிட்டபோது கிட்டத்தட்ட அவர் எங்களது மடிமீது இருப்பது போலிருந்தது. டீக்கன்கள், உதவியாளர்கள், வேறு சில பொறுப்பிலில்லாத உறுப்பினர்கள் பின்தொடர சகோதரி மன்றோ பீடத்தை வட்டமிட்டு ரெவரெண்டை நெருங்கினாள்.

இளஞ்சிவப்பு நாக்கு அசைய மூப்பர் வாயைத் திறந்து 'நெபோ மலையின் மகிமையான இறைவனே' எனத் தொடங்கிய வேளை சகோதரி மன்றோ தனது கைப்பையினால் அவர் பின் மண்டையில் ஓங்கி அடித்தாள். இந்த முறை பேசத் தொடங்கியதால் விரிந்திருந்த அவரது உதடுகள் ஒட்டும் முன்பு அவரது பற்கள் வெளியே விழுந்தன, இல்லை இல்லை, அவரது வாயிலிருந்து பற்கள் வெளியே குதித்தன.

இளித்துக்கொண்டிருந்த அவரது மேல்வரிசை கீழ்வரிசை பல் செட்டுகள் வெறுமையாகவும் உலகத்தின் மொத்த வெறுமையைத் தாங்கியவனவாகவும் எனது வலது காலணிக்கு அருகில் கிடந்தன. கொஞ்சம் காலை நீட்டி அவற்றைப் பெஞ்சுக்குக் கீழாகவோ, காணிக்கை மேஜைக்கு அருகாமையிலோ நான் அவற்றை உதைத்துத் தள்ளியிருக்க முடியும்.

சகோதரி மன்றோ அவரது கோட்டைப் பிடித்துப் போராடிக் கொண்டிருந்தாள். அவளருகில் வந்திருந்த ஆண்கள் அனைவரும் கட்டிடத்திலிருந்து அவளை எப்படியாவது வெளியே கொண்டுபோகும் முனைப்பில் இருக்கும்போது பெய்லி என்னைக் கிள்ளிவிட்டு உதடு அசையாமல் சொன்னான், 'இப்போது அந்த ஆள் எப்படிச் சாப்பிடுவார் என்று நான் பார்க்க வேண்டும்'

விரக்தியோடு ரெவரெண்ட் தாமஸைப் பார்த்தேன். கொஞ்சமாவது அவர் கவலைப்பட்ட மாதிரியோ, சங்கடப்பட்டது போலவோ எனக்குத் தோன்றியிருந்தால் நான் அவருக்காக வருந்தியிருப்பேன், என்னால்

சிரிக்காமலும் இருந்திருக்க முடியும். ஆலயத்தில் சிரிப்பதென்பது என்னை நடுக்கமுறச் செய்யும். நான் கட்டுப்பாட்டை இழந்துவிட்டால் இரண்டு விஷயங்கள் நிச்சயம் நடக்கும். கட்டாயம் எனக்கு ஒன்றுக்கு வந்துவிடும், அதேபோல் நிச்சயமாகப் பிரம்படியும் கிடைக்கும். இப்போது சகோதரி மன்றோ, அச்சுறுத்தும் பார்வைகளால் அவளை அமைதிப்படுத்த முயன்றுகொண்டிருக்கிற பாட்டி, 'உபதேசம் பண்ணு' என்று கிசுகிசுத்துக்கொண்டிருக்கிற பெய்லி, தொய்ந்துபோன எலாஸ்டிக்போல படபடத்துக்கொண்டிருந்த மூப்பர் தாமஸின் உதடுகள், எல்லாமுமாகச் சேர்ந்த அந்தச் சூழ்நிலையின் வேடிக்கை கட்டுக்கடங்காததாகி, நான் சிரித்து சிரித்தே செத்துவிடுவேன் போலிருந்தது.

ஆனால் ரெவரெண்ட் தாமஸ் சகோதரி மன்றோவின் தளர்ந்து கொண்டிருந்த பிடியை உதறிவிட்டு ஒரு பெரிய வெள்ளை கைக்குட்டையை உருவி எடுத்து அந்த அருவருப்பான பற்கள் மேல் விரித்தார். பின் அவற்றை எடுத்துத் தனது சட்டைப்பையில் வைத்துக்கொண்டு பல்லில்லாத வாயால், 'நிர்வாணமாக நான் இந்த உலகுக்கு வந்தேன், நிர்வாணமாகவே இந்த உலகத்தைவிட்டுச் செல்வேன்.' என்று உரக்கச் சொன்னார்.

பெய்லியின் சிரிப்பு அடிவயிற்றிலிருந்து பொங்கி மேலெழுந்து அடக்க முயன்றும் முடியாமல் போனதான மூச்சு வெடிப்புகளாக அவன் மூக்கு வழியாகத் தப்பித்துக்கொண்டிருந்தது. எனக்கும் சிரிப்பை அதற்குமேல் அடக்க முடியவில்லை, நான் சும்மா வாயைத் திறந்து சத்தத்தை விடுவித்தேன். முதலில் வெளிப்பட்ட அமுக்கலான சிரிப்பே எனது தலைக்கு மேலாகவும் பிரசங்க மேடைக்கு மேலாகவும் குதித்து எழும்பி ஜன்னலுக்கு வெளியே பாய்வதைக் கேட்டேன். பாட்டி அதட்டலாக 'பிள்ளை, என்ன இது!' என்று சத்தமாகச் சொன்னாள். ஆனால் பெஞ்ச் வழவழப்பில் நான் வழுக்கிக்கொண்டு தரையில் விழுந்தேன். எழுந்து வெளியே வரும் முயற்சியில் இன்னும் அதிக சிரிப்பு வந்தது. இந்த அளவுக்கு உலகில் விஷயங்கள் உள்ளன என்பது எனக்குத் தெரிந்திருக்கவில்லை. அந்த உணர்வு, வழியிலுள்ள அனைத்தையும் உந்தித்தள்ளியபடி எனது எல்லா ஓட்டைகளையும் அழுத்தியது. நான் ஓவென வீறிட்டுக்கொண்டே வாயுவையும் மூத்திரத்தையும் வெளியேற்றி னேன். பெய்லி கீழே விழுந்திருந்ததை நான் கவனிக்கவில்லை. ஆனால் ஒரு தடவை நான் புரண்டபோது அவனும் கால்கள் உதைத்துக்கொண்டு கத்திக்கொண்டிருந்தான். ஒவ்வொரு முறை நாங்கள் ஒருவரையொருவர் பார்த்துக்கொண்டபோதும் முன்பைவிட சத்தமாக வீறிட்டோம். அவன் ஏதோ சொல்ல முற்பட்டபோதும் சிரிப்பு அவனைத் தாக்கி அவனால் 'நான் சொல்றேன் உபதேசம் பண்ணு' என்று மட்டும் சொல்ல முடிந்தது. அப்புறம் நான் புரண்டபோது வில்லி சித்தப்பாவின் ரப்பர் பூண் போட்ட கைத்தடியில் தட்டி நின்றேன். என் கண்கள், கைத்தடியின் அடியிலிருந்து உயர்ந்து அதன் வளைந்த பிடிப்பகுதி கைக்குள் மறைந்திருப்பதையும் அதற்கும் மேல் வெள்ளைச் சட்டையின் நீண்ட கைப்பகுதி, அவரது முகம் எனப் பார்த்துச் சென்றன. அழும்போது வழக்கமாக, அவரது முகத்தின் ஒரு பகுதி கீழே இழுத்துக்கொள்வதுபோல இப்போதும் இழுத்தவாறு இருந்தது (சிரிக்கும் போதும் அது அப்படித்தானிருக்கும்)

அவர் திக்கித் திக்கிச் சொன்னார், 'இந்தத் தடவை நானே உன்னை விளாசப்போகிறேன்'

ஆலயத்துக்குள்ளிருந்து அதற்கடுத்ததாக இருந்த பாஸ்டர் வீட்டுக்கு எப்படி வந்து சேர்ந்தோம் என்பது எனக்கு நினைவில்லை. ஆனால் தட்டுமுட்டுகளால் நிறைந்திருந்த வரவேற்புக்கூடத்தில் நானும் பெய்லியும் எங்கள் வாழ்நாளில் பட்டிராத பிரம்படிகளை வாங்கினோம். வில்லி சித்தப்பா ஒவ்வொரு விளாசலுக்குமிடையிலும் 'சத்தம் போடக் கூடாது' என்று கட்டளையிட்டுக்கொண்டிருந்தார். நான் முயன்று பார்த்தேன், ஆனால் பெய்லி கீழ்ப்படியவில்லை. பின்னால் பெய்லி, ஒருவர் அடிக்கும் போது எவ்வளவுக்குச் சத்தம் போட வேண்டுமோ அந்த அளவுக்குப் போட வேண்டுமென்றும் ஒருவேளை அது அடிப்பவரைச் சங்கடப் படுத்தலாம் அல்லது அனுதாபப்படும் யாரையாவது உதவிக்கு வர வைக்கலாம் என்று சொன்னான். எங்களை மீட்பதற்கு மேற்கண்ட இரண்டு வாய்ப்புகளும் அன்று உருவாகவில்லை, ஆனால் பெய்லி போட்ட சத்தம் எஞ்சியிருந்த வழிபாட்டுப் பகுதிகளுக்கு இடைஞ்சலாக இருக்கவே, பாஸ்டர் மனைவி அங்கு வந்து சித்தப்பாவிடம் எங்களைச் சத்தம் போடாமல் வைத்திருக்கும்படி சொல்லிவிட்டுப் போனார்.

சிரிப்பு, கற்பனைத் திறனுடைய குழந்தைகளைப் பித்துப் பிடித்தவர்களைப் போலாக்கிவிடுகிறது. அதன் பிறகு பல வாரங்களுக்கு நான் மிகவும் நோய்வாய்ப்பட்டிருந்தது போலவும் நான் முழுமையாக எனது பலத்தைப் பெறாத நிலையில் சிரிப்பின் மலைமுகட்டில் நின்று கொண்டிருப்பதாகவும் எந்த ஒரு வேடிக்கையான விஷயமும் என்னை அகல பாதாளத்தில் இருக்கும் சாவை நோக்கி வீசியெறிந்துவிடக் கூடும் என்றும் உணர்ந்தேன்.

பெய்லி, 'உபதேசம் பண்ணு' என்று என்னிடம் சொல்லும் ஒவ்வொரு தடவையும் என்னால் முடிந்த அளவுக்கு அவனை அறைந்துவிட்டு ஓவென கத்துவேன்.

7

பாட்டி மூன்றுமுறை திருமணம் செய்துகொண்டவர். எனது பாட்டனார் திரு. ஜான்சன் இந்த நூற்றாண்டின் ஆரம்பத்தில் இரண்டு மகன்களை விட்டுவிட்டுப் பாட்டியைப் பிரிந்து சென்றுவிட்டார். திரு. ஹெண்டர்சனைப் பற்றி எனக்கு ஒன்றுமே தெரியாது. (மதத்தைப் பற்றியல்லாத எந்தக் கேள்விக்கும் பாட்டி நேரடியாகப் பதில் சொல்வதே கிடையாது) கடைசியாக, திரு. மர்ஃபி. அவரை நான் ஒரே ஒரு தடவை பார்த்ததாக ஞாபகம். ஒரு சனிக்கிழமை இரவு அவர் ஸ்டாம்ப்ஸ்க்கு வந்தார். தரையில், அவருக்கான படுக்கையை ஏற்பாடு செய்ய, பாட்டி என்னைப் பணித்திருந்தார். அவர் தடித்த, அட்டைக்கருப்பான மனிதர்; ஜார்ஜ் ராப்ட் போல தொப்பியைப் புருவம்வரை தாழ்த்தி அணிந்திருந்தார். அடுத்த நாள் காலை நாங்கள் தேவாலயத்திலிருந்து வரும்வரை அவர் ஸ்டோரில் இருந்தார். நானறிந்தவரை அதுதான் வில்லி சித்தப்பா ஞாயிற்றுக் கிழமை வழிபாட்டைத் தவறவிட்ட முதல்முறை. அவரும் பெய்லியும் திரு. மர்ஃபி எங்கள் ஸ்டோரைச் சூறையாடாதபடிக்கு அங்கேயே இருந்துவிட்டார்கள். பாட்டியின் ஞாயிற்றுக்கிழமை வகை பெரிதான நண்பகல் உணவுக்குப் பின் அவர் பிற்பகலில் புறப்பட்டுவிட்டார். நெற்றியிலிருந்து உயர்த்திப் பின்வாகாகச் சாய்க்கப்பட்ட தொப்பியோடு சீட்டியடித்தவாறு சாலையில் நடந்து சென்றார். அவரது அகண்ட முதுகை, அவர் பெரிய வெள்ளை தேவாலயத்தின் அருகிலுள்ள வளைவில் மறையும்வரை பார்த்துக்கொண்டிருந்தேன்.

பாட்டி அழகானவள் என்று மக்கள் பேசிக்கொள் வார்கள், அவளது இளமைக்காலத்தை நினைவுபடுத்திக் கொள்ளும் சிலர் அவள் மிகச் சரியான வனப்புடையவள் என்பார்கள். நானோ அவரிடம் அதிகாரத்தையும் வலிமையையும்தான் கண்டேன். எனக்குத் தெரிந்த உலகில் அவர்தான் வேறெந்தப் பெண்ணையும்விட உயரமானவர். அவரது கைகள் எவ்வளவு பெரியதென்றால் எனது தலையைச் சுற்றி ஒரு காதிலிருந்து இன்னொரு காதுவரை அவரது ஒருகையால் பிடித்துவிட முடியும். அவரது குரல் மிருதுவாக இருக்கும், அது அவரே தேர்ந்தெடுத்துக் கொண்டது. ஆலயத்தில் அவரைப் பாட அழைக்கும்போது

தாடைகளுக்குப் பின்னாலிருக்கும் அடைப்புகளை எடுத்துவிட்டது போல் அவரது பெருத்த, முரட்டுக்குரல் ஓங்கி எழுந்து கேட்பவர்கள்மீது கவிழ்ந்து காதுகளைத் துடிக்கச் செய்யும்.

ஒவ்வொரு ஞாயிறும் அவர் தனது இருக்கையில் உட்கார்ந்தவுடன் பாஸ்டர் 'இப்போது சகோதரி ஹெண்டர்சன் துதிப்பாடலுடன் ஆராதனையை வழிநடத்துவார்' என்று சொல்வார். ஒவ்வொரு ஞாயிற்றுக்கிழமையும் பாட்டி வியப்புடன் பாஸ்டரைப் பார்த்து 'நானா' எனத் தனக்குத்தானே கேட்டுக்கொள்வார். ஒருநொடி, தான்தான் அழைக்கப்பட்டோம் என உறுதிசெய்துகொண்டு, அவர் தனது கைப் பையைக் கீழே வைத்துவிட்டு மெதுவாகக் கைக்குட்டையை மடிப்பார். அதைக் கைப்பையின் மேல் ஒழுங்காக வைத்துவிட்டு அவருக்கு முன்னாலிருக்கும் பெஞ்சுமேல் லேசாகச் சாய்ந்து பின் எழுந்து நிற்பார். பிறகு வாயைத் திறப்பார், வெளிப்படுவதற்காகக் காத்திருந்தது போல் பாடல் துள்ளிக்கொண்டு வெளிவரும். வாராவாரம், வருடாவருடம் இந்த நிகழ்வு மாறவே மாறாது, என்றாலும் பாட்டியின் ஈடுபாட்டையும் பாடுவதற்கு அவர் தயங்குவதில்லை என்பதையும் யாரும் குறை சொன்னதாக எனக்கு நினைவில்லை.

பாட்டி, பெய்லிக்கும் எனக்கும், அவரும் அவருடைய தலைமுறையும் இன்னும் அவருக்கு முந்தைய எல்லா நீக்ரோக்களும் கண்டுபிடித்த வாழும் முறைகளை, பாதுகாப்பாக வாழும் முறைகளைக் கற்பிக்க எண்ணியிருந்தார். உயிருக்கு உத்தரவாதத்துடன் வெள்ளை மக்களுடன் சகஜமாகப் பேசிக்கொள்ள முடியும் என்று அவர் நம்பியதில்லை. அதுவும் அவர்களை இளக்காரமாகப் பேசிவிட முடியாது. உண்மையில் அவர்கள் இல்லாதபோதும்கூட மிகவும் மட்டமாக அவர்களைப் பற்றி நாங்கள் பேசக் கூடாது, அதுவும் 'அவர்கள்' என்ற சாட்டுப் பெயர் பயன்படுத்தாமல் பேசக் கூடாது. நீங்கள் கோழையா இல்லையா என்று அவரிடம் கேட்டு அவர் பதில் சொல்லவும் விரும்பியிருந்தால், தன்னை ஒரு யதார்த்தவாதி என்று அவர் சொல்லியிருக்கக்கூடும். ஆண்டுக்கணக்காக அவர் 'அவர்களை' எதிர்கொண்டு நிற்கவில்லையா? ஸ்டாம்ப்ஸ் நகரில் இருந்த நீக்ரோ பெண்களில் திருமதி என்று அழைக்கப் பட்ட ஒரே பெண் அவர்தானே?

அந்த ஒரு நிகழ்வு ஸ்டாம்ப்ஸ் நகரின் புகழ்பெற்ற கதையாக நிலை பெற்றிருந்தது. நானும் பெய்லியும் அங்கு வருவதற்குச் சில ஆண்டுகளுக்கு முன்பு ஒரு வெள்ளைக்காரப் பெண்ணைப் பலாத்காரம் செய்ததற்காக ஒரு ஆளைத் தேடித் துரத்தியபோது அந்த மனிதன் தப்பிப்பதற்காக ஸ்டோருக்குள் நுழைந்திருக்கிறான். பாட்டியும் வில்லி சித்தப்பாவும் அவனைத் துணிகளைத் தொங்கவிடும் அலமாரிக்குள் அடைத்து வைத்துவிட்டு, இரவு வந்தவுடன் அவனது பயணத்துக்குத் தேவையான உணவுப்பொருட்களைத் தந்து அனுப்பிவைத்தனர். என்றாலும், அவன் பிடிபட்டுவிட்டான். நீதிமன்றம் அவனிடம் குற்றம் நடந்த அன்று அவனது நடவடிக்கைகளை விசாரித்தபோது நடந்த குற்றத்திற்காகத் தான் தேடப்படுவதாக அவன் அறிந்தபோது திருமதி ஹெண்டர்சனின் ஸ்டோரில் அடைக்கலம் புகுந்திருந்ததாகச் சொன்னான்.

நீதிபதி, திருமதி ஹெண்டர்சனைச் சாட்சி சொல்ல உத்தரவிட்டார்; நீதிமன்றம் சென்ற பாட்டி தான்தான் திருமதி ஹெண்டர்சன் என்று சொன்னபோது நீதிபதி, பெய்லிஃப், நீதிமன்றத்துக்கு வந்திருந்த வெள்ளையர்கள் என எல்லோரும் சிரித்தனர். நீதிபதி ஒரு நீக்ரோ பெண்ணைத் திருமதி என்று அழைத்துப் பிழை செய்துவிட்டார். ஏனெனில் அவர் பைன் ஃபிளப்பிலிருந்து வந்தவர், தான் விசாரிக்க அழைத்தவள், சொந்தமாக அந்த ஊரில் கடை வைத்திருக்கும் பெண் நீக்ரோக்காரியாக இருப்பாள் என்று அவர் எதிர்பார்த்திருக்க மாட்டார். வெள்ளைக்காரர்கள் நீண்ட நாட்களாக இந்தச் சம்பவத்தைச் சொல்லி தங்களது அசிங்கமான விலா எலும்புகள் புடைக்கச் சிரித்து மகிழ்ந்தனர். நீக்ரோக்களோ, எனது பாட்டி தனது மதிப்பையும் மகிமையையும் நிரூபித்தார் என்று நினைத்துக்கொண்டனர்.

8

அர்க்கான்ஸாஸின் ஸ்டாம்ப்ஸா, சவுக்கால் வெளு, ஜியார்ஜியாவா உயரத் தூக்கில் போடு, அலபாமாவா இங்கே டேரா போட்டுவிடாதே நீக்ரோ. மிஸிசிப்பி அல்லது வேறு எந்த ஊர் என்றாலும் இதே விவரிப்புகள்தான். ஸ்டாம்ப்ஸில் உள்ளவர்கள், எங்கள் நகரத்தில் நீக்ரோக்களால் வெனில்லா ஐஸ்கிரீம்கூட வாங்க முடியாத அளவுக்கு வெள்ளையர்கள் காழ்ப்புணர்ச்சிகொண்டவர்கள் என்று சொல்வதுண்டு. ஜூலை நான்கு மட்டும் விதிவிலக்கு. மற்ற நாட்களில் அவர்கள் சாக்லெட்டோடு திருப்திப்பட்டுக் கொள்ள வேண்டியதுதான்.

ஒரு மெல்லியதிரை, கறுப்பு சமூகத்தினருக்கும் வெள்ளையான எல்லா விஷயங்களுக்குமிடையில் இழுத்து விடப்பட்டிருந்தது; என்றாலும் ஒருவர், அதனூடாகப் பார்த்தாலே போதும், 'வெள்ளை விஷயங்களி'ன் மீது அச்சம் வியப்பு வெறுப்பு கலந்த ஓர் உணர்வு வந்துவிடும் – வெள்ளையரின் கார்கள், பளபளக்கும் வெள்ளை வீடுகள், அவர்களின் குழந்தைகள், பெண்கள் எல்லாவற்றின்மீதும். எல்லாவற்றிற்கும் மேலாக வீணாக்குமளவுக்கு இருந்த அவர்களது செல்வ செழிப்புத்தான் பெரும் பொறாமையை ஏற்படுத்தியது. அவர்களிடம் ஏராளம் ஆடைகள் இருந்ததால், நல்ல உடைகளைக்கூட – கையிடுக்கில் தையல்தான் பிரிந்திருக்கும் – எங்கள் பள்ளி தையல் வகுப்பில் பெரிய சிறுமிகள் பயிற்சி செய்வதற்குக் கொடுத்துவிடுவார்கள்.

நீக்ரோ பகுதியில் தாராள குணம் எப்போதும் இருந்தாலும், அதில் தியாகம் செய்ய வேண்டியிருக்கிறதே என்ற வேதனையும் இருக்கத்தான் செய்தது. நீக்ரோ மக்கள் பிற கறுப்பர்களுக்கு எதைக்கொடுத்தாலும் அது பெறுபவருக்கு எந்த அளவுக்குத் தேவையாக இருந்ததோ அதே அளவுக்குக் கொடுப்பவருக்கும் தேவைப்பட்டதாகவே இருந்தது. இந்த உண்மையே கொடுப்பதையும் பெறுவதையும் மிகப் பெரிய விஷயமாக ஆக்கிவிட்டிருந்தது.

வெள்ளையர்களையும் எங்கிருந்து அவர்களுக்கு இவ்வளவு ஆடம்பரமாகச் செலவு செய்யும் உரிமை கிடைத்தது என்பதையும் என்னால் புரிந்துகொள்ள முடியவில்லை.

கடவுள் ஒரு வெள்ளையரென்று எனக்கு நிச்சயமாகத் தெரியும். ஆனாலும் அவர் பாரபட்சமானவரென்று

எவராலும் என்னை நம்ப வைக்க முடியாது. எனது பாட்டியிடம் எல்லாக் குப்பைத்தொட்டி வெள்ளையர்களைவிடவும் அதிகப் பணம் இருந்தது. எங்களிடம் நிலங்களும் வீடுகளும் இருந்தன. ஆனாலும் ஒவ்வொரு நாளும் பெய்லியும் நானும் எச்சரிக்கப்பட்டோம், 'வீணாக்காதே, வீணாக்காதே'.

பாட்டி, கோடை, குளிர்கால உடைகளுக்காக இரண்டு உருளைகள் துணி வாங்குவார். அவர் எனது பள்ளி உடைகள், உள்நீள ஆடைகள், கீழாடைகள், கைக்குட்டைகள், பெய்லியின் மேல்சட்டைகள், அவனது கால்சட்டைகள், தனது கவச மேலாடைகள், வீட்டிலணியும் உடைகள், இடுப்பு வரையிலான மேலடுக்கு உடைகள் ஆகியவற்றை சயர்ஸ் அன்ட் ரோபக் நிறுவனம் மூலம் ஸ்டாம்ப்ஸ் வந்து சேரும் துணி உருளைகளைக் கொண்டு தைப்பார். குடும்பத்தில் எப்போதும் ஆயத்த ஆடைகளை உடுத்துபவர் வில்லி சித்தப்பா மட்டும்தான். ஒவ்வொரு நாளும் வெளுத்துத் தேய்த்த வெள்ளைச் சட்டையும் பூப்போட்ட தோள்பட்டைகள் கொண்ட கால்சட்டையும் அணிவார். அவரது விசேஷ காலணி இருபது டாலர்கள் விலையுடையது. அவருக்காகக் கஞ்சி போட்டு விறைப்பான ஏழு சட்டைகளை நான், எந்த இடத்திலும் சுருக்கமில்லாமல் தேய்க்க வேண்டிவரும் போதெல்லாம் வில்லி சித்தப்பா வீண் தற்பெருமைக்காரரோ என்று நினைத்துக்கொள்வேன்.

கோடையில் ஞாயிற்றுக்கிழமை தவிர மற்ற நாட்களில் நாங்கள் செருப்பில்லாமல்தான் இருப்போம். எங்களது காலணிகளின் அடிப்பகுதி 'விட்டுக் கொடுத்துவிட்டது' என்று பாட்டி சொல்வது போல் ஆகும் நேரங்களில், புதிதாக ஒட்டிக்கொள்வதற்குக் கற்றிருந்தோம். பொருளாதார மந்தம் ஒரு புயலைப் போல ஸ்டாம்ப்ஸின் வெள்ளையர்களைத் தாக்கி விட்டிருந்தது. எனினும் அது கறுப்பர் பகுதியிலும், சந்தேகம்கொண்ட கள்ளனைப்போல மெதுவாக ஊடுருவ ஆரம்பித்திருந்தது. ஸ்டாம்ப்ஸின் கறுப்பர்களுக்குத் தெரியவரும் முன்பாகவே இரண்டு வருடங்களாகப் பொருளாதார மந்தம் வியாபித்திருந்தது. பொருளாதார மந்தமும் வேறு எல்லாவற்றையும் போலவே வெள்ளையர்களுக்கானது, தமக்கும் அதற்கும் எந்தச் சம்பந்தமுமில்லை என எல்லோரும் நினைத்துக் கொண்டார்களென்று எனக்குத் தோன்றியது. எங்களவர்கள் நிலத்தோடு தங்கள் வாழ்க்கையை இணைத்துக்கொண்டவர்கள்; பஞ்சு பறிப்பது, மண்கொத்துவது, மரம் வெட்டுவது போன்ற வேலைகளில் கிடைக்கும் பணத்தைக் காலணிகள், உடைகள், சிறிய விவசாயக் கருவிகள் ஆகியவற்றிற்குச் செலவிடுபவர்கள். எப்போது நில உடமையாளர்கள் ஒரு பவுண்ட் பஞ்சு பறிப்பதற்குப் பத்து சென்ட்லிருந்து எட்டு, அப்புறம் ஏழு, இறுதியாக ஐந்து எனக் குறைத்தார்களோ அப்போதுதான் நீக்ரோ சமூகம், பொருளாதார மந்தமாவது யாரிடமும் பாகுபாடு காட்டாமலிருக்கிறதே என்று நினைத்துக்கொண்டார்கள்.

கறுப்பு, வெள்ளை என எல்லா ஏழைக்குடும்பங்களுக்கும் தொண்டு அமைப்புகள் உணவு தந்தார்கள். கேலன் கேலனாகப் பன்றிக் கொழுப்பு, மாவு, உப்பு, முட்டைப்பொடி, பால்பொடி என வினியோகித்தனர். பன்றிவளர்ப்பதை மக்கள் நிறுத்திவிட்டனர். ஏனெனில் அவற்றின்

உணவுக்குச் செலவு செய்யும் அளவுக்குச் செல்வ செழிப்பில் யாருமில்லை. பன்றிகளுக்கான மீன் உணவோ அல்லது தீவனமோ வாங்க யாரிடமும் பணமுமில்லை.

பாட்டி மெதுவாகக் கணக்குப் போட்டுக்கொண்டிருப்பதில் பல இரவுகளைக் கழித்தார். வாடிக்கையாளர்களிடம் பணம் இல்லாத போதும் வியாபாரத்தைத் தள்ளிக்கொண்டு போவதற்கான வழியைக் கண்டறிய முயற்சிபண்ணிக் கொண்டேயிருந்தார். இறுதியாக ஒரு முடிவுக்கு வந்தவர் சொன்னார். ‘பெய்லி, ஒரு பொருத்தமான, படிக்க எளிதான விளம்பர அட்டையைச் செய்து கொடு. அப்புறம் பெண்ணே, நீ அதில் உன்னுடைய கிரேயான்களை வைத்துக் கலர் பண்ணிவிடு. அதில் இப்படி எழுதப்பட்டிருக்க வேண்டும்.

1.5 பவுண்ட் பால்பொடி டப்பா 50 சென்ட்க்கு வாங்கப்படும்.

1.5 பவுண்ட் முட்டைப்பொடி டப்பா 1 டாலருக்கு வாங்கப்படும்.

20 டப்பாஅயலை மீன்கள் 1 டாலருக்கு வாங்கப்படும்.

இந்த மாதிரி விளம்பரத்தால் பாட்டி வியாபாரத்தைத் தள்ளிக் கொண்டிருந்தார். எங்களது வாடிக்கையாளர்கள் அவர்களுக்கு வழங்கப்படும் நிவாரணப்பொருட்களை வீட்டுக்குக்கொண்டுபோக வேண்டியதில்லை, அவர்கள் நகரின் நடுப்பகுதியிலிருந்த தொண்டு மையங்களில் பொருட்களைப் பெற்றுக்கொண்டு எங்கள் கடையில் கொடுத்துவிட்டுச் செல்வார்கள். மாற்றாகப் பொருள் எதுவும் அவர்களுக்குத் தேவையில்லையென்றால் பொருளுக்காகத் தங்களுக்கு வர வேண்டிய தொகையை ஒரு சாம்பல்நிற பெரிய கணக்குநோட்டில் குறித்துவிட்டுப் போவார்கள். நிவாரணம் பெறாத ஒரு சில நீக்ரோ குடும்பங்களுள் நாங்களும் ஒன்று. ஆனால் நகரத்திலிருந்த குழந்தைகளில் பெய்லிக்கும் எனக்கும் மட்டுமே தெரியும். யார் யார் முட்டைப்பொடி சாப்பிட்டார்கள், யார் யார் பவுடர்பால் குடித்தார்கள் என்று.

எங்களுடன் விளையாடும் சிறுவர்களின் குடும்பங்கள் தங்களுக்குத் தேவைப்படாத உணவுப் பொருட்களை எங்கள் கடையில் தந்துவிட்டுப் பதிலாக சீனி, நிலக்கரி எண்ணெய், மசாலாப் பொருட்கள், பதப்படுத்திய இறைச்சி, வியன்னா பன்றி இறைச்சிக்குழல், நிலக்கடலை வெண்ணெய், மொறுமொறு பிஸ்கட், குளியல்சோப், சலவைசோப் என வாங்கிச் செல்வார்கள். எங்களுக்குச் சாப்பிடத் தாராளமாகவே கிடைக்கும். என்றாலும் நாங்கள் இருவரும் கட்டியான பால் பவுடரையும் பதம் கெட்ட முட்டைப் பொடியையும் வெறுத்தோம். சிலவேளைகளில் பாவப்பட்ட வீடுகளில் ஒன்றிற்குப் போய் நிலக்கடலை வெண்ணெயும் பிஸ்கட்டும் கேட்டு வாங்கிச் சாப்பிடுவோம். மந்த நிலைக்கு எப்படி மெதுவாக எங்கள் ஊர் நுழைந்ததோ அதே போன்று மந்தத்திலிருந்து விடுபடுதலும் மெதுவாகவே இருந்தது. கிட்டத்தட்ட மறந்துபோயிருந்த எங்கள்

குக்கிராமத்தின் பொருளாதார நிலைமை முழுவதும் சரியாகும் முன்பாகவே இரண்டாம் உலகப்போர் தொடங்கி நடந்துகொண்டிருந்தது.

ஒரு கிறிஸ்மஸுக்கு எங்களின் அப்பா அம்மாவிடமிருந்து பரிசுப் பொருட்கள் வந்தன; கலிபோர்னியா என்ற சொர்க்கபூமியில் அவர்கள் தனித்தனியாக வசித்தார்கள். அங்கே போதும்போதும் என்று சொல்லும் அளவுக்கு ஆரஞ்சு கிடைக்குமாம். அப்புறம் அங்கு எப்போதும் வெயில் இருக்குமாம். அப்படி இருக்காது என்று உறுதியாக நினைத்தேன். அம்மா சூரிய ஒளியில் சிரித்துக்கொண்டே, தன்னுடைய குழந்தைகளில்லாமல் ஆரஞ்சுகளைச் சாப்பிட்டுக்கொண்டிருப்பார் என என்னால் நம்ப முடியவில்லை. பரிசுப் பொருட்கள் வந்த அந்தக் கிறிஸ்துமஸ்வரையிலும் நான் அவர்கள் இருவரும் இறந்துபோய் விட்டார்கள் எனத் திடமாக நம்பிக்கொண்டிருந்தேன். எனது அம்மா சவப்பெட்டிக்குள் கிடத்தப்பட்டிருப்பதை (அவர் எப்படியிருப்பார் என்பது எனக்குத் தெரியாத போதும்) எப்போது நினைத்துப் பார்த்தாலும் எனக்கு அழுகை வந்துவிடும். அவரது கருப்புநிறத் தலைமுடி வெள்ளைநிறத் தலையணையில் விரிந்துகிடக்கும், அவரது உடல் நீள்துணியால் போர்த்தப்பட்டிருக்கும். முகம் பழுப்புநிறமாக ‘O’ எழுத்துப்போல இருக்கும். அவரது முகவடிவ லட்சணங்கள் எனக்குத் தெரியாததால் அந்த ‘O’ எழுத்து வடிவத்துக்குள் ‘அம்மா’ என்ற எழுத்துகள் இருக்கும் என நினைத்துக்கொள்வேன். அந்நேரங்களில் இளஞ்சூடான பால்போன்று கண்ணீர் என்னிடமிருந்து வழிந்தோடும்.

அப்போதுதான், அந்தப் பயங்கர கிறிஸ்துமஸ் வந்தது. மறக்க முடியாத பரிசுப் பொருட்களுடன் அப்பா அவருக்கேயுரிய தற்பெருமையில் தனது புகைப்படத்தை அனுப்பியிருந்தார். அம்மாவிடமிருந்து எனக்கு ஒரு தேநீர் குவளைசெட் – தேநீர் சொம்பு, நான்கு கோப்பைகளும் அதற்கான அடித்தட்டுகளும், சிறு கரண்டிகள், அதோடு நீலக்கண்கள், இளஞ்சிவப்புக் கன்னங்கள், தலைப்பகுதியில் வண்ணமிடப்பட்ட மஞ்சள் முடியுடைய ஒரு பொம்மை ஆகியவை வந்தன. பெய்லிக்கு என்ன வந்ததென்று எனக்குத் தெரியாது. நான் எனது அட்டைப்பெட்டி களைத் திறந்து பார்த்துவிட்டுக் கொல்லைப்புற சைனாஸ் பெர்ரி மரத்தின் பின்னால் போய் நின்றேன். அந்த நாள் குளிராக இருந்தது. காற்று, நீரைப் போல் தெளிவாக இருந்தது. பெஞ்சில் பனித்தூள் படலம் இருந்தாலும் நான் அதில் உட்கார்ந்து அழுதேன். ஏறிட்டுப் பார்த்தபோது பெய்லி கண்களைத் துடைத்துக்கொண்டே புறவீட்டிலிருந்து வெளியே வந்தான். அவனும் அழுதிருக்கிறான். அவனும்கூட அவர்கள் இறந்துபோயிருப்பார்கள் என்று அவனாகவே எண்ணிக் கொண்டிருந்த, உண்மை இப்போது அவனைத் திடுக்கிட வைத்ததோ அல்லது தனிமை அவனை வாட்டியதோ எனக்குத் தெரியவில்லை. அந்தப் பரிசுப் பொருட்கள் நாங்கள் கேட்க விரும்பாத கேள்விகளுக்கான கதவைத் திறந்துவிட்டிருந்தன. ஏன் எங்களை அவர்கள் தங்களிடமிருந்து பிரித்து அனுப்பிவிட்டார்கள்? நாங்கள் அப்படி என்ன தவறு செய்தோம்? அப்படி என்ன தவறு? கலிபோர்னியாவின் லாங்பீச்சிலிருந்து அர்க்கான்ஸாஸின் ஸ்டாம்ப்ஸுக்கு மூன்று வயதும்

நான்கு வயதுமான எங்களை வெறும் சுமை தூக்குபவரின் பொறுப்பில் (அவரும் அரிஸோனாவில் இறங்கிவிட்டார்) தனியாக அனுப்பியபோது, எதற்காக எங்கள் கைகளில் அடையாள அட்டையைக் கட்டிவிட்டார்கள்?

பெய்லி எனக்குப் பக்கத்தில் வந்து உட்கார்ந்தான், இந்தத் தடவை, அழக் கூடாதென்று அவன் என்னை கண்டிக்கவில்லை. ஆகவே நான் அழுதுகொண்டிருந்தேன், அவனும் சிறிது மூக்கை உறிஞ்சிகொண்டான். ஆனால் பாட்டி எங்களை வீட்டுக்குள் வரும்படி கூப்பிடும்வரை நாங்கள் எதுவும் பேசிக்கொள்ளவில்லை.

வெள்ளித் தாள்களையும் அழகான வண்ணச் சிறு பந்துகளையும் கொண்டு நாங்கள் அலங்கரித்திருந்த கிறிஸ்துமஸ் மரத்தின் முன்னால் நின்றவாறு பாட்டி, 'நான் பார்த்ததிலேயே நன்றிகெட்ட சிறுவர்கள் நீங்கள்தான். உங்கள் அம்மாவும் அப்பாவும் அவ்வளவு சிரமப்பட்டு உங்களுக்கு இந்த அழகான விளையாட்டுச் சாமான்களை அனுப்பிவைத்தது நீங்கள் குளிரில் வெளியேபோய் அழுவதற்குத்தானா?' என்று கேட்டார்.

நாங்கள் இருவரும் ஒரு வார்த்தை பதில் சொல்லவில்லை. பாட்டி தொடர்ந்தார், 'பெண்ணே, உனக்குப் பூஞ்சை மனசு என்று எனக்குத் தெரியும், ஆனால் இளைய பெய்லி விவியனிடமிருந்தும் பெரிய பெய்லியிடமிருந்தும் உனக்கு ஏதோ கிடைத்துவிட்டதற்காக நீ பூனைக்குட்டி மாதிரி கரைய வேண்டியதில்லை'. அதன் பிறகும் நாங்கள் எதுவும் சொல்ல முற்படாதபோது பாட்டி அதட்டினார், 'சான்டா கிளாஸிடம் எல்லாவற்றையும் கொண்டுபோய்விடும்படி நான் சொல்ல வேண்டும் என்று விரும்புகிறீர்களா?' பிய்த்துச் சிதைக்கப்படுவது போன்ற ஒரு அகோர உணர்வுக்கு நான் ஆட்பட்டேன். நான் வீறிட்டுக் கத்த விரும்பினேன். 'ஆமாம். அவற்றை எடுத்துக்கொண்டு போய்விடச் சொல்லுங்கள் அவரிடம்'. ஆனால் நான் அசையவில்லை.

பிறகு பெய்லியும் நானும் பேசிக்கொண்டோம். உண்மையாகவே அந்தப் பொருட்கள் அம்மாவிடமிருந்து வந்திருக்குமென்றால் அது அவள் இங்கு வந்து எங்களைக் கூட்டிச் செல்வதற்குத் தயாராக இருப்பதாக அர்த்தம் என பெய்லி சொன்னான். நாங்கள் செய்த ஏதோ ஒரு தவறுக்காக அவள் கோபமடைந்திருக்க வேண்டுமென்றும் இப்போது மன்னித்து விரைவில் அழைத்துக்கொள்ள இருக்கிறாள் என்று பேசிக்கொண்டோம். கிறிஸ்மசுக்கு மறுதினம், பொம்மைக்குள் அடைத்து வைத்திருந்தவற்றையெல்லாம் நானும் பெய்லியும் பிய்த்து எறிந்து விட்டோம். ஆனால் தேநீர்க்குவளை செட்டைப் பாதுகாப்பாக வைத்திருக்கும்படி பெய்லி என்னிடம் எச்சரித்தான். ஏனெனில் எந்த இரவிலோ அல்லது பகலிலோ அம்மா வந்து இறங்கலாமாம்.

9

எந்த முன்னறிவிப்புமில்லாமல் ஒரு வருடத்துக்குப் பிறகு எங்கள் தந்தை ஸ்டாம்ப்ஸுக்கு வந்தார். திடீரென்று ஒரு காலைப்பொழுதில் நிஜத்தை எதிர்கொள்வது பெய்லிக்கும் எனக்கும் பயங்கரமாக இருந்தது. நாங்கள் இருவரும் அல்லது நான் மட்டுமாவது. அவரைப் பற்றியும் எங்களுக்குப் புலப்படாத அம்மாவைப் பற்றியும் விலாவரியான கற்பனைகள் செய்து வைத்திருந்தோம். ஆனால் நிஜவடிவாக அவரைப் பார்த்ததும், எனது கற்பனை உருவாக்கங்கள், தாளால் செய்த சங்கிலியை வெடுக்கென்று இழுத்து அது துண்டுதுண்டாகச் சிதறி விழுந்ததைப் போல் ஆகிவிட்டன. ஸ்டோருக்கு முன்னால் சுத்தமான சாம்பல் நிறக் காரில் (ஊருக்குள் நுழைவதற்கு முன் எங்காவது ஓரிடத்தில் நிறுத்தி தனது ஆர்ப்பாட்டமான வருகையைப் பதிவு செய்ய அவர் அதைத் துடைத்திருக்க வேண்டும்) வந்து இறங்கினார். கார் பற்றி நன்கு அறிந்திருந்த பெய்லி அது ஒரு 'டி சோட்டோ' என்று சொன்னான். அவருடைய பெரிய உடல் தோற்றம் எனக்கு அதிர்ச்சியாக இருந்தது. அவரது தோள்பட்டைகள் விரிந்திருந்த அளவைக் கண்டு அவர் கதவுக்குள் நுழைய சிரமப்படுவார் என்று தோன்றியது. நான் பார்த்தவர்கள் எல்லோரையும் விட அவர் உயரமாக இருந்தார். அவர் குண்டானவர் இல்லை யென்றாலும் அவர் குண்டு மனிதர் இல்லையென்று எனக்குத் தெரிந்தாலும் அவர் குண்டுமனிதர் போலவே தோன்றினார். அவர் உடைகளும் அவரைவிட சின்னவையாகவே இருந்தன. அவை இறுக்கமானவையாகவும் ஸ்டாம்ப்ஸில் காணப்படாத அளவுக்குக் கம்பளியாகவும் இருந்தன. அவர் கண்கள் கூசுமளவுக்கு எழிலாகவும் இருந்தார். பாட்டி சத்தமாக அழுதார், 'பெய்லி, என் மகனே, கடவுளே, பெய்லி' வில்லி சித்தப்பா திக்கித்திக்கி, 'பெ ... பெ ... பெய்லி' என் தம்பி சொன்னது, 'ஹாட்டாக் நாசமாப் போக. இது அவர்தான். இது நம்ம அப்பா'. என்னுடைய ஏழு வருடத்து உலகம் கலைந்து சிதறியது, இனி எப்போதும் அது திரண்டு ஒன்றாக வரப்போவதில்லை.

அவருடைய குரல் உலோகத்தண்டு வாளியில் தட்டப்படும்போது உண்டாகும் ரீங்காரம் போலிருந்தது. அவர் ஆங்கிலத்தில் பேசினார். முறையான ஆங்கிலம், பள்ளி

முதல்வர்போல. அதனினும் சிறப்பாக அவர் பேசிய வாக்கியங்களில் அவரது கோணல் புன்னகைகள் போல், ர்ர், மேலும் ர்ர்க்கள் என ஏராளமாகப் பயன்படுத்தினார். வில்லி சித்தப்பாவைப் போல இல்லாமல் அவரது உதடுகள் கீழவாக்கில் இழுபட்டுத் தொங்கவில்லை. பக்கவாட்டில் நீண்டிருந்தன, தலை பேசும்போது எப்போதும் நேராக இருக்கவில்லை, ஒரு பக்கமாகச் சாயும் அடுத்தது மறுபக்கமாக. அவர் பிறர் பேசக் கேட்பதையோ, அல்லது தான் பேசுவதையோ நம்புபவர் என்ற பாவனை அவரிடமில்லை. நான் சந்தித்த முதல் அவநம்பிக்கையாளர் அவர்தான். “இதுதான் அப்பாவின் ர்ர்ர் சின்னப்பையனா? பையா, யாராவது ர்ர் உன்னிடம் என்னைப்போலவே இருக்கிறாய் ர்ர்ர் என்று சொல்லியிருக்கிறார்களா?” அவரது ஒரு கையில் பெய்லியும் இன்னொன்றில் நானும் இருந்தோம். “அப்பாவின் குட்டிப் பெண்ணே, நீங்கள் ர்ர் நல்ல பிள்ளைகளாக ர்ர்ர் இருந்தீர்கள் ர்ர் அல்லவா? அப்படி இல்லையென்றால் ர்ர் அதைப்பற்றி ர்ர் நான் ர்ர் சான்டா கிளாசிடமிருந்து கேள்விபட்டிருப்பேன்” எனக்கு அவரைப் பற்றி ரொம்பப் பெருமை; அவர் வந்திருப்பதை ஊர்க்காரர்கள் குசுகுசுக்க வேண்டும் என்று அவசரப்பட்டேன். எங்கள் தந்தை எத்தனை அழகாக இருக்கிறார் என்று மற்ற சிறுவர்களெல்லாம் ஆச்சரியப்படுவார்கள் அல்லவா? அப்புறம் எங்களை எந்த அளவுக்கு நேசித்தால் அவர் ஸ்டாம்ப்ஸுக்கு வந்திருப்பார்? அவரது உடையையும் பேச்சையும் காரையும் பார்த்து அவர் பணக்காரர் என்றும் அவருக்கு கலிபோர்னியாவில் மாளிகை போன்ற வீடு இருக்கிறது என்றும் எல்லோரும் பேசிக்கொள்ளக்கூடும். (சான்டோ மோனிகாவிலுள்ள ஆடம்பர விடுதியான பிரேக்கர்ஸ் ஹோட்டலில் அவர் நுழைவாயில் பணியாளரென்று பின்னர் அறிந்துகொண்டேன்.) அப்புறம் அவரோடு என்னை ஒப்பிட்டுப் பார்ப்பார் என்றும் எனக்குத் தோன்றியதால் அவரை யாரும் பார்த்துவிடக் கூடாது என நினைத்தேன். அவர் எனது உண்மையான தந்தையாக இல்லாமலும் இருக்கலாம். பெய்லிதான் நிஜமாகவே அவருடைய மகன், நான் ஒரு அனாதை, பெய்லிக்குத் துணையாக இருக்க என்னை எங்கிருந்தோ எடுத்துக்கொண்டு வந்திருக்கிறார்கள்.

அவர் என்னைக் கவனித்துப் பார்க்கும்போதெல்லாம் நான் பயந்துபோவேன். அப்படியே ‘பொடியன் டிம்’ போல சின்னதாக ஆகிவிட ஆசைப்படுவேன். ஒருநாள் சாப்பாட்டு மேஜையில் இடது கையில் பிடித்திருந்த முள்கரண்டியை வைத்துப் பொரித்த கோழித்துண்டைக் குத்தி விரித்தேன். அடுத்ததாக எங்களுக்குச் சொல்லிக் கொடுத்திருந்தபடி கத்தியால் முள்கரண்டியின் முனையைத் தொட்டு அறுக்க ஆரம்பித்தேன். எனது அப்பா உரக்க சிரித்தார், நான் ஏறிட்டுப் பார்த்தேன். இரண்டு முழங்கை முட்டுகளும் முன்னும் பின்னும் போய் வருவதுபோல் அவர் என்னைப் போலி செய்துகொண்டிருந்தார். ‘அப்பாவின் செல்லக்குட்டி, கோழி பறந்து செல்லப்போகிறதா?’ பாட்டியும் சிரித்தார், வில்லி சித்தப்பாவும்தான். பெய்லியிடமிருந்தும் சிறிய நகையொலி வந்தது. தனது நகைச்சுவையுணர்வு குறித்து அப்பாவுக்கு ஒரே பெருமை.

அப்பாவுடன் பள்ளிக்குச் சென்றவர்கள் அல்லது அவரைப் பற்றி கேள்விப்பட்டவர்கள் என மூன்று வாரங்கள் ஸ்டோரை நிறைத்தவர்கள்

அநேகம். பார்க்கும் ஆர்வத்தால் வந்தவர்கள், பொறாமையால் வெந்தவர்கள் என ஏராளமானோர் அங்கே சுற்றிச்சுற்றி வந்தனர். அவரும் தாராளமாக ர்ர், ர்ர்ர் என எல்லா இடங்களிலும், வில்லி சித்தப்பாவின் வருத்தம் தோய்ந்த கண் பார்வையில் வாரி இறைத்துக்கொண்டிருந்தார். அப்படிப் போய்க்கொண்டிருக்கையில் ஒருநாள் தான் கலிபோர்னியாவுக்குத் திரும்பிப்போக வேண்டும் எனச் சொன்னார். எனக்கு நிம்மதியாக இருந்தது. எனது உலகம் வறண்டு வெறுமையாகப் போகிறது, என்றாலும் எனக்கான ஒவ்வொரு நொடியிலும் அவர் என்னை ஊருவிக் கொண்டிருக்கும் அவஸ்தையும் என்னைவிட்டுப் போய்விடும். அதோடு அவர் வந்ததிலிருந்து அரவமில்லாமல் வியாபித்து நின்ற அபாயம், ஒருநாள் அவர் இங்கிருந்து கிளம்பி விடுவார் என்ற அபாயமும் போய்விடும். நான் அவரை நேசிக்கிறேனா இல்லையா என்று யோசித்துக் கொண்டிருக்க வேண்டிய அவசியமும் எனக்கு இருக்காது. அல்லது அப்பாவின் செல்லம் ‘அப்பவோடு கலிபோர்னியாவுக்கு வர விருப்பமா?’ என்ற கேள்விக்குப் பதில் சொல்லவும் தேவை இருக்காது. பெய்லி, தான் அவருடன் வருவதாகச் சொல்லிவிட்டான், நான் பதில் சொல்லாமல் அமைதி காத்துவிட்டேன். மகனுக்காக விசேஷமாகச் சமைத்துப் போட்டாலும் அர்க்கான்ஸாஸின் குடியானவர்களிடம் தனது கலிபோர்னியா மகனைப் பற்றி பெருமை காட்டிக்கொண்டாலும், பாட்டியும் அவர் புறப்பட்டுச் செல்வதை நினைத்து ஆசுவாசமாக இருந்தார். ஆனால் வில்லி சித்தப்பா அப்பாவின் ஆர்ப்பாட்டங்கள் ஏற்படுத்திய அழுத்தம் தாங்க முடியாதவராக இருந்தார். பாட்டியோ, கூட்டிலிருந்து பறந்து செல்லும் ஆற்றல் கொண்ட குஞ்சைவிட அவ்வாறாக முடியாத இன்னொரு குஞ்சைப்பற்றிக் கவலைப்படும் தாய்ப்பறவைபோல, தனது ஊனமுற்ற மகனைப்பற்றிக் கவலைப்பட்டுக் கொண்டிருந்தார்.

அவர் எங்களைத் தன்னுடன் அழைத்துச் செல்லப் போகிறாராம்! அந்தத் தகவல் எனது நேரங்களினூடே ஊடுருவி பெட்டியினுள்ளே அடைப்பட்ட பொம்மை துள்ளியதைப் போல அவ்வப்போது நான் துள்ளிக்கொண்டிருந்தேன். ஒவ்வொரு நாளும் பரிதிமீன், நன்னீர்க் கொடுவா ஆகியவற்றைப் பிடிப்பதற்கு ஆட்கள் வரும் குளத்துக்குச் செல்வதற்கான நேரங்களைக் கண்டுபிடித்திருந்தேன். அங்குப் போவதற்கு நான் தேர்ந்தெடுத்த வேளைகள் மீன் பிடிப்பவர்களுக்கு முன்வேளை களாகவோ அல்லது பின்வேளைகளாகவோ இருந்ததால் அந்த இடம் எனக்கானதாக இருந்தது. பச்சைகறுப்புத் தண்ணீர் கரையில் நான் நின்றுகொண்டிருக்கும்போது நீர்ச்சிலந்திகள் நீரின்மேல் வழுக்கிக் கொண்டுபோவதுபோல் எனது எண்ணங்கள் சென்று கொண்டிருக்கும். இப்போது இப்படி, இப்போது அப்படி, இப்போது இன்னொரு மாதிரி – என்றவாறு. அப்பாவுடன் நான் போக வேண்டுமா? குளத்துக்குள் குதித்துவிடலாமா? நீந்தத் தெரியாததால் நீரில் மூழ்கிக் கோடையில் குளத்திலே இறந்துபோன எல்.சி. பையன் உடலோடு நானும் சேர்ந்து விடலாமா? பாட்டியிடம் கெஞ்சி என்னை அவரோடு தங்கிவிடக் கேட்கலாமா? என் வேலைகளோடு பெய்லி செய்யும் வேலைகளையும் சேர்த்து செய்கிறேன் என்று பாட்டியிடம் சொல்லிவிடலாம். பெய்லி இல்லாமல் வாழும் தைரியம் எனக்கு எப்படி வரும்? எனக்கு என்ன

முடிவெடுப்பதென்றே தெரியவில்லை, ஆகவே சில விவிலிய வசனங்களைச் சொல்லிக்கொண்டேன், அப்புறம் வீட்டுக்குப்போனேன்.

வெள்ளைக்காரிகளிடம் வேலை செய்யும் பெண்களிடமிருந்து விலைக்கு வாங்கிய பழைய உடுப்புகள் சிலவற்றை வெட்டி, சாப்பாட்டு மேஜையில் வைத்து, இரவில் நீண்ட நேரம், பாட்டி எனக்காக ஜம்பர்களும் பாவாடைகளுமாகத் தைத்துக்கொண்டிருந்தார். அவர் வருத்தத்தோடு இருப்பது தெரிந்தது, ஆனாலும் ஒவ்வொரு முறை அவர் என்னை உற்றுப் பார்க்கும் போதும் ஏதோ நான் ஏற்கெனவே கீழ்ப்படியாமல் போய்விட்டதுபோல 'இனிமேல் நல்ல பிள்ளையாக இருக்க வேண்டும், கேட்கிறதா? நான் உன்னைச் சரியாக வளர்க்கவில்லையென்று யாரும் நினைத்துவிடக் கூடாது கேட்கிறதா?' என்று சொல்லுவார். என்னைத் தன்னோடு அணைத்துக்கொண்டு, நான் பிரிந்து செல்வதை நினைத்து வருந்தி அவர் அழுதிருப்பாரா என்பது சந்தேகம்தான். வேலை, கடமை, மத நம்பிக்கை, 'அவரது இடம்' – இந்த எல்லைகளுக்குள்ளாகவே அவரது உலகம் இருந்தது. அவர் தொட்ட எல்லா விஷயங்கள் மீதும் அவரது ஆழமான, ஆனால் அமைதியான அன்பு கவிழ்ந்திருப்பது அவருக்கே தெரியுமா என்பது சந்தேகமே. பல ஆண்டுகளுக்குப் பின் நான் பாட்டியிடம் அவர் என்னை நேசித்ததுண்டா என்று கேட்டபோது அவர் அதை அலட்சியம் செய்துவிட்டுச் சொன்னது, 'கடவுள்தான் அன்பு. நீ நல்ல பிள்ளையாக இருக்கிறாயா என்று பார்த்துக்கொள். அவர் உன்னை அன்பு செய்வார்.'

அப்பாவின் தோல்சூட்கேஸ்களுடனும் எங்களது அட்டைப் பெட்டிகளுடனும் நான் காரின் பின்னிருக்கையில் இருந்தேன். கார் கண்ணாடிகள், கீழாக இறக்கிவிடப்பட்டிருந்தாலும் பொரித்த கோழி, உருளைக்கிழங்கு, இனிப்புப் பணியாரங்களின் மணம் காருக்குள் சூழ்ந்திருந்தது. கால்களை நீட்டுவதற்கும் போதுமான இடமிருக்கவில்லை. எப்போதெல்லாம் அவர் நினைத்துக்கொண்டாரோ அப்போது அவர் என்னிடம் கேட்கத் தவறவில்லை, 'பின்னாலே வசதியாக இருக்கிறதா, குழந்தை?' என்று 'ஆமாம், ஐயா' என்று என்னிடமிருந்து வரவிருக்கும் பதிலுக்குக் காத்திருக்காமல் அவர் பெய்லியிடம் உரையாடலைத் தொடங்கிவிடுவார். இருவரும் வேடிக்கையாகப் பேசிக்கொண்டார்கள். பெய்லி தொடர்ந்து சிரித்துக்கொண்டும் அப்பாவின் சிகரெட்டுகளைப் புகைத்துத் தீர்ந்தவுடன், வெளியே எறிந்துகொண்டும், அப்பா 'டேய் பையா, இதை ஓட்டுவதற்கு உதவி செய்' என்று சொல்லும்போது ஸ்டியரிங்கில் ஒருகையை வைத்து உதவி செய்துகொண்டும் இருந்தான்.

திரும்பத் திரும்ப ஒரே மாதிரியான ஊர்களையும் சின்னச் சின்ன நட்பு வாசனையில்லாத வீடுகளையும் பார்த்துப் பார்த்து நான் களைப்பாகிவிட்டேன். கார் டயர்கள் சாலையில் முத்தமிட்டு வந்த ஓசையையும், மோட்டார் இயந்திரத்தின் சீரான முனகலையும் தவிர வேறு அனைத்திலிருந்தும் என்னை விடுவித்துக்கொண்டேன். நிச்சயமாக பெய்லியைப் பற்றி எனக்கு ஆயாசமாக இருந்தது. அவன் அப்பாவுக்கு ஜால்ரா போடுவது சந்தேகமில்லாமல் வெளிப்பட்டுக்கொண்டிருந்தது.

அவரைப் போல சிரிக்கவும் தொடங்கியிருந்தான், அவருடைய 'ஹே, ஹோ, ஹோ'வுடன் கூடிய குட்டி சான்டாகிளாஸ்.

'அம்மாவைப் பார்க்கப் போவதைப் பற்றி என்ன நினைக்கிறாய்? மகிழ்ச்சிதானே?' அவர் பெய்லியிடம் கேட்டார். என்றாலும் அது என்னுடைய புலன்களைச் சுற்றி நான் ஏற்படுத்தி வைத்திருந்த நுரை அரணைத் துளைத்துவிட்டது. நாங்கள் அவளையா பார்க்கப் போகிறோம்? நான் கலிபோர்னியாவுக்குச் செல்வதாக நினைத்திருந்தேன். திடீரென நடுங்கிப்போனேன். அவளும் அவரைப் போலவே எங்களைப் பார்த்தவுடன் சிரித்துவிட்டால்? அவளுக்கு வேறு குழந்தைகள் இருந்து, அவர்களையும்கூட வைத்துக்கொண்டிருந்தால்? நான் சொன்னேன், 'ஸ்டாம்ப்ஸுக்கு நான் திரும்பிப் போகிறேன்' அப்பா சிரித்தார். 'அப்பாவின் செல்லக் குட்டிக்கு செயின்ட் லூயிஸுக்குப் போய் அம்மாவைப் பார்ப்பதற்கு விருப்பமில்லையா? அவளொன்றும் உன்னைக் கடித்துத் தின்றுவிட மாட்டாள். சரியா?'

அவர் பெய்லி பக்கம் திரும்பினார் அவருடைய முகத்தின் எனக்குத் தெரிந்த பக்கம் நிஜமாக இல்லாததுபோல் எனக்குப் பட்டது. அது, நான் ஒரு பேசும் பொம்மையைப் பார்ப்பது போலிருந்தது. 'பெய்லி உன் சகோதரியிடம் அவள் ஏன் ஸ்டாம்ப்ஸுக்குத் திரும்பிப்போக விரும்புகிறாள் என்று கேள்' அவர் பேசுவது நீக்ரோவைப் போலல்லாது வெள்ளைக்காரன் பேசுவது போலிருந்தது. ஒருவேளை உலகிலேயே பழுப்புத் தோலுடைய ஒரே வெள்ளைக்காரனாக அவர் இருக்கலாம். என்னுடைய அதிர்ஷ்டம் அந்த ஒரே ஆளும் என்னுடைய தகப்பனாராக இருப்பது. நாங்கள் ஸ்டாம்ப்ஸிலிருந்து கிளம்பிய பிறகு முதல் தடவையாக பெய்லி கொஞ்ச நேரம் அமைதியாக இருந்தான். அவனும்கூட அம்மாவைப் பார்க்கப் போவதுபற்றி யோசித்துக்கொண்டிருந்தான் என நினைத்தேன். எப்படி ஒரு எட்டுவயதுச் சிறுவனால் அவ்வளவு பயத்தைத் தாங்கிக்கொள்ள முடிகிறது? அவன் எச்சிலை விழுங்கித் தொண்டைக்குள் அடக்கிக்கொள்கிறான், கால்களை இறுக்கிக்கொண்டு விரல்களுக்கிடையில் பயத்தை அடைத்துக்கொள்கிறான், அவனுடைய பின்புறத்தை இறுக்கிக்கொண்டு பயத்தைச் சிறுநீர்க் குழாய் கவசவளையத்துக்கு மேல்புறமாகச் செலுத்தி இறுக்கிக்கொள்கிறான்.

'சின்னவனே, உன் வாய் அடைத்துவிட்டதா? குழந்தைகள் உன்னைப் பார்க்க விரும்பவில்லையென்று நான் அம்மாவிடம் சொன்னால் அவள் என்ன சொல்வாள்?' அவளிடம் அவர் அப்படிச் சொல்லக்கூடும் என்ற எண்ணம் ஒரே நேரத்தில் என்னையும் பெய்லியையும் உலுக்கியது. இருக்கைக்குப் பின்புறமாகச் சாய்ந்து அவர் சொன்னார், 'பிள்ளைகளா அது அம்மா. அருமை அம்மாவைப் பார்க்க நீங்கள் விரும்புகிறீர்கள் என்று உங்களுக்குத் தெரியும். அழாதீர்கள்!' அப்பா சிரித்துக்கொண்டே காரின் இருக்கையில் அழுத்தமாக உட்கார்ந்து கொண்டு தன்னைத் தானே கேட்டுக்கொண்டது போலிருந்தது. 'இதற்கு அவள் என்ன சொல்லப் போகிறாள்?'

ஸ்டாம்ப்ஸில் பாட்டியிடம் போவதற்கு இனி வாய்ப்பில்லை என்று புரிந்துவிட்டதால் நான் அழுவதை நிறுத்திவிட்டேன். பெய்லியும் இனி

என்னை ஆதரிக்கப் போவதில்லை. அதுவும் எனக்குத் தெரிந்ததால் வாயை இறுக்கமாக மூடிக்கொண்டு அருமை அம்மா எதைத்தரப் போகிறாள் என்று காத்திருக்க வேண்டியதுதான்.

செயின்ட் லூயிஸ் புதுவகையான வெக்கையையும் அழுக்கையும் கொண்டிருந்தது. நிறைய நெருக்கமான பாசிபடர்ந்த கட்டடங்களை நான் பார்த்ததாக எனக்கு நினைவில்லை. எனக்குத் தெரிந்ததெல்லாம் அப்பா எங்களை நரகத்துக்கு ஓட்டிச் செல்கிறார் என்பதுதான். கொண்டுபோய் ஒப்படைக்க இருக்கும் சாத்தான் அப்பா.

மிகவும் நெருக்கடியான நேரங்களில்தான் பெய்லி பெரியவர்கள் இருக்கும்போது, என்னைப் 'பன்றி லத்தீனில்' பேசவிடுவான். ஆனால் அந்த பிற்பகலில் என்னால் சொல்லாமல் இருக்க முடியவில்லை. நிச்சயமாக எனக்குத் தெரிந்தது? நாங்கள் குறைந்தபட்சம் ஐம்பது முறையாக ஒரே தெருவளைவைச் சுற்றிக்கொண்டிருக்கிறோம் என்று நினைத்து பன்றி லத்தீனில் பெய்லியிடம் கேட்டேன்.

"இது உண்மையாகவே நம்ம அப்பாதானா அல்லது நாம் கடத்திக்கொண்டு போகப்படுகிறோம் என்று நினைக்கிறாயா?" பெய்லி சொன்னான், "பயப்படாதே, நாம் செயின்ட் லூயிசில் இருக்கிறோம், நமது அம்மாவைப் பார்க்கப் போகிறோம்" உச்சுக் கொட்டியவாறு அப்பாவும் பன்றி லத்தீனில் சொன்னார், "யாரிடம் போய்ச் சேர வேண்டுமென நினைக்கிறாய்? நீங்கள் நிஜமாகவே வளர்ந்துவிட்ட பிள்ளைகள் என நினைக்கிறீர்களா?" எனது சகோதரனும் அவனது நண்பர்களும் சேர்ந்து உருவாக்கிய மொழிதான் பன்றி லத்தீன் என நினைத்திருந்தேன். எனது அப்பாவும் அதையே பேசியது எனக்குக் கோபத்தை ஏற்படுத்தியது. சும்மா குழந்தைகளை ஏமாற்றுவதற்குப் பெரியவர்கள் செய்யும் வித்தைகளில் இதுவும் ஒன்று. வளரும்போது நிகழும் துரோகங்களில் ஒரு கண்ணி.

எனது அம்மாவைப் பற்றி விவரிப்பது, முழு ஆற்றலில் வீசும் புயலைப் பற்றிச் சொல்வதற்குச் சமமாக இருக்கும் அல்லது வானவில்லின் வண்ணங்கள் கீழிருந்து மேலாக மேலிருந்து கீழாக அடுக்கப்பட்டிருப்பதைப் போலாகும். அவளுடைய தாய் எங்களை வரவேற்றார், நாங்கள் அந்த அளவுக்கதிகமான மரச்சாமான்கள் கொண்ட வரவேற்பறையில், இருக்கைகளின் முன்னோரமாகக் காத்திருந்தோம் (அப்பா, அம்மாவின் தாயுடன், வெள்ளைக்காரர்கள் கூச்சமில்லாமல் மரியாதையைப்பற்றி கவலைப்படாமல் நீக்ரோக்களுடன் பேசுவதைப்போல், சகஜமாகப் பேசிக் கொண்டிருந்தார்.) அம்மா வருவதைக் குறித்த அச்சத்துடனும் அவளது தாமதம் குறித்த பொறுமையின்மையோடும் நாங்கள் இருந்தோம். 'வாயடைத்துப் போவது' 'கண்டதும் காதல்' என்ற இரு விவரணைகளில் எவ்வளவு உண்மையிருக்கிறது என்பதை நாங்கள் அவளைப் பார்த்தவுடன் உணர்ந்தோம். என் அம்மாவின் அழகு உண்மையாகவே என்னை வீழ்த்திவிட்டது. அவளது சிவப்பு உதடுகள் (பாட்டி உதட்டுச் சாயம் பூசுவது பாவம் என்று சொல்லுவார்) பிரிந்து அவளது அதீத வெள்ளைப்பற்கள் தெரிந்தன; அவளது புத்தம்புதிய வெண்ணெய் நிறத்தில் அவளை ஊடுருவியே பார்த்து விடலாம்; அவ்வளவு தெளிவு. அவளது புன்னகை

வாயிலிருந்து கன்னத்தில் விரிந்து காதுவரை அகன்று, சுவரைத் துளைத்து தெருவரையிலும் சென்றுவிடுவதுபோலத் தோன்றியது. திகைப்பில் மூச்சடைத்துப் போனேன். அவள் ஏன் என்னைத் தன்னிடமிருந்து அனுப்பிவிட்டாள் என உடனடியாக உணர்ந்து கொண்டுவிட்டேன். குழந்தைகளைப் பெற்றெடுப்பது அவளது அழகுக்குக் குறைச்சல். 'அம்மா' என்று அழைக்கப்பட்ட அவளைப்போல் அழகான இன்னொரு பெண்ணை நான் பார்த்ததேயில்லை. பெய்லியோ அவளைப் பார்த்தவுடனே உடனடியாகவும் நிரந்தரமாகவும் அவளிடம் அன்பு கொண்டுவிட்டான். அவனது கண்கள் அவளைப் போலவே மினுமினுத்துக் கொண்டிருந்தன. எங்களது நீண்டநாள் தனிமையையும், வேண்டாத குழந்தைகளாக இருக்கிறோமே என்று அழுத இரவுகளையும் அவன் மறந்துவிட்டான். அவளது கதகதப்பான அருகாமையை விட்டு அவன் விலகவே இல்லை, என்னுடைய உறைந்த தனிமையை அவன் பகிர்ந்து கொள்ளவில்லை. அவள் அவனுடைய அருமை அம்மா, அவனுடைய நிலைமை அதுதான் என்று நானும் விட்டுவிட்டேன். அவர்களிருவரும் என்னையும் அவளையும் விட, ஏன் என்னையும் அவனையும் விட ஒத்தவர்களாக இருந்தார்கள். அதற்கு அவர்களிடமிருந்த உடலழகும் ஆளுமையும் காரணம் என்பதையும் கண்டுகொண்டேன்.

சில தினங்களுக்குப் பிறகு அப்பா கலிபோர்னியாவுக்குக் கிளம்பிப் போனார். அதில் எனக்கு மகிழ்ச்சியுமில்லை, வருத்தமும் இல்லை. அவர் ஒரு அந்நியர், எங்களை இன்னொரு அந்நியரிடம் அவர் விட்டுச்செல்வது ஒன்றாகப் பொருந்திப்போகிறதல்லவா?

10

பாக்ஸ்டர் பாட்டி, நாலில் ஒரு பங்கு அல்லது எட்டில் ஒரு பங்கு கறுப்பினமாக இருக்கலாம், எப்படிப் பார்த்தாலும் அவர் கிட்டத்தட்ட வெள்ளைக்காரியாக இருந்தார். அவர் இல்லினாயிஸிலுள்ள கெய்ரோவில் ஒரு ஜெர்மானியக் குடும்பத்தால் வளர்க்கப்பட்டவர். நூற்றாண்டின் தொடக்கத்தில் செவிலியாகப் படிப்பதற்குச் செயின்ட் லூயிசுக்கு வந்தவர். அவர் ஹோமர் ஜி. பிலிப்ஸ் மருத்துவமனையில் வேலை செய்து கொண்டிருந்தபோது தாத்தா பாக்ஸ்டரைச் சந்தித்துத் திருமணம் செய்து கொண்டார். அவர் வெள்ளையராக (கொஞ்சம்கூட நீக்ரோ தன்மையான உடலடையாளங்கள் அவரிடம் இல்லை) இருந்தால், தாத்தா சுத்தக் கறுப்பு. பாட்டி தொண்டைக்குள் ளிருந்து வரும் ஜெர்மானிய பேச்சுமுறையையும் தாத்தா மாறிமாறித் தெறிக்கும் மேற்கிந்தியர்களின் பேச்சுமுறையை யும் கொண்டிருந்தனர்.

அவர்களது திருமண வாழ்க்கை சந்தோஷமானது. அவரது குடும்பம் ரொம்பவே பெருமைப்பட்டுக்கொள்ளும் ஒரு சொலவடை அவரிடம் உண்டு. 'பா ஜீஸஸ், நான் என் மனைவிக்காகவும் என் குழந்தைகளுக்காவும் என் நாய்க்காகவும் வாழ்கிறேன்.' முரணான ஆதாரங்கள் கிடைக்கப் பட்ட போதும் தனது வாக்கியத்தை உண்மையாக்குவதற்கு அதீத முயற்சிகளைச் செய்துகொண்டிருந்தவர் அவர்.

முப்பதுகளின் இடைப்பட்ட ஆண்டுகளில் செயின்ட் லூயிஸ் நகரத்தின் நீக்ரோக்கள் பகுதி தங்க வேட்டையாளர்கள் ஊரொன்றின் கூறுகளைக் கொண்டிருந்தது. சூதாட்டமும், அதோடு சம்பந்தப்பட்ட அனைத்துச் செயல்பாடுகளும் அங்கே இயல்பாக நடந்ததால் யாருக்கும் அவை சட்ட விரோதச் செயல்களென்று தோன்றியதே இல்லை. புதியவர்கள் என்பதால் எங்களது பள்ளித் தோழர்கள், எங்களிடம் நாங்கள் கடந்துசெல்லும் தெருமுனைகளில் நிற்கும் மனிதர்கள் யார் யாரென்று சொல்லித் தந்தனர் அவர்களின் பெயர்கள் (மரண அடி ஜிம்மி, இரட்டைத் துப்பாக்கி, இனிப்பு மனிதன், மூணு சீட்டு பீட்டர்) எல்லாம் மேற்குப்பகுதி காட்டான் கதைப் புத்தகங்களிலிருந்து எடுக்கப்பட்டவை போல எனக்குத் தோன்றும், நான் நினைத்தது சரிதான்

என்பதுபோல குதிரைகளிலிருந்து இறங்கிய கௌபாய்கள் மாதிரி கேளிக்கை விடுதிகளுக்கு முன்னால் அவர்கள் எப்போதும் நின்றுகொண்டிருப்பார்கள்.

பந்தயச் சீட்டுகள் எடுத்துச் செல்பவர்கள், சூதாடிகள், லாட்டரி ஆட்கள், விஸ்கி விற்பவர்கள் எனப் பலரையும், சந்தடியான தெருக்களில் மட்டுமல்லாது எங்களது ஒழுங்கான வரவேற்பறையிலும் நாங்கள் சந்தித்தோம். நாங்கள் பள்ளியிலிருந்து வீட்டுக்கு வரும்போது அடிக்கடி தங்களது தொப்பிகளை, அந்தப் பெரிய நகரத்துக்கு நாங்கள் வந்து சேர்ந்தபோது எங்கள் கைகளில் வைத்திருந்ததுபோல், வைத்துக்கொண்டு அங்கு இருப்பார்கள். பாட்டி பாக்ஸ்டரின் வருகைக்காக அவர்கள் அமைதியாகக் காத்திருப்பார்கள்.

அவரது வெள்ளைத்தோலும் மூக்கின் மேலிருந்து அட்டகாசமாக எடுக்கப்பட்டு ஆடையில் கோர்க்கப்பட்டிருக்கும் சங்கிலியில் தொங்கிக் கொண்டிருக்கும் கண்ணாடியும் அவருக்கு ஏகப்பட்ட மரியாதையைப் பெற்றுத் தந்திருந்தன. அதோடு அவரது ஆறு மோசமான பிள்ளைகளின் புகழும் அந்தப் பகுதியின் கேப்டனாக அவர் இருந்ததும் அவருக்கு மிகுந்த அதிகாரத்தை உருவாக்கியிருந்ததால் எவ்வளவு கேவலமான பொறுக்கியிடமும் பயமில்லாமல் அவரால் காரியம் சாதிக்க முடிந்தது. காவல்துறையை வசப்படுத்த அவரால் முடியும் என்பதால் அவரை வைத்துக் காரியம் சாதிப்பதற்காகத் தங்களது வெட்டுக்காயத் தழும்புகளோடும் பகட்டான ஆடைகளுடனும் தேவாலயங்களில் பண்பாடாக உட்கார்ந்திருப்பதைப் போன்று காத்திருப்பார்கள். அவர்களது சூதாட்டக் கிளப்களில் போலீஸ் வேட்டையைச் சற்று தளர்த்தினாலோ அல்லது சிறையிலிருக்கும் நண்பனின் பிணைத்தொகையைக் குறைப்பதற்குப் பாட்டி ஒரு வார்த்தை சொல்லி ஏற்பாடு செய்தாலோ, பதிலுக்கு என்ன செய்ய வேண்டும் என்பது அவர்களுக்குத் தெரியும். அவரவர்கள் பகுதியிலுள்ள வாக்குகள், வரும் தேர்தலில் பாட்டிக்கு வந்துவிட வேண்டும். பெரும்பாலான தருணங்களில் பாட்டி அவர்களுக்குச் சலுகைகளை ஏற்படுத்தித் தருவார், அவர்களும் பாட்டிக்கு வாக்குகளைப் பெற்றுத் தருவார்கள்.

மெல்லியதாக அரியப்பட்ட பன்றி இறைச்சித்துண்டு, (அது மிகவும் ருசியானது என்று நான் நினைத்தேன்) ஜெல்லி பீன்ஸ் – நிலக்கடலைக் கலவை, பச்சைக்கீரை தூவிய சாண்ட்விச், கிராமஃபோன், குடும்ப விசுவாசம் ஆகியவற்றை செயின்ட் லூயிஸ் எனக்கு அறிமுகப்படுத்தியது. அர்க்கான்ஸாஸில் எங்களது இறைச்சியை நாங்களே பதப்படுத்தி காலை உணவுக்காக அரைஅங்குல அளவிலான வில்லையாகத் தின்போம். ஆனால் இங்கு காகிதப் பருமனில் பன்றியிறைச்சி வில்லைகளை வினோதமான மணம் வீசும் ஜெர்மானியக் கடையிலிருந்து வாங்கி அவற்றை சாண்ட்விச்சுடன் பயன்படுத்துவோம். எவ்வாறு பாட்டி தனது ஜெர்மானியப் பேச்சுத்தொனியை விட்டுவிடவில்லையோ அதேபோன்று தடிமனான கறுப்பு ஜெர்மானிய ரொட்டிமீது தனக்கிருந்த விருப்பத்தையும் விட்டுவிடவில்லை. அவற்றையும் அறுத்து வில்லைகளாக்காமலே வாங்குவோம். ஸ்டாம்ப்ஸில் பச்சைக்கீரையை, உருளைக்கிழங்கு

சாலட் அல்லது நறுக்கப்பட்ட முட்டைக்கோசுக்குக் கீழ்அடுக்காகப் பயன்படுத்துவோம். நிலக்கடலையைத் தோட்டத்திலிருந்து பச்சையாகக் கொண்டு வந்து குளிர்ந்த இரவுகளில் சூளை அடுப்பின் அடியில் வைத்து வறுப்போம். வீடே மணக்கும், நாங்கள் நிறையச் சாப்பிடுவோம் என்ற எதிர்பார்ப்பும் அங்கு நிலவும். அது ஸ்டாம்ப்ஸில் இருந்த பழக்கம். செயின்ட் லூயிஸ் நிலக்கடலை காகிதப்பைகளில் வாங்கப்பட்டு ஜெல்லி பீன்சுடன் கலக்கப்படுவதால் உப்பும் சர்க்கரையும் சேர்ந்து அது எனக்கு மிகவும் பிடித்த பண்டமாக ஆகிவிட்டது. அந்தப் பெரிய நகரம் எனக்குத் தந்த ஆகச்சிறந்த சலுகை அதுவே.

எங்களை டூசெயின்ட் லூவெர்ச்யுக் கிராமர் பள்ளியில் சேர்த்தபோது எங்கள் பள்ளி சகாக்களின் அறியாமையும் ஆசிரியர்களின் முரட்டுத் தனமும் எங்களுக்குத் திகைப்பாக இருந்தது. பள்ளிக் கட்டடங்களின் பிரம்மாண்டம் மட்டுமே எங்களைக் கவர்ந்த ஒரே விஷயம், ஸ்டாம்ப்ஸில் வெள்ளைப் பிள்ளைகள் படிக்கும் பள்ளிகள்கூட அந்த மாதிரி கட்டடங் களைக் கொண்டிருக்கவில்லை.

ஆனால் மாணவர்கள் அதிர்ச்சியளிக்கும் விதத்தில் பின்தங்கியவர் களாக இருந்தார்கள். பெய்லியும் நானும் கணக்குப் பாடத்தில், ஸ்டோரில் நாங்கள் வேலைசெய்து பழகியிருந்த காரணத்தால், அதிகத் திறமையோடு இருந்தோம். ஸ்டாம்ப்ஸில் எங்களுக்கு வேறெதுவும் செய்வதற்கு வழியில்லாததால் எங்கள் வாசிப்புத் திறனும் அதிகமாக இருந்தது. எங்களை மேல்வகுப்புக்கு மாற்றினார்கள்; எங்களது ஆசிரியர்களின் கணிப்பில், நாங்கள் எங்கள் வகுப்புச் சகாக்களைத் தாழ்வானவர்களாக உணரச் செய்கிறோம் என்று நினைத்தார்கள். அவர்களை நாங்கள் தாழ்வானவர்கள் என உணரச் செய்தது உண்மை. அவ்வப்போது பெய்லி எங்கள் சக மாணவர் களிடம் அவர்களுக்கு அறிவு போதாது என்று சொல்லத் தவறுவதில்லை. உணவு இடைவேளையின்போது சாம்பல்நிற காங்கிரீட் விளையாட்டுத் திடலில், பெரிய பையன்கள் கூட்டத்தின் நடுவில் எழுந்து நின்று அவன் "நெப்போலியன் போனபார்ட் யார்?" "ஒரு மைலுக்கு எத்தனை அடிகள்?" என்று கேட்பான். அது அவனது பாணியில் சண்டையிடுவது.

எந்தப் பையனாலும் கைச்சண்டையில் அவனை வீழ்த்திவிட முடியும், அப்படி நடந்தால் அந்தப் பையன் அடுத்த நாளும் பெய்லியுடன் சண்டைக்கு வர வேண்டியிருக்கும். பெய்லிக்கு நியாயமான சண்டையில் நம்பிக்கையில்லை. அவன் என்னிடம், நான் எப்போதாவது சண்டையிட நேர்ந்தால் 'உடனடியாக எதிராளியின் கொட்டைகளை எட்டிப் பிடித்துவிட வேண்டும்' என்று சொல்லித் தந்திருக்கிறான். 'ஒருவேளை நான் சண்டைக்குப் போவது ஒரு பெண்பிள்ளை என்றால்?' என்ற எனது கேள்விக்கு அவன் பதில் சொன்னதே இல்லை.

அங்கு ஒரு முழுஆண்டு படித்தோம், அதற்குமுன்பு கேட்டிராத, அங்கு கேட்ட நினைவிலிருக்கின்ற ஒரு விஷயம் 'ஆயிரக்கணக்கான முட்டை வடிவ எண்ணங்களை உருவாக்கிக்கொள்வது உங்களது எழுத்து வன்மையை மேம்படுத்தும்' என்பது மட்டுமே.

எங்களுக்குத் தெரிந்தவரை ஸ்டாம்ப்ஸை விட அங்கிருந்த ஆசிரியர்கள் சம்பிரதாயமானவர்களாக இருந்தனர். மாணவர்களுக்குச் சாட்டையடி கொடுக்கவில்லையென்றாலும் அடிக்கோலால் மாணவர் களின் உள்ளங்கைகளில் அடிப்பது வழக்கமாயிருந்தது. ஸ்டாம்ப்ஸில் ஆசிரியர்கள் மாணவர்களுடன் நல்ல நட்பாக இருப்பார்கள், அதற்குக் காரணம் அவர்கள் அர்க்கான்ஸாஸின் நீக்ரோ கல்லூரிகளிலிருந்து எடுக்கப்பட்டவர்கள். தங்குவதற்கு விடுதிகளோ அறைவீடுகளோ எங்கள் ஊரில் இல்லாத காரணத்தால், தனியார் வீடுகளில் அவர்கள் தங்கி யிருந்தனர். ஏதாவது பெண்ஆசிரியர் வார இறுதியில் ஆண்துணையை அழைத்து வந்தாலோ, கடிதங்கள் அவருக்கு வரவில்லையென்றாலோ அல்லது தனிமையில் அறையில் அழுதுகொண்டிருந்தாலோ சிறுவர்கள்கூட அவரது நடத்தை, அவரது தனிமை அல்லது மற்ற குறைபாடுகள் குறித்துப் பேசிக்கொள்வார்கள். ஒரு சிறிய ஊரின், பிறர் அந்தரங்கங்களுக்குள் சுலபமாகப் பிரவேசிக்கின்ற தன்மையால், ரொம்ப சம்பிரதாயமாக அங்கு இருப்பது கஷ்டம்.

செயின்ட் லூயிஸிலோ, ஆசிரியர்கள் அகம்பாவத்துடன், மாணவர் களை இளக்காரமாக, படிப்புக் கர்வத்துடனும் வெள்ளையர்களின் மேட்டிமைத் தனத்துடன் நடத்துவார்கள். அவர்கள், ஆண்களும் பெண்களும், என் அப்பாவைப் போலவே, நிறைய ர்ர், ர்ர்ர் களுடன் பேசினார்கள். கால் முட்டிகளை நெருக்கிவைத்து நடப்பார்கள், உதடுகளை இறுக்கிக்கொண்டு, சத்தம் வெளியே வந்துவிடுமோ, கேட்டுக் கொண்டிருப்பவரின் அசுத்தமான மூச்சை உள்ளிழுத்துவிடுமோ என்ற பயத்திலேயே பேசுவார்கள்.

செங்கல்லாலான சுவர்களைக் கடந்து பள்ளிக்குச் செல்வோம். ஒரு மோசமான குளிர்காலத்தில் நிலக்கரித் துகள்களைச் சுவாசித்தோம். ‘ஆம் மேடம்’, ‘இல்லை மேடம்’ என்று சொல்வதற்குப் பதிவாக ‘ஆம்’ ‘இல்லை’ என்று சொல்லக் கற்றுக்கொண்டோம்.

வீட்டில் மிகவும் அரிதாகவே நாங்கள் பார்க்க முடிந்த எங்கள் அம்மாவை எப்போதாவது ‘லூயி’ல் நாங்கள் சந்திப்போம். எங்கள் பள்ளிக்கு அருகிலிருந்த பாலத்தின் முடிவிலிருந்த நீளமான உணவு விடுதி அது. சிரியா நாட்டைச் சேர்ந்த இரண்டு சதோதரர்கள் அதை நடத்தி வந்தனர்.

பின்வாசல் வழியாக நாங்கள் அங்கு போவோம். மரத்தூள், பழைய பீர், நீராவி, அவியும் இறைச்சி எல்லாவற்றின் மணமும் கலந்து ஏதோ பாச்சை உருண்டைகளை சாப்பிட்டுவிட்டதுபோல் எனக்குத் தோன்றும். அம்மா தன்னைப் போலவே எனக்கும் ‘பாப்’ வடிவில் தலைமுடி வெட்டி முடிகளை நிமிர்த்திவிட்டிருந்தார். எனக்கு அது மண்டைத்தோலை உரித்துவிட்டதுபோல இருந்தது. புறங்கழுத்தில் எதுவுமில்லாமல் அவ்வளவுக்கு வெறுமையாக நான் உணர்ந்ததில் எனக்குப் பின்னால் யாராவது நெருக்கமாக வந்தால் வெட்கமாக இருக்கும். இதனால் ஏதோ நடக்கப்போகிறது என்ற நினைப்பு இயல்பாகவே என்னை அடிக்கடி திரும்பிப் பார்க்க வைத்தது.

லூயி விடுதியில் அம்மாவின் நண்பர்கள் எங்களை 'பீபியின் செல்லங்கள்' என வரவேற்பார்கள். குளிர்பானங்களும், வேக வைத்த இறால்களும் எங்களுக்குத் தரப்படும். அங்கு நாங்கள் விறைத்த மர இருக்கைகளில் உட்கார்ந்திருக்கும்போது அம்மா எங்களுக்கு முன்பாகத் தனியாக, தானியங்கி இசைப் பெட்டியிலிருந்து வரும் இன்னிசைக்குத் தோதாக நடனம் ஆடிக்கொண்டிருப்பாள். அந்த வேளைகளில் அம்மாவை எனக்கு ரொம்பப் பிடிக்கும். எனக்கு மேலாகப் பறக்கும் அழகான பட்டம் போல் அவள் இருப்பாள். நான் விரும்பினால் எனக்குக் கழிப்பறைக்குப் போக வேண்டும் என்று சொல்லி, பட்டத்தை என்னுடன் இழுத்துக் கொள்ளலாம். அல்லது பெய்லியை வம்புச்சண்டைக்கு இழுக்கலாம் இரண்டையும் நான் செய்ததில்லை. ஆனாலும் அந்தச் சமயங்களில் நான் உணர்ந்த சக்தி என்னை அவள்பால் ஈர்த்தது.

பெய்லிக்கும் எனக்கும் கிட்டத்தட்ட புரிந்துகொள்ளக்கூடிய உரத்த ப்ளூ (*Blue*) பாடல்களை அம்மா பாடிக்கொண்டிருக்கும்போது அவள் கவனத்தை ஈர்க்க சிரியா சகோதரர்கள் முயற்சித்துக்கொண்டிருப்பார்கள். மற்ற வாடிக்கையாளர்களிடம் பேசிக்கொண்டிருக்கும் போதுகூட அவர்கள் அவளைக் கவனித்துக்கொண்டிருப்பார்கள். அவர்களும் மொத்த உடலால் பேசக்கூடிய உலகில், வேறு எவரையும்விட தன் விரல்களால் உரக்க சொடுக்குப் போட்டு ஆட்டுவிக்கக்கூடிய அந்த அழகியின்மீது மனோவசியப்பட்டிருந்தனர். காலப்பிரமாண நடன அடிகளை நாங்கள் லூயி விடுதியில் கற்றுக்கொண்டோம். இந்த அடிப்படை நடன அடிகளி லிருந்தே ஏனைய கறுப்பின அமெரிக்க நடனங்கள் பிறக்கின்றன. அது தட்டுகள், துள்ளல்கள், பின்பு அமைதல் ஆகிய வரிசைகளால் ஆவது. அதோடு கவனமாகக் கேட்பது, உணர்வது ஒருங்கிணைவது ஆகியவையும் மிகவும் தேவைப்படுவனவாகும். அம்மாவின் நண்பர்கள் முன் எங்கள் திறமையைச் காட்டுவதற்காக நாங்கள் கூட்டிவரப்பட்டிருந்தோம். பெய்லி சுலபமாகக் கற்றுக்கொண்டு விட்டான். அவன் என்னைவிட எப்போதுமே சிறந்த நடனக்காரன். ஆனால் நானும் கற்றேன். பெருக்கல் வாய்ப்பாடுகளை எப்படிச் சிரத்தையோடு கற்றுக்கொண்டேனோ அதே தீவிரத்துடன் காலப்பிரமாண நடன அடிகளை வெற்றிபெற வேண்டு மென்ற தீவிரத்தோடு கற்றிருந்தேன். வில்லி சித்தப்பாவோ, சூட்டில் கொதிக்கின்ற உப்பிய பானையோ அங்கில்லை, ஆனால் அம்மாவும், அவளது சிரித்துக்கொண்டிருந்த நண்பர்களும் அங்கிருந்தனர். எல்லாம் ஒன்றுதான். நாங்கள் பாராட்டுகள் பெற்றோம், எங்களுக்கு இன்னும் குளிர்பானங்களும் அதிக இறாலும் தந்தனர். ஆனாலும் பல ஆண்டுகளுக்குப் பின்பே, நன்றாக நடனம் ஆடுவதிலுள்ள மகிழ்ச்சியையும் சுதந்திரத்தை யும் நான் கண்டுகொண்டேன்.

அம்மாவின் சகோதரர்களான குட்டி மாமா, டாம் மற்றும் ஐரா எல்லோரும் செயின்ட் லூயிஸில் நன்கு அறிமுகமானவர்கள். அவர்கள் நகரத்தில் நல்ல வேலைகளில் இருந்தனர். நீக்ரோக்களில் அது அதிசயம். அவர்களுடைய வேலைகளும் குடும்பமும் மற்றவர்களிடமிருந்து அவர்களை வேறுபடுத்தின என்றாலும் அவர்களுடைய தொடர்ந்த

அற்பத்தனங்களுக்காக அவர்கள் மிகவும் பிரசித்தம். தாத்தா அவர்களிடம், 'நீங்கள் திருடியோ அல்லது அதுமாதிரி முட்டாள்தனமான செயல்களுக்காகவோ ஜெயிலுக்குப் போனீர்கள் என்றால் அங்கேயே புழுத்துச் சாவுங்கள் என்று விட்டுவிடுவேன். அப்படியில்லாமல் சண்டையில் நீங்கள் ஜெயிலுக்குப் போனால் உங்களை வெளியில் கொண்டு வருவதற்கு என் சொத்து அவ்வளவையும்கூட விற்றுச் செலவு செய்வேன்" என்று சொல்லியிருந்தார். இந்த ஆதரவும் அவர்களுடைய வெடித்துக்கிளம்பும் கோபமும் அவர்களை மற்றவர்கள் பயப்படும் ஆட்களாகச் செய்திருந்ததில் வியப்பில்லை. எங்களது இளைய மாமா பில்லி, மூத்தவர்களின் சேட்டைகளில் சேர்ந்துகொள்ளும் பிராயத்தில் இல்லை. அவர்களுடைய அட்டகாச லீலைகளுள் ஒன்று குடும்பத்தில் பெருமையோடு அடிக்கடி பேசப்பட்டு வந்தது.

பேட் பேட்டர்சன், மோசமான பேர்வழி என்ற புகழ் கவசத்தோடு வலம்வந்த வாட்டசாட்டமான ஒரு ஆள், ஒரு இரவில் தனியே வெளியே சென்றிருந்த என் அம்மாவிடம் தகாத வார்த்தை பேசிய மாபெரும் தவறைச் செய்துவிட்டான். அவள், அதைத் தனது சகோதரர்களிடமும் சொல்லிவிட்டாள். அவர்கள் தங்களது அடிப்பொடிகளில் ஒருவனிடம் பேட்டர்சன் எங்காவது தெருக்களில் தென்படுகிறானா என்று தேடவும், தென்பட்டால் உடனே தொலைபேசியில் தகவல் சொல்லவும் ஏற்பாடு பண்ணிவிட்டார்கள்.

பிற்பகல் முழுவதும் தகவலுக்காக அவர்கள் காத்திருந்தபோது வரவேற்பறை சிகரெட் புகையாலும் திட்டங்களின் முணுமுணுப்பு களாலும் நிறைந்திருந்தது. தாத்தா சமையலறையிலிருந்து வெளியே வந்து "அவனைக் கொன்றுவிடாதீர்கள். ஞாபகம் இருக்கட்டும், அவனைக் கொன்றுவிடாதீர்கள்" என்று சொல்லிவிட்டு, பாட்டியுடன் காப்பி குடிப்பதற்கு மீண்டும் சமையலறைக்குப் போவார்.

அவர்கள், ஒரு விடுதியில் மது அருந்திக்கொண்டிருந்த பேட்டர்சனின் சின்ன மேஜையை நோக்கிப் போனார்கள். டாம் மாமா கதவுக்குப் பக்கத்தில் நின்றுகொண்டார், குட்டி மாமா கழிப்பறைக் கதவருகே வசமாக நின்றார். எல்லோரிலும் மூத்தவரான ஐரா மாமா பேட்டர்சனை நெருங்கினார். அவர்கள் எல்லோரிடமும் துப்பாக்கிகள் இருந்தன.

ஐரா மாமா என் அம்மாவிடம் சொன்னார், 'பீபி இங்கே வா, இந்த நீக்ரோ பயல் பேட்டர்சன் இங்கேதான் இருக்கிறான், வந்து அவன் பின்புறத்தை மிதித்துத் தள்ளு'

அம்மா, போலீஸ் லத்தியால் அவன் மண்டையில் போடு போடென்று போட்டதில் அவன் உயிர் பிழைத்தது அதிசயம். காவல் துறை விசாரிக்கவு மில்லை. ஊரில் எந்தக் கண்டன முணுமுணுப்பும் வெளியே கேட்கவுமில்லை.

தாத்தா தனது மகன்களின் கோபக்கனலை ஊதி வளர்த்ததும் பாட்டி கிட்டத்தட்ட வெள்ளைக்காரியாகவும் போலீஸில் நல்ல பிடியோடு இருந்ததும் சும்மாவா?

அவர்களது முரட்டுத்தனம் எனக்குப் பிடித்திருந்தது என்று ஒத்துக்கொள்வேன். வெள்ளையர்களையும் கறுப்பர்களையும் ஒரே மாதிரியே அடித்து வெளுத்தார்கள். ஒருவருக்கொருவர் மிகுந்த அன்போடு இருந்ததால் அவர்களுக்கு வெளியாட்களைச் சினேகம் பிடிக்கும் கலையைக் கற்க வேண்டிய அவசியமில்லாமல் ஆகிவிட்டது. பிள்ளைகளில் என் அம்மா மட்டும்தான் இதமான மனமும் பிறருடன் பழகும் தன்மையும் கொண்டிருந்தவள். நாங்கள் அங்கு இருந்தபோது தாத்தா படுத்த படுக்கையாகிவிட்டார். அவருடைய பிள்ளைகள் நேரம் கிடைக்கும்போதெல்லாம் அவரிடம் வேடிக்கைகள், வம்புக் கதைகள் பேசி தங்களது அன்பைக் காட்டிக்கொண்டிருந்தார்கள்.

எனக்கு மிகவும் பிடித்தவரான டாம்மி மாமா முரட்டுத் தொனியுடன், தாத்தாவைப் போல வார்த்தைகளைச் சவைத்துப் பேசுபவர். சாதாரண வாக்கியங்கள் இணைத்து அவர் பேசும்போது அவை அசிங்கமான வசைகளாவோ அல்லது வேடிக்கையான கவிதைகளாகவோ ஒலிக்கும். இயல்பான நகைச்சுவையாளரானதால் அவர், அவருடைய வினோதமான வாக்கியங்களைப் பேசிமுடித்தவுடன் கிளம்பவிருக்கும் சிரிப்புக்காகக் காத்திருக்க மாட்டார். அவர் கொடூரமானவர் அல்ல, முரடர்.

எங்கள் வீட்டிற்குப் பக்கவாட்டில் நாங்கள் கைப்பந்து விளையாடிக் கொண்டிருக்கும்போது தெருமுனையில் டாம்மி மாமா வேலையிலிருந்து வந்துகொண்டிருப்பார். முதலில் எங்களைக் கவனிக்காதது போன்ற பாவனையில் அவர் வருவார். அப்புறம் ஒரு பூனையின் லாவகத்தோடு பந்தைப் பிடித்துக்கொண்டு செல்லுவார், “உங்கள் கவனத்தை உங்களது பின்பக்கம் வையுங்கள், அப்புறம் நான் உங்களை எனது அணியில் சேர்த்துக்கொள்வேன்.” சிறுவர்கள் நாங்கள் எல்லோரும் அவரைச் சூழ்ந்து பின்தொடர்வோம். வாசல் படிக்கட்டுகளில் ஏறத் தொடங்கும்போதுதான் கையை மடக்கி விளக்குக் கம்பத்துக்கு மேலே, விண்மீன்களை நோக்கி பந்தை வீசுவார்.

என்னிடம் அவர் அடிக்கடி சொல்வார், “ரிட்டி, நீ அழகாக இல்லை யென்று கவலைப்படாதே. நிறைய அழகான பெண்கள் பள்ளங்களைத் தோண்டிக் கொண்டிருப்பதையோ அல்லது அதைவிட மோசமாக இருப்பதையோ பார்த்திருக்கிறேன். நீ கெட்டிக்காரி. கவர்ச்சியான பின்புறத்தைக் கொண்டிருப்பதைவிட நல்ல மனது கொண்டவளாக நீ இருக்க வேண்டுமென நான் நினைக்கிறேன்.”

பாக்ஸ்டர் குடும்பத்தின் உறவுப் பிணைப்பைக் குறித்து அவர்கள் அடிக்கடி பெருமையடித்துக்கொள்வார்கள். டாம்மி மாமா குழந்தைகள் வளர்ந்து அதைக் கற்றுகொள்ளும் பிராயத்துக்கு முன்பே அதை உணர்ந்து கொள்கிறார்கள் என்று சொல்வார். மூன்று வயதாகும் முன்பே பெய்லி எனக்கு நடக்கச் சொல்லிக் கொடுத்த சம்பவத்தை அவர்கள் நினைவுபடுத்திப் பேசுவார்கள். நான் தடுமாறிவிழப்போகும் போதெல்லாம் எரிச்சலில் அவன் சொல்வானாம், “இது என் தங்கை. நான்தான் அவளுக்கு நடப்பதற்குக் கற்றுத்தர வேண்டும்”. எப்படி எனக்கு ‘மை’ என்ற பெயர் வந்தது என்றும் அவர்கள் சொன்னார்கள். நான்தான் அவனுடைய

உண்மையான சகோதரி என்று அவன் உறுதியாக உணர்ந்துகொண்ட போது என்னை ‘மார்கிரெட்’ என்று கூப்பிட மறுத்து மாறாக, என்னை ‘மியா சகோதரி’ என்று கூப்பிட ஆரம்பித்துப் பின் சுருக்கமாகக் கூப்பிடும் தேவை ஏற்பட்டபோது ‘மை’ என்றிருக்கிறான். அது பின்பு விரிவடைந்து மாயா என்றாகியிருக்கிறது.

கரோலின் தெருவிலிருந்த பெரிய வீட்டில் நாங்கள், தாத்தா பாட்டியுடன், அம்மா எங்களைத் தனது இருப்பிடத்துக்கு அழைத்துப் போகும்வரை சுமார் அரைவருடம் இருந்தோம். குடும்பமாக ஒன்றாக இருந்த அந்த வீட்டிலிருந்து போவதைப்பற்றி எனக்கு ஒன்றுமே தோன்ற வில்லை. எங்களுடைய வாழ்க்கை என்ற பிரம்மாண்டமான வடிவமைப்பில் அது ஒரு பகுதி. மற்ற குழந்தைகளெல்லாம் எங்கள் அளவுக்கு இடம் பெயராமல் இருந்தால், அது எங்கள் வாழ்க்கை வேறெவரையும்விட மாறுபட்டதாக இருக்க வேண்டுமென்ற விதியின் விளைவுதான். புதியவீடு மற்ற வீடுகளைவிட மாறுபட்டதாக ஒன்றுமில்லை, நாங்கள் அம்மாவோடு இருக்கிறோம், அவ்வளவுதான் வித்தியாசம்.

பெய்லி தொடர்ந்து அம்மாவை ‘மதர் டியர்’ என்று அழைத்துக் கொண்டிருந்தான். நெருக்கம் அவனை இளக்கியபோது ‘ம டியர்’ என்றும் ‘மை டிய’ என்று இறுதியாகவும் அழைத்தான். அவளுடைய நிஜம் என்னவென்று என்னால் கண்டுபிடிக்கவே முடியவில்லை. அப்போதுதான் விழிப்புற்றுக் கண்களில் தூக்கம் தோய்ந்து தலைகலைந்து இருந்தாலும் அவள் மிகவும் அழகாகவும் விரைவாகவும் இருந்தாள். அவள் கன்னிமேரியைப் போல இருந்ததாக நான் நினைத்தேன். ஆனால் எந்த அம்மாவும் மகளும் ஒருவரையொருவர் புரிந்துகொள்கிறார்கள் அல்லது மற்றவருக்குப் புரிந்துகொள்ள இயலவில்லை என்பதைக் குறித்து அனுதாபப்படுகிறார்கள்?

அம்மா எங்களுக்காக ஒரு ஏற்பாடு செய்திருக்கிறாள், நாங்கள் நன்றியுடன் அங்குப் போனோம். எங்கள் இருவருக்கும் பெரிய கட்டிலோடு கூடிய தனித்தனி அறைகள் கிடைத்தன. தின்பதற்கு அதிக உணவும், உடுக்க கடைகளில் வாங்கப்பட்ட உடைகளும் கிடைத்தன. இந்த அளவுக்கு அவள் எங்களுக்குச் செய்ய வேண்டியதில்லை என்றபோதிலும் நாங்கள் அவளைத் தொந்தரவு செய்தாலோ, கீழ்ப்படியாமலிருந்தாலோ அவள் எங்களை ஸ்டாம்ப்ஸுக்கு அனுப்பிவிட முடியும். வெளிப்படையாகப் பேசப்படாத பாராட்டுகள் மற்றும் பாட்டியிடம் அனுப்பிவிடக்கூடிய அபாயம் ஆகியவை ஏற்படுத்திய அழுத்தம், எனது சுட்டிக் குழந்தைத் தனத்தைச் சுற்றிச் சூழ்ந்து என்னைச் செயலற்றத் தன்மையுடையவளாக ஆக்கியது. நான் கிழவியென்று அழைக்கப்பட்டேன், குளிர்கால வெல்லப்பாகுபோல், மெதுவாக நடப்பதால், பேசுவதால் கண்டிக்கப் பட்டேன்.

அம்மாவுடைய காதலர் திரு ஃப்ரிமேன் எங்களுடன் வசித்து வந்தார், அல்லது நாங்கள் அவருடன் வசித்து வந்தோம் (எந்தக் கணக்கு என்று எனக்குத் தெரியாது) அவரும் தெற்கத்திக்காரர்தான், பெரிய உடம்பு. ஆனால் கொஞ்சம் தொளதொளப்பானவர். கால்சட்டையோடு

மட்டும் அவர் நடமாடும்போது அவரது மார்புகள் எனக்குச் சங்கடத்தை ஏற்படுத்தும், தட்டையான முலைகள்போல அவை அவரது நெஞ்சில் இறங்கிக்கிடக்கும்.

அம்மா, அழகான, வெளுத்தத்தோல் கொண்ட சுருளில்லாத முடி கொண்டவளாக இல்லாமல் போயிருந்தாலும்கூட அவள் அவருக்குக் கிடைத்ததற்கு, அவர் கொடுத்து வைத்திருக்க வேண்டும். அது அவருக்குத் தெரியும். அவள் படித்தவள், பிரபலமான குடும்பத்தைச் சேர்ந்தவள், வேறென்ன வேண்டும்? அவள் கலகலப்பானவள். எப்போதும் சிரித்துக்கொண்டும் ஜோக்கடித்துக்கொண்டும் இருப்பவள். அவர் நன்றியோடிருந்தார். அவர் அவளைவிட பல ஆண்டுகள் மூத்தவராக இருந்திருப்பார் என நினைக்கிறேன். அப்படியில்லையென்றாலும் மிகவும் இளைய பெண்ணைத் திருமணம் செய்துகொண்ட வயதானவரின் மந்தமான தாழ்வு மனப்பான்மை அவரிடம் இருந்தது. அவளது எல்லா அசைவுகளையும் அவரது கண்கள் கவனித்துக்கொண்டிருக்கும் அறையை விட்டு அவள் வெளியே போனால் தயக்கத்தோடு அந்தக் கண்கள் விடை கொடுக்கும்.

11

செயின்ட் லூயிஸ் ஒரு வெளிநாடு என்று முடிவெடுத்து விட்டேன். கழிப்பறைக் கலத்துக்குள் சளசளவென்று தண்ணீர் இறங்கும் சத்தத்துக்கும் பொட்டலங்களாக வரும் உணவுகளுக்கும், கதவுமணியின் ஒலி அல்லது கார், ரயில், பேருந்து இவற்றிலிருந்து சுவரைப் பிளந்து அல்லது கதவின் கீழாக நழுவி வரும் ஓசைகளுக்கும் என்னைப் பழக்கப்படுத்திக் கொள்ள என்னால் முடியவில்லை. மனதளவில் சில வாரங்கள்தான் செயின்ட் லூயிஸில் இருந்தேன். எனக்கான வீட்டில் நான் இருக்கவில்லை என்பதை எவ்வளவு சீக்கிரமாகப் புரிந்துகொண்டேனோ அப்போதே இருந்து, எல்லாம் கனவுபோலத் தோன்றிய, அதுவும் தினமும் மாறிக் கொண்டிருந்த ராபின் ஹூட் காட்டுக்கோ அல்லது ஊர் மத்தியிலிருந்த குகைகளுக்குள்ளோ மெதுவாகப் போய்விடுவேன். ஸ்டாம்ப்ஸில் நான் பயன்படுத்திய அதே கவசத்தை இப்போதும் வைத்திருந்தேன். 'இருப்பதற்காக நான் இங்கு வரவில்லை.'

எங்களுக்கு வேண்டியதைச் செய்வதில் அம்மா சாமர்த்தியமாக இருந்தாள். அது இன்னொருவரைக்கொண்டு மளிகைகளை வாங்கச்செய்வதாக இருந்தாலும் சரி. அவள் ஒரு செவிலியராக இருந்த போதிலும், நாங்கள் அவளுடன் இருந்தவரைக்கும் தான் பயிற்சிபெற்ற அந்தத் தொழிலை அவள் செய்யவில்லை. திரு. ஃப்ரீமேன் தேவையானவற்றைக் கொண்டுவருவார். சூதாட்ட விடுதிகளில் நடக்கும் சீட்டு விளையாட்டுகளிலிருந்து கூடுதல் பணத்தை அம்மா கொண்டு வருவாள். சீரான, எட்டு மணியிலிருந்து ஐந்துமணி வரையான வேலை உலகம் அம்மாவுக்கு ஈர்ப்பானதாக இல்லை. ஒரு இருபது வருடங்கள் கழித்தே நான் அவளைச் செவிலியர் சீருடையில் பார்த்தேன்.

திரு. ஃப்ரீமேன் தெற்கு பசிபிக் ரயில்வே பணிமனையில் மேற்பார்வையாளராக இருந்தார். சிலவேளைகளில் தாமதமாக, அம்மா மாலையில் வெளியே போய்விட்ட பிறகு வீட்டிற்கு வருவார். அம்மாவால் கவனமாக மூடிவைக்கப் பட்டு, தொடக் கூடாது என்று எங்களுக்குக் கண்டிப்பாக உத்தரவிடப்பட்டு இருந்த உணவை அடுப்பிலிருந்து எடுத்துச் சாப்பிடுவார். சமையலறையில் அவர் சத்தமில்லாமல் சாப்பிட்டுக்கொண்டிருக்கும்போது பெய்லியும் நானும்

பேரார்வத்துடன் தனித்தனியாக ‘ஸ்ட்ரீம் அன்ட் ஸ்மித்’ புனைவுக் கதைப்புத்தகங்களை வாசித்துக்கொண்டிருப்போம்.

இப்போது கைச்செலவுக்கு எங்களுக்குப் பணம் கிடைப்பதால் நாங்கள் வண்ணங்களை வாரியிறைத்து வரையப்பட்ட படங்களைக் கொண்ட கதைப் புத்தகங்களை வாங்குவோம். அம்மா வீட்டிலில்லாத சமயங்களில் நாங்கள் சத்தியத்துக்குக் கட்டுப்பட்டு நடக்க வேண்டும். எங்கள் வீட்டுப் பாடங்களை முடிக்க வேண்டும், இரவு உணவை முடித்துவிட வேண்டும், பாத்திரங்களைக் கழுவி வைத்துவிட வேண்டும், அதற்குப் பிறகு நாங்கள் எதையாவது வாசிக்கலாம் அல்லது ‘தி லோன் ரேஞ்சர், கிரைம் பஸ்டர்ஸ்’ அல்லது ‘தி ஷாடோ’ என்று எதையாவது ரேடியோவில் கேட்கலாம்.

திரு. ஃபிரீமேன் நடப்பது, ஒரு பெரிய பழுப்புநிறக் கரடிபோல், நளினமாக இருக்கும். எங்களுடன் அவர் வெகு அபூர்வமாகவே பேசுவார். அவர் அப்படியே அம்மாவுக்காகக் காத்துக்கொண்டிருப்பார், தன் முழு ஆத்மாவையும் அந்தக் காத்திருத்தலில் பொருத்திக்கொள்வார். செய்தித்தாள் படிக்க மாட்டார், வானொலி இசைக்குப் பாதத்தைத் தட்ட மாட்டார். காத்திருப்பார். அவ்வளவுதான்.

நாங்கள் தூங்கச்செல்லும்முன் அம்மா வீட்டுக்கு வந்துவிட்டால் அந்த மனிதர் உயிர்பெற்று எழுவதைப் பார்த்திருக்கிறோம். அந்தப் பெரிய நாற்காலியிலிருந்து, தூக்கத்திலிருந்து எழுவதைப் போன்று, புன்னகையோடு எழுந்திருப்பார். அப்போதுதான் எனக்குச் சில நொடிகளுக்குமுன் அம்மா கார் கதவை அடைக்கும் சத்தம் கேட்டதும், அப்புறம் கான்கிரீட் நடைபாதையில் அம்மா காலடி ஓசைகள் கேட்டதும் நினைவுக்கு வரும். அவளது சாவி கதவுத்துவாரத்தில் திருகிச் சத்தமிடும்போது அவர் தனது வழக்கமான கேள்வியைக் கேட்டிருப்பார், “ஹே, பீபி, நேரம் நல்ல விதமாகக் கழிந்ததா?”

அவள் வேகமாக நெருங்கிவந்து அவருடைய உதட்டில் லேசான முத்தம் கொடுப்பதில் அவரது கேள்வி அந்தரத்தில் தொங்கிக்கொண்டிருக்கும். அப்புறம் எங்கள் பக்கம் திரும்பி பெய்லிக்கும் எனக்கும் அதே போன்ற உதட்டுச் சாயத்தோடு கூடிய முத்தங்களைத் தருவாள். “உங்கள் வீட்டுப் பாடங்களை முடித்துவிட்டீர்களா?” முடித்துவிட்டு எதையாவது வாசித்துக் கொண்டிருந்தோமேயானால் “ஓகே. ஜெபம் சொல்லிவிட்டுப் படுக்கச் செல்லுங்கள்”. பாடங்களை முடித்திருக்கவில்லையென்றால் “உங்கள் அறைக்குச் சென்று படித்து முடியுங்கள், அப்புறம் ஜெபம் சொல்லிவிட்டுப் படுக்கச் செல்லுங்கள்.”

திரு. ஃபிரீமேனின் புன்னகை பெரிதாகவே ஆகாது, அது ஒரே அளவிலேயே நிலைத்திருக்கும். சில வேளைகளில் அம்மா அவர் அருகில் போய் அவர் மடியில் உட்காருவாள், அப்போதும் அவரது புன்னகை நிரந்தரமாகக் குடிகொண்ட அளவிலேயே இருக்கும்.

அறையிலிருக்கும் எங்களுக்குக் கண்ணாடி டம்ளர்கள் தட்டிக் கொள்ளும் சத்தம் கேட்கும், வானொலிச் சத்தத்தைக் கூட்டி வைத்திருப்பதும்

கேட்கும். சந்தோசமான இரவுகளில் அவள் நடனமாடிக்கொண்டிருப்பாள் என நினைக்கிறேன். ஏனெனில் அவருக்கு ஆடவே வராது. அதோடு, நான் உறக்கத்துக்குள் போவதற்கு முன் நடன இசையின் அடவுகளுக்கு அவள் கால்களை மாற்றிமாற்றி வைக்கும் சத்தங்களைக் கேட்டிருக்கிறேன்.

திரு. ஃபிரீமேனுக்காக ரொம்பப் பரிதாபப்பட்டிருக்கிறேன். அர்க்கான்ஸாஸில் எங்கள் வீட்டின் பின்புறத்திலுள்ள பன்றித் தொழுவத்தில் பிறக்கும் நிராதரவான பன்றிக்குட்டிகளுக்குப் பரிதாபப்படுவதுபோல் அவரைக் குறித்துப் பரிதாபப்பட்டிருக்கிறேன். முதல்பனி விழும்போது கசாப்பு செய்வதற்காக வருடம் முழுவதும் கொழுக்க வளர்க்கப் படுபவவை அவை. அந்த அழகான குட்டிகளை நினைத்து என் மனது களைத்துப்போனாலும் நான் எந்த அளவுக்குப் புத்தம்புது பன்றிஇறைச்சிக் குழல்களையும் பன்றித்தலைப் பாலாடைக்கட்டிகளையும் அனுபவித்து ருசிப்பேன் என்பதும் அது அவற்றின் இறப்பினால்தான் சாத்தியமாகும் என்பதும் எனக்குத் தெரியும்.

பயங்கரக் கதைகளை வாசித்ததாலும், எங்களது அதீதக் கற்பனை களாலும் ஒருவேளை நாங்கள் வாழ்ந்த குறுகிய, ஆனால் பரபரப்பான செயின்ட் லூயிஸ் வாழ்க்கையின் நினைவுகளாலும் பெய்லியும் நானும் பாதிக்கப்பட்டோம். அவன் உடலளவில், நான் மனதளவில். அவன் திக்கிப் பேச ஆரம்பித்தான், நான் இரவில் பயங்கரக்கனவுகள் கண்டு வியர்வையில் நனைந்து கொண்டிருந்தேன். அவன் அடிக்கடி, மெதுவாகப் பேச, முதலிலிருந்து திரும்பச் சொல்ல, அறிவுறுத்தப்பட்டான். மிக மோசமான இரவுகளில் அம்மா, என்னை அவளோடு படுத்துக்கொள்ளக் கூட்டிச் செல்வாள், ஃப்ரிமேன் படுத்திருக்கும் பெரிய கட்டிலுக்கு.

நடப்பது நிலையாக இருக்க வேண்டும் என்ற அவசியத்தால் குழந்தைகள் பழக்கத்தின் உயிரினங்களாகிவிடுகிறார்கள். மூன்றாவது தடவையாக அம்மாவின் கட்டிலில் படுத்தபின் அங்குப் படுப்பதில் எந்தச் சங்கடமும் இருப்பதாக எனக்குத் தோன்றவில்லை.

ஒரு அதிகாலையில் அம்மா ஏதோ ஒரு வேலைக்காகச் சீக்கிரமே கட்டிலிலிருந்து எழுந்துவிட்டாள். நான் மறுபடியும் உறங்கிவிட்டேன். ஆனால் எனது இடது காலில் ஏதோ ஒரு அழுத்தத்தையும் வித்தியாச மான உணர்வையும் பெற்று விழித்துவிட்டேன். அந்த மிருதுத்தன்மை கையினது இல்லை, அது துணிகளது உராய்வுமில்லை. எதுவாக இருந்தாலும், அத்தனை ஆண்டுகள் பாட்டியோடு படுத்திருந்தபோது, இப்போது ஏற்பட்ட உணர்ச்சிகள் போல் அவை இருந்ததில்லை. அது அசையவில்லை, எனக்கிருந்த திடுக்கிடலில் நானும் அசையவில்லை. எனது தலையை லேசாக இடதுபுறம் திருப்பி திரு. ஃப்ரீமேன் படுக்கை யிலிருந்து எழுந்து போய்விட்டாரா என்று பார்த்தேன். ஆனால் அவரது கண்கள் திறந்திருந்தன, இரண்டு கைகளும் போர்வைக்கு மேலிருந்தன. ஏற்கெனவே எனக்குத் தெரிந்திருந்ததைப் போல என் காலோடு இருந்தது அவருடைய சாமான்தான் என்று எனக்குத் தெரிந்தது.

“சும்மா அப்படியே இரு ரிட்டி. நான் உன்னைத் துன்பப்படுத்த மாட்டேன்” அவர் சொன்னார். நான் பயப்படவில்லை, ஒருவேளை

கொஞ்சம் திடுக்கிட்டிருக்கலாம், ஆனால் பயப்படவில்லை. பலரும் ‘அதை’ச் செய்வதுண்டு என்று நிச்சயமாகத் தெரியும் அவர்கள் தங்களது ‘அதை’க் கொண்டு அந்தக் காரியத்தைச் செய்வார்கள் என்றும் அறிந்திருக்கிறேன். ஆனால் எனக்குத் தெரிந்த யாரும் யாரிடமும் அதைச் செய்ததில்லை. திரு. ஃப்ரீமேன் என்னைத் தன்னிடம் இழுத்துக்கொண்டு அவரது கையை எனது கால்களுக்கிடையே வைத்தார். அவர் எனக்கு வலி ஏற்படுத்தவில்லை. ஆனால் பாட்டி என் மண்டையில் உருவேற்றி வைத்திருந்தார். “எப்பவும் கால்களைச் சேர்த்தே வைத்திருக்க வேண்டும், யாரையும் உனது ‘பாக்கெட் புத்தகத்தைப்’ பார்க்கவிடக் கூடாது”

“பார்த்தாயா, நான் உனக்கு வலி தரவில்லை. பயப்படாதே” அவர் தனது போர்வையை விலக்கிப் போட்டார். அவருடைய அந்த ‘அது’ பழுப்புநிற சோளக்கதிர் மாதிரி எழுந்து நின்றது. அவர் கையை எடுத்துச் சொன்னார், ‘பிடித்துப் பார்’ அப்போதுதான் வெட்டப்பட்ட கோழியின் சதைப்பகுதி போல் ‘அது’ கொழகொழப்பாகவும் நெளிந்தவாறும் இருந்தது. அவரது இடதுகையால் என்னை இழுத்துத் தனது மார்பின்மேல் போட்டுக்கொண்டார். அவருடைய வலதுகை மிக வேகமாக அசைந்தது, அவரது இதயத் துடிப்பிலிருந்த வேகத்தை உணர்ந்த நான் அவர் செத்துப்போய் விடுவாரோ என்று பயந்து போனேன். பேய்க்கதைகளில் இறக்கும் மனிதர்கள் அவர்கள் பிடித்துக் கொண்டிருக்கிறவரை விட மாட்டார்கள் என்று படித்திருக்கிறேன். என்னை விடுவிப்பதற்காக, அவரது கைகளை எனது உறவுகள் முறிக்க வேண்டியது நிகழுமோ?

கடைசியில் அவர் அமைதியானார், அதன் பிறகுதான் அந்த இதமான பகுதி வந்தது. அவர் என்னை அவ்வளவு மிருதுவாக அணைத்துக் கொண்டதில் அவர் எப்போதும் என்னை விட்டுவிடக் கூடாது என்று ஏங்கினேன். நான் எனது இடத்தில் இருப்பதாக உணர்ந்தேன். அவர் என்னைப் பிடித்துவைத்திருந்த விதத்தில் அவர் என்னை எப்போதும் விட்டுவிட மாட்டார் என்றும் எனக்கு எந்த கெடுதலும் நிகழாமல் பார்த்துக்கொள்வார் என்றும் எனக்குத் தோன்றியது. இவர் எனது உண்மையான தந்தையாக இருக்கக்கூடும், கடைசியாக நாங்கள் ஒருவரையொருவர் கண்டுகொண்டோம். அப்புறம் என்னை ஒரு ஈரமான இடத்தில் விட்டுவிட்டு அவர் உருண்டு அகன்றார், அப்புறம் எழுந்து நின்றார்.

“நான் உன்னுடன் பேச வேண்டியிருக்கிறது, ரிட்டி”. கால் கரண்டைப் பகுதியில் இறங்கிக்கிடந்த குட்டைக் கால்சட்டையைக் கழற்றிவிட்டுக் குளியலறைக்குள் போனார். படுக்கை நனைந்திருந்தது உண்மைதான், ஆனால் அது என்னால் நிகழ்ந்தது அல்ல என்று எனக்குத் தெரியும். ஒரு வேளை திரு. ஃப்ரீமேன் என்னைப் பிடித்திருந்தபோது அவருக்கு நேர்ந்திருக்கலாம். அவர் ஒரு டம்ளரில் தண்ணீரோடு திரும்பிவந்தார். வறண்ட குரலில் என்னிடம் சொன்னார், ‘எழுந்திரு, நீ படுக்கையில் ஒண்ணுக்குப் போய்விட்டாய்’ அந்தத் தண்ணீரை ஈரமாயிருந்த இடத்தில் ஊற்றினார், அது பல காலைவேளைகளில் எனது மெத்தை இருந்ததைப் போல இருந்தது.

தெற்கத்திய கண்டிப்புகளோடு வளர்ந்த எனக்கு எப்போது பெரியவர்களிடம் அமைதியாக இருந்துகொள்ள வேண்டும் என்பது தெரியும். ஆனால் நான் ஒண்ணுக்குப் போகவில்லையென்பது அவருக்குத் தெரிந்திருந்தபோதும் நான்தான் ஒண்ணுக்குப் போனேன் என்று அவர் ஏன் சொன்னார் என்று அவரிடம் கேட்க வேண்டுமென நினைத்தேன். நான் அசிங்கம் பண்ணுபவள் என நினைத்து இனிமேல் அவர் என்னை அணைத்துக்கொள்ள மாட்டாரா? அல்லது அவர்தான் என் தந்தையென்று ஒத்துக்கொள்ள மாட்டாரா? அவர் என்னைக் கேவலமாக நினைக்க வைத்துவிட்டேன்.

"ரித்தி, நீ பெய்லியை நேசிக்கிறாயா?" அவர் படுக்கையில் உட்கார்ந்திருந்தார், நான் எதிர்பார்ப்புடன் அவரை நெருங்கினேன், "ஆம்" காலுறைகளை மாட்ட அவர் குனிந்தார், அவரது முதுகு அவ்வளவு பெரிதாகவும் நட்பாகவும் எனக்குத் தோன்றியதில் எனது தலையை அவரது முதுகில் சாய்க்க வேண்டும் போலிருந்தது.

"நாம் செய்ததை எப்போதாவது யாரிடம் நீ சொல்வாயானால் நான் பெய்லியைக் கொல்ல நேரிடும்"

நாம் என்ன செய்தோம்? நாம் என்றால் என்ன? நான் மெத்தையில் ஒண்ணுக்குப் போனதாக அவர் குறிப்பிடவில்லை. எனக்குப் புரியவில்லை, அதைப்பற்றிக் கேட்கவும் துணிவில்லை. அது அவர் என்னைப் பிடித்திருந்தது பற்றியதாக இருக்கும் அதைப்பற்றி பெய்லியிடமும் கேட்க முடியாது, அது நாங்கள் செய்ததை அவனிடம் சொன்னதாக ஆகிவிடும். அவர் பெய்லியைக் "கொல்ல நேரிடும்" என்ற எண்ணமே எனக்குப் பெரும் அதிர்ச்சியாக இருந்தது. அவர் அறையைவிட்டு வெளியே போனபின்பு நான் மெத்தையில் ஒண்ணுக்குப் போகவில்லையென்று அம்மாவிடம் சொல்லிவிட்டால் என்ன என்று தோன்றியது. ஆனால் அவள் என்ன நடந்தது என்று கேட்டால் அவர் என்னைத் தன்னோடு சேர்த்துப் பிடித்திருந்ததைச் சொல்ல வேண்டியிருக்கும், அது சரிப்படாது.

எப்போதும் அதனுடன் நான் வாழ்ந்துகொண்டிருந்த அதே பழைய குழப்பம்தான் இப்போதும் எனக்கு. அவர்களுடைய நோக்கங்களையும் நடவடிக்கைகளையும் புரிந்துகொள்ள முடியாதவளாக நானும் என்னைப் புரிந்துகொள்ள எந்த முயற்சியும் எடுக்காதவர்களாக என்னைச் சுற்றி ஒரு பெரியவர்கள் பட்டாளமும் இருந்தது. திரு. ஃப்ரீமேனை வெறுப்பது என்ற கேள்விக்கே இடமில்லை, எனக்கு அவரைப் புரிந்துகொள்ள முடியவில்லை, அவ்வளவுதான்.

பல வாரங்களாக, என் பக்கம் திரும்பாமலே அவர் சொன்ன வறட்டு ஹலோக்களைத் தவிர அவர் எதுவும் என்னிடம் பேசவில்லை.

பெய்லியிடம் சொல்லாமல் மறைத்த முதல் ரகசியம் இதுதான். என் முகத்தை வைத்து அவன் அதைக் கணித்து விடுவான் என நான் நினைத்தேன். ஆனால் அவன் எதையும் கவனிக்கவில்லை.

திரு. ஃப்ரீமேனையும் அவரது பெரிய கரங்கள் என்னைச் சுற்றி அணைப்பதையும் நினைத்துத் தனிமையை உணர ஆரம்பித்தேன். முன்பு என் உலகம் பெய்லி, உணவு, பாட்டி, ஸ்டோர், புத்தக வாசிப்பு, வில்லி சித்தப்பா என்றிருந்தது. இப்போது முதல் தடவையாக அதில் உடல் தீண்டலும் சேர்ந்துகொண்டது.

ரயில்வே பணிமனையிலிருந்து திரு. ஃப்ரீமேன் வருவதற்காக நான் காத்துக்கொண்டிருப்பேன். ஆனால் அவர் வரும்போது நான் எவ்வளவு உணர்வுப்பூர்வமாக 'மாலை வணக்கம், திரு. ஃப்ரீமேன்' என்று வரவேற்றாலும் அவர் என்னைக் கண்டுகொள்வதே இல்லை.

ஒரு மாலையில் என்னால் எதிலும் கவனம் செலுத்த முடியாமல் இருந்தபோது, நான் அவரிடம் போய் அவசரமாக அவர் மடியில் உட்கார்ந்துவிட்டேன். வழக்கம்போல் அவர் அம்மாவுக்காகக் காத்துக் கொண்டிருந்தார். பெய்லி வானெலியில் 'தி ஷாடோ' கேட்டுக் கொண்டிருந்தான், நான் இல்லாததை அவன் கவனிக்கவில்லை. முதலில் அவர் அசையாமல் உட்கார்ந்திருந்தார். என்னை அணைக்கவோ வேறு எதுவோ செய்யவில்லை. அப்புறம் எனது தொடைகளுக்கடியில் ஏதோ ஒன்று அசைவதை உணர்ந்தேன். அது என்னோடு உரசித் துடித்தது. அப்புறம் விறைத்தது, அப்போது அவர் என்னைத் தன் நெஞ்சை நோக்கி இழுத்தார். அவரிடம் நிலக்கரித் தூள், எண்ணெய்ப் பசை வாசனை வந்தது, நான் அவர் சட்டையில் முகம் புதைத்து அவரது இதயத்துடிப்பைக் கேட்டேன். அந்தத் துடிப்பு எனக்கானதாக இருந்தது. நான் மட்டுமே அந்த அதிர்வுச் சத்தத்தைக் கேட்க முடியும், நான் மட்டுமே என் முகம் அதிர்வதை உணர முடியும். அவர் சொன்னார் 'அசையாதே, நெளிவதை நிறுத்து'. ஆனால் அவர் மட்டும் என்னை அவர் மடியில் அங்குமிங்குமாக அசைத்துக்கொண்டிருந்தார். அப்புறம் திடீரென்று எழுந்துநின்றார், நான் வழுக்கித் தரையில் விழுந்தேன். அவர் குளியலறையை நோக்கி ஓடினார்.

பல மாதங்களுக்கு, மறுபடியும், அவர் என்னுடன் பேசுவதை நிறுத்தி விட்டார், நான் மனம் புண்பட்டேன், எப்போதையும்விட அப்போது அதிகத் தனிமையை உணர்ந்தேன். ஆனால் அதன் பிறகு அவரை மறந்துவிட்டேன். அவர் என்னை விருப்பத்தோடு அணைத்துக்கொண்ட நினைவுகளும், குழந்தைப் பருவத்தைக் கண்மூடித் தாண்டிய பொது இருளில் கரைந்து மறைந்து போயின.

முன்பைவிட அதிகமாக வாசித்தேன், என் ஆன்மாவில் நான் பையனாகப் பிறந்திருக்க வேண்டும் என யாசித்தேன். ஹொரோசியோ அல்ஜர் உலகத்திலேயே சிறந்த எழுத்தாளர். அவருடைய கதாநாயகர்கள் எப்போதுமே நல்லவர்கள், எப்போதும் வெற்றி பெறுபவர்கள், எப்போதுமே பையன்கள். முதல் இரண்டு தன்மைகளை நான் வளர்த்துக்கொள்ளலாம், ஆனால் பையனாக முடியாது, சாத்தியமும் இல்லை.

ஞாயிற்றுக்கிழமை உருவப்படக் கதைகளும் என்னைக் கவர்ந்தன. இறுதியில் வெற்றிபெறும் வலிமையான கதாநாயகர்களை மெச்சினாலும் நான் டின்டின்னுடன் என்னை அடையாளப்படுத்திக்கொண்டேன்.

கழிப்பறைக்கு வழக்கமாகச் செய்தித்தாள்களை எடுத்துக்கொண்டு போகும்போது கடைசியில் எனது விருப்பத்துக்குரிய கதாநாயகன் தன்னுடைய புதிய எதிரியை எப்படி மடக்குகிறான் என்று பார்க்க, தேவையில்லாத பக்கங்களைப் புரட்டுவது பெரிய கொடுமையாக இருந்தது. ஒவ்வொரு ஞாயிறும் அவன் கெட்ட மனிதர்களிடம் பிடிபடாமல் தோற்பது உறுதி என்ற நிலையிலிருந்து மறுபடியும் இனிமையாக, இதமாக மீண்டு வரும்போது ஆசுவாசத்தினால் நான் அழுவேன். காட்டன் ஜாம்மர் சிறுவர்கள்கதை ரொம்ப வேடிக்கையாக இருக்கும், ஏனெனில் அவர்களிடம் பெரியவர்கள் முட்டாள்களாகத் தோன்றுவார்கள். ஆனால் என்னுடைய ரசனைக்கு அவர்கள் என்னவோ கொஞ்சம் அதிகப்பிரசங்கிகள்.

செயின்ட் லூயிஸில் வசந்தகாலம் வந்தபோது என்னுடைய முதல் நூலக உறுப்பினர் அட்டையை வாங்கினேன். பெய்லியும் நானும் விலகிக்கொண்டிருப்பதுபோல் எனக்குத் தோன்றியதில் எல்லாச் சனிக்கிழமைகளையும் நூலகத்தில் கழித்தேன். (எந்த இடையூறும் கிடையாது). செருப்புக்கு பாலிஷ் போடுகிற காசில்லாத பையன்கள் நல்ல குணங்களோடும் விடாமுயற்சியோடும் உழைத்துப் பணக்காரர்களாகி விடுமுறை நாட்களில் ஏழைகளுக்குக் கூடைகூடையாக உணவுப்பொருட்களை வழங்குகின்ற உலகத்தில் நான் வாழ்ந்தேன். தாதிப்பெண்களெனத் தவறுதலாகப் பார்க்கப்பட்ட குட்டி இளவரசிகள், பாவப்பட்ட அனாதைக் குழந்தைகள் எனக் கருதப்பட்ட நீண்ட நாட்களாகக் காணாமல்போன சிறுவர்கள் என்று நான் வாசிப்பில் கண்டவர்களையெல்லாம் எங்கள் வீடு, அம்மா பள்ளிக்கூடம் அல்லது திரு. ஃப்ரீமேன் ஆகியோரைவிட நிஜமாகவும் நெருக்கமாகவும் உணர்ந்தேன்.

எங்கள் தாத்தா – பாட்டியையும் மாமாக்களையும் (எங்களது ஒரே சித்தி செல்வத் தேடலுக்காக கலிபோர்னியாவுக்குப் போய்விட்டாள்) பார்த்துக்கொண்டிருந்த அந்த மாதங்களில் வழக்கமாக அவர்கள், ஒரே கேள்வியைத்தான் கேட்பார்கள். 'நல்ல பிள்ளைகளாக இருக்கிறீர்களா?' அதற்கு எங்களிடமிருந்து ஒரே பதில்தான் வரும், பெய்லிகூடத் துணிந்து 'இல்லை' என்று சொல்ல முடியாது.

12

வசந்தகாலத்தின் பின்பகுதியில் ஒரு சனிக்கிழமை எங்கள் வேலைகளை முடித்தபின் (ஸ்டாம்ப்ஸ் போல் இங்கு பெரிய வேலைகள் கிடையாது) பெய்லியும் நானும் வெளியே போனோம். அவன் பேஸ்பால் விளையாட, நான் நூலகத்துக்குப் போக. பெய்லி கீழ்த்தளம் இறங்கியவுடன் திரு. ஃப்ரீமேன் என்னிடம், "ரித்தி, வீட்டுக்குக் கொஞ்சம் பால் வாங்கி வா" என்று சொன்னார்.

வழக்கமாக அம்மா வீட்டுக்கு வரும்போது பால் வாங்கிவிடுவாள், ஆனால் அன்று காலை வரவேற்பறையை நாங்கள் ஒழுங்குபடுத்தியபோது அவளுடைய படுக்கையறைக் கதவு திறந்திருந்தது. அவள் முந்தைய இரவு வீட்டுக்கு வரவில்லை என்பதைத் தெரிந்துகொண்டேன்.

அவர் என்னிடம் பணம் தந்தார், நான் கடைக்கு ஓடிப்போய் பால் வாங்கிவிட்டு வீட்டிற்குத் திரும்பி வந்தேன். ஐஸ்பெட்டியில் பாலை வைத்துவிட்டு முன் கதவுக்குப் பக்கத்தில் போகும்போது அவர் என்னைக் கூப்பிட்ட சத்தம் கேட்டது. 'ரித்தி.' வானொலிப் பெட்டிக்குப் பக்கத்திலிருந்து பெரிய நாற்காலியில் அவர் உட்கார்ந்திருந்தார். 'ரித்தி, இங்கே வா' அவரருகே போகும்வரை நான் அணைப்பதைப் பற்றி நினைக்கவில்லை. அவருடைய கால்சட்டைப் பொத்தான்கள் திறந்து அவருடைய அந்த 'அது' வெளியே நீட்டி நின்றது.

'இல்லை, திரு. ஃப்ரீமேன்', நான் பின்வாங்கத் தொடங்கினேன். அந்தக் கொளகொளப்புக் கெட்டியான, 'அதை' மறுபடியும் தொட நான் விரும்பவில்லை. அவர் என்னை எட்டிப்பிடித்து அவரது கால்களுக்கு இடையில் இழுத்துக்கொண்டார். அவர் முகம் சலனமற்று, கருணைப் பாவனையோடு இருந்தது, ஆனால் அவர் புன்னகைக்கவோ அல்லது கண்ணிமைக்கவோ இல்லை. ஒன்றுமே இல்லை. இடதுகையை நீட்டி வானொலிப் பெட்டியைத் திரும்பிக்கூடப் பார்க்காமல் அதை இயங்கச் செய்தார். அதிலிருந்து வந்த இசையொலிக்கும் கரகரப்புக்கும் மேலாகக் குரலை உயர்த்தி அவர் சொன்னார், 'இது உனக்கு ரொம்ப வலிக்காது. முன்பு உனக்குப் பிடித்திருந்ததா இல்லையா?'

உண்மையாக அவர் என்னை அணைத்தது எனக்கு பிடித்திருந்தது என்றோ அவருடைய உடல் வாசனை,

இதயத்துடிப்பு எல்லாம் பிடித்திருந்தது என்றோ ஒத்துக்கொள்ள நான் விரும்பவில்லை. எனவே ஒன்றும் பதில் சொல்லவில்லை. அவர் முகம் கதைகளில் மாயாவியிடம் எப்போதும் உதைவாங்கும் கெட்ட பழங்குடி மனிதனின் முகம்போல இருந்தது.

அவரது கால்கள் எனது இடுப்பை நெரித்தன "உனது கால்சாராயைக் கீழே இழு" இரண்டு காரணங்களுக்காகத் தயங்கினேன். ஒன்று, என்னால் அசைய முடியாத அளவுக்கு அவர் இறுக்கிப் பிடித்திருந்தார். அப்புறம் எந்த நிமிடமும் என் அம்மாவோ அல்லது பெய்லியோ அல்லது கிரீன் ஹார்னெட் எனப்படும் பலசாலியான நல்லவனோ வந்து என்னைக் காப்பாற்றிவிடுவார்கள் என நம்பியது இன்னொன்று.

"முன்பு லேசா விளையாடிக்கொண்டுதான் இருந்தோம்". என்னுடைய உள்ளாடையை விலக்கிவிடுகிற அளவுக்குத் தன்னுடைய பிடியைத் தளர்த்திவிட்டு மறுபடியும் என்னைத் தன்னோடு இழுத்துக்கொண்டார். வானொலிச் சத்தத்தை அதிகமாக்கி, ரொம்ப அதிகமாக்கிவிட்டுச் சொன்னார், "சத்தம் போட்டாயானால் கொன்றுவிடுவேன். அப்புறம் யாரிடமாவது நீ சொன்னால் பெய்லியைக் கொன்றுவிடுவேன்". அவர் சொன்னதைச் செய்துவிடுவாரென எனக்குத் தோன்றியது. அவர் ஏன் என் சகோதரனைக் கொல்ல வேண்டும் என்று எனக்குப் புரியவில்லை. நாங்கள் இருவரும் அவரை எதுவும் செய்யவில்லையே! அதன் பிறகு சுளீரென்று வலி உணர்வுகள் பிய்த்துச் சிதறும்போதே கிழிப்பும் நுழைவும். ஒரு எட்டு வயது உடல் வன்புணரப்படுவது, ஒட்டகத்திற்கு முடியாததால் ஊசிமுனை விட்டதுபோல ஒரு குழந்தை விட்டுக் கொடுக்கிறது, ஏனெனில் அச்செயலுக்கு உடலால் முடிகிறது, சீரழிப்பவனின் மனதால் விட்டுக்கொடுக்க முடியவில்லை.

நான் செத்துவிட்டேன் என நினைத்தேன். கண்விழிக்கும்போது வெள்ளைச் சுவருடைய உலகத்திலிருந்தேன், அது சொர்க்கமாக இருக்க வேண்டும். ஆனால் திரு. ஃப்ரீமேன் அங்கு இருந்தார், அவர் என்னைக் கழுவிக்கொண்டிருந்தார். அவரது கைகள் நடுங்கிக்கொண்டிருந்தன, ஆனாலும் குளியல் தொட்டியில் என்னை நேராகப் பிடித்து எனது கால்களைக் கழுவிவிட்டார். "உன்னைக் காயப்படுத்துவது என் நோக்கமில்லை ரித்தி, அந்த எண்ணம் எனக்கில்லை. ஆனால் யாரிடமும் சொல்லிவிடாதே. ஞாபகம் வைத்துக்கொள் ... யாரிடமும் சொல்லக் கூடாது."

நான் சற்றுக் குளிர்வாகவும் ரொம்ப சுத்தமாகவும் கொஞ்சம் சோர்வாகவும் உணர்ந்தேன். "இல்லை சார், திரு. ஃப்ரீமேன். நான் யாரிடமும் சொல்ல மாட்டேன்." நான் நடக்கும் எல்லாவற்றிற்கும் மேலாக எங்கோ இருந்தேன். "எனக்கு ரொம்ப சோர்வாக இருப்பதால் நான் போய் கொஞ்சம் படுத்துக்கொள்கிறேன்," மெதுவாக அவரிடம் சொன்னேன். சத்தமாகச் சொன்னால் பயந்துபோய் அவர் மறுபடியும் எனக்கு வலிக்குமாறு செய்துவிடுவாரோ என்று நினைத்தேன். அவர் என்னைத் துடைத்துவிட்டு எனது உள்ளாடைகளை என்னிடம் தந்தார். 'இவைகளைப் போட்டுக்கொண்டு நூலகத்துக்குப் போ. உங்க அம்மா வீட்டுக்கு வருகிற நேரம்தான். இயல்பாக நடந்துகொள்.

தெருவில் நடந்து போகும்போது எனது சீருடையில் ஈரத்தை உணர்ந்தேன், எனது இடுப்பு அதன் பொருந்துமிடங்களிலிருந்து கழன்றுவிட்டதைப் போலிருந்தது. ரொம்ப நேரம் நூலகத்தின் கடினமான இருக்கையில் (அவை குழந்தைகளுக்காக அமைக்கப்பட்டவை) உட்கார என்னால் முடியவில்லை. ஆகவே பெய்லி பந்து விளையாடும் இடத்துக்குப் போய் ஓரமாக நின்று பார்த்தேன். ஆனால் அவன் அங்கு இல்லை. நான் கொஞ்ச நேரம் நின்று வளர்ந்த பையன்கள் புழுதி பறக்க பேஸ் பால் மைதானத்தில் வெறித்தனமாக விளையாடுவதைப் பார்த்தேன். பிறகு வீடு திரும்பினேன்.

இரண்டு குடியிருப்பு வளாகங்களைக் கடந்தபோது வீட்டிற்குப் போய் சேர முடியாதென்று எனக்குத் தெரிந்துவிட்டது. ஒவ்வொரு அடியாக எண்ணி எடுத்து வைத்தாலொழிய ஒவ்வொரு பாவுகல் இடைவெளியையும் பத்திரமாகக் கடந்தாலொழிய, அது சாத்தியமில்லை. ஸ்லோயன் களிம்பை என் மீது தடவியபோதைவிட இப்போது என் தொடைகளுக்கிடையில் பயங்கரமாக எரிந்தது. என் கால்கள் அல்லது எனது தொடைகளின் உள்பகுதிகள் திரு. ஃப்ரீமேனின் இதயம் அப்போது துடித்துக்கொண்டிருந்த அதே வேகத்தில் துடித்துக் கொண்டிருந்தன. த்ரம் காலை எடுத்துவை த்ரம் காலை எடுத்துவை, பாவுகல் இடைவெளிதாண்டி காலை வை, த்ரம் காலை வை; படிக்கட்டை அடைந்ததும் ஒவ்வொரு, ஒவ்வொரு, ஒவ்வொரு படியாக ஏறி மேலே போனேன். வரவேற்பறையில் யாரும் இல்லாததால் நேரே படுக்கைக்குச் சென்று சிவப்பு, மஞ்சள் கறைபடிந்த கீழுடையை மெத்தைக்குக் கீழ் மறைத்துவிட்டுப் படுத்துவிட்டேன்.

அம்மா வீட்டுக்கு வந்தபோது, “நல்லது சின்னப் பொண்ணு, நீ படுக்கப் போன்னு நான் சொல்லாமலே நீயா கட்டிலில் இருக்கிறதை நான் முதல் தடவையாகப் பார்க்கிறேன். உனக்கு உடம்புக்குச் சரியில்லை என்று நினைக்கிறேன்.”

எனக்கு உடம்புக்குச் சரியில்லாமல் இல்லை, ஆனால் வயிற்றின் ஆழ்குழியில் தகித்துக்கொண்டிருந்தது. அதை எப்படிச் சொல்வது? நேரம் கழித்துப் பெய்லி வந்தபோது அவனும் ‘என்ன ஆச்சு உனக்கு’ என்று கேட்டான். அவனிடமும் சொல்வதற்கு ஒன்றுமில்லை. அம்மா எங்களைக் கூப்பிடபோது எனக்குப் பசியில்லை என்று சொன்னேன். அவளது குளிர்ந்த கரங்களை என் நெற்றியிலும் கன்னங்களிலும் வைத்துப் பார்த்துச் சொன்னாள், “ஒருவேளை இது தட்டம்மையாக இருக்கலாம், பக்கத்தில் அது பரவியிருப்பதாகச் சொன்னார்கள்” அப்புறம் வெப்பமானியை வைத்துப் பார்த்தபின் சொன்னாள், “லேசாகக் காய்ச்சல் அடிக்கிறது, உனக்கு, அவை தொற்றியிருக்கலாம்.”

திரு. ஃப்ரீமேன் வாசலை அடைத்தபடி நின்று “அப்படின்னா பெய்லி அவளுடன் இருக்கக் கூடாது, வீடு முழுவதும் பாதிக்கப்பட்ட குழந்தைகளாக இருக்க வேண்டும் என்று விருப்பப்பட்டால் அவன் அவளுடன் தங்கட்டும்” என்று சொன்னார். அம்மாவின் தோளுக்குப் பின்னால் கேட்கும்படி திரும்பியவாறு அவள் சொன்னாள், ‘பின்னால் அவனுக்கு வருவது இப்போதே வந்துபோகட்டும். வருவது வரட்டும்.’

பஞ்சால் செய்யப்பட்டவர்போல அவரைத் தள்ளிக்கொண்டு அவள் வெளியே கூப்பிட்டாள், "சின்னவனே, கொஞ்சம் குளிர்ந்த துவாலை களைக் கொண்டுவந்து உன் தங்கச்சி முகத்தைத் துடைத்துவிடு"

பெய்லி அறையிலிருந்து வெளியே போகும்போதே திரு. ஃப்ரீமேன் கட்டிலை நெருங்கிவந்தார். அச்சுறுத்தும் விதமாக முகத்தை வைத்துக் கொண்டு குனிந்து "நீ சொன்னாய் என்றால்..." மறுபடியும், எனக்குக் கேட்காத அளவுக்கு, மெதுவாக "நீ சொன்னாய் என்றால்..." அவருக்குப் பதில் சொல்லுமளவுக்கு என்னால் பலத்தைத் திரட்ட முடியவில்லை. நான் யாரிடமும் சொல்ல மாட்டேன் என்று அவருக்குத் தெரிய வேண்டும். பெய்லி துவாலைகளோடு திரும்பி வந்தான். அவர் அறையிலிருந்து வெளியே போனார்.

பிறகு அம்மா சூப் செய்துகொண்டு வந்து கட்டில் ஓரத்தில் உட்கார்ந்து எனக்குக் கொடுத்தார்கள். அந்தத் திரவ உணவு எனது தொண்டையில் எலும்புத் துண்டுகள் போல் இறங்கியது. எனது வயிறும் முதுகும் குளிர்ந்த இரும்புபோல் கனத்தன. எனது தலை கழன்று எங்கோ போய்விட்டதைப் போலவும் வெறும் காற்று மட்டும் என் தோள்களுக்கு மேல் இருப்பதுபோலவும் எனக்குத் தோன்றியது. தூக்கம் வந்து கட்டிலுக்கு அவன் போவது வரைக்கும், பெய்லி எனக்காக 'தி ரோவர் பாய்ஸ்' கதையைச் சத்தமாக வாசித்துக்கொண்டிருந்தான்.

அன்றிரவு முழுவதும் அம்மாவும் திரு. ஃப்ரீமேனும் உரக்க வாதிட்டுக் கொண்டிருப்பதைக் கேட்டுத் திரும்பத் திரும்ப விழித்துக்கொண் டிருந்தேன். அவர்கள் என்ன பேசிக்கொண்டார்கள் என்பது எனக்குத் தெரியவில்லை, ஆனால் அம்மா அவருக்குக் கோபம் ஏற்படுத்தி அவர் அவளை அடித்துவிடுவார் என நினைத்தேன். உறைந்த முகமும் வறண்ட கண்களும் உடைய அவர் அவ்வாறு செய்யக்கூடியவர் என்று எனக்கு நிச்சயமாகத் தெரியும். அவர்கள் சத்தம் வேகவேகமாக, தாழ்ந்த ஓசைகளைத் தொடர்ந்து உயர்ந்த குரல்களாகத் தொடர்ந்து கேட்டுக்கொண்டிருந்தது. அவர்கள் இருந்த இடத்திற்குக் கழிவறைக்குக் கடந்துபோவதைப்போல், போக நினைத்தேன். எனது முகத்தைப் பார்த்து அவர்கள் நிறுத்திக்கொள்வார்கள் என்ற எண்ணத்தில்தான் அது. ஆனால் என் கால்கள் அசைய மறுத்தன. எனது கரண்டைகளும் விரல்களும் அசைந்தன, ஆனால் கால்மூட்டுக்கள் மரக்கட்டைகள் போலாகிவிட்டன.

ஒருவேளை நான் தூங்கிப்போயிருக்கலாம். ஆனால் காலை வேளை வந்திருந்தது, அம்மா எனது படுக்கையில் இருந்தார்கள். 'இப்போ எப்படியிருக்குது குழந்தை?'

"நல்லா இருக்கேன், அம்மா" தன்னிச்சையான பதிலாக என்னிடமிருந்து வந்தது "பெய்லி எங்கே?"

அவன் தூங்கிக்கொண்டிருப்பதாகவும் தான் இரவு முழுவதும் தூங்கவில்லையென்றும் அவள் சொன்னாள். என்னைக் கவனிக்க அவள் என் அறைக்கு வருவதும் போவதுமாக இருந்தாள். திரு. ஃப்ரீமேன் எங்கே என்று நான் கேட்டவுடன் மறுபடியும் நினைவுக்கு வந்த கோபத்துடன் அவள் முகம் இறுகியது. "அவர் போய்விட்டார். இன்று காலை இங்கிருந்து

காலி செய்துவிட்டார். உனக்குக் கோதுமைக் கஞ்சி வைத்துவிட்டு, நான் உன் உடல்சூட்டைப் பரிசோதிக்க வேண்டும்."

இப்போது அவளிடம் நான் சொல்லிவிடலாமா? அந்தப் பயங்கரவலி, அதைச் சொல்லக் கூடாது என்பதை உணர்த்தியது. ஏற்கெனவே கடவுள் என்னை அந்த வலியை அனுபவிக்க விட்டுவிட்டதால் அவர் எனக்குச் செய்ததும் நான் அனுமதித்ததும் மிக மோசமான ஒன்றாகத்தான் இருக்க வேண்டும். திரு. ஃப்ரீமேன் போய்விட்டதனால் பெய்லி அபாயத்திலிருந்து தப்பித்துக்கொண்டானா? அப்படியானால் நான் அவனிடம் அதைச் சொன்னால் அதன் பின்னும் அவன் என்னிடம் பாசமாக இருப்பானா?

எனது உடல் சூட்டை அளந்த பிறகு அம்மா நான் கொஞ்சநேரம் படுத்து எழுந்திருக்க வேண்டுமென்றும் எனக்கு முடியாமல் போவது போலிருந்தால் தன்னைக் கூப்பிட வேண்டுமென்றும் சொன்னாள். என் முகத்தைக் கவனித்துப் பார்த்துக்கொண்டிருக்கும்படியும் கொப்புளங்கள் ஏற்பட்டால் காலமன் தைலத்தை அவற்றின்மீது தடவிவிடும்படியும் பெய்லியிடம் அம்மா சொன்னாள்.

வெளிநாட்டுத் தொலைபேசி அழைப்புப்போல் அந்த ஞாயிறு எனது ஞாபகத்தில் வந்து போகிறது. பெய்லி ஒரு தடவை 'கட்ஜென்ஜாமர் கிட்ஸ்' புத்தகத்தை எனக்காக வாசித்துக்கொண்டிருக்கிறான், அதன் பின்னர் தூங்கச் செல்லாமல் அம்மா என் முகத்தை நெருங்கிப் பார்த்துக்கொண்டிருக்கிறாள், அப்புறம் சூப் என் தாடையில் வழிந்து கொண்டிருக்கிறது, கொஞ்சம் வாய்க்குள்ளும் போகிறது, அப்புறம் தொண்டை அடைக்கிறது. அதற்கப்புறம் மருத்துவர் என் சூட்டை அளக்கிறார், என் கைநாடி பிடித்துப் பார்க்கிறார்.

'பெய்லீ...' நான் அலறியிருக்க வேண்டுமென்று நினைக்கிறேன், ஏனெனில் அவன் உடனடியாக அங்கே இருந்தான். அவனிடம், எனக்கு உதவிசெய், நாம் இருவரும் கலிபோர்னியாவுக்கோ, பிரான்சுக்கோ அல்லது சிக்காகோவுக்கோ போய்விடலாமா என்று கேட்கிறேன். நான் இறந்துகொண்டிருக்கிறேன் என்று எனக்குத் தெரியும், உண்மையாக, திரு. ஃப்ரீமேன் இருக்கும் பக்கத்திலே நான் நடக்கக் கூடாது. இப்போதுகூடச் சாவு என்னை எடுத்துக்கொள்ள அவர் விரும்பினாலொழிய, அவர் அனுமதிக்க மாட்டார் என்று எனக்குத் தெரியும்.

எனக்கு எக்கச்சக்கமாக வியர்த்திருந்ததால் என்னை உடல் சுத்தப் படுத்த வேண்டுமென்றும் படுக்கை விரிப்புகள் மாற்றப்பட வேண்டு மென்றும் அம்மா சொன்னார். ஆனால் அவர்கள் என்னைத் தூக்க முயன்றபோது போராடினேன். பெய்லியால்கூட என்னைக் கட்டுப்படுத்த முடியவில்லை. அப்புறம் அம்மா தன் முழங்கைகளால் என்னை ஏந்தித் தூக்கியபோது எனது திகில் சற்றுக் குறைந்தது போலிருந்தது. பெய்லி படுக்கை விரிப்புகளை மாற்றத் தொடங்கினான். அழுக்கான விரிப்புகளை அகற்றும்போது மெத்தைக்கு அடியில் நான் மறைத்து வைத்திருந்த உள்ளாடை வெளியே வந்துவிட்டது. அது அம்மாவின் காலடியில் விழுந்தது.

13

மருத்துவமனையில் வைத்து பெய்லி என்னிடம் அதைச் செய்தது யார் என்று நான் சொல்ல வேண்டும் என்றும், இல்லாவிட்டால் அந்த மனிதன் மற்றொரு சிறுமியைக் கெடுத்துவிடக் கூடுமென்றும் சொன்னான். நான் அவனிடம் அதை என்னால் சொல்ல முடியாது. ஏனெனில் அந்த ஆள் அவனைக் கொன்றுவிடுவான் என்று விளக்கியபோது பெய்லி புரிந்துகொண்டவனாக “அவன் என்னைக் கொல்ல முடியாது, அதற்கு விட மாட்டேன்” என்று சொன்னான். நான் அவனை உறுதியாக நம்பினேன். ஏனெனில் பெய்லி என்னிடம் பொய் சொல்ல மாட்டான். எனவே அவனிடம் நடந்ததைச் சொன்னேன்.

எனது கட்டிலின் ஓரத்தில் இருந்தவாறே பெய்லி அழுதான், நானும் அழத் தொடங்கும்வரை. எனது சகோதரன் மறுபடியும் அழுவதைப் பார்க்க எனக்குக் கிட்டத்தட்ட பதினைந்து ஆண்டுகள் ஆயிற்று.

பிறப்பிலேயே முதிர்ந்த (அன்று பிறகு அவன் பயன்படுத்திய சொற்கள்) தனது மூளையை உபயோகித்து, அவன் பாக்ஸ்டர் பாட்டியிடம் தகவலைச் சொல்லி விட்டான். திரு. ஃப்ரீமேன் கைது செய்யப்பட்டார். அதனால் எதற்கெடுத்தாலும் துப்பாக்கியைத் தூக்கும் என் மாமாக்களின் அதிபயங்கர கோபவெறியிலிருந்து அவர் தப்பித்துக்கொண்டார்.

மருத்துவமனையிலேயே எனது எஞ்சிய வாழ்நாட்களைக் கழித்துவிட விரும்பினேன். அம்மா பூக்களையும் மிட்டாய்களையும் கொண்டுவந்தாள். பாட்டி பழங்களோடு வந்தார், என் மாமாக்கள் எனது படுக்கையை, காட்டுக் குதிரைகள் போல் கனைத்துக்கொண்டு, சுற்றிச்சுற்றி வந்தனர் அவர்கள் பெய்லியை யாருக்கும் தெரியாமல் உள்ளே கொண்டுவந்ததும், அவன் மணிக்கணக்காக எனக்காகப் புத்தகங்களை வாசித்தான்.

வேலைவெட்டி இல்லாதவர்கள் அங்குமிங்குமாகத் துருதுருப்பாக இருப்பார்கள் என்ற சொலவடை மட்டுமே உண்மையல்ல. மனக்கிளர்ச்சி ஒரு போதைப்பொருள்.

வன்முறைகளில் திளைக்கும் மனிதர்கள் எப்போது அடுத்த 'டோஸ்' எங்கு கிடைக்கும் என்று அலைந்து கொண்டிருப்பார்கள்.

நீதிமன்றம் நிறைந்திருந்தது. சிலர் பின்புறமிருந்த தேவாலயபாணி பெஞ்சுகளுக்குப் பின்னால் நின்றுகொண்டிருந்தனர். முதியவர்களின் பற்றற்ற தன்மையுடன் கூரை மின்விசிறிகள் சுழன்றுகொண்டிருந்தன. பாக்ஸ்டர் பாட்டியின் எடுபிடிகள் துடுக்கும் கேளிக்கையுமாக அணிவகுத்திருந்தனர். சூதாடிகள் கோடுபோட்ட சூட்டு அணிந்து வந்திருந்தார்கள். அவர்களோடு வந்திருந்த அரிதாரம் பூசிய பெண்கள், தங்களின் ரத்தச் சிவப்பு வாயால் என்னிடம் அவர்களுக்குத் தெரிந்த தெல்லாம் இப்போது எனக்கும் தெரிந்துவிட்டது என்று கிசுகிசுத்தார்கள். எனக்கு எட்டு வயது, நான் வளர்ந்திருந்தேன். எதற்கும் இப்போது பயப்பட வேண்டாம் என்று மருத்துவமனைச் செவிலியர்கள்கூட என்னிடம் கூறியிருந்தனர் 'ஆகப்பெரிய ஆபத்தை நீ கடந்துவிட்டாய்' என்று அவர்கள் சொன்னார்கள். அந்த வார்த்தைகளை அங்கு நமட்டுச்சிரிப்பைக் காட்டிக் கொண்டிருந்த எல்லா உதடுகளிலும் பொருத்திவிட்டேன்.

நான் என் குடும்பத்தோடு (பெய்லிக்கு வர முடியவில்லை) உட்கார்ந் திருந்தேன், அவர்கள் குளிர்ந்துவிட்ட கல்லறை மூடிக்கற்கள்போல அசையாமல் இருந்தனர். பருமனான, என்றென்றைக்கும் அசையாத கற்கள்போல.

திரு. ஃப்ரீமேன் என்னை நோக்கி வெற்று எச்சரிக்கைகள் செய்வதற்காக அவருடைய நாற்காலியிலிருந்தபடி நெளிந்துகொண்டிருந்தார். பாவம் அவரால் பெய்லியைக் கொல்ல முடியாது என்பது அவருக்குத் தெரியாது ... அப்புறம் பெய்லி பொய் சொல்ல மாட்டான் ... என்னிடம்.

'குற்றம் சாட்டப்பட்டவர் என்ன உடை அணிந்திருந்தார்', திரு. ஃப்ரீமேனின் வக்கீல் என்னிடம் கேட்டார்.

'எனக்குத் தெரியாது'.

"இந்த மனிதர் உன்னை வன்புணர்ச்சி செய்தார், ஆனால் உனக்கு அவர் என்ன உடையணிந்திருந்தார் என்று தெரியாது, அப்படிதானே?" ஏதோ நான் திரு. ஃப்ரீமேனை வன்புணர்ந்துவிட்டதைப் போல அவர் சிரித்தார். 'உன்னை வன்புணர்ந்தது உனக்குத் தெரியுமா?'

ஒரு சத்தம் நீதிமன்றக் காற்றில் ஊடுவிச் சென்றது (அது சிரிப்புச் சத்தம் என்று எனக்கு உறுதியாகத் தெரியும்)

அம்மா என்னைப் பித்தளைப் பொத்தான்கள்கொண்ட கடற்படை நீல குளிர்கால கோட் அணிய அனுமதித்தது எனக்கு மகிழ்ச்சியாக இருந்தது. நான் ரொம்பக் குட்டையாக இருந்தபோதிலும் தட்பவெப்பநிலை செயின்ட் லூயிசுக்கே உரிய உஷ்ணமாக இருந்தபோதிலும் அந்தக் கோட் அந்த வித்தியாசமான, நேசமில்லாத இடத்தில், ஒரு நண்பனைப் போல என்னை ஆதரவாகத் தழுவிக்கொண்டிருந்தது.

குற்றம் சாட்டப்பட்டவர் உன்னைத் தொட்டது அதுதான் முதல்முறையா? இந்தக் கேள்வி என்னை வாயடைத்தது. ஃப்ரீமேன் செய்தது

நிச்சயம் தவறுதான், ஆனால் நானும் அதற்கு உடந்தையாக இருந்ததாக நம்பினேன். பொய் சொல்வதற்கு நான் விரும்பவில்லை. ஆனால் வக்கீல் என்னை யோசிக்கவே விடவில்லை. எனவே மௌனம் சாதிப்பதே எனக்கு ஒரு வழியாகத் தெரிந்தது.

"குற்றம் சாட்டப்பட்டவர் உன்னை வன்புணர்வு செய்வதற்கு முன்னர், அதாவது நீ சொல்கின்ற வன்புணர்வுக்கு முன்பு எப்போதாவது உன்னை அவர் தொட்டிருக்காரா?"

'ஆமாம்' என்று சொல்லி அவர் என்னை ஒருமுறை சரசமாடியதையும், படுக்கையில் மூத்திரம் கழித்துவிட்டதாக நான் நினைக்கும் வரையிலும் அவர் என்னை இறுகப் பற்றியிருந்ததையும் விவரிக்க என்னால் முடியாது. எனது மாமாக்கள் என்னைக் கொன்றேவிடுவார்கள்; பாக்ஸ்டர் பாட்டிக்குக் கோபம் வரும்போது எப்படி பேசாமலிருப்பாளோ, அப்படி பேசாமலிருந்துவிடுவாள். அப்புறம் அந்த நீதிமன்றத்தி லிருப்பவர்களெல்லாம் விவிலியத்தில் வருகின்ற வேசியை மக்கள் கல்லெறிந்ததைப் போல என்னையும் கல்லால் அடிப்பார்கள். அப்புறம், என்னை மிகவும் நல்லபெண் என நினைத்துக்கொண்டிருக்கும் அம்மா மிகவும் ஏமாற்றமடைவாள். அதைவிட முக்கியம் பெய்லி. அவனிட மிருந்து ஒரு பெரிய ரகசியத்தை நான் மறைத்திருக்கிறேன்.

"மார்கிரெட், கேள்விக்குப் பதில் சொல், குற்றம்சாட்டப்பட்டவர் நீ சொல்கிற வன்புணர்ச்சி நிகழ்வதற்கு முன்பாக எப்போதாவது உன்னைத் தொட்டிருக்காரா?"

'இல்லை' என்பதுதான் பதிலாக இருக்க முடியும் என்பது நீதிமன்றத்திலிருந்த அனைவருக்கும் தெரியும். திரு. ஃப்ரீமேனையும் என்னையும் தவிர. நான் இல்லையென்று சொல்ல வேண்டும் என விரும்பும்படியான தோற்றத்திற்கு முயற்சி செய்துகொண்டிருந்த அவரது பெரிய முகத்தைப் பார்த்தேன். நான் இல்லையென்று பதில் சொன்னேன்.

அந்தப் பொய் என் தொண்டையை அடைத்து மூச்சைவிட முடியாமல் செய்தது. என்னைப் பொய் சொல்ல வைத்த அந்த மனிதனை அப்போது அளவிட முடியாத அளவுக்கு வெறுத்தேன். கிழவன், கீழானவன், அசிங்கம் பிடித்தவன்; கிழவன், கருப்பன், அசிங்கம் பிடித்தவன். வழக்கம்போல அல்லாமல் கண்ணீர் என்னை அமைதிப்படுத்த வில்லை. 'நீ கிழவன், கொடூரன், அருவருப்பானவன்', நான் கத்தினேன். 'அருவருப்பான கிழட்டுப் பயலே'. எங்கள் வழக்கறிஞர் கூண்டிலிருந்து என்னை அம்மாவின் கரங்களுக்குள் ஒப்படைத்தார். பொய்கள் மூலம் நான் ஏங்கிய இடத்திற்கு வந்து சேர்ந்தேன் என்ற உண்மை அந்தத் தருணத்தை அனுபவிக்க முடியாததாக்கிவிட்டது.

திரு. ஃப்ரீமேனுக்கு ஒரு ஆண்டும் ஒரு நாளும் என சிறைத்தண்டனை வழங்கப்பட்டது. ஆனால் அவர் சிறையில் தண்டனையைக் கழிக்க வில்லை. அவரது வக்கீல் (அல்லது வேறொருவர்) அன்று பிற்பகலில் அவரை வெளியில் கொண்டுவந்துவிட்டார்.

இதமாக இருப்பதற்காக ஜன்னல் திரைச்சீலைகள் இறக்கிவிடப் பட்டிருந்த வரவேற்பறையில் தரையிலமர்ந்து நானும் பெய்லியும் 'மொனாப்பலி' விளையாடிக் கொண்டிருந்தோம். நான் மோசமான ஆட்டத்தை ஆடினேன். ஏனென்றால், நான் பொய் சொன்னதையும் ஒரு ரகசியத்தை மறைத்ததையும் அவனிடம் எப்படிச் சொல்வது, அதனால் எங்கள் உறவு பாதிக்குமா என்றெல்லாம் என் சிந்தனையில் ஓடிக் கொண்டிருந்தது. பாட்டி சமையலறையில் இருந்ததால், பெய்லி வாசல் அழைப்புமணி சத்தம் கேட்டுக் கதவைத் திறந்தான். ஒருவர் உயரமான வெள்ளைக்காரக் காவலர் திருமதி பாக்ஸ்டரைக் தேடி வந்திருந்தார். அவர்கள் நான் சொன்ன பொய்யைக் கண்டுபிடித்துவிட்டார்களா?

கடவுளறிய நான் சொல்வதெல்லாம் உண்மை, உண்மையைத் தவிர வேறொன்றுமில்லை என்று விவிலியத்தின் மீது கைவைத்து சத்தியம் செய்ததற்காக என்னைச் சிறையிலடைக்க அந்தக் காவலர் வந்திருக்கிறாரா? எங்கள் வரவேற்பறையில் நிற்கும் அந்த மனிதர் வானத்தைவிட உயரமாகவும் நான் கற்பனை செய்திருந்த கடவுளைவிட வெள்ளையாகவும் இருந்தார். தாடி மட்டும் இல்லை.

"திருமதி பாக்ஸ்டர், உங்களுக்குத் தெரியப்படுத்த வேண்டுமென்று நினைத்தேன். கசாப்பு நிலையத்துக்குப் பின்னாலுள்ள இடத்தில் ஃப்ரீமேனுடைய இறந்துபோன உடல் கிடந்தது"

தேவாலயத்தில் நடக்கும் நிகழ்வின்போது பேசப்படுவதுபோல மிக மெதுவாக பாட்டி சொன்னார், 'பாவம் அந்த மனிதன்.' பாத்திரங்களைத் துடைக்கும் துணியில் தன் கைகளைத் துடைத்துக்கொண்டே அதே மிருதுவான குரலில் கேட்டார், 'யார் அதைச் செய்தார்கள் என்று கண்டுபிடித்துவிட்டார்களா?'

காவலர் சொன்னார், "அங்கே கொண்டுவந்து போட்டிருப்பார்கள் போலிருக்கிறது. சாகும்வரை உதைத்திருப்பார்கள் என்று சிலர் பேசிக் கொள்கிறார்கள்".

பாட்டியின் நிறம் சற்றே மிளிர்ந்தது. "டாம், என்னிடம் சொன்னதற்கு நன்றி, அந்த மனிதன் பாவம். இந்த வகையில் எல்லாம் நன்மைக்கே. அவன் ஒரு வெறிநாய். கொஞ்சம் எலுமிச்சை சாறு குடிக்கிறாயா? அல்லது கொஞ்சம் பீர்?"

அவர் அபாயகரமான ஆளாகத் தோற்றமளிக்கவில்லை என்றாலும் எனது பாவங்களைக் கணக்கிட்டுக்கொண்டிருக்கும் பயங்கரமான சம்மனசு என்று எனக்குத் தெரியும்.

"வேண்டாம், திருமதி பாக்ஸ்டர். ரொம்ப நன்றி. நான் பணியிலிருக்கிறேன். வேலை இருக்கிறது, போக வேண்டும்."

"நல்லது, நான் பீரை எடுத்தவுடன் அவளை வந்து பார்க்கிறேன் என்று உன் அம்மாவிடம் சொல், கொஞ்சம் ஜெர்மன் ஊறுகாயை மிச்சம் வைக்கும்படி அவளிடம் ஞாபகப்படுத்து."

என் பாவங்களைப் பதிவுசெய்து கொண்டிருந்த அந்தச் சம்மனசு போய்விட்டார். அவர் போய்விட்டார். ஒரு மனிதர் செத்துப் போய்விட்டார்,

நான் பொய் சொன்னதால். இதில் சமன்பாடு எங்கிருக்கிறது? ஒரு பொய் ஒரு மனிதனின் உயிருக்குத் நிகரானதா? பெய்லியால் இதைப்பற்றி எனக்குத் தெளிவுபடுத்த முடியும், ஆனால் அவனிடம் நான் கேட்க முடியாதே. நிச்சயமாகச் சொர்க்கத்தில் எனது இடத்தை நிரந்தரமாக இழந்துவிட்டேன், பல ஆண்டுகளுக்கு முன்பு நான் பிய்த்துத் துண்டு துண்டாக்கிய பொம்மையைப் போல, நானும் நொறுங்கிப் போனேன். இயேசுகூடச் சாத்தானிடம் தனது முதுகைத் திருப்பிக்கொண்டார். என்னிடமும் அவர் தனது முதுகைத் திருப்பிக்கொண்டு விடுவார். தீமைகள் எனது உடம்பினுள் பாய்ந்தோடிக்கொண்டிருப்பதை உணர்கிறேன்; அவை ஒன்று திரண்டு, நான் வாயைத் திறந்தால் வேகமாக வெளியேறக் காத்திருக்கின்றன. நான் வாயை இறுக மூடிக் கொண்டேன் அவை எல்லாவற்றையும் உள்ளே அடக்கிக்கொண்டேன். ஏதாவது தப்பித்து வெளியே வந்தால் அது மொத்த உலகத்தையும் மட்டுமல்ல அப்பாவி மக்களையும் பிரளயமாக அமிழ்த்திவிடாதா?

பாக்ஸ்டர் பாட்டி சொன்னார், “ரித்தி, இளையவனே நீங்கள் எதையும் கேட்கவில்லை என நினைத்துக்கொள்ளுங்கள். இந்த விஷயத்தை நான் காது கொடுத்துக் கேட்கவோ, அந்தக் கெட்ட மனிதன் பெயர் இந்த வீட்டில் மறுபடியும் உச்சரிக்கப்படவோ விரும்பவில்லை. நான் கண்டிப்பாகச் சொல்கிறேன்”. மறுபடியும் அவர் சமையலறைக்கு என் பொருட்டுக் கொண்டாடுவதற்கு, ஆப்பிள் பதார்த்தம் செய்யச் சென்றார்.

பெய்லிகூட அதிர்ந்து போயிருந்தான். ஒரு மனிதனின் மரணத்தை நினைத்து, பூனை ஒரு ஓநாயைப் பார்த்துக்கொண்டிருப்பதைப் போல உட்கார்ந்துகொண்டிருந்தான். புரிந்துகொள்ள இயலாமல், முழுமையான அதிர்ச்சியில் இருந்தான்.

அந்தத் தருணங்களில் பெய்லி உண்மையாகவே என்னை நேசிப்பவனாக இருந்தபோதிலும் அவனால் எனக்கு உதவ முடியாது என்று முடிவாகத் தோன்றியது. நான் என்னைச் சாத்தானுக்கு விற்று விட்டேன், அதிலிருந்து தப்பிக்கவே முடியாது. என்னால் செய்ய முடிந்தது ஒன்றே ஒன்றுதான், பெய்லியைத் தவிர வேறு யாரிடமும் பேசாமலிருப்பது மட்டுமே. அகவயமாகவோ வேறு எதனாலோ எனக்குப்பட்டது அதுதான், நான் அவனை எந்த அளவுக்கு நேசித்தேன் என்றால் சிறிதளவும் என்னால் அவன் துன்பமடைய விட மாட்டேன். ஆனால் வேறு யாரிடமும் நான் பேசினால் அவர்களும் சாகக்கூடும். வார்த்தைகளைச் சுமந்து வெளிவரும் எனது மூச்சுக்காற்றுச் சும்மாபட்டாலே போதும், விஷம் தாக்கி செத்தது போல், கொழுத்த கருப்பு நத்தைகள் பாவனைக்காக மட்டும் சுருள்வதைப் போன்று, சுருண்டு விழுந்து, ஆனால் செத்துவிடுவார்கள்.

நான் பேசுவதை நிறுத்திவிட வேண்டும். முற்றிலுமான அமைதியைக் கைக்கொள்ள, நான் அட்டையைப் போல் சத்தங்களுடன் ஒட்டிக் கொண்டால் போதும் என்று கண்டுபிடித்தேன். எல்லாவற்றையும் கேட்க ஆரம்பித்தேன். எல்லாச் சத்தங்களையும் கேட்டு, உண்மையாகவே கேட்டு, அவற்றைத் திரளாகக் காதுகள் வழியாக உள்வாங்கி அடைத்துக்கொண்டால் என்னைச் சுற்றியிருக்கும் உலகம் அமைதியாக இருக்கக்கூடும் என நம்பினேன். ஆட்கள் சிரித்துக்கொண்டிருக்கிற அறைகளுக்குள்

நுழைவேன், அவர்களது சத்தம் சுவற்றில் எறியப்பட்ட கற்கள்போல் பட்டுத்தெறிக்கும், அந்தச் சத்தங்களின் கலவரத்தில் அசையாது நிற்பேன். ஒன்றிரண்டு நிமிடங்களில், ஒளிந்திருந்த அதன் இடத்திலிருந்து அமைதி வெளியே வந்து அந்த அறையைச் சூழ்ந்துகொள்ளும். ஏனெனில் நான் எல்லாச் சத்தங்களையும் தின்றுவிட்டிருப்பேன்.

முதல் சில வாரங்களுக்கு என்னுடைய போக்கை, வன்புணர்ச்சி, மருத்துவமனை வாசம் இவற்றால் இருக்கலாம் என்ற அளவில் சாதாரணமாக எடுத்துக்கொண்டார்கள். வீட்டில் (அந்த வார்த்தையையோ சம்பவத்தையோ, நானும் பெய்லியும் மீண்டும் வசித்துக்கொண்டிருந்த பாட்டியின் வீட்டில் சொல்ல மாட்டார்கள்.) நான் பெய்லியுடன் மட்டும்தான் பேசுவேன், வேறுயாரிடமும் பேச மாட்டேன் என்பதைப் புரிந்துகொண்டார்கள்.

என்னைக் கவனிக்க வரும் செவிலி கடைசிமுறையாக வந்து போனார். நான் முழுமையாகச் சரியாகிவிட்டதாக மருத்துவரும் சொல்லிவிட்டார். அதனால் நான் பக்கத்துத் தெருக்களில் கைப்பந்து விளையாடலாம் அல்லது சிகிச்சையிலிருந்தபோது எனக்குத் தரப்பட்ட விளையாட்டுகளை விளையாடி மகிழலாம் என்ற நிலைமை உருவானது. அவர்கள் அறிந்திருந்த சிறுமியாக மாறமறுத்தபோது அவர்கள் நான் சேட்டை பண்ணுகிறேன் என்றும் பேசாமலிருப்பதை, வீம்பாக இருப்பதாகவும் எடுத்துக்கொண்டார்கள்.

கொஞ்சநாட்கள் நான் வீரப்பாகப் பேசாமலிருக்கிறேன் என்று தண்டனைகள் கிடைத்தன. அப்புறம் அடி கிடைக்கத் தொடங்கியது தாங்கள் அவமதிக்கப்படுவதாக நினைத்த உறவினர் எல்லோரிடமிருந்தும் .

நாங்கள் ஸ்டாம்ப்ஸுக்குப் திரும்பிப் போவதற்காக ரயிலில் இருந்தோம், இம்முறை பெய்லியை நான் ஆறுதல்படுத்த வேண்டியிருந்தது. ரயிலின் ஓர இருக்கைகளில் அவன் அழுது தீர்த்தான், ஜன்னல் கண்ணாடியில் முகத்தைப் பதித்துத் தனது அருமை அம்மாவின் முகத்தைக் கடைசியாக ஒருமுறை பார்க்கத் துடித்தான்.

அப்பாப் பாட்டி எங்களைத் தன்னிடம் அனுப்பிவிடச் சொன்னாரா, இல்லை எப்போதும் சோகமாகவே இருக்கும் நான் லூயிஸ் குடும்பத் திற்குப் போதும் போதுமென்றாகி விட்டேனா, என்னால் அறிந்து கொள்ளவே முடியவில்லை. தொடர்ந்து உம்மணாமூஞ்சியோடு இருக்கும் ஒரு சிறுமியைப் பார்த்துக்கொண்டே இருப்பதைப் போன்ற அவஸ்தை வேறெதுவும் கிடையாது.

பெய்லி மகிழ்ச்சியாக இல்லை என்பதை தவிர அந்தப் பயணத்தைப் பற்றி நான் எதுவும் பெரிதாக மனதில் போட்டுக்கொள்ளவில்லை. நாங்கள் சென்று சேரக்கூடிய இடத்தைக் குறித்து ஏதோ கழிப்பறைக்குச் செல்வதைப் போன்ற மனநிலைதான் எனக்கும் இருந்தது.

14

ஸ்டாம்ப்ஸின் வெறுமைதான் அப்போது எனக்குத் தேவைப்பட்டது. நான் விரும்பியோ உணர்ந்தோ உண்டானதல்ல இது. இரைச்சல்கள், சந்தடிகள், சரக்கு லாரிகள், பேருந்துகள், உரத்தகுரல் குடும்பக்கூடுகைகள் நிறைந்த செயின்ட் லூயிஸுக்குப் பிறகு, ஸ்டாம்ப்ஸின் அரவமில்லா தெருக்களும் மண்முற்றங்களுக்கு அப்பால் உள்ளடங்கி தனிமையிலிருக்கும் பங்களாக்களும் எனக்கு வரவேற்கத்தக்கனவாய் இருந்தன.

அந்த ஊர் மக்களின் விட்டேற்றியான மனப்பான்மை எனக்கு ஆசுவாசமாக இருந்தது. தாங்கள் பெற்றுக்கொள்வதற்கு நிறைய இருந்தாலும் எதுவும் தமக்குக் கிடைக்கப்போவதில்லை என்ற உணர்வில் அமைந்த ஒரு மனநிறைவை அவர்களிடம் நான் கண்டேன். வாழ்வின் சமத்துவமில்லாத் தன்மையில் அவர்கள் திருப்தியாக இருந்ததை பெரிய ஒரு பாடமாக நான் எடுத்துக்கொண்டேன். ஸ்டாம்ப்ஸில் நுழையும்போது நிலவரை படத்தின் எல்லைகளைத் தாண்டி, எந்தவிதப் பயமுமில்லாமல் உலகுக்கு அப்பால் விழப்போகிறேன் என்ற உணர்வு எனக்கு ஏற்பட்டது. நடப்பதற்கு எதுவும் இனி இல்லை, ஏனெனில் ஸ்டாம்ப்ஸில் எதுவும் நடப்பதில்லை.

இந்தப் பட்டுக்கூட்டுக்குள் நான் ஊர்ந்து சென்றேன். குறிப்பிட்டுச் சொல்ல முடியாத காலஅளவுக்கு என்னிடமிருந்தோ பெய்லியிடமிருந்தோ எதுவும் கேட்கப்படவில்லை. என்னவானாலும் நாங்கள் திருமதி ஹெண்டர்சனின் கலிபோர்னியா பேரப்பிள்ளைகள், பகட்டான ஒரு பயணமாக வடக்கில் அற்புதமான செயின்ட் லூயிஸுக்குச் சென்று வந்தவர்கள். எங்கள் தந்தையார் ஒரு பெரிய பளபளக்கும் மோட்டாரில் சென்ற வருடம் வந்திறங்கியவர், பெரிய நகரத்தின் உச்சரிப்போடு உயர் ஆங்கிலம் பேசியவர். ஆகவே நாங்கள் செய்ய வேண்டியதெல்லாம் மாதக்கணக்கில் அமைதியாக இருந்து எங்களது செயின்ட் லூயிஸ் சாகசக் காலத்தின் பலன்களை அனுபவிக்க வேண்டும்.

விவசாயிகள், பணிப்பெண்கள், சமையல்காரிகள், கைவினைஞர்கள், தச்சர்கள், ஊரிலுள்ள எல்லாக் குழந்தைகள் என அனைவரும் ஸ்டோருக்குப் புனிதப்பயணம் போல் வந்து கொண்டிருந்தனர், 'பயணிகள் எப்படி இருக்கிறார்கள் என்று

சும்மா பார்ப்பதற்காக' அட்டை கட்அவுட் வடிவங்கள்போல் சுற்றி நின்றுகொண்டு "நல்லது, வடக்கே எப்படியிருக்கிறது?" என்று கேட்டார்கள்.

"பெரிய கட்டடம் எதையாவது பார்த்தீர்களா?" "எலிவேட்டரில் சவாரி செய்தீர்களா?" "பயமா இருந்ததா?"

"எல்லோரும் சொல்வதுபோல, வெள்ளையர்கள் வித்தியாச மானவர்களாக இருந்தார்களா?"

ஒன்றுவிடாமல் எல்லாவற்றுக்கும் பதில் சொல்வதைப் பெய்லி பார்த்துக்கொண்டான். அவனது மேலான கற்பனைத் திறத்தின் ஓரத்திலிருந்து எனக்கும் ஏன் அவனுக்குமே அந்நியமான பல்வேறு புனைவு சமாச்சாரங்களைப் பதிலாகச் சொல்லி வந்தவர்களை மகிழ்வுபடுத்திக் கொண்டிருந்தான்.

வழக்கம் போல் அவன் கச்சிதமாகப் பேசினான், 'அங்கே வடக்கில் கட்டடங்கள் எந்த அளவுக்கு உயரமென்றால் குளிர்காலத்தில் அவற்றின் மேல்அடுக்குகளை நீங்கள் பார்க்க முடியாது'

"நான் உண்மையாகச் சொல்கிறேன்." "பசுவின் தலையைப் போல இரண்டு மடங்கு பருமனாக அவர்களுக்குத் தர்பூசணி கிடைக்கிறது, இனிப்புக் கூழைவிட இனிப்பாக அது இருக்கிறது." எனக்கு அவனது அதிதீவிரமான முகமும் கேட்டுக்கொண்டிருந்தவர்களின் அதிஆர்வமான முகங்களும் நினைவிலிருக்கின்றன. "அப்புறம், அந்தத் தர்பூசணியை வெட்டுவதற்குமுன் நீங்கள் அதன் விதைகளின் எண்ணிக்கையைச் சரியாகச் சொல்லிவிட்டால் ஐந்து மில்லியன் டாலரும் ஒரு புதுக்காரும் பரிசாகக் கிடைக்கும்".

பெய்லியை நன்கு அறிந்திருந்த பாட்டி எச்சரித்தார், "உண்மை யில்லாததை எடுத்துவிடாதே ஜூ" (நல்லவர்கள் பொய் சொல்வதில்லை)

"எல்லோரும் புதுப்புதுத் துணிகளை உடுத்துகிறார்கள். எல்லோருக்கும் வீட்டுக்குள்ளேயே கழிப்பறைகள் இருக்கின்றன. ஏதாவது ஒரு கழிப்பறையில் விழுந்துவிட்டால் நீங்கள் உறிஞ்சி இழுக்கப்பட்டு மிஸிஸிப்பி ஆற்றில் போய் விழுவீர்கள். சிலரிடம் ஐஸ்பெட்டிகள் உள்ளன. அவற்றின் சரியான பெயர் கோல்ட் ஸ்பாட் அல்லது ஃபிரிட்ஜ். அதிலிருந்து பனித்தூள் எந்த அளவுக்குக் கொட்டுமென்றால் உங்கள் வீட்டு வாசலுக்கு முன்னால் நீங்கள் புதைந்துபோகிற ஆழத்துக்கு ஐஸ் இருக்கும், உங்களைக் கண்டுபிடிக்க ஒரு வருடம் ஆகிவிடும். கொட்டும் பனித்தூளால் நாங்கள் ஐஸ்கிரீம் செய்வோம்". அது ஒன்றுதான் என்னால் அவனை ஆமோதிக்கக்கூடிய ஒரே உண்மை. குளிர்காலத்தில் ஒரு கிண்ணத்தில் பனித்தூளைப் பிடித்து அதில் கெட்டிப்பாலை ஊற்றி கொஞ்சம் சீனியை அதில் தூவி, நாங்கள் அதை ஐஸ்கிரீம் என்று சொல்லிக்கொள்வோம்.

எங்கள் சாகசங்களை வர்ணித்து, பெய்லி கடைக்கு வந்தவர்களை மகிழ்வுபடுத்திக்கொண்டிருப்பதைப் பார்த்து பாட்டி பூரிப்பாகவும் வில்லி சித்தப்பா பெருமையாகவும் இருப்பார்கள். ஸ்டோருக்கு அதிகம் ஆட்களை வரவழைக்கும் ஈர்ப்பாகவும், ஊரின் வியப்புக்கும்

மெச்சுதலுக்கும் உரியவர்களாகவும் நாங்கள் ஆனோம். சுவாரஸ்யமற்ற அந்த ஊரின் ஓவியப் பரப்பில் எங்களது மாயலோகப் பயணம் மட்டுமே வண்ணப் பகுதியாக இருந்தது; அங்கிருந்து திரும்பி வந்த நாங்கள் அதிக பொறாமைக்குரியவர்களாக ஆனோம்.

ஸ்டாம்ப்ஸின் உச்சக்கட்ட பதட்டங்கள் வழக்கமாகவே கடும்வறட்சி, பெருவெள்ளம், வழிமறிக் கொலைகள், சாவுகள் ஆகியவை.

அந்தக் கிராமிய மக்களுக்குத் தேவைப்பட்ட கவனத்திருப்பத்துக்கு பெய்லி தீனி போட்டுக்கொண்டிருந்தான். நாங்கள் திரும்பிவந்த சில நாட்களிலேயே அவனுக்குக் கிண்டல்தொனி வந்துவிட்டது, ஒருவர் கீழே கிடக்கும் கல்லை இயல்பாக எடுப்பதுபோல் எடுத்து ஏளனத்தைத் தனது உதடுகளுக்கிடையில் மூக்குப்பொடிபோல் அடைத்துக்கொண்டான். இரட்டை அர்த்தச் சொற்கள், அவனது விவரிப்புக்கு இடையூறாக வரும் எந்தச் சொல்லுக்கும் எதிராக அவன் சொடுக்கும் இரண்டு திசைகளில் வேகம் எடுக்கும் வாக்கியங்கள் என அவன் பேசிக்கொண்டிருப்பான். எங்களது வாடிக்கையாளர்கள், அவன் அவர்களை நக்கல் செய்கிறான் என்று நினைக்காமல் இயல்பாகப் பேசிக்கொண்டிருப்பார்கள். அவர்களால் அவனைப் புரிந்துகொள்ள முடியவில்லை.

“இளைய பெய்லி, பெரிய பெய்லியைப் போலவே பேசுகிறான். வெள்ளி நாக்குக்காரன். அவனுடைய அப்பாவைப் போலவே” “அங்கே பஞ்சு பறிப்பதில்லை என்று கேள்விப்படுகிறேன். அப்படியென்றால் அங்கே உள்ளவர்கள் எப்படி பிழைக்கிறார்கள்?”

வடக்கில் உள்ள பஞ்சுச்செடி எந்த அளவுக்கு உயரமென்றால் ஆட்கள் பஞ்சு பறிப்பதற்கு ஏணிகளை வைத்து ஏறித்தான் பறிக்க முடியும். ஆகவே பஞ்சு விவசாயிகள் இயந்திரங்களை வைத்துப் பறித்துக்கொள்கிறார்கள். இது பெய்லியின் பதில்.

சிறிது காலம் பெய்லியின் இரக்கத்துக்குப் பாத்திரமானவளாக நான் மட்டும்தான் இருந்தேன். அவன் எனக்காகப் பரிதாபப்படவில்லை. ஆனால் நாங்கள் இருவருமே, வேறுவேறு காரணங்களுக்காக ஒரே படகில் பயணம் செய்வதுபோல இருந்தோம். தனது விரக்தியை அவன் சகித்துக்கொண்டதைப் போல எனது விலகிய தன்மையையும் அவன் பொறுத்துக்கொண்டான்.

வில்லி சித்தப்பாவுக்கு செயின்ட் லூயிஸில் எனக்கு நேர்ந்த சம்பவம் சொல்லப்பட்டதா இல்லையா என்று எனக்குத் தெரியாது. ஆனால் சில வேளைகளில் தனது பெரிய கண்களில் பாரதூரமாகத் தேங்கிநிற்கும் பார்வையால் அவர் என்னைப் பார்ப்பதைக் கண்டிருக்கிறேன். அப்போதெல்லாம் ஏதாவது ஒரு சிறுவேலை செய்யச் சொல்லித் தனது அருகாமையிலிருந்து என்னை அனுப்பிவிடுவார். அவ்வாறு நடக்கும்போது எனக்கு விடுதலையாகவும் இருக்கும், கேவலமாகவும் இருக்கும். நிச்சயமாக ஒரு முடவரின் அனுதாபம் எனக்குத் தேவையில்லை. (அது ஒரு குருடன் இன்னொரு குருடனை வழிநடத்துவதுபோல) அதோடு, நான் என்னுடைய பாணியில் நேசித்த வில்லி சித்தப்பா, என்னை

அசிங்கப்பட்டவளாகவும் பாவம் செய்தவளாகவும் நினைப்பதையும் நான் ஏற்றுகொள்ளவில்லை. அப்படி அவர் நினைத்துக்கொண்டிருந்தால் அது எனக்குத் தெரிய வேண்டியதுமில்லை.

ஓசைகள் எனக்கு மந்தமாகக் கேட்டன, ஆட்கள் வாயில் கைக் குட்டைகளை வைத்து மறைத்துக்கொண்டு பேசுவதுபோல அல்லது வாயில் கையை வைத்து மறைத்துக்கொண்டு பேசுவதுபோல. நிறங்களும் அவ்வாறே கலங்கலாக, ஒரு தெளிவில்லாத, நிழல்கள் படிந்த, வெளிறிய ஆனால் பழக்கப்பட்டவையாக எனக்குத் தோன்றின. ஆட்களின் பெயர்கள் மறந்துபோயின, நான் எனது புத்திசுவாதீனத்தைக் குறித்து கவலைப்பட ஆரம்பித்தேன். ஒரு வருடத்திற்குக் குறைவாகவே நாங்கள் அங்கு இல்லாமலிருந்தோம். அவர்களுடைய கணக்குகளை, பேரேட்டைப் புரட்டாமலே சரியாகச் சொல்லும் ஆற்றலைக் கைக்கொண்டிருந்த எனக்கு வாடிக்கையாளர்கள் எல்லோரும் அந்நியர்களாகிவிட்டிருந்தனர்.

பாட்டியையும் வில்லி சித்தப்பாவையும் தவிர மற்றவர்கள் எல்லோரும் நான் பேசாமலிருப்பதைத் தெற்குக்கு விருப்பமில்லாமல் மறுபடியும் வந்துவிட்டதன் விளைவு என்று எடுத்துக்கொண்டார்கள். அதோடு ஒரு பெரிய நகரத்தில் அனுபவித்தவைகளைக் குறித்து நான் ஏங்கிப் போயிருப்பதாகவும் அவர்கள் நினைத்துக்கொண்டனர். மேலும் எனது இளகிய மனம் அவர்களிடையே பிரசித்தம். தெற்கத்திய நீக்ரோக்கள் இந்த வார்த்தைகளை எளிதில் உணர்ச்சிவசப்படக் கூடிய, கொஞ்சம் சீக்காளியான, எளிதில் சுகமில்லாமல் ஆகிவிடும் ஆட்களைக் குறிப்பதற்குப் பயன்படுத்துவார்கள். (ஆகவே நான் புரிந்துகொள்ளப்பட்டதைவிட தாராளமாக மன்னிக்கப்பட்டிருந்தேன், அவர்களால்.) எனவே, நான் புரிந்துகொண்டதைப்போல அவர்கள் என்னை மன்னித்துவிட்டார்கள் என்பதெல்லாம் ஒன்றுமில்லை.

15

நான் கிட்டத்தட்ட ஒரு வருடமாக வீட்டுக்குள்ளும், ஸ்டோரிலும் பள்ளியிலும் வழிபாட்டு ஆலயத்திலும் மெதுவாக, நமத்துப்போய் தின்ன முடியாத அழுக்கடைந்த பிஸ்கெட்போல வளையவந்துகொண்டிருந்தேன். அப்போது நான் சந்தித்த அல்லது எனக்குத் தெரியவந்த ஒரு பெண்மணியின் அறிமுகம் கிடைத்தது. அவர்தான் நான் கரையேறுவதற்கான முதல் உயிர்காக்கும் கயிற்றை என்னிடம் வீசியவர்.

திருமதி பெர்த்தா ஃப்ளவர்ஸ் கருப்பர் ஸ்டாம்ப்ஸின் மேல்தட்டுச் சீமாட்டி. கடுங்குளிர் காலங்களில் கதகதப்பை தக்கவைத்துக்கொள்ளும் கருணை அவருக்கு வாய்த்திருந்தது; அர்க்கான்ஸாஸின் கோடை நாட்களிலோ அவரைச் சுற்றி மட்டுமே வீசி குளிர்விக்கும் பிரத்யேகக் காற்றைப் பெற்றிருப்பவர் போலத் தோன்றினார். எலும்பும் தோலுமான ஆட்களிடம் காணப்படும் விறைப்பு இல்லாத ஒல்லியான தேகம் கொண்டவர்; விவசாயிக்கு எவ்வாறு டெனிம் முழு உடைகள் கச்சிதமாகப் பொருந்துமோ அதேபோன்று வடிவங்கள் அச்சிடப்பட்ட வாயல் உடைகளும் பூப்போட்ட தொப்பிகளும் அவருக்குப் பொருந்தின. டவுனுக்குள் இருந்த பணக்கார வெள்ளைக்காரிக்கான எங்கள் தரப்பு பதிலி அவர்.

அவரது தோல் உயர்கறுப்பானது, பிடித்துப் பார்த்தால் பிளம்பழத்தோல்போல உரிந்துவிடக்கூடியதென தோன்றும். ஆனால் யாரும் திருமதி ஃப்ளவர்ஸுடைய ஆடையைத் தடவிப் பார்க்கும் அளவுக்கோ, அவருடைய தோலைப் படித்துப் பார்க்கும் அளவுக்கோ கிட்ட நெருங்க முடியாது. எவரையும் ரொம்ப அந்நியோன்னியமாவதற்கு அவர் விடுவதில்லை. கையுறைகளும் அவர் அணிந்திருப்பார்.

திருமதி ஃப்ளவர்ஸ் சிரித்து நான் பார்த்ததில்லை என்று நினைக்கிறேன், ஆனால் அவர் அடிக்கடி புன்னகைப்பதுண்டு. மெதுவாக விரியும் அவரது மெலிந்த உதடுகள் வரிசையான சிறிய வெள்ளைப்பற்களைக் காட்டிவிட்டு அதேபோன்று சிரமப்படாமல் மெதுவாக மூடிக்கொள்ளும். அவர் என்னிடம் புன்னகை செய்த போதெல்லாம் அவருக்கு நன்றி சொல்ல விரும்புவேன். அவருடைய அந்தச் செயல் அவ்வளவு அருளாகவும் தீங்கில்லாத அரவணைப்பாகவும் இருக்கும்.

என் வாழ்நாளில் நானறிந்த சில பண்பான பெண்களுள் அவரும் ஒருவர்; எப்போதும் ஒரு மனிதப்பிறவி எவ்வாறு இருக்க வேண்டும் என்பதற்கான அளவுகோலாக என் வாழ்க்கை முழுவதும் அவர் இருந்தார்.

பாட்டிக்கு அவரோடு ஒரு வினோதமான உறவு இருந்தது. அடிக்கடி ஸ்டோருக்கு முன்னால் சாலையில் கடந்து செல்லும்போது அவர் பாட்டியிடம் அந்த மென்மையான, கனிவான குரலில் பேசுவார், “நல்ல நாளாக அமையட்டும் திருமதி ஹெண்டர்சன்” பதிலுக்குப் பாட்டி “எப்படியிருக்கிறீர்கள், சகோதரி ஃப்ளவர்ஸ்” என்று கேட்பார்.

திருமதி ஃப்ளவர்ஸ் எங்கள் சபையைச் சேர்ந்தவரல்ல, எங்கள் கடைக்கு அடிக்கடி வரும் வாடிக்கையாளரும் அல்ல. பின் எதற்காகப் பாட்டி அவரை சகோதரி ஃப்ளவர்ஸ் என்று அழைக்கிறார்? அப்படி பாட்டி அழைக்கும்போது வெட்கப்பட்டு என் முகத்தை மறைத்துக் கொள்ள நான் விரும்பினேன். திருமதி ஃப்ளவர்ஸ், சகோதரி என்று அழைக்கப்படுவதைவிட அதிகத் தகுதியுடையவர். பாட்டி ஏன் வினைச்சொல்லி விட்டுவிட்டுக் கூப்பிடுகிறார். ஏன் அவர், “எப்படியிருக்கிறீர்கள் திருமதி ஃப்ளவர்ஸ்” என்று கேட்கக் கூடாது? இளவயதினருக்கேயுரிய உணர்ச்சி அவசரத்தில் நான், பாட்டி திருமதி ஃப்ளவர்ஸிடம் அறிவில்லாமல் நடந்துகொள்கிறார் என்று நினைத்து அவரை வெறுத்தேன். பல ஆண்டுகள் எனக்கு, அவர்கள் இருவரும் பண்பில் சகோதரிகளைப் போன்றவர்கள், முறையான கல்வி மட்டும்தான் அவர்களை வேறுபடுத்திய விஷயம் என்பது விளங்காமலிருந்தது.

என்னைச் சங்கடப்படுத்தினாலும், அவர்கள் இருவரும் முறையற்ற தாக எனக்குத் தோன்றிய அந்த முகமனால் எந்தச் சலனமும் அடைய வில்லை. திருமதி ஃப்ளவர்ஸ் நிதானமான நடையில் குன்றின் மேலிருக்கும் தனது சிறிய பங்களாவுக்குச் சொல்வார், பாட்டி பட்டாணி விற்றுக் கொண்டிருப்பார் அல்லது எந்தக் காரியத்துக்காக முற்றத்துக்கு வந்தாரோ அதைச் செய்துகொண்டிருப்பார்.

எப்போதாவது திருமதி ஃப்ளவர்ஸ் தனது பாதையிலிருந்து விலகி ஸ்டோருக்கு இறங்குவார். பாட்டி என்னிடம் சொல்லுவார் “சகோதரி, நீ போய் விளையாடு.” அங்கிருந்து நான் போய்க்கொண்டிருக்கும் போதே அந்நியோன்ய உரையாடல் எனக்குக் கேட்கும். பாட்டி தொடர்ந்து தவறான வினைச்சொல்லைப் பயன்படுத்திக்கொண்டிருப்பார் அல்லது வினைச்சொல்லே இராது.

“வில்காக்ஸ் சகோதரனும், சகோதரியும் மட்டமானவன் –” ‘வன்’னா, பாட்டி? ‘வன்’னா? ஐயோ, பாட்டி பாட்டி, இரண்டு பேரோ அதற்கு மேலோ இருந்தால் ‘வன்’ ‘வள்’ னு வராது. ஆனால் அவர்கள் பேசிக்கொண்டிருந்தனர். ஸ்டோருக்குப் பக்கவாட்டில் நிலம் பிளந்து, என்னை விழுங்கிக்கொள்வதற்காகக் காத்திருந்த எனக்கு, திருமதி ஃப்ளவர்ஸின் மிருதுவான குரலும் பாட்டியின் தடித்த குரலும் இணைந்து, கலந்து கேட்டன. குறுஞ்சிரிப்புகள் அவ்வப்போது உரையாடலை இடைமறித்தன. அவை திருமதி ஃப்ளவர்ஸிடமிருந்து கிளம்பியிருக்க

வேண்டும் (பாட்டி வாழ்நாளில் வாய்விட்டுச் சிரித்ததே இல்லை) அப்புறம் திருமதி ஃப்ளவர்ஸ் போய்விடுவார்.

அவரிடம் எனக்கு ஈர்ப்பு ஏற்படக் காரணம், அவர் நான் நேரடியாக சந்தித்தேயிராத பெண்களைப் போல இருந்தார். ஆங்கில நாவல்களில் வருவார்களே, தங்களின் விசுவாசமான நாய்கள் மரியாதையோடு தூரத்தில் பின்தொடர மூர்களில் (இதற்குப் பொருள் என்ன வேண்டுமானாலும் இருக்கட்டும்) நடைபோகும் பெண்களைப் போல. கொழுந்துவிட்டு எரியும் கணப்புக்கு முன்னால் அமர்ந்து பிஸ்கெட்டுகளும் நொறுக்குத் தீனிகளும் நிரம்பிய வெள்ளித் தட்டிலிருந்து தேநீரை எடுத்து எடுத்துக் குடித்தபடி இருக்கும் பெண்களைப் போல. 'பாலை நிலங்களில்' தாண்டிச் சென்று மொராக்கோ தோலட்டையிட்ட புத்தகங்களைப் படிக்கிற, தங்களின் கடைசி இரு பெயர்களுக்கு இடையில் பிரிகோடுள்ள பெண்களைப் போல. அவர் அவராகவே இருந்ததில் நான் நீக்ரோவாக இருப்பதைக் குறித்து என்னைப் பெருமைப்பட வைத்தவர் அவர்.

திரைப்படங்களிலும் புத்தகங்களிலும் வரும் வெள்ளைக்காரப் பெண்கள் போன்று பதவிசாக அவர் நடந்துகொண்டார், அவர்களை விட அழகாக இருந்தார், அவர்கள் யாரும் சாம்பல்நிறச் சாயலில்லாத ஒப்பீட்டளவில் அவரது இதமான நிறத்துக்கு நெருங்கிவரவே முடியாது.

குப்பைத் தொட்டி வெள்ளையர்களின் சகவாசத்தில் ஒருபோதும் அவரைக் காணாதது என் அதிர்ஷ்டம். தங்களது வெள்ளைத்தனத்தில் அவர்கள், எல்லோரையும், எல்லாவற்றையும், தங்களைவிட மேலானவர்கள், மேலானது எதுவுமில்லை என்ற பாவனையிலே இயங்குபவர்கள், அவளை அவர்கள் பெர்த்தா என்று சர்வசாதாரணமாகக் கூப்பிடுவதை நான் கேட்க நேர்ந்தால் எனது மனதில் அவரைப் பற்றி வைத்திருக்கும் பிம்பம் சுக்குநூறாகிப் போய்விடும், ஒன்று சேர்க்க முடியாத ஹம்ப்டி – டம்ப்டி பொம்மையைப் போல.

ஒரு கோடைகால பிற்பகலில் அவர் ஸ்டோருக்குச் சாமான்கள் வாங்க வந்தார், அது என் நினைவில் பசுமையாக இன்னும் இருக்கிறது. அவரைப் போல வயதும் ஆரோக்கியமும் உள்ள மற்றொரு நீக்ரோ பெண் ஒற்றைக் கையில் சாமான் பையைக் கொண்டுபோய்விடுவார். ஆனால் பாட்டி சொன்னார், "சகோதரி ஃப்ளவர்ஸ், நான் இந்தச் சாமான்களை பெய்லியிடம் உங்கள் வீட்டில் கொண்டுதரச் சொல்கிறேன்".

மெதுவாகவே உருவாகும் அவருடைய அந்தப் புன்னகையை அவர் உதிர்த்துச் சொன்னார், "நன்றி திருமதி ஹெண்டர்சன், எனக்கு நீங்கள் மார்கிரெட்டை அனுப்பினால் நன்றாக இருக்கும்."

பாட்டி சொன்னது, "நல்லது, அப்படியே ஆகட்டும் சகோதரி, நீ போய் உன் உடையை மாற்றிக்கொள், சகோதரி ஃப்ளவர்ஸ் வீட்டுக்கு நீ போக வேண்டும்."

உடை அலமாரி, திகைக்க வைக்குமளவுக்குப் புதிரானது. திருமதி ஃப்ளவர்ஸ் வீட்டுக்குப் போவதற்கு என்ன உடை அணிவது? ஞாயிற்றுக் கிழமை உடுப்பைப் போடக் கூடாது என்பது எனக்குத் தெரியும். அது

புனிதத்தைக் கெடுப்பது போல் ஆகிவிடும். கட்டாயம், வீட்டு உடையையும் அணிந்துகொண்டு போக முடியாது, நான் துவைத்துப் புதிதான ஒன்றைத்தான் உடுத்தியிருக்கிறேன். ஆகவே பள்ளிக்கு அணியும் ஒன்றை எடுத்தேன். அது வழிபாட்டுக் கூடத்துக்குப் போவது போலல்லாமல் திருமதி ஃப்ளவர்ஸ் வீட்டுக்குப் போவதற்குத் தோதானதாக இருக்கும்.

ஸ்டோருக்குள் தயக்கமில்லாமல் வந்தேன். 'நீ நன்றாக இருக்கிறாய்.' ஒரு வழியாக நான் சரியாகத்தான் தேர்ந்தெடுத்திருக்கிறேன்.

"திருமதி ஹெண்டர்சன், அநேகமாகக் குழந்தைகளின் எல்லா உடைகளையும் நீங்களே தானே தைக்கிறீர்கள்."

"ஆம் மேடம், நானேதான் தைக்கிறேன். கடையில் வாங்கும் உடைகள் அவற்றைத் தைக்கும் நூல் காசு அளவுக்குக்கூடப் பெறுமதி இல்லை."

"நீங்கள் அவ்வளவு நேர்த்தியாக, அழகாகத் தைத்திருக்கிறீர்கள். அவள் போட்டிருக்கின்ற உடுப்பு தொழில்முறை தையல்காரர் செய்தது போலிருக்கிறது."

பாட்டி எப்போதாவது ஒருமுறையே கிடைக்கும் அந்தப் பாராட்டு வார்த்தைகளை அனுபவித்துக்கொண்டிருந்தார். எங்களுக்குத் தெரிந்த அனைவரும் (திருமதி ஃப்ளவர்ஸ் நீங்கலாக) நன்றாகவே துணி தைக்கக் கூடியவர்கள் ஆதலால், பொதுவாக எல்லோருக்கும் கைவந்த சாமர்த்தியத்தைப் பற்றி யாரும் பாராட்டிப் பேசுவதில்லை.

"வெளிப்புறம் தைப்பதுபோலவே உட்புறமும் சரியாக வர வேண்டும் என்று கடவுளின் கிருபையோடு முயற்சி செய்வேன் சகோதரி ஃப்ளவர்ஸ். இங்கே வா. சகோதரி மார்கிரெட்".

நான் கழுத்துப்பட்டைப் பொத்தான்களைப் பூட்டிவிட்டுச் சமையலறை ஆடைக்குச் செய்வதைப் போல பின்புறமாக இடுப்புவாரை மாட்டினேன். பாட்டி என்னைத் திரும்பி நிற்கச் சொன்னார். ஒரு கையினால் வார்கட்டு நூலை இழுத்தார். இடுப்பின் இரண்டு பக்கமாக வார் அவிழ்ந்து தொங்கியது. அதன்பின் அவரது பெரிய கைகள் என் கழுத்துப் பகுதிக்கு வந்து பொத்தான் ஓட்டைகளைக் கழற்றிவிட்டன. நான் திடுக்கிட்டேன், என்ன நடக்கிறது?

"இதைக் கழட்டு சகோதரி". எனது உடையின் நுனியில் அவரது கரங்கள் இருந்தன. "இதன் உட்புறத்தைப் பார்க்க வேண்டியதில்லை, திருமதி ஹெண்டர்சன் எனக்குத் தெரிகிறது..." ஆனால் எனது தலைக்குமேல் உடைவந்துவிட்டது. கைகள் கைநீளப் பகுதிகளில் சிக்கிக்கொண்டன. பாட்டி சொன்னார், 'இதுபோதும் இங்கே பாருங்கள் சகோதரி ஃப்ளவர்ஸ், தோள்வளைவில் நான் பிரெஞ்சுத் தையல் போட்டிருக்கிறேன்.' துணி இழைகளுக்கு ஊடாக ஒரு நிழலுருவம் என்னை நோக்கி வருவதைக் கண்டேன். "இது நீண்டநாள் உழைக்கும். தகரத்தில் செய்து கொடுத்தால்கூட இந்தக் காலத்துக் குழந்தைகள் கிழித்துவிடுவார்கள். அவ்வளவு முரட்டுத்தனம்."

"நன்றாகச் செய்திருக்கிறீர்கள், திருமதி ஹெண்டர்சன், நீங்கள் பெருமைப்பட்டுக்கொள்ளலாம். மார்கிரெட், நீ உன் உடையைத் திரும்பப் போட்டுக்கொள்".

"இல்லை, மேடம். பெருமைப்படுவது பாவச்செயல். விவிலியத்தின்படி அது வீழ்ச்சிக்கு முன்னால் வருவது".

"அது சரிதான். அப்படித்தான் விவிலியம் சொல்கிறது அதை மனதில் வைத்துக்கொள்வது நல்லது."

என்னால் அவர்கள் இருவரையும் ஏறெடுத்துப் பார்க்க முடியவில்லை. திருமதி ஃப்ளவர்ஸின் முன்னால் உடையைக் கழட்டியது என்னைக் கொன்று சிலைபோலாக்கிவிட்டது என்பதைப் பாட்டி நினைத்துப் பார்க்கவில்லை. நான் முடியாது என்று சொல்லியிருந்தால் நான் 'பெண்' என்று காட்டிக்கொள்ள முயற்சிப்பதாகப் பாட்டி நினைத்துக்கொள்வார், செயின்ட் லூயிஸும் அவர் நினைவுக்கு வரும். நான் சங்கடப்பட்டுவிட்டேன் என்பது திருமதி ஃப்ளவர்ஸுக்குத் தெரியவரும், அது இன்னும் மோசமானது. நான் சாமான்களை எடுத்துக் கொண்டு வெளியில் வந்து வெயிலில் நின்றுகொண்டேன். அவர்கள் வெளியே வருவதற்குள் வெயில் தாக்கி சுருண்டு விழுந்துவிட்டால் பொருத்தமாக இருக்கும். அப்படியே சாய்வான தாழ்வாரத்தில் செத்துக் கீழே விழுந்துவிட வேண்டும்.

பாறைகளாலான சாலைக்கு அடுத்து ஒரு சிறிய பாதை இருந்தது, திருமதி ஃப்ளவர்ஸ் தனது கைகளை வீசியபடி கற்களுக்கு மேலாகப் பாதையைக் கவனித்துக்கொண்டு முன்னால் நடந்து சென்றார்.

தலையைத் திருப்பாமல் அவர் என்னிடம் சொன்னனார், "நீ பள்ளியில் நன்றாகப் படிக்கிறாய் என்று கேள்விப்பட்டேன் மார்கிரெட். அது எல்லாம் நீ எழுதுவதை வைத்து. ஆனால் உன்னைப் பேச வைப்பதற்கு ஆசிரியர்கள் சிரமப்படுகிறார்கள் என்று அவர்கள் சொல்கிறார்கள்." எங்களுக்கு இடதுபுறமிருந்த முக்கோண வயலை நாங்கள் கடந்து சென்றதும் பாதை அகலமாக இருந்ததால் நாங்கள் இணையாக நடக்க முடிந்தது. ஆனாலும் நான் பின்பக்கமாய், கேட்கப்படாத, பதில் சொல்ல முடியாத கேள்விகளில், தனியாகத் தொங்கிக்கொண்டிருந்தேன்.

"கிட்ட வந்து என் கூடவே நடந்துவா மார்கிரெட்" விரும்பினால் கூட என்னால் அதற்கு மறுப்பாக நடக்க முடியாது. எனது பெயரை அவர் அவ்வளவு அருமையாக உச்சரித்தார். சொல்லப்போனால், ஆங்கிலம் தெரியாத ஒரு அந்நிய நாட்டவருக்கேகூடப் புரிந்துவிடும் அளவுக்குத் தெளிவாக இருந்தது அவரது பேச்சு.

"யாரும் உன்னைப் பேச வைக்கப்போவதில்லை – யாராலும் அது முடியாது. ஆனால் கவனமாகக் கேட்டுக்கொள், மொழிதான் ஒரு மனிதனுக்குப் பிறருடன் தொடர்புகொள்வதற்கான வழி, கூடவே மனிதனைப் பிற கீழான விலங்குகளிடமிருந்து பிரித்துக்காட்டுவதும் மொழிதான்." அப்போதுவரை எனக்குத் தெரிந்திராத, முற்றிலுமாகப் புதிய கருத்து இது, இதைப் பற்றி நேரம் எடுத்து யோசிக்க வேண்டும் நான்.

"நீ நிறைய வாசிப்பதாக உன் பாட்டி சொன்னார்கள், வாய்ப்புக் கிடைக்கும் போதெல்லாம் வாசிக்கிறாயாம். அது நல்லது, ஆனால் அது மட்டுமே போதாது. எழுதப்பட்டிருக்கும் சொற்கள் தாளில் இருப்பதைவிட அதிக அர்த்தம் கொண்டவை. ஒரு மனிதக் குரலினால் மட்டுமே அந்த வார்த்தைகளுக்கான வேறுவேறு சாயல்களைச் செலுத்தி அவற்றின் முழுமையான அர்த்தங்களை உணர்த்த முடியும்."

மனிதக் குரல் அர்த்தச் சாயல்களை ஊட்டும் என்று சொன்னதை மனதில் பதிய வைத்துக்கொண்டேன். அது ஏற்றுக்கொள்ளக் கூடிய தாகவும் கவித்துவமாகவும் இருந்தது.

அவர் எனக்குச் சில புத்தகங்கள் தரப்போவதாகவும் நான் அவற்றைச் சும்மா வாசிக்கக் கூடாது, சத்தமாக வாசிக்க வேண்டுமென்றும் சொன்னார். நான் ஒரு வாக்கியத்தை எவ்வளவு முடியுமோ அவ்வளவுக்கு விதம்விதமாகத் தொனிக்கும்படி வாசிக்கவும் ஆலோசனை சொன்னார்.

"எந்தப் புத்தகத்தையும் மோசமாகக் கையாண்டுவிட்டு என்னிடம் திருப்பித் தந்தால் அதற்கான எந்தக் காரணத்தை நீ சொன்னாலும் நான் ஏற்றுக்கொள்ள மாட்டேன்." உண்மையாகவே ஒரு புத்தகத்தை மோசமாக நான் கையாண்டுவிட்டால் திருமதி ஃப்ளவர்ஸிடமிருந்து எனக்குக் கிடைக்க விரும்பும் தண்டனையை நினைத்து என் கற்பனை பூதாகாரமாகியது. சாவு இரக்கமானதாகவும் சீக்கிரமானதாகவும் இருக்கும்.

அவரது வீட்டினுள் கமழ்ந்திருந்த மணம் என்னை ஆச்சரியப் படுத்தியது. எப்படியோ நான் அவரைச் சாதாரண மக்களின் சாதாரணச் செயல்பாடுகளோடு – உணவு அல்லது சாப்பிடுவது இன்னபிற அனுபவங்கள் –இணைத்துப் பார்த்ததில்லை. அங்கு ஒரு புறவீடும் இருக்க வேண்டும். எனது மனதுக்கு அது தோன்றவில்லை.

வெனில்லாவின் இனிய மணம் அவர் கதவைத் திறந்தவுடன் எங்களை வரவேற்றது.

'இன்று காலை டீ பிஸ்கெட்டுகள் செய்தேன். இங்கே பார், பிஸ்கெட் எலுமிச்சை சாற்றோடு உன்னிடம் கொஞ்சம் பேச வேண்டுமென்று திட்டமிட்டிருந்தேன். எலுமிச்சை சாறு குளிர்பெட்டியில் இருக்கிறது.'

எங்கள் ஊரில் எல்லா வீடுகளிலும் சனிக்கிழமைகளின் பிற்பகுதியில்தான் ஐஸ் வாங்குவார்கள், கோடையில் சிலவேளைகளில் வாங்கி மரப்பெட்டியில் வைத்துக்கொள்வார்கள் என்றாலும் திருமதி ஃப்ளவர்ஸிடம் தினமும் ஐஸ் இருப்பது தெரியவந்தது.

என்னிடமிருந்த பைகளை வாங்கிக்கொண்டு சமையலறை வாசல் வழியாக அவர் உள்ளே சென்று மறைந்தார். எனது அதீதக் கற்பனைகளில் கூட நான் பார்ப்பேன் என்று நினைத்திராத அந்த அறையைச் சுற்றி நோட்டம் விட்டேன். பழுப்புப் படிந்த புகைப்படங்கள் இளித்துக்கொண் டிருந்தன அல்லது சுவர்களிலிருந்து முறைத்துக்கொண்டிருந்தன. புதிதான வெள்ளைத் திரைச்சீலைகள் தங்களைத் தானேயும் காற்றுக்கு எதிராகவும் தள்ளிக்கொண்டிருந்தன. அந்த அறை முழுவதையும் கண்களால் விழுங்கி பெய்லியிடம் கொண்டு செல்ல விரும்பினேன், அதை அக்கக்காக அலசி ஆராய்ந்து சொல்லி என்னை மகிழ்வுபடுத்த அவனால் முடியும்.

“உட்கார் மார்கிரெட், மேஜைக்குப் பக்கத்தில்.” தேநீர்த் துவாலையால் மூடிய ஒரு தட்டைக் கொண்டு வந்தார். கொஞ்ச நாட்களாக எந்தப் பண்டத்தையும் தான் செய்யவில்லையென்று அவர் எச்சரித்திருந்தாலும் அவருடைய எல்லா விஷயங்களைப் போல அவர் செய்திருந்த பிஸ்கெட்டு களும் பிரமாதமாகவே இருக்கும்.

அவை தட்டையான வட்ட வேஃபர்கள். லேசாக, நுனியில் பழுப்பாகவும் நடுவில் வெண்ணெய் மஞ்சள் நிறத்திலும் இருந்தன. குளிர்ந்த எலுமிச்சை சாற்றுடன் அவை ஒரு குழந்தையின் வாழ்நாள் உணவு ஏக்கத்துக்குப் போதுமானவை. எனது நன்னடத்தையின் அவசியத்தை மனதில் கொண்டு பெரிய மனுஷி மாதிரி ஓரங்களிலிருந்து சிறிதுசிறிதாக அவற்றைக் கடித்துக்கொண்டிருந்தேன். அவற்றை எனக்காகவேதான் செய்ததாகவும் சமையலறையில் மிச்சம் இருப்பதை நான் வீட்டுக்கு என் சகோதரனுக்காகக் கொண்டு போகலாம் என்று அவர் சொன்னார். எனவே நான் ஒரு முழு பிஸ்கெட்டையும் வாய்க்குள் திணித்தபோது சீராக உடைபடாதத் துண்டுகள் எனது தாடையில் உராய்ந்தன. அவற்றை மொத்தமாக விழுங்கியிருக்காவிட்டால் அது எனது கனவு உண்மையாகிவிட்டதாக இருந்திருக்கும்.

நான் சாப்பிட்டுக்கொண்டிருக்கும் போது நாங்கள் பின்னாட்களில் பெயரிட்டு அழைத்த ‘வாழ்க்கைக்கான எனது பாடங்களின்’ ஆரம்பத்தைத் தொடங்கினார். நான் அறியாமையைச் சகித்துக்கொள்ளக் கூடாது, ஆனால் எழுத்தறிவின்மையைப் புரிந்துகொள்ள வேண்டுமென்று அவர் சொன்னார். பள்ளிக்குச் செல்ல இயலாத சிலர் மிகுந்த அறிவுடையவர் களாகவும் கல்லூரிப் பேராசிரியர்களைவிட புத்திசாலிகளாக இருப்பதைச் சுட்டிக்காட்டினார். கிராமிய மக்களின் ‘அம்மாவின் அறிவு’ என்றழைக்கப்படும் விகடமான பேச்சுகளைக் கூர்ந்து கவனிக்கும்படி என்னை ஊக்குவித்தார். அந்த யதார்த்தமான வழக்காறுகளில் தலைமுறை களின் ஞானம் பொதிந்திருக்கிறது என்று சொன்னார்.

நான் பிஸ்கெட்களை முடித்தபிறகு மேஜையைச் சுத்தம் செய்து விட்டுப் புத்தக அலமாரியிலிருந்து ஒரு கெட்டியான, ஆனால் சின்ன புத்தகத்தை எடுத்துவந்தார். ‘இரண்டு நகரங்களின் கதையை’ நான் படித்திருக்கிறேன், என் தரத்திற்கு அது ஒரு ரொமாண்டிக் நாவல் என்று எண்ணியிருந்தேன். அவர் முதல் பக்கத்தைத் திறந்தார், என்னுடைய வாழ்க்கையில் முதன்முறையாக நான் கவிதையைக் கேட்டேன்.

“அது மிகப்பிரமாதமான காலங்கள், மிக மோசமான காலங்கள் . . .” அவரது குரல் வழுக்கிக்கொண்டு உள்ளும் புறமும் வளைந்து கீழேயும், அப்புறம் சொற்களுக்கு மேலாகவும் சென்று கொண்டிருந்தது. அவர் கிட்டத்தட்டப் பாடிக்கொண்டிருந்தார். நான் புத்தகத்தின் பக்கங்களைப் பார்க்க விரும்பினேன். நான் படித்தவைகளா இவை? அந்தப் பக்கங்களில் இசைக் குறிப்புகள், ராகம் தாளமெல்லாம் எழுதியிருக்கிறதா, பிரார்த்தனைப் பாடல் புத்தகங்களில் இருப்பதைப் போல? ஓசைகள் இதமாகப் பிரவாகமெடுக்க ஆரம்பித்தன. ஏராளமான போதகர்களின் பிரசங்கங்களைக் கேட்ட அனுபவம் எனக்கிருந்ததால் அவர் தனது வாசிப்பின் இறுதிக் கட்டத்தை நெருங்கிவிட்டார்

என்று எனக்குத் தெரிந்தது. ஆனால் உண்மையில் ஒரு வார்த்தையைக்கூட நான் கேட்கவுமில்லை, கேட்டுப் புரிந்துகொள்ளவுமில்லை.

"உனக்குப் பிடித்ததா?"

அவர் ஒரு பதிலை எதிர்பார்க்கிறார் என்பது எனக்கு விளங்கியது. இனிப்பான வெனில்லாவின் சுவை இன்னும் என் நாவில் இருந்தது. அவரது வாசிப்பு என் காதுகளுக்கு ஆச்சரியம், நான் பேச வேண்டும்.

நான் சொன்னேன், "ஆம் மேடம்" என்னால் ஆகக் குறைந்த அளவு செய்ய முடிந்தது இதுதான், அதிக அளவு என்னால் முடிந்ததும் அதுவே.

"இன்னொரு விஷயம், இந்தக் கவிதைப் புத்தகத்தை எடுத்துக் கொண்டுபோய் எனக்காக ஒரு கவிதையை மனப்பாடம் செய். அடுத்த முறை வரும்போது நீ ஒப்புவிக்க வேண்டுமென்று விரும்புகிறேன்."

அந்தப் பரிசுப் பொருட்கள் போன்ற விஷயங்களில் வெகு இலகுவாக நான் கண்டுகொண்ட கவர்ச்சி ஈடுபாட்டைப் பல்லாண்டு களின் நுட்பத்தால் ஆராய்வதற்கு முயன்றிருக்கிறேன். அதன் அடிப்படை பிடிபடவே இல்லை, ஆனால் அதன் ஒளிவட்டம் நிலைத்திருக்கிறது. அந்நியர்களின் தனி வாழ்க்கைக்குள் அனுமதிக்கப்படுவதில்லை, அழைக்கப்படுவது அவர்களுடைய சந்தோசங்களிலும் பயங்களிலும் பங்கு கொள்வது, பியோவுல்ஃபிடம் தெற்கத்திய கசப்பு எலுமிச்சையைக் கொடுத்து மதுரசத்தை வாங்கிக்கொள்வதைப் போன்றது. அல்லது ஆலிவர் ட்விஸ்டிடமிருந்து சூடான தேநீரோ பாலோ பெற்றுக்கொள்வதைப் போன்றது. நான் சத்தமாக "நான் செய்துகொண்டிருக்கிற, இதுவரை செய்த காரியங்களைவிட அது எவ்வளவோ, எவ்வளவோ மேலானதாக இருக்கும் . . ." என்று சொன்னபோது அன்பின் கண்ணீர் எனது சுயநலமின்மையை நினைத்துக் கண்களை நிரப்பியது.

அந்த முதல்நாளில் குன்றிலிருந்து இறங்கும்போது ஓடி சாலைக்கு (எப்போதாவது ஓரிரு கார்கள் மட்டுமே வரும்) வந்தேன், நல்ல வேளையாகக் கடையை நெருங்குமுன்பு ஓட்டத்தை நிறுத்திவிடும் அளவுக்குப் புத்தி இருந்தது.

என்னை ஒருவருக்குப் பிடித்திருக்கிறது, என்ன ஒரு மாற்றத்தை இது என்னுள் உண்டாக்கிவிட்டது! திருமதி ஹெண்டர்சனின் பேத்தியாக, பெய்லியின் சகோதரியாக அல்லாமல் நானாக மார்கிரெட் ஜான்சனாகவே மதிக்கப்படுகிறேன்.

குழந்தைப் பருவத்தின் தர்க்கங்கள் நிரூபிக்க அவசியமில்லாதவை (எல்லா முடிவுகளும் முற்றானவை).

திருமதி ஃப்ளவர் என்னிடம் எதற்காகத் தனிக்கவனம் செலுத்து கிறார் என்று கேட்டுக்கொள்ளவில்லை; என்னோடு கொஞ்சம் பேச்சு கொடுத்துப் பார்க்க பாட்டி அவரிடம் சொல்லியிருக்கலாம் என்றும் எனக்குத் தோன்றவில்லை. *எனக்காக* அவர் டீ பிஸ்கெட் செய்து வைத்திருந்தார்; தனக்கு விருப்பமான புத்தகத்திலிருந்து *எனக்காகப்* படித்துக் காட்டினார். இதுதான் எனக்கு வேண்டியிருந்தது. அவருக்கு என்னைப் பிடித்திருக்கிறது என்பதை நிரூபிக்க இது போதாதா?

பாட்டியும் பெய்லியும் ஸ்டோரில் காத்திருந்தார்கள். அவன் கேட்டான் "அவர் உனக்கு என்ன தந்தார்?" புத்தகங்களை அவன் பார்த்து விட்டான், ஆனால் பிஸ்கெட்கள் இருந்த காகிதப்பை எனது முழங்கையில் கவிதைப் புத்தகங்களின் பின்னால் மறைவாக இருந்தது.

பாட்டி சொன்னார், "சகோதரி, நீ தகுதியான பெண்மணிபோல நடந்து கொண்டாய் என்று எனக்குத் தெரியும். ரொம்பப் பெரிய ஆட்களுக்கு உன்னைப் பிடித்துப் போய் விட்டது என்பது எனது இதயத்துக்கு எவ்வளவோ நன்றாயிருக்கிறது. நான் எவ்வளவு முயற்சி செய்கிறேன் என்று கடவுளுக்குத் தெரியும். ஆனால் இந்தக் காலம்..." அவர் குரல் இறங்கி ஓய்ந்தது. "உள்ளே போய் உடையை மாற்று".

படுக்கையறையில் பெய்லியிடம் பிஸ்கெட்டுகளைத் தரும்போது அவன் சந்தோசப்படுவதைப் பார்ப்பது எனக்குச் சந்தோசமாக இருக்கப் போகிறது. நான் சொன்னேன், "பெய்லி, திருமதி ஃப்ளவர்ஸ் உனக்காக ஏதோ கொஞ்சம் பிஸ்கெட்கள் தந்துவிட்டார்கள்..."

பாட்டி கத்தினார்கள், "என்ன சொன்னாய் சகோதரி? உன்னைத்தான், சகோதரி என்ன சொன்னாய்?" அவர் குரலில் கோபம் கொந்தளித்துக் கொண்டிருந்தது.

பெய்லி சொன்னான், "அவள் சொல்கிறாள், திருமதி ஃப்ளவர்ஸ் எனக்கும் கொஞ்சம்..."

"நான் உன்னிடம் கேட்கவில்லை." அவரது தடித்த பாதங்களால் நடந்து எங்கள் படுக்கையறையை நோக்கி வருவது கேட்டது. "சகோதரி, நான் சொன்னது உனக்குக் கேட்குதா? நீ என்ன சொன்னாய்?" அவர் அறைவாசலை அடைத்துக்கொண்டு நின்றார்.

பெய்லி சொன்னான் "பாட்டி" அவனுடைய சமாதானப்படுத்தும் தொனியில் "பாட்டி, அவள்..."

"நீ வாயை மூடு, ஜூ. நான் உன் சகோதரியிடம் பேசிக்கொண் டிருக்கிறேன்".

எந்தப் புனிதப் பசுவை நான் குப்புறத் தள்ளிவிட்டேன் என்று எனக்குப் பிடிபடவில்லை. எரியும் பந்தத்திற்கு மேல் ஊசலாடிக்கொண் டிருக்கும் நூலாக இருப்பதைவிட கேட்டுத் தெரிந்துகொள்வதுமேல் என்று நினைத்தேன். திரும்பவும் சொன்னேன், "நான் சொன்னேன், 'பெய்லி உனக்காக திருமதி ஃப்ளவர்ஸ் ஏதோ கொஞ்சம்...'

"நீ அப்படித்தான் சொன்னாய் என்று நான் நினைத்தேன். போய் உன் உடுப்பைக் கழற்று, நான் விளாரை எடுத்து விடுகிறேன்".

முதலில் அவர் விளையாடுகிறார் என்று நினைத்தேன். முரட்டு வேடிக்கையாக, "எனக்குக் கொஞ்சம் அவர் கொடுத்துவிட வில்லையா?" என்று கேட்டு, அந்த விளையாட்டு முடியும் என்று நினைத்தேன். ஆனால் ஒரு நிமிடத்துக்குள் அவர், நீளமாகக் கயிறு போலிருந்த, முறிந்த ஈரவாடை இன்னும் காயாத பீச் மர விளாரை எடுத்து வந்தார். "முட்டிக்கால் போடு. இளைய பெய்லி, நீயும் போடு" என்றார்.

நாங்கள் மூவரும் முழந்தாளிட்டபோது அவர் தொடங்கினார், "எங்கள் தந்தையே, உமது எளிய அடிமை என்னென்ன இன்னல்களையெல்லாம் அனுபவித்துக்கொண்டிருக்கிறேன் என்று உமக்குத் தெரியும். உமது ஆதரவோடு இரண்டு பெரிய பையன்களை வளர்த்திருக்கிறேன். பல நாட்கள் நான் இனியும் வாழ்க்கையை வழிநடத்த முடியாது என்று நினைத்திருக்கிறேன். ஆனால் எனது பாதையைக் கண்டுபிடித்துச் செல்லும் சக்தியை நீர் எனக்குத் தந்திருக்கிறீர். இப்போது ஆண்டவரே, எனது கனத்த இதயத்தைக் கண்ணெடுத்துப் பாரும். எனது மகனின் குழந்தைகளை நல்ல வழியில் வளர்க்க முயற்சி செய்துகொண்டிருக்கிறேன். ஆனால் சாத்தான் எல்லாத் திருப்பங்களிலும் என்னை முடக்க முயற்சிக்கிறான். கடவுளின் மகிமைக்காக அர்ப்பணிக்கப்பட்டதாக இருக்க வேண்டும் என்று நான் பாடுபட்டுக் கொண்டிருக்கும், இந்த வீட்டின் கூரைக்குக் கீழ் தூஷண வார்த்தைகளைக் காதால் கேட்க உயிரோடு இருப்பேன் என்று நான் நினைத்ததில்லை. அதுவும் குழந்தைகள் வாயிலிருந்து. ஆனால் நீர் சொல்லியிருக்கிறீர்: கடைசி நாட்களில் சகோதரன் சகோதரனுக்கு எதிராகத் திரும்புவான், குழந்தைகளின் பற்கள் பெற்றோருக்கு எதிராக நறநறவெனக் கடிக்கப்படும், உடல்கள் பிய்க்கப்படும் என்று. முழந்தாளிட்டுப் பிச்சைக் கேட்கிறேன் தந்தையே, இந்தக் குழந்தையை மன்னியும்."

இப்போது சத்தமாக அழுதுகொண்டிருக்கிறேன். பாட்டியின் குரல் கத்துவது போலிருந்தது, ஏதோ பயங்கரமான தவற்றைச் செய்திருக்கிறேன் என்று எனக்குத் தெரிந்துவிட்டது. கடையைக் கூடக் கவனிக்காமல் விட்டுவிட்டுப் பாட்டி எனக்காகக் கடவுளிடம் மன்றாட வந்துவிட்டார். அவர் வேண்டி முடித்தபோது நாங்கள் மூவரும் அழுதுகொண்டிருந்தோம். அவர் என்னை இழுத்துச் சவுக்கினால் சில அடிகள் போட்டார். எனது பாவத்தின் அதிர்ச்சியும் அவரது பிரார்த்தனையின் உணர்ச்சி வெளிப்பாடும் சேர்ந்து அவரைக் களைப்படைய வைத்துவிட்டன.

அப்போது பாட்டி எதுவும் பேசவில்லை, ஆனால் பின்மாலை வேளையில் என்னுடைய தவறு நான் பயன்படுத்திய 'ஏதோ கொஞ்சம்' என்ற சொல்லில் அடங்கியிருந்தது என்று கண்டுபிடித்தேன். பாட்டி விளக்கினார், "இயேசுவே வழியும் உண்மையும் ஒளியுமாக இருக்கிறார்". அதனால் ஏதோ கொஞ்சம் என்ற வார்த்தைப் பயன்பாடு அந்த வீட்டில் லேசாக எடுத்துக்கொள்ளப்பட மாட்டாது என்பதைப் புரிந்து கொண்டேன்.

"பேசிக்கொண்டிருக்கும் விஷயத்தைத் தொடர்வதற்கு 'ஏதோ கொஞ்சம்' என்று வெள்ளைக்காரர்கள் பயன்படுத்துகிறார்களே" என்று பெய்லி அந்த வார்த்தையை விளக்க முற்பட்டபோது பாட்டி, பொதுவாகவே வெள்ளையர்களின் நாக்கு நீளமென்றும் அவர்களது வார்த்தைகள் கிறிஸ்துவுக்கு அருவருப்பானவை என்றும் அறிவுறுத்தினாள்.

16

டெக்ஸாஸைச் சேர்ந்த ஒரு வெள்ளைக்காரப் பெண்மணி, தாராளவாதி என்று தன்னைச் சொல்லிக் கொள்பவர், சமீபத்தில் என்னிடம் எனது சொந்த ஊரைப் பற்றிக் கேட்டார். நான், எனது பாட்டிதான் ஸ்டாம்ப்ஸில் சொந்தமாக இந்த நூற்றாண்டின் தொடக்கத்திலேயே சொந்தமாகப் பலசரக்குக்கடை வைத்திருந்த ஒரே நீக்ரோ உரிமையாளர் என்று சொன்னபோது, அவர் ஆச்சரியமாக, 'நீங்கள் ஒரு உயர்வர்க்கத்தினரா?' என்று கேட்டார். அது அபத்தமானது மட்டுமல்ல வேடிக்கையானதும் ஆகும். ஆனால் தென்பகுதியிலுள்ள சிறிய நகரங்களில், வறுமையிலிருந்தாலும் அல்லது சில தேவைகளை நிறைவேற்றியவாறு வாழ்க்கையை ஓட்டிக்கொண்டிருந்தாலும், சஞ்சிகைகளில் காட்டப்படும் பணக்கார வெள்ளைக்காரச் சிறுமிகளுக்கு, வாலிபத்தை எதிர்கொள்ள என்ன விலாவாரியான, தேவைப்படாத தயாரிப்புகள் கிடைத்தனவோ, அதேபோன்று நீக்ரோ பெண்களுக்கும் கிடைத்துக்கொண்டிருந்தன. பயிற்சி ஒரே மாதிரியானவை இல்லையென்பதையும் ஒத்துக்கொள்ளத்தான் வேண்டும். வெள்ளைச் சிறுமிகள் வால்ட்ஸ் நடனம் கற்றுக்கொண்டு, தேநீர்க்குவளையைத் தொடைகளில் விழாதவாறு இருத்திக்கொண்டு, பதவிசாக உட்காந்திருந்தபோது நாங்கள் விக்டோரியா காலத்து மதிப்பீடுகளைக் கற்றுக்கொண்டு அவற்றிற்காகச் செலவுசெய்ய பணமும் இல்லாமல் பின்வாங்கிப்போனோம். (பஞ்சு பறித்த கூலியில் ஐந்து பந்து தையல்நூலை எட்னா லோமாக்ஸ் வாங்குவதை வந்து பாருங்கள். அவளது விரல்கள் தளர்ந்து தையல் பிசகிப்போகும், திரும்பத் திரும்ப அவள் அதைச் சரிசெய்ய வேண்டும். ஆனால் நூலை வாங்கும்போதே அப்படித்தான் ஆகும் என்பதும் அவளுக்குத் தெரியும்).

நாங்கள் எம்பிராய்டரி கற்றுக்கொண்டிருந்தோம், என்னிடம் டிரங்குப்பெட்டி நிறைய வண்ண வண்ண கைத் துடைக்கும் துவாலைகள், தலையணை உறைகள், மேஜை விரிப்புக்கு மேல் வைக்கும் அலங்காரத்துண்டுகள், கைக் குட்டைகள் என நிறைய இருந்தன. நான் பின்னலிலும், பின்னற்குஞ்ச வேலையிலும் திறமை பெற்றிருந்தேன், வாழ்நாட்கள் முழுவதற்கும் தேவையான அளவுக்கு அழகான கலவடைகள் மரவைகளில் பைகளுக்குள் இருந்தன. எல்லாப் பெண்குழந்தைகளும் துவைப்பதிலும் இஸ்திரி செய்வதிலும்

தேர்ச்சி பெற்றிருந்தார்கள் என்று சொன்னால் அது மிகையாகாது. என்றாலும் வீட்டு மேலாண்மைக்குத் தேவைப்படும் நுட்பமான விஷயங் களான சாப்பாட்டு மேஜைக்கான தட்டு, கரண்டி வகையறாக்களை ஒழுங்காக எடுத்துவைப்பது, வறுப்பனவற்றை அடுமனையிலிட்டு எடுப்பது, இறைச்சியில்லாமல் காய்கறிகளைச் சமைப்பது போன்றவற்றை பிறரிடம் இருந்துதான் கற்றுக்கொள்ள வேண்டும். யார்யார் இதை யெல்லாம் செய்கிறார்களோ அவர்கள்தாம் கற்றுத்தர முடியும். எனது பத்தாவது வயதில் ஒரு வெள்ளைப் பெண்மணியின் சமையலறைதான் நான் இவற்றைக் கற்றுக் கொண்ட பள்ளியானது.

திருமதி வயோலா குல்லினன் நல்ல பருமன். தபால் அலுவலகத்துக்குப் பின்புறம் மூன்று படுக்கையறைகள் உடைய வீட்டில் வசித்துவந்தார். புன்னகை செய்யும்வரை, சுத்தமாகப் பார்க்க சகிக்க முடியாதவாறு இருப்பார். அவரை நிரந்தர அசிங்கமாகக் காட்டிய, கண்களையும் வாயை யும் சுற்றியிருந்த குறளிப்பிசாசுக்கு முகமூடியிட்டது போலிருந்த கோடுகள், அவர் சிரிக்கும்போது காணாமல் போய்விடும். வழக்கமாக அவளுடைய தோழிகள் வந்து அடைப்போடு இருக்கும் தாழ்வாரத்தில் அவர்களுக்குச் சமையல்காரி மிஸ் குளோரி குளிர்பானங்கள் தரும்வரை அவளது புன்னகை ஓய்வெடுத்துக்கொண்டிருக்கும்.

அவளது வீட்டில் கடைபிடிக்கப்பட்ட கறார்தன்மை மனித இயல்புக்கு அப்பாற்பட்டது. குடிக்கும் குவளை அதற்குரிய இடத்தில் இல்லாமல் இன்னொரு இடத்திலிருந்தால் அது ஒரு ஆணவக் கிளர்ச்சியாகக் கருதப்படும். சரியாக 12 மணிக்குச் சாப்பாட்டு மேஜை தயார்செய்யப் படும், 12.15க்கு மதிய சாப்பாட்டுக்காக (அவளுடைய கணவர் வந்தாலும் வராவிட்டாலும்) அவர் உட்கார்ந்து விடுவார். 12.16க்கு மிஸ் குளோரி உணவைக் கொண்டு வருவார்.

ஒரு சாலட் தட்டுக்கும், ரொட்டித் தட்டுக்கும் இனிப்புவகைத் தட்டுக்கும் உள்ள வேறுபாட்டைத் தெரிந்துகொள்வதற்கு எனக்கு ஒருவாரம் பிடித்தது.

திருமதி குல்லினன், தனது பணக்காரப் பெற்றோர்களின் பழக்க வழக்கங்களைப் பின்பற்றிக்கொண்டிருந்தார். அவள் விர்ஜினியாவிலிருந்து வந்தவர். குல்லினன் குடும்பத்திடம் அடிமைகளாக இருந்தவர்களின் பரம்பரையில் வந்த மிஸ் குளோரி, திருமதி குல்லினனின் கதையைச் சொன்னாள். மிஸ் குளோரியின் கூற்றுப்படி, திருமதி குல்லினன் தனது தகுதிக்குத் தாழ்வான இடத்தில் வாழ்க்கைப்பட்டிருக்கிறார். அவளது கணவரின் குடும்பம் புதுப்பணக்காரர்கள் என்றும் அவர்களிடம் இருந்த பணமும் அப்படியொன்றும் பெரியது இல்லை என்றும் அவள் சொன்னாள்.

இவ்வளவு அசிங்கமாக இருப்பவளுக்கு, வசதியில் கட்டையோ, நெட்டையோ கணவன் என்று ஒருவன் கிடைத்தானே அதுவே பெரிய அதிர்ஷ்டம் என்று நான் மனதிற்குள் சொல்லிக்கொண்டேன். மிஸ் குளோரி தனது எஜமானிக்கு எதிராக என்னை ஒரு வார்த்தை சொல்லவிட மாட்டாள். ஆனால் வீட்டுவேலைகளை எனக்குப் பொறுமையாகச்

சொல்லித் தருவாள். உணவு மேஜைப் பாத்திரங்கள், வெள்ளிப்பொருட்கள், வேலைக்காரர்களை விளிக்கும் மணிகள் ஆகியவை பற்றி விளக்கினாள். சூப் தருவதற்குப் பயன்படுத்தப்பட்ட பெரிய வட்டமான கிண்ணம் சூப் கிண்ணம் இல்லையாம், அதன் பெயர் டுரீன் என்பதாம். அங்கே உருண்டை கிளாஸ்கள், சர்பத் கிளாஸ்கள், ஐஸ்கிரீம் கிளாஸ்கள், ஒயின் கிளாஸ்கள், பச்சைநிற கிளாஸ்கள், பொருத்தமான அடித்தட்டுகளையுடைய காபிக்குவளைகள், தண்ணீர் கிளாஸ்கள் என வகைவகையாக இருந்தன. நான் குடிப்பதற்கென்று ஒரு கிளாஸ் இருந்தது, ஆனால் அது மிஸ் குளோரி பயன்படுத்தும் தனிப் பகுதியில் வைக்கப்பட்டிருந்தது. சூப் கரண்டிகள், குழம்புக் குழிக்கரண்டிகள், வெண்ணெய் வெட்டிகள், சாலட் முட்கரண்டிகள், காய்கறி சீவும் தட்டைகள் ஆகியவை நான் புதிதாகக் கற்றுக்கொண்ட வார்த்தைகள் மட்டுமல்ல, ஒரு புதிய மொழியாகவும் இருந்தது. இதுவரை அறியாத புதுமைகளில், பட்டாம்பூச்சி போலிருந்த திருமதி குல்லினனிடம், அவளது ‘மாயாலோகத்தில் ஆலிஸ்’ போன்ற வீட்டிடம் சொக்கிப்போனேன்.

எனது நினைவில், அவளது கணவரை இதுவரை என்னால் வரையறை செய்ய முடிவில்லை. நான் கண்ட, காணவிரும்பாத, எல்லா வெள்ளைக்கார ஆண்களுடன் அவரையும் மூட்டையாகக் கட்டி, எட்டித் தள்ளிவிட்டேன்.

ஒருநாள் மாலையில் நாங்கள் வீடு திரும்பிக்கொண்டிருந்தபோது மிஸ் குளோரி, திருமதி குல்லினனால் குழந்தை பெற்றுக்கொள்ள முடியாது என்று என்னிடம் சொன்னாள். அவளுக்கு ரொம்பவே வலுவில்லாத எலும்புகளாக இருந்தனவாம். அவ்வளவு சதைகளுக்கு உள்ளே எலும்புகள் இருந்தன என்று கற்பனை செய்யத் தோன்றவில்லை எனக்கு. மிஸ் குளோரி மருத்துவர் அவளது பெண்மைக்கான உறுப்புகளை அகற்றிவிட்டதாகவும் சொன்னார். பன்றிகளின் அகற்றப்படும் உறுப்புகளான நுரையீரல், இதயம், ஈரல் ஆகியவற்றை நான் நினைத்துக்கொண்டேன். ஆகவே திருமதி குல்லினனும் இந்த உறுப்புகள் இல்லாமல்தான் நடமாடிக் கொண்டிருக்கிறார், அதன் காரணமாகவே அடையாளமில்லாத குப்பி களிலிருந்து அவள் மதுபானத்தைக் குடித்துக்கொண்டிருக்கிறாள். தன்னைத்தானே அவள் பதனம் பண்ணிக்கொண்டிருக்கிறாள்.

நான் இதைப்பற்றி பெய்லியிடம் பேசியபோது நான் சொல்வது சரிதான் என்று ஆமோதித்தான். ஆனால் கூடவே அவன், திரு. குல்லினனுக்கு ஒரு கறுப்பினப் பெண் மூலமாக இரண்டு மகள்கள் இருப்பதாகவும் எனக்கு அவர்களை நன்றாகத் தெரியுமென்றும் சொன்னான். மேலும் அவர்கள் அப்படியே அவருடைய சாயலில் இருப்பார்களாம். சிலமணி களுக்கு முன்புதான் அவருடைய வீட்டிலிருந்து கிளம்பியிருந்தாலும் அவர் எப்படியிருப்பார் என்று என்னால் நினைவுக்குக் கொண்டுவர முடியவில்லை, ஆனாலும் நான் கோல்மென் சகோதரிகளை நினைத்துக் கொண்டேன். அவர்கள் மிகவும் வெளிறிய தோலை உடையவர்கள் மட்டுமல்ல, அவர்களுடைய அம்மாவைப்போல இருக்க மாட்டார்கள் (யாருமே திரு. கோல்மெனைப் பற்றிக் குறிப்பிட்டதே இல்லை).

அடுத்தநாள் காலை திருமதி குல்லினன் குறித்த எனது அனுதாபம் செஷர்ஸ் பூனையின் புன்னகையைப் போல என்னை முந்திச்

சென்றது. அவளுடைய மகள்களாக இருந்திருக்க வேண்டிய அந்தப் பெண்கள் மிகவும் அழகானவர்கள். தங்கள் தலைமுடியை அவர்கள் நிமிர்த்தி நேராக்கிக்கொள்ள வேண்டியதில்லை. மழையில் அவர்கள் நனைந்தபோதும் அவர்களுடைய முடிக்கொத்துகள் பழக்கப்பட்ட பாம்புகள் போல் நேராகத் தொங்கின. அவர்களுடைய வாய் காதல் தேவதையின் அம்புபோல குவிந்திருக்கும். திருமதி குல்லினனுக்குத் தான் எதை இழந்துவிட்டோம் என்று தெரியவில்லை, அல்லது தெரிந்திருக்கலாம். பாவம், திருமதி குல்லினன்.

சில வாரங்களுக்குப் பிறகு, நான் சீக்கிரமாகவே வந்து, நேரம் கழித்தே திரும்பிப் போனேன்; தனக்குக் குழந்தை இல்லை என்பதை அவள் உணராமலிருக்க நான் இதன் மூலமாக ரொம்பவும் முயன்றேன். அவளுக்கு மட்டும் குழந்தைகள் இருந்திருந்தால், என்னை அவள் தன் வீட்டுப் புழக்கடைக்கும் தனது சிநேகிதிகள் வீட்டுப் புழக்கடைக்குமாக ஆயிரம்தடவை ஓடவைக்க மாட்டார். பாவம் கிழட்டு திருமதி குல்லினன்.

பின்பு ஒரு மாலையில், மிஸ் குளோரி தாழ்வாரத்திலிருந்த பெண் களுக்கு டிபன்தர என்னிடம் சொன்னாள். தட்டைக் கீழேவைத்துவிட்டுச் சமையலறைக்கு நான் திரும்பும்போது ஒரு பெண் என்னிடம் கேட்டாள், ‘உன் பெயர் என்ன, பெண்ணே?” அது முகத்தில் நிறைய புள்ளிகளை உடைய பெண். திருமதி குல்லினன் சொன்னாள். “அவள் அதிகம் பேச மாட்டாள். அவள் பெயர் மார்கிரெட்.”

“அவள் என்ன ஊமையா?”

“இல்லை. எனக்குத் தெரிந்தவரை அவள் பேச நினைக்கும்போது மட்டும் பேசுகிறாள், ஆனால் பொதுவாக சுண்டெலியைப் போல அமைதியாக இருக்கிறாள். நீ அப்படித்தானே, மார்கிரெட்.”

நான் அவளைப் பார்த்துப் புன்னகைத்தேன். பாவப்பட்டவள். உடல்உறுப்புகள் இல்லை. அதோடு எனது பெயரைக்கூடச் சரியாக உச்சரிக்கத் தெரியாதவள்.

“ஆனாலும் இனிமையான குட்டிப்பெண்.”

“நல்லது, அப்படியே இருக்கலாம் ஆனாலும் பெயர் நீளமாக இருக்கிறது. நான் அதைக் கண்டுகொண்டிருக்க மாட்டேன். நான் நீயாக இருந்தால் மேரி என்று கூப்பிடுவேன்.”

உடல் பற்றி எரிந்ததுபோல நான் சமையலறைக்குள் போனேன். அந்தப் பயங்கரமான பெண் என்னை மேரி என்று கூப்பிடுவதற்கு வாய்ப்பே கிடையாது, நான் பட்டினியாகக் கிடந்தாலும் அவளிடம் வேலைக்குப் போகப் போவதில்லை. அவள் தீப்பற்றி எரிந்துகொண்டிருந்தாலும் அவள்மேல் மூத்திரம்கூடப் பெய்ய மாட்டேன். கிளுகிளுச் சிரிப்புகள் தாழ்வாரத்திலிருந்து தவழ்ந்து வந்து மிஸ் குளோரியின் சமையல் கலங்களை நிரப்பின. எதற்காக அவர்கள் சிரித்துக்கொண்டிருக்கிறார்கள் என்று எனக்குத் தெரியவில்லை.

வெள்ளையர்கள் எப்படியோ ரொம்ப வித்தியாசமாக இருக்கிறார்கள். அவர்கள் என்னைப் பற்றிப் பேசிக்கொண்டிருப்பார்களோ? அவர்கள்

நீக்ரோக்களைவிட அதிகமாகத் தமக்குள்ளாக ஒன்றுசேரும் தன்மை யுடையவர்கள் என்பது எல்லோரும் அறிந்ததே. திருமதி குல்லினனுக்கு செயின்ட் லூயிஸில் நண்பர்கள் இருக்கக்கூடும், அவர்கள் மூலம் கடிதம் வழியாக ஸ்டாம்ப்ஸிலிருந்து ஒரு சிறுமி நீதிமன்றத்துக்கு வந்ததைப்பற்றி அறிந்திருக்கவும் கூடும். ஒருவேளை திரு. ஃப்ரீமேனைப் பற்றியும் கேள்விப்பட்டிருக்கலாம்.

இரண்டாவது கவளம்தான் சாப்பிட்டிருப்பேன். வெளியேபோய் பூச்செடிகள்மேல் வாந்தி எடுத்தேன். மிஸ் குளோரி எனக்கு உடம்பு சரியில்லாமல் ஆகிவிட்டது என்று நினைத்து என்னை வீட்டுக்குப் போய்விடச் சொன்னாள். பாட்டி ஏதாவது மூலிகையிட்ட தேநீர் தருவாள் என்றும் தான் எஜமானியம்மாவிடம் சொல்லி விடுவதாகவும் சொன்னாள்.

குளத்துக்கு அருகில் வருமுன்பே நான் எவ்வளவுக்கு முட்டாளாக இருந்திருக்கிறேன் என்று புரிந்துகொண்டேன். நிச்சயமாக திருமதி குல்லினனுக்கு எதுவும் தெரியாது. இல்லாவிட்டால் பாட்டி எனக்காக வெட்டிச் சிறிதாக்கிய இரண்டு அருமையான உடுப்புகளை, அவர் எனக்குத் தந்திருக்க மாட்டார். என்னை 'இனிமையான குட்டிப்பெண்' என்று அழைத்திருக்க மாட்டார். எனது வயிறு சரியாகிவிட்டதாக எனக்குத் தோன்றியது, நானும் எதையும் பாட்டியிடம் சொல்லவில்லை.

அன்று மாலை நான், வெள்ளைக்கார, குண்டான, வயதான, குழந்தையில்லாத பெண்ணாக இருப்பதைப்பற்றி ஒரு கவிதை எழுதத் தீர்மானித்தேன். அது ஒரு சோகமான கதைப் பாடலாக இருக்கப்போகிறது. நான் அவளைக் கூர்மையாக அவதானித்து அவளது தனிமையின் மற்றும் வலியின் சாரத்தைக் கண்டுகொள்ள வேண்டும்.

அடுத்த நாளே அவள் எனது பெயரைத் தவறாகச்சொல்லி என்னைக் கூப்பிட்டாள். மிஸ் குளோரியும் நானும் பகல் சாப்பாட்டுப் பாத்திரங் களைக் கழுவிக்கொண்டிருந்தபோது திருமதி குல்லினன் கதவருகில் வந்து 'மேரி' என்று கூப்பிட்டாள்.

மிஸ் குளோரி கேட்டாள், 'யார்?'

திருமதி குல்லினன் லேசாகத் தளர்ந்தது போலிருந்தது. எனக்குத் தெரிந்துவிட்டது அவருக்கும் தெரிந்துவிட்டது. "மேரி திருமதி ரண்டால் வீட்டுக்குக் கொஞ்சம் சூப் கொண்டு கொடுக்கட்டும். சில நாட்களாக அவளுக்கு உடம்பு சரியில்லை."

மிஸ் குளோரியின் முகம் பார்ப்பதற்கு அதிசயம் போலத் தோன்றியது. 'நீங்கள் மார்கிரெட்டைச் சொல்கிறீர்களா மேடம்? அவள் பெயர் மார்கிரெட்."

"அது ரொம்ப நீளமாக இருக்கிறது. இனிமேல் அவள் மேரிதான். நேற்றிரவு மீதிவந்த சூப்பைச் சூடாக்கி அதைச் சைனா டுரீனில் ஊற்று. அப்புறம் மேரி, நீ அதைக் கவனமாகக் கொண்டுபோக வேண்டும்."

நானறிந்த எல்லோரும், பெயரை மாற்றி அழைக்கப்படும்போது, ஒருவகையான நரகப் பயங்கரத்துக்கு ஆட்படுவார்கள். ஒரு நீக்ரோவை

அவமரியாதையாக அவர் உணர வாய்ப்புள்ள ஏதாவது பெயரில் அழைப்பது அபாயகரமானது. ஏனெனில் நூற்றாண்டுகளாக நிக்கர்கள், ஜிக்ஸ், டிஞ்சஸ், பிளாக்பேர்ட்ஸ், குரோஸ், பூட்ஸ், ஸ்பூகிஸ் என அவர்கள் அழைக்கப்பட்டதன் விளைவு அது.

தோன்றிமறைந்த ஒரு நொடியளவுக்கு மிஸ் குளோரி எனக்காக அனுதாபப்பட்டாள். அப்புறம் சூடாயிருந்த அந்த டூரீனை என்னிடம் தரும்போது "வருத்தப்படாதே, இதையெல்லாம் மனதில் வைத்துக் கொள்ளாதே. கம்பும் கல்லும் உன் எலும்புகளை உடைக்கலாம், ஆனால் வார்த்தைகள் ... உனக்குத் தெரியும் இருபது ஆண்டுகளாக நான் இவளிடம் வேலை பார்த்துக்கொண்டிருக்கிறேன்" என்றாள்.

பின்வாசல் கதவை அவள் எனக்காகத் திறந்தாள். "இருபது வருடங்கள். நான் வரும்போது உன்னைவிடப் பெரிய வயது இல்லை எனக்கு. எனது பெயர் அப்போது அல்லேலூயாவாக இருந்தது. அதுதான் அம்மா எனக்கு வைத்த பெயர். ஆனால் என் எஜமானி எனக்கும் குளோரி என்று வைத்துவிட்டாள், அதுவே நிரந்தரமாக என்னோடு ஒட்டிக்கொண்டு விட்டது. எனக்கும் அது பிடித்திருக்கிறது."

வீடுகளுக்குப் பின்னால் இருந்த சிறிய வழிப்பாதையில் நான் போகும்போது மிஸ் குளோரி சத்தமாகச் சொன்னாள், "அது சின்னதாகவும் இருக்கிறது."

சில நொடிகளுக்கு எனக்கு சிரிப்பதா (அல்லேலூயா எனப் பெயரிடப் படுவதைக் கற்பனை செய்து) அல்லது அழுவதா (ஒரு வெள்ளைக்காரி யின் சௌகரியத்துக்காக என்னுடைய பெயரை மாற்ற அனுமதிப்பதை நினைத்து) என்று திக்குமுக்காடிப் போனேன். எனது கோபம் இரண்டுவிதமாகவும் நான் வெடித்துச் சிதறவிடாமல் என்னைக் காப்பாற்றியது. நான் எனது வேலையை விட்டுவிட வேண்டும், ஆனால் பிரச்சினை எதுவென்றால் அதைச் செய்வது எப்படி என்பதுதான். பாட்டி எந்தக் காரணத்துக்காகவும் நான் வேலையை விட்டுவிட அனுமதிக்க மாட்டார்.

"அவள் இனியவள். அந்த அம்மா உண்மையிலேயே இனியவள்." திருமதி ரண்டாலின் வேலைக்காரி என்னிடமிருந்து சூப்பை வாங்கும்போது சொல்லிக்கொண்டிருந்தாள். நான் அவள் பெயர் என்னவாக முன்பு இருந்தது, இப்போது எந்தப் பெயருக்கு அவள் பதில் குரல் தருகிறாள் என்று யோசித்துக்கொண்டிருந்தேன்.

ஒரு வாரத்துக்கு திருமதி குல்லினன் என்னை மேரி என்று கூப்பிடும் போதெல்லாம் நான் அவள் முகத்தை உற்றுப் பார்த்துக்கொண்டிருந்தேன். நான் தாமதமாக வருவதையும் சீக்கிரமாகப் போய்விடுவதையும் அவள் கண்டுகொள்ளவில்லை. தட்டுகளில் முட்டைக்கரு தங்கியிருப்பதை யும் வெள்ளிக்கலன்களைச் சுத்தம் செய்வதில் நான் முழு அக்கறை காட்டாததையும் குறித்து மிஸ் குளோரி என்னிடம் கொஞ்சம் எரிச்சலடைந்திருந்தாள். முதலாளியம்மாவிடம் புகார் செய்வாள் என்று நான் நினைத்தேன், அவள் செய்யவில்லை.

பிறகு, எனது குழப்பத்தை பெய்லி தீர்த்துவைத்தான். பாத்திர அலமாரியிலிருக்கும் பொருட்களை விவரிக்கவும் எந்தக் குறிப்பிட்ட தட்டுகள் திருமதி குல்லினனுக்கு ரொம்பப் பிடிக்கும் என்பதையும் என்னைச் சொல்லச் சொன்னான். அவளுக்கு மிகவும் பிடித்தமானவை மீன்வடிவத்திலிருந்த கிண்ணமும் பச்சைநிற காப்பிக் குவளைகளும். அவனுடைய ஆலோசனையை மனதில் பதித்துக்கொண்டேன். எனவே அடுத்தநாள் மிஸ் குளோரி துணிகளைக் காயப்போட்டுக்கொண்டிருந்த போது என்னைத் தாழ்வாரத்தில் உட்கார்ந்திருந்த கிழட்டுக் கோழி களுக்குத் தீவனம் எடுத்துப் போகச் சொன்னதும் நான் காலியான தட்டைக் கீழே போட்டேன். திருமதி குல்லினன் 'மேரி' என்று அலறியதைக் கேட்டபோது அந்தக் கிண்ணத்தையும் இரண்டு பச்சைக்குவளைகளையும் தயாராக எடுத்துக்கொண்டேன். அவள் சமையலறைக் கதவை திறக்கும்போது நான் அவற்றை ஓடுகள் பதித்த தரையில் படீரென்று போட்டேன்.

அடுத்து என்ன நடந்தது என்று பெய்லியிடம் என்னால் முழுமையாக விவரிக்க என்னால் முடியவில்லை. ஏனெனில் அவள் கீழே தரையில் விழுந்து தனது அருவருப்பான முகத்தை அழுவதற்காக எட்டுக் கோணலாகத் திருகிக்கொண்டிருந்ததை ஒவ்வொருமுறை விவரிக்கையி லும் பெய்லியும் நானும் வெடித்துச் சிரித்துவிடுவோம். உண்மையில் அவள் தரையில் தள்ளாடி நடந்து உடைந்த குவளைச் சில்லுகளை எடுத்துக் கதறினாள். "ஓ, அம்மா. அன்பான தேவனே. விர்ஜினியாவிலிருந்த அம்மா அனுப்பிய சைனாபொருட்கள். ஓ, அம்மா, நான் வருந்துகிறேன்."

முற்றத்திலிருந்து மிஸ் குளோரி ஓடி வந்தாள், தாழ்வாரத்திலிருந்த பெண்கள் கூடிவிட்டார்கள். எஜமானியைப் போலவே மிஸ் குளோரி யும் நொறுங்கிப்போனாள். "விர்ஜீனியாத் தட்டுகளை அவள் உடைத்துவிட்டாளா? இனி என்ன செய்ய?"

திருமதி குல்லினன் சத்தமாகக் கதறினான், 'அந்தக் கைவிளங்காத நிக்கர். கைவிளங்காத குட்டிக் கருப்பு நிக்கர்."

கிழட்டுப் புள்ளிமூஞ்சி குனிந்து பார்த்துக் கேட்டாள், 'வயோலா, செய்தது யார்? மேரியா? யார் செய்தது?'

எல்லாம் மிக விரைவாக நடந்ததில் அவளுடைய செய்கை அவளது வார்த்தைகளை முந்தியதா இல்லையா என்று எனக்கு ஞாபகம் இல்லை. ஆனால் திருமதி குல்லினன் சொன்னாள், 'அவள் பெயர் மார்கிரெட், நாசமாய் போக. அவள் பெயர் மார்கிரெட்." உடைந்த சில்லு ஒன்றை என்னை நோக்கி வீசினான். அவளைப் பீடித்திருந்த அதிர்ச்சி வெறியில் அவளது குறி தப்பி நேராக மிஸ் குளோரியின் காதுக்கு மேலாகப் போய் தாக்கியது. அவள் வீறிடத் தொடங்கினாள்.

அக்கம்பக்கத்தார் எல்லோருக்கும் அந்தக் களேபரம் கேட்கும் படியாக முன்வாசலை நன்கு திறந்து வைத்தேன்.

திருமதி குல்லினன் ஒரு விஷயத்தைப் பொறுத்தவரை சரி, என் பெயர் மேரி இல்லை.

17

வாரநாட்கள் ஒரேபோல சுழன்றுகொண்டிருந்தன. அவை ஒவ்வொன்றும் அதே சீராகச் சுழல்வதில் ஒருநாள் நேற்றின் நகலாகவே தோன்றின. ஆனால் சனிக்கிழமைகள் அந்த வார்ப்பிலிருந்து விடுபட்டு வித்தியாசமாக இருக்க வல்லவை.

குழந்தைகளும் மனைவிகளும் சுற்றிவர, விவசாய வேலையாட்கள் நகரத்துக்குள் படையெடுப்பார்கள். விறைப்பாக இருக்கும் அவர்களது கால்சட்டைகளும் மேல்சட்டைகளும் கடமையில் கருத்தாக இருக்கும் அவர்களது மகள் அல்லது மனைவியின் சிரத்தையான பராமரிப்பைக் காட்டும். தங்களின் குழந்தைகளுக்குச் கிலுகிலுக்கும் நாணயங்களைத் தருவதற்காக நோட்டுகளைச் சில்லறையாக மாற்றிக்கொள்ள ஸ்டோருக்கு அவர்கள் அடிக்கடி வருவார்கள். டவுனுக்குப் போய் அந்த நாணயங்களைக் கொண்டு எதையாவது வாங்குவதற்குக் குழந்தைகள் பரபரத்துக்கொண்டிருப்பார்கள். அவர்களின் பெற்றோர்கள் கடையில் வம்பளந்து நேரங்கடத்திக்கொண்டிருப்பதற்குத் தங்கள் அதிருப்தியை வெளிப்படையாகக் காட்டுவார்கள். வில்லி சித்தப்பா அவர்களை உள்ளே கூப்பிட்டுச் சரக்குகள் வரும்போது நொறுங்கிய கடலை இனிப்புத் துண்டுகளை அவர்களுக்கு முன்னால் விரித்து வைப்பார். அவற்றை அவர்கள் பாய்ந்து எடுத்து வாய்க்குள் போட்டுத் தீர்த்துவிட்டு மறுபடியும் வெளியே போய் சாலையின் பட்டுப்போன்ற தூசியை உதைத்துக் கிளப்பியபடி தங்களுக்கு டவுனுக்குப் போவதற்கு நேரமிருக்குமா என்று கவலைப்பட்டுக் கொண்டிருப்பார்கள்.

பெய்லி பெரிய பையன்களோடு சைனா பெர்ரி மரத்தைச் சுற்றி விளையாடிக்கொண்டிருந்தான், பாட்டியும் வில்லி சித்தப்பாவும் விவசாயிகளிடம் ஊர்ப்புறச் செய்தி களைக் கேட்டுக்கொண்டிருந்தனர். ஒரு சூரியஒளித் தண்டில் சிறைபட்டிருக்கும் அணுத்துகள் போல் ஸ்டோரில் தொங்கிக்கொண்டிருப்பதாக என்னைக் குறித்து நினைத்துக் கொள்வேன். காற்றின் ஒவ்வொரு மெல்லிய அசைவுக்கும் அந்தத் துகள் இழுக்கப்பட்டாலும் அழுத்தப்பட்டாலும் அது எப்போதும் தண்டிலிருந்து விடுபட்டு, வசீகரிக்கும் இருளுக்குள் செல்வதில்லை.

வெதுவெதுப்பான மாதங்களில் காலைவேளைகள் சூடாக்கப்படாத கிணற்றுநீர்க் குளியலோடு தொடங்கும். சோப்புநுரை ததும்பும் கழிவுத் தண்ணீர் சமையலறைக் கதவுக்குப் பக்கத்திலிருக்கும் காலித்தரையில் வந்து விழும். அதைத் தூண்டில் இரைத்தோட்டம் என்று சொல்லுவோம். (பெய்லி புழு வளர்த்தான்). பிரார்த்தனைக்குப் பிறகு, கோடையில் எப்போதும் வேகவைக்காத தானியக்கலவையும் பாலும்தான். அதன் பிறகு எங்களுக்கான வேலைகளைச் (சனிக்கிழமைகளில் வாரநாட்கள் வேலைகளையும் சேர்த்து) செய்ய வேண்டும். தரையைக் கழுவி சுத்தம் செய்வது, முற்றத்துக் குப்பைக்கூளங்களை ஒதுக்கி அள்ளுவது, ஞாயிற்றுக் கிழமைக்காகக் காலணிகளை மெழுகித் துடைத்து மெருகேற்றுவது (வில்லி சித்தப்பாவின் காலணியை விஷேசமாக, நக்கிப் பளபளக்காக்குவதைப் போல, கவனிக்க வேண்டும்), சனிக்கிழமை அவசரத்தில் மூச்சிரைக்க வரும் வாடிக்கையாளர்களைக் கவனிப்பது எல்லாமே.

வருடங்களுக்கு ஊடாகப் பார்க்கும்போது, எனக்கு, ஒரு வாரத்தில் சனிக்கிழமையே எனக்குப் மிகவும் பிடித்த நாளாக இருந்திருக்கிறது. முடிவில்லாமல் அடுத்தடுத்து வரும் வேலைகளுக்கு இடையிடையே என்னென்ன சந்தோஷங்கள் அழுத்தப்பட்டு வெளிப்படுத்த முடியாமல் இருந்திருக்க வாய்ப்பு உள்ளது? குழந்தைகளின் சகிப்புத்திறன், மாற்றுவழி களைக் குறித்த அவர்களது அறியாமையிலிருந்து கிளைக்கிறது.

செயின்ட் லூயிஸிலிருந்து பின்வாங்கி வந்தபிறகு பாட்டி எங்களுக்கு வாரந்திர கைச்செலவுக்காசு கொடுத்துவந்தார். வாடிக்கையாளர் களிடமிருந்து பெறுவது, சபை ஆலயத்துக்குக் காணிக்கை கொடுப்பது தவிர, வேறுவகையில் பாட்டி அதிகம் பணத்தைக் கையாள்வதில்லை. அவர் எங்களுக்குத் தந்த பத்து சென்ட்கள் அவரும் எங்களிடம் ஏற்பட்டிருந்த மாற்றத்தை உணர்ந்துகொண்டதைப் போலவும் எங்களது அந்நியத்தன்மை அவரை வித்தியாசமாக எங்களிடம் நடத்துகொள்ள வைத்திருக்கிறது என்றும் எனக்குப்பட்டது.

வழக்கமாக எனது பணத்தை நான் பெய்லியிடம் கொடுத்து விடுவேன். கிட்டத்தட்ட எல்லா சனிக்கிழமைகளும் அவன் சினிமாவுக்குப் போவான். அவன் வரும்போது ஸ்ட்ரீட் அன் ஸ்மித் கௌபாய் புத்தகங்களை எனக்கு வாங்கி வருவான்.

ஒரு சனிக்கிழமை அவன் வருவதற்குத் தாமதமாகிவிட்டது. பாட்டி சனிக்கிழமைகளின் இரவுக் குளியலுக்கு வென்னீர் வைத்துக் கொண்டிருந்தார், எல்லா சனிக்கிழமை வேலைகளும் முடிந்துவிட்டன. வில்லி சித்தப்பா அந்திமறையும் வெளிச்சத்தில் தாழ்வாரத்தில் உட்கார்ந்து ஏதோ முணுமுணுத்துக்கொண்டிருந்தார். பாடிக்கொண்டிருந்தார் போலிருக்கிறது. சிகரெட் புகைத்துக்கொண்டிருந்தார். நன்றாக நேரம் இருட்டிவிட்டது. அம்மாக்கள் குழு விளையாட்டிலிருந்த தங்கள் குழந்தைகளைக் கூப்பிட்டுக்கொண்டிருந்தார்கள். "யா . . . யா . . . நீ என்னைப் பிடிக்க முடியவில்லை" என்ற மெலிந்து ஒலிக்கும் சத்தங்கள் இன்னும் ஸ்டோருக்குள் மிதந்து வந்துகொண்டிருந்தன.

“சகோதரி விளக்கைப் போட்டால் நல்லது” என்றார் வில்லி சித்தப்பா. சனிக்கிழமைகளில் நாங்கள் மின்சார விளக்குகளைப் போடுவோம்; ஞாயிற்றுக்கிழமைக்குச் சாமான் வாங்க கடைசி நிமிடத்தில் யோசிக்கும் வாடிக்கையாளர்கள் குன்றின் மேலிருந்தே கடை திறந்திருக்கிறதா என்று பார்க்க வசதியாக. இரவு முழுமையாக இறங்கிவிட்டது என்று நம்ப பாட்டி விரும்பாததாலும் பெய்லி இன்னும் அந்தப் பேயிருட்டில் வெளியில் எங்கோ இருந்ததாலும், பாட்டி என்னிடம் விளக்கைப் போடச் சொல்லவில்லை.

பாட்டியின் பயம், சமையலறைக்குள் வேகவேகமாய் நடப்பதி லிருந்தும் அவருடைய தனிமை, அச்சம் தோய்ந்த கண்களிலும் அப்பட்டமாகத் தெரிந்தது. மகன்களையும் பேரன்களையும் மருமக்களை யும் வளர்க்கும் ஒரு தெற்கத்திய கறுப்பினப் பெண்ணின் இதயநாளங்கள் ஒரு தூக்குக் கயிற்றோடு முடிச்சிடப்பட்டது. வழக்கமானதிலிருந்து விடுபட்ட எதுவும் அவளுக்குத் தாங்க முடியாத செய்தியைக் கொண்டு வரலாம். இந்த ஒரு காரணத்துக்காகவே தெற்குப்பகுதியின் கறுப்பின மக்களை, இப்போதைய தலைமுறையினரைப் போலல்லாமல், அமெரிக்காவின் ஆகச்சிறந்த பத்தாம்பசலிகளுடன் சேர்த்துக்கொள்ளலாம்.

எல்லா தன்னிரக்கம் மிகுந்தவர்களைப் போலவே எனக்கு என் உறவுகளுடைய பதற்றத்தைக் கண்டு இரக்கம் ஏற்படாது. உண்மையாகவே பெய்லிக்கு ஏதாவது நேர்ந்துவிட்டாலும், வில்லி சித்தப்பாவுக்குப் பாட்டி இருக்கிறார், பாட்டிக்கு ஸ்டோர் இருக்கிறது. அத்துடன் நாங்கள் அவர்களுடைய குழந்தைகளும் அல்ல. ஆனால் பெய்லி இறந்து போய்விட்டால் எனக்குத்தான் பெரிய இழப்பு. நான் எனக்கென சொந்தம் கொண்டாடியது அவனை மட்டும்தான்; எனக்கென இருப்பவனும் அவனே.

அடுப்பில் வெந்நீர் கொதித்து ஆவி பறந்துகொண்டிருந்தது. ஆனால் பாட்டி சமையல்கட்டு மேடையைக் கணக்கில்லாமல் துடைத்துக் கொண்டிருந்தாள்.

‘அம்மா’, வில்லி சித்தப்பா கூப்பிடவும் பாட்டி பதறித் துள்ளினாள். ‘அம்மா’. கடையின் பிரகாசமான வெளிச்சத்தில், யாரோ ஒருவர் வந்து இந்த அன்னியர்களிடம் எனது சகோதரனைப் பற்றிச் சொல்லப் போவதை நான்தான் கடைசி ஆளாகத் தெரிந்துகொள்ளப் போகிறேன் என்ற ஆதங்கத்தில், காத்திருந்தேன்.

“அம்மா, நீங்களும் சகோதரியும் ஏன் நடந்துபோய் அவனைத் தேடக் கூடாது?”

எனக்குத் தெரிந்து மணிக்கணக்காக பெய்லியின் பெயர் இங்கு உச்சரிக்கப்படவில்லை, ஆனாலும் சித்தப்பா யாரைக் குறிப்பிடுகிறார் என்று எனக்குத் தெரியும்.

சரிதான். இது எனக்கு ஏன் தோன்றவில்லை? நான் இன்னேரம் போயிருக்க வேண்டும். பாட்டி சொன்னார், ‘சின்னவளே, ஒரு நிமிடம் பொறு. போய் உன் ஸ்வெட்டரைப் போட்டுக்கொண்டு என்னுடைய மேல்சால்வையை எடுத்துவா.”

நான் நினைத்ததைவிட சாலை இருட்டாக இருந்தது. பாட்டி கைவிளக்கின் ஒளிவீச்சைப் பாதையிலும், ஓரப் புதர்களிலும், பயமுறுத்திக் கொண்டிருந்த அடிமரங்களிலும் ஓடவிட்டுக் கொண்டிருக்க, நாங்கள் நடந்துகொண்டிருந்தோம். அந்த இரவு திடீரென பகைப் பிரதேசமாயிற்று. இங்கு என் சகோதரன் தொலைந்துவிட்டால் என்றென்றும் அவன் எங்களுக்கு இல்லாதவனாகிவிடுவான் என்று எனக்குத் தெரியும். அவனுக்கு வயது பதினொன்று, அவன் புத்திசாலிதான். இருக்கட்டும். ஆனாலும் அவன் ரொம்பச் சின்னவன். நீலத்தாடி பயங்கரவாதிகளிடமோ புலிகளிடமோ கொலைகாரப்பாவிகளிடமோ மாட்டிக்கொண்டால் உதவிக்குக் கூக்குரல் எழுப்புமுன்னே அவனைக் கொன்றுவிடுவார்கள்.

பாட்டி என்னிடம் விளக்கை வைத்துக்கொள்ளச் சொல்லிவிட்டு என் கையைப் பிடித்துக்கொண்டார். அவரது குரல் என் தலைக்கு மேல் ஏதோ ஒரு குன்றிலிருந்து வந்தது, எனது கை அவரது கைக்குள் மூடப்பட்டிருந்தது. ஓரே பாய்ச்சலாக என்னிடமிருந்து அன்பு அவள்மீது பாய்ந்தது. எதுவும் அவர் சொல்லவில்லை, இல்லை, “கவலைப்படாதே” அல்லது “மனதைத் தளரவிடாதே” என்று ஏதோ சொன்னார். அவரது சொரசொரப்பான கையின் மிருதுவான அழுத்தம் அவரது சொந்தக் கவலையையும் நம்பிக்கையையும் எனக்கு ஒருசேர உணர்த்தியது.

பகல் வெளிச்சத்தில் எனக்கு நன்கு தெரிந்திருந்த, இந்தக் கும்மிருட்டில் என்னால் அடையாளம் சொல்ல முடியாத வீடுகளைத் தாண்டி நாங்கள் போய்க்கொண்டிருந்தோம்.

‘மாலை வணக்கம், மிஸ் ஜென்கின்ஸ்.’ என்னை இழுத்துக்கொண்டே நடந்தபடி, பாட்டியின் குரல்.

‘சகோதரி ஹெண்டர்சன்னா? ஏதாவது பிரச்சினையா?’ இருட்டைவிட கருப்பான ஒரு உருவக் கோட்டிடமிருந்து வந்தது குரல்.

“இல்லை மேடம். ஒன்றுமில்லை. கடவுளுக்குத் தோத்திரம்”. அவள் பேசி முடிக்கும் முன்பு கவலையாகக் குரல் கொடுத்த அக்கம்பக்கத்தாரை விட்டு வெகுதூரம் வந்து விட்டோம் நாங்கள்.

திரு. வில்லி வில்லியம்சனின் ‘டு டிராப் இன்’ பிரகாசமான சிவப்பு விளக்குகளோடு தூரத்தில் தெரிந்தது. குளத்தின் மீன் வாசனையும் எங்களைச் சூழ்ந்தது. பாட்டியின் கை என்னை இறுக்கி, பின் விடுவித்தது. நான், ஒரு சிறிய உருவம், சோர்வாக, வயதானவர்களின் நடையோடு மெதுவாக வந்துகொண்டிருப்பதைக் கண்டேன். கைகளைக் கால்சட்டைப் பைகளுக்குள் விட்டபடி தலை குனிந்தவாறு அவன் நடந்து வந்துகொண்டிருந்தான்; மலையின் ஏற்றத்தில் சவப்பெட்டியொன்றின் பின்னால் நடப்பதைப் போல.

‘பெய்லி’, பாட்டி ‘ஜூ’ என்று சொல்லும்போதே என்னிடமிருந்து வெளிவந்தது. நான் ஓட எத்தனித்தேன், ஆனால் பாட்டியின் கை என்னுடையதை மறுபடியும் பிடித்துக்கொண்டது, அது இரும்புப் பிடியாக இருந்தது. நான் இழுத்துப் பார்த்தேன். ஆனால் அவர் தன்பக்கமாக என்னை அழுத்திப் பிடித்துக்கொண்டார். ‘நாம் போகலாம், நாம் நடந்து

வந்தது போலவே போகலாம், சின்னவளே'. நிலைமை விபரீதமாகப் போகுமளவுக்கு அவன் தாமதமாகிவிட்டான் என்று அவனை எச்சரிக்கை செய்வதற்கோ, எல்லோருக்கும் கவலைபட்டுவிட்டார்கள் எனவே நல்ல ஒரு பொய் அல்லது அதைவிட மேலாக ஒரு பிரமாதமான பொய்யைக் கண்டுபிடித்து வைத்துக்கொள் என்று அவனிடம் சொல்வதற்கோ எனக்கு வாய்ப்பில்லாமலாகிவிட்டது.

பாட்டி சொன்னார், 'பெய்லி, இளையவனே', அவன் எந்த வியப்பும் இல்லாமல் அவரை ஏறெடுத்துப் பார்த்தான். 'ராத்திரி ஆகிவிட்டது என்று உனக்குத் தெரியும். நீ இப்போதுதான் வீட்டுக்கு வருகிறாய். இல்லையா?"

"ஆமாம், மேடம்" அவன் வெறுமையாக நின்றான். அவனுக்கான நிரூபணவாதம் எங்கே?

"நீ என்ன செய்துகொண்டிருந்தாய்?"

"ஒன்றுமில்லை".

"இதை மட்டும்தான் நீ சொல்லுவாயா?"

"ஆமாம், மேடம்".

"சரி. வீட்டுக்குபோய் பார்த்துக்கொள்ளலாம்."

அவர் என்னை விடுவித்தார், நான் உடனே வேகமாக அவன் கையைப் பிடித்தேன். ஆனால் அவன் தனது கையை வெடுக்கென உதறிக் கொண்டான். "ஹே, பெய்லி", நான் அவனுடைய சகோதரியும் அவனுடைய ஒரே நட்பும் என்று அவனுக்கு நினைவுபடுத்த நான் சொன்னேன். அவனோ "என்னைத் தனியே விடு" என்பதுபோல எதையோ முணுமுணுத்தான்.

திரும்பிச் செல்லும்போது பாட்டி கைவிளக்கை எரிய விடவில்லை. அதோடு இருட்டிலிருந்த வீடுகளிலிருந்து மிதந்துவந்த கேள்வித்தொனி மாலை வணக்கங்களுக்குப் பதில் சொல்லவுமில்லை.

நான் குழப்பமாகவும் பயமாகவும் உணர்ந்தேன். அவன் சாட்டையடி வாங்கப்போகிறான், பயங்கரமான எதையோ செய்திருக்கிறான். ஆனால் கேளிக்கையான ஏதோ செய்த தடயம் எதுவும் அவனிடம் இல்லை. அவன் சோகமாக இருப்பது போலிருந்தது. என்ன நினைப்பதென்று எனக்குத் தெரியவில்லை.

வில்லி சித்தப்பா சொன்னார், "உன்னுடைய ட்ரவுசரைவிட பெரிய ஆளாயிட்டே, இல்லையா? உனக்கு வீட்டுக்கு ஒழுங்காக வர முடியாது. உன் பாட்டி உன்னைக் குறித்து கவலைப்பட்டுச் சாகணும் என்று நீ விரும்புகிறாய்." பயப்படும் நிலையைத் தாண்டி அவன் எங்கோ இருந்தான். வில்லி சித்தப்பா கையில் ஒரு தோல் பெல்ட் வைத்திருந்தார், ஆனால் பெய்லி அதைக் கவனிக்கவில்லை அல்லது அதைப்பற்றி லட்சியம் செய்யவில்லை. 'நான் இந்தத் தடவை உன்னை வெளுத்து வாங்கப் போகிறேன்." எங்கள் சித்தப்பா இதற்குமுன் ஒரே ஒரு தடவைதான், அதுவும் பீச்மரவிளாரால், அடித்திருக்கிறார். இப்போது என் சகோதரனைக்

கொல்லப் போகிறார் போலும். நான் வீறிட்டவாறு பெல்ட்டைப் பிடிக்கச் சென்றேன், ஆனால் பாட்டி என்னைத் தடுத்துப் பிடித்தார். 'ரொம்ப உணர்ச்சிவசப்படாதே, மறுபடியும் இதே மாதிரி நடக்காமல் இருக்கணும் அல்லவா? அவனுக்கு ஒரு பாடம் வேண்டியிருக்கிறது. நீ வா, வந்து குளி."

சமையலறையிலிருந்து பெல்ட் வறண்ட, மூச்சிறைக்கும் சத்தத்தோடு வெற்றுத்தோலில் இறங்கிக்கொண்டிருப்பது எனக்குக் கேட்டது. வில்லி சித்தப்பா மூச்சுவாங்குவது கேட்டது. ஆனால் பெய்லியிடம் எந்த அசைவுமில்லை. நீரைமொண்டு ஊற்றிக்கொள்ளவோ, அழவோ, பெய்லியிடமிருந்து எழும் அபயக்குரல் என்னை அமிழ்த்திக்கொள்ளவோ இயலாத அளவுக்குப் பயந்துபோயிருந்தேன். ஆனால் அந்த அபயக்குரல் எழவே இல்லை, பெல்ட் வீச்சும் இறுதியாக நின்றது.

பக்கத்து அறையிலிருந்து, அவன் உயிரோடுதான் இருக்கிறான் என்ற அடையாளத்துக்காக, ஒரு விம்மல் அல்லது முணுமுணுப்பு கேட்காதா என்று தூக்கமே இல்லாமல் விழித்துக் கிடந்தேன். எவ்வளவு நேரம் கடந்ததோ தெரியாது, இறுதியாகக் களைத்துப்போய் கண்கள் மூடியபோது பெய்லியிடமிருந்து சத்தம் கேட்டது, "இப்போது உறங்குவதற்கு நான் என்னைக் கிடத்துகிறேன், என் ஆண்டவரிடம் என் ஆன்மாவை ஒப்படைக்கிறேன், நான் விழிக்குமுன் இறந்துவிட்டால் என் ஆன்மாவை எடுத்துக்கொள்ளும்படி என் ஆண்டவரிடம் வேண்டிக்கொள்கிறேன்."

அந்த இரவின் கடைசி நினைப்பாக இருந்தது ஒரு கேள்விதான். அவன் ஏன் குழந்தைகளுக்கான பிரார்த்தனையைச் சொன்னான்? நாங்கள் வருடக்கணக்காக 'விண்ணகத்திலிருக்கும் எங்கள் தந்தையே...' யைத்தானே சொல்லுவோம் படுக்கச் செல்லும் முன்பாக.

நாட்கணக்காக ஸ்டோர் அந்நிய நாடுபோலவும் நாங்கள் புதிதாக வந்த குடியேறிகள் போலவும் இருந்தோம். பெய்லி பேசுவதில்லை, புன்னகைப்பதில்லை அல்லது வருத்தம் தெரிவிக்கவுமில்லை. அவன் கண்கள் வெறுமையாக இருந்தன, அவன் மனம் அவனை விட்டு எங்கோ பறந்து சென்றுவிட்டதைப் போல் தோன்றியது. சாப்பாட்டு வேளைகளில் இறைச்சியின் நல்ல பகுதிகளை, இனிப்புகளில் பெரிய அளவுகளை அவனுக்குத் தர முயல்வேன், ஆனால் அவன் அவற்றை நிராகரித்துவிடுவான்.

பிறகு ஒரு மாலையில் பன்றிக்கூடத்தில் நாங்கள் இருந்தபோது, எந்த முன்னோட்டமுமில்லாமல் அவன் சொன்னான், "அருமை அம்மாவைப் பார்த்தேன்."

அவன் அப்படிச் சொன்னால் அது உண்மையாகத்தானிருக்கும் என்னிடம் அவன் பொய் சொல்ல மாட்டான். நான் அவனிடம் எங்கு, எப்போது என்று கேட்கவில்லை.

மரத்தடுப்பில் தலையைச் சாய்த்துக்கொண்ட அவன் சொன்னான், 'திரைப்படத்தில். உண்மையில் அது அம்மா இல்லை. கே பிரான்சிஸ் என்ற பெயரையுடைய ஒரு பெண். அவள் நாம் அம்மாவைப் போலவே இருக்கும் ஒரு வெள்ளை சினிமா நட்சத்திரம்."

ஒரு வெள்ளை சினிமா நட்சத்திரம் அம்மாவைப் போல இருந்ததையும் அதை பெய்லி பார்த்தான் என்பதையும் நம்புவதற்கு ஒரு சிரமமு மில்லை. திரைப்படங்கள் வாரத்துக்கு ஒருமுறை மாற்றப்படுவதாகவும் கே பிரான்ஸிஸ் நடித்த படம் மறுமுறை ஸ்டாப்ஸுக்கு வரும்போது எனக்குச் சொல்வதாகவும் என்னையும் படத்துக்குக் கூட்டிக்கொண்டு செல்வதாகவும் சொன்னான். என்னுடன் பக்கத்தில் உட்காருவதாகவும் வாக்குறுதி அளித்தான்.

முந்தைய சனிக்கிழமை இரண்டாவது முறையும் படம் பார்க்கப் போனதில்தான் அவன் வீடு திரும்ப தாமதமாகியிருக்கிறது. நான் புரிந்துகொண்டேன் அதோடு அவனால் பாட்டியிடமும் வில்லி சித்தப்பாவிடமும் அதை ஏன் சொல்ல முடியவில்லை என்பதையும் புரிந்து கொண்டேன். அவள் எங்களின் அம்மா, எங்களுக்கே சொந்தமானவள், அவளைப்பற்றி எதுவும் யாரிடமும் பகிர்ந்ததில்லை. காரணம் அவளைப்பற்றி பகிர்வதற்குப் போதிய அளவுக்கு எங்களிடம் ஏதுவுமில்லை.

கே பிரான்ஸிஸ் மறுபடியும் ஸ்டாம்ப்ஸுக்கு வருவதற்கு கிட்டத்தட்ட இரண்டு மாதங்கள் ஆகிவிட்டது. பெய்லியின் மனநிலை நன்கு இணக்கமாகிவிட்டதைப் போலிருந்தது. ஆனாலும் அவன் ஒரு வகையான எதிர்பார்ப்பிலேயே இருந்துகொண்டிருந்ததால் வழக்கத்தைவிட பதற்றமாகக் காணப்பட்டான். அந்தப் படம் திரையிடப்பட இருப்பதாக அவன் என்னிடம் சொன்னவுடன் நாங்கள் இருவரும் ரொம்ப ரொம்ப நல்ல பிள்ளைகளாக, பாட்டிக்குத் தகுந்த, அவர் நாங்கள் எவ்வாறு நடந்துகொள்ள வேண்டுமென்று விரும்புவாரோ அப்படிப்பட்ட, பிள்ளைகளாக நடந்துகொண்டோம்.

அது ஒரு கேளிக்கை நிறைந்த தமாஷ் படம். கே பிரான்ஸிஸ் பெரிய நுனிப்பட்டை இணைப்புக்கொண்ட வெள்ளைப்பட்டு நீளக்கை சட்டை அணிந்திருந்தாள். அவள் படுக்கையறை முழுவதும் பளபளப்பான துணிகளால் அலங்கரிக்கப்பட்டிருந்தது, பூச்சாடிகளில் பூக்கள் இருந்தன, கறுப்பினப் பெண்ணான அவளது வேலைக்காரி “லாசி மிஸ்ஸி” என்று வியப்பு கலந்த மரியாதையாகச் சொல்லியவாறு அவளைச் சுற்றிச்சுற்றி வந்துகொண்டிருந்தாள். கண்களை உருட்டிக்கொண்டும் தலையைத் தடவிக்கொண்டும் இருந்த நீக்ரோ காரோட்டியும் அவளிடமிருந்தான். எப்படி இப்படிப்பட்ட ஒரு முட்டாளிடம் தனது அழகான கார்களை ஓட்டுவதற்கு அவள் நம்பிக்கொடுத்தாள் என்று வியந்துபோனேன்.

கீழ்தளத்திலிருந்த வெள்ளை ஜனங்கள் சில நிமிடங்களுக்கு ஒருமுறை சிரித்தும், மீதமுள்ள ஏளனச் சிரிப்புகளைப் புறாக்கூடுகளிலிருக்கும் நீக்ரோக்களை நோக்கி மேல்பகுதிக்குச் செலுத்திக்கொண்டுமிருப்பார்கள். அந்தச் சத்தம், தீர்மானம் இல்லாத ஒரு நொடிக்கு நாங்கள் அவற்றை ஏற்றுக்கொள்ளும்வரை, எங்களைச் சுற்றியிருந்த காற்றில் நின்றிருக்கும், அப்புறம் நீக்ரோக்கள் தங்கள் கூச்சலை அவர்களதுடையதோடு கலவரம் செய்து திரையரங்குச் சுவர்களில் எதிரொலிக்கச் செய்வார்கள்.

நானும் சிரித்தேன், ஆனால் எனது மக்களை நோக்கி வீசப்பட்ட கேலிகளைக் கேட்டதனால் அல்ல. வெள்ளைக்காரியாக இருந்ததைத்தவிர

அந்தப் பிரபல சினிமா நட்சத்திரம் என் அம்மாவைப் போலவே இருந்ததால் நானும் சிரித்துக்கொண்டிருந்தேன். பெரிய மாளிகையில் இருந்ததையும் ஏராளமான பணியாட்களை வைத்திருந்ததையும் தவிர, அவள் என் அம்மாவைப் போலவே திரைப்படத்தில் வாழ்ந்தாள். தாங்கள் கொண்டாடும் அந்தப் பெண் என் அம்மாவின் இரட்டையாக இருக்கலாம் என்பதை இந்த வெள்ளையர்கள் தெரியாமலிருக்கிறார்களே என்று யோசித்துப் பார்க்க வேடிக்கையாக இருந்தது. என்ன, அவள் வெள்ளை; அம்மா ரொம்ப அழகு. ரொம்ப ரொம்ப அழகு.

அந்தத் திரைப்பட நட்சத்திரம் என்னை மகிழ்ச்சியடைய வைத்தாள். ஒருவர் பணத்தைச் சேமித்து, விரும்பும்போதெல்லாம் தன்னுடைய அம்மாவைப் பார்க்கச் செல்லும் பாக்கியம் அசாதாரண மானது, எதிர்பாராத ஒரு பரிசு எனக்குக் கிடைத்ததைப் போன்று, துள்ளல்நடையில் திரையரங்கிலிருந்து வெளியே வந்தேன். ஆனால் பெய்லி மறுபடியும் மனமுடைந்தவனைப் போல வந்தான். (அடுத்த காட்சிக்கு அவன் போக வேண்டாம் எனக் கெஞ்சி நான் கேட்டுக்கொண்டேன்). வீட்டுக்குச் செல்லும் வழியில் அவன் தண்டவாளத்தில் வரவிருக்கும் சரக்கு ரெயிலுக்காகக் காத்திருந்தான். ரெயில் நாங்கள் நின்றிருந்த இடத்தைக் கடக்கும் வேளையில் அவன் தன்னிலிருந்து விடுபட்டதைப் போல தண்டவாளத்துக்குக் குறுக்காக ஓடினான்.

அதிர்ச்சியில் வெறிபிடித்தவளாக நான் தண்டவாளத்தின் ஒருபுறத்தில் நின்றுகொண்டிருந்தேன். ஒருவேளை அந்த ராட்சச சக்கரங்கள் அவனது எலும்புகளைக் கூழாக அரைத்திருக்கலாம். மூடப்படாத ரயில்பெட்டி ஒன்றைப் பிடிக்க அவன் முயன்று குளத்தில் வீசி எறியப்பட்டிருக்கலாம், மூழ்கிப் போயிருக்கலாம். அதனினும் மோசமாக அவன் ரயிலில் ஏறி என்றென்றைக்குமாகக் காணாமல் போயிருக்கலாம்.

ரயில் கடந்து சென்ற பிறகு அவன் சாய்ந்திருந்த இரும்புக் கம்பத்திலிருந்து விலகிவந்து அவ்வளவு அலறியதற்காக என்னைக் கடிந்துகொண்டு சொன்னான், ‘வீட்டுக்குப் போகலாம், வா.”

ஒரு வருடம் கழித்து, அவன் ஒரு சரக்கு ரயிலில் ஏறிவிட்டான். ஆனால் அவனது சிறுபிராயம் காரணமாகவோ அல்லது புரிந்துகொள்ள முடியாத விதிவசத்தாலோ, அவன் கலிபோர்னியாவையும் அவனது அருமையான அம்மாவையும் கண்டுபிடிக்கவில்லை. மாறாக அவன் லூசியானாவின் ‘பாட்டன் ரூஜ்’ ஜில் இரண்டு வாரங்கள் சிக்கிக்கொண்டான்.

18

மற்றும் ஒருநாள் முடிந்தது. லாரி இளம் இருட்டில் பஞ்சு தோட்ட வேலையாட்களை இறக்கிவிட்டுவிட்டு ராட்சனின் குசுபோன்ற ஒரு சத்தத்தோடு முற்றத்திலிருந்து கிளம்பிச்சென்றது. பழக்கமில்லாத இடத்துக்கு எதிர்பாராமல் வந்துவிட்டதைப் போல வேலையாட்கள் அந்த இடத்திலேயே சில நொடிகள் அங்குமிங்கும் நடந்தனர். அவர்கள் மனம் தொய்வடைந்திருந்தது.

ஸ்டோருக்குள் அந்த மனிதர்களின் முகத்தைப் பார்க்க எனக்கு வேதனையாக இருந்தது, ஆனால் எனக்கு வேறு வழியில்லை. தங்களது களைப்பு ஒன்றுமில்லை என்று காட்டிக்கொள்வதற்காக அவர்கள் புன்னகைக்க முயற்சி செய்தபோதிலும் மனதின் மாறுவேட எத்தனிப்புக்கு அவர்கள் உடல் ஒத்துழைக்கவில்லை. அவர்கள் சிரிக்கும்போதுகூட அவர்களுடைய தோள்கள் தொங்கிக் கிடந்தன. தங்களது இடுப்பில் கைகளை வைத்துக் கொண்டபோது அவர்களது கால்சட்டைகளில் மெழுகு தடவியிருந்தது போல் கைகள் தொடையில் வழுக்கிக் கொண்டன.

“மாலை வணக்கம், சகோதரி ஹெண்டர்சன். புறப்பட்ட இடத்துக்கே வந்துவிட்டோம், இல்லையா?”

“யெஸ், சார், சகோதரர் ஸ்டூவர்ட். ஆண்டவருக்கு ஆசீர்வாதம், புறப்பட்ட இடத்துக்குத் திரும்பி வந்து விட்டீர்கள்”. பாட்டியால் சிறு மனித முயற்சிகளைக்கூட யதார்த்தமாக எடுத்துக்கொள்ள முடியாது. எந்த மனிதர்களின் வரலாறும் எதிர்காலமும் அழிவு அபாயத்திலிருக்கின்றனவோ அவர்கள் உயிரோடு வாழ்வதுகூடக் கடவுளின் கிருபை என்று நம்புபவர் பாட்டி. கீழான வாழ்க்கையையும் வறுமையில் வாடுவதையும் கடவுளின் சித்தம் என ஏற்றுக்கொள்வதும், மனிதர்கள் வசதியுற்றவர்களாக மாறி அவர்களின் வாழ்க்கைத்தரம் மற்றும் பாவனைகள் மேலோங்கும்போது அதில் கடவுளின் பங்கு நேர்விகித வேகத்தில் சரிந்து போய்விடுவதும் எனக்கு அதிசயமாகப்பட்டது.

“அது யாருக்கும் பெருமை சேர்ப்பது என்பதுதான். ஆம், மேடம். ஆசீர்வதிக்கப்பட்ட கடவுள்தான்.” அவர்களுடைய மேல்கவச உடைகளும் சட்டைகளும் வேண்டுமென்றே கந்தலாக்கப்பட்டவைபோலும் தலையில் ஒட்டியிருந்த

பஞ்சுத்துகள்களும் தூசும் கடந்த சில மணி நேரத்தில் அவர்கள் சாம்பல் நிறத்தவர்களாக மாறிவிட்டனரோ என்பது போலும் தோன்றியது.

பெண்களுடைய கால்கள் ஆண்கள் கழித்துப்போட்ட காலணி களுக்குள் பொருந்துமளவுக்கு வீங்கிப் போயிருந்தன. அந்த நாளின் பஞ்சு பறிப்பில் அவர்கள் உடம்பில் சேர்ந்த மண்ணையும் சருகுகளையும் அகற்ற கிணற்றடியில் போய் கழுவிக்கொண்டிருந்தனர்.

எருதுகள் போல் வேலைசெய்வதற்குத் தங்களை அனுமதித்திருப்பதற் காகவும் அதனினும் கேவலமாக, நிலைமை அப்படியொன்றும் மோசமாகிவிடவில்லை என்ற பாவனையில் இருப்பதற்காகவும் அவர்கள் வெறுக்கப்பட வேண்டியவர்கள் என்று எனக்குத் தோன்றியது. பகுதி கண்ணாடியிலான மிட்டாய் அடுக்குப் பெட்டிகளில் அதிகமாகவே அவர்கள் சாய்ந்து நிற்கும்போது, கோபமாக அவர்களிடம் 'ஆம்பிளை களைப் போல் நிமிர்ந்து நில்லுங்கள்' என்று கத்த விரும்பினேன். ஆனால் நான் வாயைத் திறந்தால் பாட்டி என்னைக் கொன்றுபோடுவார்கள். சாய்வதானால் ஏற்படும் கிறீச்சொலிகளைப் பொருட்படுத்தாமல் பாட்டி அவர்கள் கேட்கும் பொருட்களை எடுத்துவைப்பதிலும் அவர்களோடு பேச்சுக்கொடுப்பதிலும் ஈடுபட்டிருப்பார், "இரவு உணவைத் தயார் செய்ய வேண்டுமா சகோதரி வில்லியம்ஸ்?" நானும் பெய்லியும் பாட்டிக்கு உதவிக் கொண்டிருந்தோம். வில்லி சித்தப்பா முன்பகுதியில் உட்கார்ந்தவாறே கணக்குகளைக் கேட்டுக்கொண்டிருந்தார்.

"தேவனுக்கே மகிமை. இல்லை மேடம், இரவுக்குப் போதுமான நேற்றைய மிச்சமிருக்கிறது. நாங்கள் வீட்டுக்குப்போய் குளித்துவிட்டு எழுப்புதல் கூட்டத்துக்குப் போக வேண்டும்."

அவ்வளவு களைப்பிலும் வழிபாட்டுக்குப் போக வேண்டுமா? வீட்டுக்குப்போய் அந்த அவதிப்பட்ட எலும்புகளைச் சிறகுமெத்தையில் சாய்க்காமலா? என் மக்கள் துன்புறுதலில் இன்பம் காணும் இனக்குழுவினர், வறுமையிலேயே உழல்வதற்கு விதிக்கப்பட்டவர்கள். மட்டுமல்லாது, நாங்கள் கடின வாழ்க்கையை விரும்புகிறவர்கள்போலும் என்ற யோசனை எனக்கு வந்தது.

"நீங்கள் என்ன சொல்கிறீர்கள் என்று எனக்கும் புரிகிறது சகோதரி வில்லியம்ஸ். உடலுக்கு உணவு தேவைப் படுவதுபோல ஆன்மாவுக்கும் உணவு தேவைதான். கடவுளுக்குச் சித்தமானால் நான் குழந்தைகளையும் அழைத்துவருவேன். மேன்மையான புத்தகம் சொல்கிறதல்லவா. 'நல்ல வழியில் அவன் வளர்க்கப்பட்டால் அவன் அந்த வழியிலிருந்து விலகிச் செல்ல மாட்டான் என்று.'"

"அப்படித்தான் சொல்லப்பட்டிருக்கிறது. அப்படித்தான் சொல்லப் பட்டிருக்கிறது".

ரயில் தண்டவாளத்துக்குப் பக்கத்திலிருந்த சமவெளியின் நடுவில் துணிப்பந்தல் அமைக்கப்பட்டிருந்தது. காய்ந்த புல்லினாலும் பஞ்சுச் செடிகளின் காய்ந்துபோன அடித்தண்டுகளினாலும் தரை மிருதுவாக,

மெத்தையிடப்பட்டதைப் போன்றிருந்தது. மடக்கு நாற்காலிகள், ஈரம் இன்னும் மாறாத தரையில், ஊன்றிவைக்கப்பட்டிருந்தன. ஒரு பெரிய மரச்சிலுவை பந்தலின் பின்பகுதியில் கம்பத்தில் கட்டிவைக்கப் பட்டிருந்தது. பிரசங்கமேடையின் பின்புறமிருந்து தொடங்கி நுழைவுத் திரைவரைக்கும்அதற்கு அப்பால் வெளியேயும் தோராயமாக இரண்டுக்கு நான்கு என்ற கணக்கில் நட்டப்பட்ட கம்புகளில், மின்விளக்குகள் வரிசையாகத் தொங்கவிடப்பட்டிருந்தன.

இருட்டிலிருந்து பார்க்கும்போது அசைந்தாடிக்கொண்டிருந்த அந்த விளக்குகள் தனிமையில் காரணமின்றித் தொங்கிக்கொண்டிருப்பவைபோல் தோன்றின. வெளிச்சம் தருவதற்காகவோ வேறு எதுவும் அர்த்தபூர்வமான எதற்கோ அவை தொங்கிக்கொண்டிருப்பதாகத் தெரியவில்லை. மங்கிய பிரகாசத்தோடு, முப்பரிமாண *‘A’* வடிவிலிருந்த அந்தப் பந்தல், எந்த நிமிடமும் என் கண்ணெதிரிலேயே எழுந்து பறந்து போய்விடும் என்பதைப் போல அந்தப் பருத்தி நிலத்திற்கு அவ்வளவு அந்நியமாக இருந்தது.

விளக்கு வெளிச்சத்தில் திடீரெனத் தென்பட்ட மக்கள் அந்த தற்காலிக வழிபாட்டுக் கூடத்துக்குச் சாரிசாரியாக வர ஆரம்பித்தனர். பெரியவர்களின் குரல்கள் அவர்கள் வந்த நோக்கத்தின் வீரியத்தைக் காட்டுவதாக இருந்தன. அமுங்கிய தொனியில் முகமன்கள் பறிமாறிக் கொள்ளப்பட்டன.

“மாலை வணக்கம், சகோதரி. எப்படி இருக்கீங்க?”

“ஆண்டவனுக்கு நன்றி. ஏதோ போய்க் கொண்டிருக்கிறது.”

அவர்களது மனது, தொடங்கவிருக்கும் ஆராதனைக் கூட்டத்தை நோக்கிக் குவிந்திருந்தது, ஆன்மாவோடு ஆன்மா, ஆண்டவனோடு. மனித அக்கறைகளுக்கோ தனிப்பட்ட விசாரிப்புகளுக்கோ இது நேரமில்லை.

‘கருணையுள்ள கடவுள் இன்னொரு நாளை எனக்குத் தந்திருக்கிறார், நான் அதற்கு நன்றி சொல்கிறேன்.” சொந்த விஷயம் எதுவும் அதில் இல்லை. எல்லாப் புகழும் இறைவனுக்கே. இருப்பின் முதன்மையிடம் மாறிவிட்டதைக் குறித்தும், தான் அந்தப் பெரியதைவிட சிறிதாகி விட்டதைக் குறித்தும், எந்த மயக்கமுமில்லை.

இளம்பருவத்தினர் இத்தகைய கூட்டங்களைப் பெரியவர்களைப் போலவே மகிழ்ச்சியுடன் எதிர்கொண்டனர். இரவுகளில், வெளியிடங்களில் நடக்கும் இந்தக் கூட்டங்களைக் காதல் லீலைகளுக்குப் பயன்படுத்தினர். தற்காலிகமான, முடிந்தவுடன் கலைக்கப்பட்டுவிடுகிற வழிபாட்டு இடம், விளையாட்டுத்தனத்துக்கு மேலும் ஏதுவானதாக இருந்தது. அவர்கள், மினுமினுங்கி சிமிட்டிக் கொண்டிருக்கும் இளம் பெண்கள், மாலைமங்கலில் கிளுகிளுப்பாகச் சிரித்து வெள்ளி முத்துக்களை உதிர்ப்பார்கள். பையன்களோ விதவிதமான போஸ்களில் உடலை அசைத்துக்கொண்டு பெண்களைக் கவனிக்காததுபோல் காட்டிக்கொள்வார்கள். குமரிப்பருவப் பெண்கள், கலாச்சாரம் அனுமதித்த அளவுக்கு இறுக்கமான சீருடைகளை அணிந்திருப்பார்கள், ஆண்கள், மொரோலின் சிகைக்களிம்பையும் நீரையும் கலந்து தடவி தலைமுடியைப் படியப்படிய சீவி வைத்திருப்பார்கள்.

ஒரு பந்தலில், சுருக்கமாகச் சொல்லுவதானால், குழந்தைப் பருவத்தினருக்குக் கடவுளைத் துதித்துப் போற்றுவது குழப்பமாக இருக்கும். எப்படியோ அது நிந்தனை செய்வதுபோல இருக்கும். தலைக்குமேலே தளர்வாகத் தொங்கும் விளக்குகள், கால்களுக்குக் கீழே மிருதுவான தரை, உள்ளேயும் வெளியேயுமானக் காற்றில் உப்பியகன்னங்கள்போல் நெகிழும் பக்கமறைப்புத் துணிகள் எல்லாம், அது பொருட்காட்சிச் சந்தை என்ற எண்ணத்தை அவர்களுக்குத் தரும். வளர்ந்த குழந்தைகளின் தள்ளல்கள், இழுப்புகள். கண்ணடிப்புகள் எல்லாம் நிச்சயமாக ஒரு வழிபாட்டு இடத்திற்குரியவை அல்ல. ஆனால் கூடியிருப்பவர்களுக்கு மேலாகக் கட்டியான போர்வைபோல் கவிந்திருக்கும் பெரியவர்களின் இறுக்கமும் எதிர்பார்ப்பும், எந்தவகையிலும் புரிந்துகொள்ள முடியாத புதிராக இருக்கும்.

இந்தத் தற்காலிக ஏற்பாட்டுக்குள் வருவதற்கு நல்ல இயேசுவுக்குத் தோன்றக் கூடுமா? பிரசங்க மேடை ஆடிக்கொண்டு எந்த நிமிடமும் தலைக்குப்புறக் கவிழ்ந்துவிடும்போல் இருந்தது, காணிக்கை மேஜை நிலைகுலைந்த கோணத்திலிருந்தது. அதன் ஒரு கால், நெகிழ்வான தரைக்குத் தன்னை அளித்துவிட்டிருந்தது. தந்தையான கடவுள் தனது ஒரே மகனை இந்தப் பஞ்சுபறிப்பவர்கள், வீட்டு வேலைசெய்யும் பெண்கள், துணிதுவைக்கும் பெண்கள், சிறுகூலிகள் அடங்கிய கும்பலுக்குள் கலந்துகொள்ள அனுமதிப்பாரா? ஞாயிற்றுக்கிழமைகளில் அவர் தனது ஆவியை தேவாலயத்துக்குள் அனுப்பிவைக்கிறார் என்று எனக்குத் தெரியும். ஆனால் அது ஒரு தேவாலயம். அப்புறம் மக்களுக்கும், வேலை என்ற போர்வையையும் விரக்தி என்ற மனநிலையையும் கழற்றிவைக்க முழுமையாகச் சனிக்கிழமை மட்டும்தான் இருக்கிறது.

அனைவரும் எழுப்புதல் கூட்டங்களுக்குத் தவறாமல் வருவார்கள். மேட்டிமை எண்ணம் கொண்ட மவுண்ட் சியோன் பேப்டிஸ்ட் சபை உறுப்பினர்கள், ஆப்ரிக்கன் மெதடிஸ்ட் எபிஸ்கோப்பல் சபை மற்றும் ஆப்பிரிக்கன் மெதடிஸ்ட் எபிஸ்கோப்பல் சியோன் உறுப்பினர்களோடும் சாதாரண வேலைகள் செய்யும் கிறிஸ்டியன் மெதடிஸ்ட் எபிஸ்கோப்பல் சபை மக்களோடும் கலந்து இருப்பார்கள். இந்தக் கலப்புக் கூட்டங்கள் ஆண்டுக்கு ஒருமுறை ஊரிலுள்ள அனைத்து மக்களும் ‘கிறிஸ்துவின் கடவுள் சபை’யைப் பின்பற்றுகிறவர்களோடு சேர்ந்துகொள்ளும் வாய்ப்பை அளிக்கும். மேற்படி சபையினரை மற்றவர்கள் கொஞ்சம் சந்தேகத்தோடுதான் பார்ப்பார்கள், ஏனெனில் அவர்களுடைய வழிபாட்டுமுறை அவ்வளவு சத்தமாகவும் களேபரமுமாக இருக்கும். அதற்கு அவர்கள் சொல்லும் பதிலான “நமது நல்ல புத்தகம் சொல்வது என்னவென்றால், ‘நமது கடவுளை நோக்கி மகிழ்ச்சியான சத்தத்தை எழுப்புங்கள், மிதமிஞ்சிய சந்தோஷத்தை வெளிப்படுத்துங்கள்” என்பது, மற்ற சபைக்காரர்களின் ஆற்றாமையைக் கொஞ்சம்கூடக் குறைக்க வில்லை. அவர்களுடைய தேவாலயம் மற்றவர்களதைவிட தொலைவில் இருந்தது என்றாலும் ஞாயிற்றுக்கிழமைகளில் அரைமைலுக்கும் அப்பாலிருந்து சத்தம் பாடலும் ஆட்டமுமாக – யாராவது மூச்சுப்பேச்சில்லாமல் மயங்கி விழும்வரை கேட்டுக்கொண்டிருக்கும். இந்த உருளும் மனிதர்கள், இவ்வளவு சத்தத்திற்குப் பிறகும், மோட்சத்துக்குப் போக முடியுமா என்று மற்ற சபைகளின் உறுப்பினர்கள்

ஆச்சரியப்படுவார்கள். புரிந்துகொள்ள வேண்டியது என்னவென்றால் இங்கேயே, இந்தப் பூமியிலேயே சொர்க்கத்தின் உரிமைகள் அவர்களுக்கு இருக்கின்றன என்பதுதான்.

இது அவர்களுடைய வருடாந்திர எழுச்சி வைபவம்.

பறவை முகத்தோடு குள்ளமாக இருந்த திருமதி டங்கன் ஆராதனையைத் தொடங்கினார். "நான் என்னைப் படைத்தவருக்குச் சாட்சியாக இருக்கிறேன் என்று எனக்குத் தெரியும்... நான் என்னைப் படைத்தவருக்குச் சாட்சியாக இருக்கிறேன் என்று எனக்குத் தெரியும், நான் என்னைப் படைத்தவருக்கு..."

அவரது குரலோடு எலும்புபோலிருந்த விரலும் உயர எழுந்து காற்றைக் குத்திக்கொண்டிருந்தன. விசுவாசிகள் பதிலளிக்கத் தொடங்கினர். முன்பகுதியில் எங்கிருந்தோ கஞ்சிராவின் ஜலங் சத்தம் வந்தது. "நான் என்னை" இரண்டு ஜலங், "படைத்தவருக்குச் சாட்சியாக" இரண்டு ஜலங், "இருக்கிறேன் என்று" இரண்டு ஜலங் "எனக்குத் தெரியும்" இரண்டு ஜலங்.

திருமதி டங்களின் வீறிடலோடு பிற குரல்களும் சேர்ந்துகொண்டன. அவை மொத்தமாகச் சூழ்ந்து கலந்து தொனியைப் பதப்படுத்தின. கைதட்டல்கள் கூரையில் மோதி தாளத்தைப் பலப்படுத்தின. பாட்டு, ஓசையின், பரவசத்தின் உச்சத்தை ,எட்டியபோது பிரசங்க மேடைக்குப் பின்னால் முழந்தாளிட்டு இருந்த ஒரு உயரமான ஒல்லி மனிதர் எழுந்து நின்று சில சொற்கட்டுகளுக்குப் பார்வையாளர்களுடன் சேர்ந்து பாடினார். தனது நீண்ட கைகளை நீட்டி பேச்சுமேடையைப் பிடித்தார். பாடியவர்களின் உத்வேகம் தணிய கொஞ்ச நேரம் பிடித்தது, ஆனால் பிரசங்கியார், பாடல் குழந்தைகளின் விளையாட்டுப் பொம்மைபோன்று கழன்று, நடையிடைப் பாதைகளில் அமைதியாகக் கிடப்பதற்காகக் காத்திருப்பதைப் போன்ற தீர்மானத்தில் நின்றுகொண்டிருந்தார்.

'ஆமென்'. கூடியிருப்பவர்களைப் பார்த்து அவர் சொன்னார்.

"யெஸ் சார், ஆமென்". கிட்டத்தட்ட எல்லோரும் ஆமோதித்தனர்.

"நான் சொல்கிறேன், சபையோர் அனைவரும் சொல்லட்டும், ஆமென்"

எல்லோரும் சொன்னார்கள், 'ஆமென்'.

'ஆண்டவருக்கு நன்றி, ஆண்டவருக்கு நன்றி.'

'அதுசரி, ஆண்டவருக்கு நன்றி. ஆம் ஆண்டவரே, ஆமென்'

'இப்போது வேண்டுதலைத் தொடங்குவோம். அதை சகோதரர் பிஷப் வழிநடத்துவார்."

உயரமான, பழுப்புநிறத் தோலையுடைய, சதுரவடிவ கண்ணாடி அணிந்த இன்னொரு மனிதர் முன்வரிசையிலிருந்து எழுந்து பீடத்தை நோக்கிச் சென்றார். பிரசங்கியார் வலதுபுறமாகவும் பிஷப் இடதுபுறமாகவும் முழந்தாளிட்டனர்.

"எங்கள் தந்தையே" – அவர் பாடினார் – "எனது பாதங்களைச் சேற்றிலிருந்தும் சகதியிலிருந்தும் எடுத்துவிட்டவர் நீர்..."

சபையோர் வேதனையாக முனகினர் "ஆமென்."

"எங்கள் ஆன்மாக்களை நீர் இரட்சித்தீர். ஒருநாள் நல்ல இயேசுவே, எங்களைப் பாரும். கண்களைத் தாழ்த்தி துன்புறும் இந்த உமது குழந்தைப் பாரும்."

சபையோர் கெஞ்சினர், "கீழே எங்களைப் பாரும் ஆண்டவரே."

"நாங்கள் குலைந்துபோய்கிடக்கும் இடத்திலிருந்து எங்களைக் கட்டி எழுப்பும்... நோயுற்றவர்களையும் பாதிக்கப்பட்டவர்களையும் ஆசிர்வதியும்..."

அது வழக்கமான வேண்டுதல். அவரது குரல் மட்டும் அதற்கு ஒரு புதிய தன்மையைக் கொடுத்தது. அது ஒவ்வொரு இரண்டு சொற்களுக்குப் பிறகும் மூச்சை இழுத்துக் காற்றைக் குரல்நாண்கள் மேலாக வழித்து உள்வாங்கிய உறுமல்களாக வெளிப்பட்டது. 'எனது ஆன்மாவை' – உறுமல்; 'இன்றைய தினம்' – மூச்சிறைப்பு; 'காத்து நிற்கிற' – மூச்சிழுப்பு; 'நீர் அவரே' – திமிறல்.

அப்புறம், திருமதி டங்கனால் வழிநடத்தப்பட்ட சபையோர் "அருமையான ஆண்டவரே, எனது கரங்களைப் பிடித்துக்கொள்ளும், என்னை வழிநடத்தும், என்னை நிற்கச் செய்யும்" என்ற துதிப்பாடலுக்குள் பாய்ந்தனர். வழக்கமான சி. எம். இ. சபையில் பாடப்படுவதைவிட துரித நடையில் இங்கு பாடப்பட்டது. ஆனாலும் அந்த வேகத்தில் அது நன்றாக இருந்தது என்றுதான் சொல்ல வேண்டும். அந்த இசையின் இனிமை ஏற்படுத்திய மகிழ்ச்சி அந்தச் சோகமான வார்த்தைகளின் அர்த்தத்தை மாற்றிவிட்டது. "இருள் தோன்றும்போது, இரவு நெருங்கும்போது, எனது உயிர் என்னைவிட்டுப் பிரியலாம் என்ற வேளையில்..." இவையெல்லாம் நேர்ந்தபோதும் அவை ஒரு பொருட்டல்ல, மகிழ்ச்சி, குதூகலத்துக்கான நேரம் இதுவெனச் சொல்வது போலிருந்தது அந்தச் சூழல்.

உக்கிரமாகச் சத்தம் எழுப்பியவர்கள் தங்கள் கைவிசிறிகளை (டெக்ஸார்கானாவைச் சேர்ந்த நீக்ரோக்களைச் சவஅடக்கம் செய்யும் மாபெரும் கம்பெனியின் விளம்பர அட்டைகள்) யும் நூல் வேலையுடைய வெள்ளை கைக்குட்டைகளையும் தலைக்குமேலே உயர்த்தி உயர்த்தி தங்களைக் காட்டிக்கொண்டனர். அவர்களுடைய கறுப்புக் கைகளில் அவை சட்டங்களிலில்லாத சிறிய பட்டங்கள்போலத் தோன்றின.

உயரமான உபதேசியார் மறுபடியும் எழுந்துநின்றார், பாட்டும் ஆரவாரமும் ஓயும்வரை அவர் காத்துநின்றார்.

அவர் சொன்னார், 'ஆமென், ஆண்டவருக்கே மகிமை.'

கூடியிருந்தோர் பாடலிலிருந்து மெதுவாக இறங்க ஆரம்பித்தனர், 'ஆமென், ஆண்டவருக்கே மகிமை."

காற்றில் அடுக்குகளாகக் கலந்திருந்த பாடலின் கடைசி ஒலிகளும் தேயும்வரை, அவர் இன்னும் காத்திருந்தார். "நான் நின்றுகொண்டிருக்கும் நதியில்", 'நான் நின்றுகொண்டிருக்கிறேன்', "என் கால்களுக்கு வழியைக் காட்டும்," 'கால்களுக்கு வழியைக் காட்டும், எனது கரங்களைப் பிடித்துக்

கொள்ளும்,' உருண்டுவரும் வட்டமாக அது பாடப்பட்டது. அப்புறம் அமைதி சூழ்ந்தது.

நற்செய்தி வாசிப்பு. மத்தேயு இருபத்தி ஐந்தாவது அதிகாரம், வசனங்கள் முப்பது முதல் நாற்பத்து ஆறுவரை.

அவரது பிரசங்கத்தின் தலைப்பு 'இவைகளில் மிகக்குறைவானது' என்பதாகும்.

நற்செய்தி வசனங்களைச் சில ஆமென்களின் ஆமோதிப்போடு வாசித்து முடித்துவிட்டு அவர் சொன்னார், "முதலாவது கொரிந்தியர் எனக்குச் சொல்வது, "என்னிடம் மனிதர்களின் நாவு சம்மனசுகளின் நாவாகவே இருந்தாலும் நன்கொடைத்தன்மை இல்லையென்றால் நான் ஒன்றுமேயில்லை. எனது ஆடைகள் அனைத்தையும் வறியவர்களுக்குத் தந்துவிட்டாலும் நன்கொடைத்தன்மை இல்லையென்றால் நான் ஒன்றுமே இல்லாதவனாகிறேன். எனது உடலை எரிப்பதற்குக் கொடுத்து விட்டாலும் நன்கொடைத் தன்மையில்லையென்றால் எனக்கு ஒன்றுமே கிடைக்கப்போவதில்லை. மறுபடியும் சொல்கிறேன், எரிப்பதற்கு என்றாலும் நன்கொடைத்தன்மை இல்லையென்றால் அது ஒன்றையுமே கொண்டுவராது." நான் என்னையே கேட்க வேண்டும், இந்த நன்கொடைத் தன்மை என்னவென்று. நல்ல செயல்கள், நன்கொடை இல்லையென்றால் . . .

சபையோர் உடனடியாக ஆமோதித்தனர், 'அது சரி, ஆண்டவரே."

'எனது உடலையும் இரத்தத்தையும் தருவது நன்கொடைத்தன்மை இல்லை."

'ஆம், இறைவனே.'

"இவ்வளவுக்கும் முக்கியமானதாக அவர்கள் சொல்கின்ற நன்கொடைத்தன்மை என்னவென்று நான் என்னையே கேட்டுக்கொள்ள வேண்டும்."

இவ்வளவு சீக்கிரமே ஒரு பிரசங்கி தனது உரையின் தசைப் பகுதிக்குள் குதித்து நான் கேட்டதேயில்லை. ஏற்கெனவே வாயிலிருந்து வெளியே வராத ரீங்காரச் சத்தம் கொட்டகையினுள் எழும்பியிருந்தது, வரவிருக்கும் மனக்கிளர்ச்சியை எதிர்பார்த்து இந்த விஷயத்தை அறிந்திருந்தவர்களின் கண்கள் விரிய ஆரம்பித்துவிட்டன. பாட்டி, மரத்தின் அடிமரம்போல அசையாமல் இருந்தார், தனது உள்ளங்கைக்குள் கைக்குட்டையைப் பந்துபோல சுருட்டி வைத்திருந்தார், பூத்தையல் (நான் செய்தது) போட்டிருந்த அதன் ஒரு நுனிமட்டும் வெளியே தெரிந்தது.

"நான் புரிந்துகொண்டவரை, கொடைத்தன்மை தன்னைப் பறைசாற்றிக் கொள்வதில்லை, தன்னை ஊதிப் பெரிதாக்கிக்கொள்வது மில்லை." தனது மூச்சைப் பெரிதாக உள்ளிழுத்துக் கொடைத்தன்மை எதுவல்ல என்று படமாகக் காட்டினார். "கொடைத்தன்மை சுற்றிவந்து 'நான் உனக்கு உணவு தந்தேன், உனக்கு உடை தந்தேன், எனவே உன்னிடமிருந்து நன்றியை எதிர்ப்பார்க்க எனக்கு உரிமையிருக்கிறது' என்று சொல்லிக்கொள்வதில்லை."

சபையோருக்கு அவர் யாரைக் குறிப்பிட்டுப் பேசுகிறார் என்பது தெரியும், ஆதலால் அவருடைய வியாக்கியானத்தைக் குரலால் ஆமோதித்தனர். "உண்மையைச் சொல்கிறீர்கள், என் ஆண்டவரே."

"நன்கொடைத்தன்மை இப்படிச் சொல்வதில்லை 'நான் உனக்கு வேலை கொடுத்தேன், அதனால் நீ என்முன் மண்டியிட வேண்டும்.'" ஒவ்வொரு சொற்றொடருக்கும் சபை துடித்துக்கொண்டிருந்தது. "அது சொல்வதில்லை, 'உனக்குச் சேர வேண்டியதை நான் தருவதனால் நீ என்னை எஜமான் எனக் கூப்பிட வேண்டுமென்று.' அது என்னைச் சிறுமைப்படுத்திக்கொள்ளவும் அடிமைப்படுத்திக்கொள்ளவும் சொல்லவில்லை. அது நன்கொடைத்தன்மை அல்ல."

முன்வரிசையின் வலதுபுறமாகக் கடைசியில் உட்கார்ந்திருந்த, பஞ்சுப் பயிர்வரிசைகளால் தோற்கடிக்கப்பட்டுச் சில மணிகளுக்குமுன் எங்கள் முற்றத்தில் நொறுங்கி நின்ற திரு. மற்றும் திருமதி ஸ்டூவர்ட் இப்போது அவர்களுடைய லொடலொடத்த நாற்காலிகளின் நுனியில் நிமிர்ந்து உட்கார்ந்திருந்தனர். அவர்களுடைய ஆன்மாவின் மகிழ்ச்சி அவர்களது முகத்தில் பளபளத்துக் கொண்டிருந்தது. கொடூரமான வெள்ளைக்கார ஜனங்கள் இப்போது மூக்கறுபடப் போகிறார்கள். அதுதானே பிரசங்கியார் சொல்வது, கடவுளின் வார்த்தைகளைத்தானே அவர் மேற்கோளாகச் சொல்கிறார்? பழிவாங்கும் நம்பிக்கையிலும், நீதி கிடைக்கும் எதிர்பார்ப்பிலும் அவர்கள் புத்துணர்ச்சி பெற்றவர்களாக ஆகிவிட்டிருந்தார்கள்.

'ஆஆக்க் ... ராராக்க் ... நான் சொன்னேன். நன்கொடைத்தன்மை ஊஊஊ ... ஒரு கொடைத்தன்மை. அது தனக்கென எதுவும் வேண்டாதது. அது மேலாதிக்கம் செய்ய விரும்பாதது. வாஆஆ . . . அது தலைமையாளாக விரும்பாதது. வாஆஆ ... அது ... நான் கொடைத்தன்மையைப்பற்றிச் சொல்கிறேன்அ . . .து ... நான் நன்கொடைத்தன்மையைப் பற்றிச் சொல்கிறேன் ... அது எதையும் ... இந்த இரவில் எனக்கு உதவும் ... என் ஆண்டவரே ... நான் வணங்கப்படவோ உரசப்படவோ விரும்பவில்லை . . ."

அமெரிக்காவின் வரலாற்றுரீதியாக வணங்குபவர்களும் உரசப்பட்டவர்களும் அந்தத் தற்காலிகச் சபைக்கூடத்தில் சிரமமில்லாமல் மகிழ்ச்சியாக அங்குமிங்கும் அசைந்துகொண்டனர். கடையர்களிலும் கடையாளாக அவர்கள் இருந்தபோதிலும் தாங்கள் நன்கொடைத் தன்மையில்லாதவர்களாக இல்லை என்ற திருப்தியும் அந்தப் பிரம்மாண்டமான இறுதிக்கால எழுப்புதலின்போது இயேசு, செம்மறி ஆடுகளை (அவர்கள்)யும் வெள்ளாடு (வெள்ளையர்கள்)களையும் பிரித்தே எழுப்புவார் என்ற நம்பிக்கையும் அடைந்திருந்தனர்.

'நன்கொடைத்தன்மை எளிமையானது', சபை சத்தமாக ஒத்துக் கொண்டது.

'நன்கொடைத்தன்மை ஏழ்மையானது', இது எங்களைப் பற்றி அவர் சொல்வதாகும்.

‘நன்கொடைத்தன்மை வெறுமையானது’, இது சரிதான் என்று நான் நினைத்தேன். வெறுமையானதும் எளிமையானதும்.

‘நன்கொடைத்தன்மை... ஓ, ஓ, ஓ. நன்... கொடை... யே... நீ எங்கே இருக்கிறாய்? ஊஊ... நன்கொடை... ஹம்ப்...’

ஒரு நாற்காலி உடைந்து முறியும் மரச்சத்தம் கூட்டத்தின் பின்புறமிருந்து காற்றைப் பிளந்தது.

‘நான் உன்னைக் கூப்பிடுகிறேன், நீ பதிலளிக்கவில்லை. ஊஊ... ஓ... நன்கொடையே”

இன்னொரு கூக்குரல் எனக்கு முன்னாலிருந்து எழுந்தது. ஒரு பருமனான பெண் தனது கரங்களைத் தலைக்குமேல், ஞானஸ்நானத்துக்குத் தயாராக இருப்பதுபோல், விரித்துக்கொண்டு எழுந்து நின்றாள். அங்கு நிலவிய உணர்வெழுச்சி தொற்று போல் மொத்தமாகப் பற்றிக் கொண்டது. ஜூலை நான்காம் நாள் வெடிகள் போல் சிறுசிறு வீறிடல்கள் கூடம் முழுவதையும் நிறைத்தன.

பிரசங்கியாரின் குரல் ஊசலாட்டமாக இருந்தது. இடமாகத் திரும்பி, கீழே இறங்கி, வலதுபக்கம்போய், அப்புறம் இடது – “என்னுடைய சகோதரன் என்று சொல்லிவிட்டு எப்படி நீ என்னை வெறுக்கலாம்? இதுவா நன்கொடை? என் சகோதரி என்று சொல்லிவிட்டு எப்படி நீ என்னை அருவருக்கலாம்? இதைத்தான் கொடைத்தன்மை என்று சொல்வதா? என்னுடைய நண்பன் என்று சொல்லிக்கொண்டு எப்படி என்னைக் கொடுமைப்படுத்தலாம், முறைகேடு செய்யலாம்? இதுவா கொடைத்தன்மை? ஓ... என் குழந்தைகளே நான் இங்கே வந்திருக்கிறேன் –”

சபையோர் அவருடைய சொற்றொடர் முடிவுகளுக்கு நிறுத்தற்குறிகள் வைத்தாற்போலும் ஆமோதிப்பதாகவும், “இங்கு வந்து இறங்கும், ஆண்டவரே என்று சொல்லிக்கொண்டிருந்தனர்.”

“– உங்களுக்குச் சொல்வதற்கு, உங்கள் இதயங்களைத் திறப்பதற்கு, கொடைத்தன்மை உங்களை ஆள்வதற்கு. ஆண்டவருக்காக உங்கள் எதிரிகளை மன்னியுங்கள். நோயுற்ற பழைய இந்த உலகுக்கு, இயேசு சொன்ன கொடைத்தன்மையைக் காட்டுங்கள். அதற்குக் கொடையாளிகள் தேவைப்படுகிறார்கள்.” அவரது குரல் இறங்கிக்கொண்டிருந்தது, கூட்டத்தினரின் சத்தமும் குறைந்து அமைதியாகிக்கொண்டிருந்தது.

“இப்போது இறையடியார் பவுலின் வார்த்தைகளை உங்களிடம் சொல்கிறேன், ‘விசுவாசத்திலும் நம்பிக்கையிலும் கொடைத்தன்மையிலும் நிலைத்திடுங்கள், இந்த மூன்றிலும் பெரியது கொடைத்தன்மை.”

குழுமியிருந்தோர் திருப்தியில் பெருமூச்சுவிட்டனர். சமூகத்தின் ஒதுக்கப்பட்டவர்களாக அவர்கள் இருந்தபோதிலும் மோட்சத்தின் வெள்ளைப் பளிங்கில் அவர்கள் சம்மனசுக்களாக, கடவுளின் குமாரனான இயேசுவின் வலதுபுறமாக இருக்கப்போகிறார்கள். கடவுள் ஏழ்மையானவர்களை அன்பு செய்கிறார், உலகில் மேல்நிலையி லிருப்பவர்களை வெறுக்கிறார். அவரே சொல்லியிருக்கவில்லையா,

ஊசியின் காதுக்குள் ஒட்டகம் நுழைந்தாலும் நுழையலாமே தவிர செல்வந்தன் மோட்சத்தினுள் பிரவேசிக்க இயலாது என்று? வரலாற்றுப் புத்தகங்களில் கிறுக்கன் என்று குறிப்பிடும் ஜான் பிரவுன் போன்ற சில வெள்ளையர்களைத் தவிர, பாலும் தேனும் ஓடும் இந்த நிலம் அவர்களுக்கு மட்டுமே என்று உறுதிசெய்யப்பட்டிருக்கிறதே. எல்லா நீக்ரோக்களும், குறிப்பாக எழுச்சிக்கூட்டங்களுக்கு வருகிறவர்கள், வெள்ளையர்களுக்குக் கீழாக உழன்று கிடைப்பதைப் பெற்று பொறுத்துக்கொண்டு வாழ வேண்டும் என்ற நிலை இருக்கிறது. ஏனெனில் நமக்குத்தான் கண்காணாத இடத்தில் தொலைவில் ஒரு ஆசீர்வதிக்கப்பட்ட வாழுமிடம் காத்திருக்கிறது.

'பை, பை, காலை வரும்போது, கடவுளின் புனிதர்கள் எல்லோரும் சேர்ந்திருக்கும் அந்த இடத்தில் நாம் எப்படி மீண்டுவந்தோம் என்ற கதையைச் சொல்வோம், அப்போது அதை நன்றாகவே புரிந்துகொள்வோம், பை, பை.'

மயங்கி விழுந்துவிட்ட சிலரை இடைவெளிப் பாதைகளில் தெளிவிக்கச் செய்துகொண்டிருந்தபோது நற்செய்தியாளர் அந்தத் தற்காலிகத் தேவாலயத்தின் கதவுகளைத் திறந்துவிட்டார். 'நன்றி இயேசுவே' என்ற சத்தங்களுக்கு மேலாக நீண்ட இசைக்கோர்வை கொண்ட ஒரு துதிப்பாடலைத் தொடங்கினார்.

'எப்படி இருந்தேனோ அப்படியே இயேசுவிடம் வந்தேன்
கவலையோடு, காயங்களோடு வருத்தத்தோடு
அவரிடம் நான் இளைப்பாறும் இடம் கண்டேன்
அவர் என்னை சந்தோஷப் படுத்தினார்.'

வயதான பெண்மணிகள் துதிப்பாடலைப் பிடித்துக்கொண்டு பிசிறில்லாமல் இறுக்கமாக இசையைப் பகிர்ந்துகொண்டனர். முணுமுணுத்த கும்பல் களைப்படைந்த தேனீக்கள் போல், அமைதியிழந்தும் வீட்டுக்குப் போய்ச் சேர வேண்டும் என்ற நிலைப்பிலும், சத்தம் உருவாக்கினர்.

"ஆன்மீக வீடு இல்லாமலும் சுமைகளால், கவலைகளால் கனத்துப் போன இதயம்கொண்டவர்களாவும் என்னுடைய குரலுக்கு அடியிலே இருப்பவர்களே, என்னிடம் வாருங்கள். தாமதமாகிவிடுவதற்கு முன்பு வந்துவிடுங்கள். கிறிஸ்துவின் கடவுள் சபையில் சேர்வதற்கு உங்களை அழைக்கவில்லை. இல்லை. நான் கடவுளின் ஊழியன். இந்த எழுச்சியின் விலகிச் சென்றுவிட்ட ஆன்மாக்களை ஆண்டவரிடம் கொண்டு செல்லவே இங்கு வந்திருக்கிறோம். ஆகவே இந்தக் கூட்டத்தில் கலந்துகொள்ளவே வந்திருக்கிறீர்கள் என்றால் எந்தச் சபையில் சேர விரும்புகிறீர்கள் என்று சொல்லுங்கள், அந்தச் சபையின் பிரதிநிதியிடம் நாங்கள் உங்களை ஒப்படைக்கிறோம். கீழ்கண்ட சபைகளிலிருந்து ஒவ்வொரு டீக்கன்கள் முன்னால் வருவீர்களா?"

அது புரட்சிகரமான செயலாக இருந்தது. ஒரு பாஸ்டர் இன்னொரு சபைக்காக ஆள்சேர்ப்பதை யாரும் கேள்விப்பட்டதில்லை. பிரசங்கம் பண்ணுபவர்களுக்குள் வெளிப்பட்ட கொடைத்தன்மையை நாங்கள் முதன்முதலாகப் பார்த்தோம். ஏ. எம். இ, ஏ. எம். இ. இஸட் மற்றும் சி. எம்.இ

சபைகளிலிருந்து ஆட்கள் முன்னால் சென்று சிலஅடிகள் இடைவெளி விட்டு நின்றுகொண்டனர். மனந்திருந்திய பாவிகள் இடைவெளிப் பாதைகள் வழியே சென்று நற்செய்தியாளரிடம் கைக்குலுக்கிவிட்டு அவர் பக்கத்தில் நின்றுகொண்டனர், அல்லது அங்கு நின்றுகொண்டிருந்த மூவரில் ஒருவரிடம் அனுப்பிவைக்கப்பட்டனர். இப்படியாக அந்த இரவில் இருபது ஆன்மாக்கள் ரட்சிக்கப்பட்டன.

பாவிகள் காப்பாற்றப்பட்டபோது ஏற்பட்ட ஆரவாரம் பிரசங்கம் உருவாக்கிய மனஎழுச்சி ஆரவாரத்துக்குச் சற்றும் குறையாததாக இருந்தது.

சபையின் தாய்மார்கள் என்று அழைக்கப்பட்டவர்களான தலையில் பூ வேலைப்பாடுகள் கொண்ட பட்டைகளைக் குத்திவைத்திருந்த வயதான பெண்கள் அவர்களுக்கான தனி வழிபாட்டைச் செய்தனர். புதிதாக மனம் திருந்தியவர்களைச் சுற்றி வந்து பாடினர்.

‘இன்னொரு ஆண்டில் இதே நேரத்தில்
நான் போய்விட்டிருக்கலாம்,
ஏதோ ஒரு தனியான மையவாடியில் ஓ,
ஆண்டவரே, அது எத்தனை தொலைவில்?’

காணிக்கைகளைப் பெற்றுக்கொண்டு கடவுளிடம் கடைசி வேண்டல் பாடலையும் பாடி முடித்தபின் நற்செய்தியாளர் தன் முன்னாலிருந்த எல்லோரிடமும் கடவுளிடம் தங்கள் ஆன்மாக்களை மறுபடியும் ஒப்படைக்கவும் தங்கள் வாழ்க்கையைக் கொடைத்தன்மைக்குக் கையளிக்கவும் சொன்னார். அதன்பிறகு எங்களைக் கலைந்துபோகச் சொன்னார்.

வெளியே, வீட்டுக்குப் போகும் வழியில் மக்கள் தங்கள் பரவசத்தைப் பகிர்ந்தவாறு நடந்தனர், குழந்தைகளோ விளையாட்டு நேரம் முடிந்துவிட்டது என்பதை ஏற்றுக்கொள்ள முடியாமல் களிமண் உருண்டைகளை உடைத்தவாறு சென்றுகொண்டிருந்தனர்.

‘கடவுள் அவரைத் தொட்டுவிட்டிருந்தார், இல்லையா?’

‘நிச்சயமாக, தொட்டிருந்தார். மிகப்பலமான அக்கினியால் அவரைத் தொட்டிருந்தார்.’

‘ஆண்டவருக்கு மகிமை. நான் ரட்சிக்கப்பட்டேன் என்பதில் எனக்குச் சந்தோஷம்.’

‘நான் யாரிடம் வேலை செய்கிறேனோ, அந்த ஜனங்கள் அந்தப் பிரசங்கத்தைக் கேட்டிருக்க வேண்டும். பாவம், தங்களை எதற்குள் அமிழ்த்திக்கொண்டிருக்கிறோம் என்று அவர்களுக்குத் தெரியவில்லை.’

‘விவிலியம் சொல்கிறது “கேட்கச் செவியுடையவன் கேட்கக்கடவான்” என்று. கேட்க இயலாதவனுக்கு வெட்கக்கேடு.’

ஏழைகளின் நெறிபிறழாத தன்மைகுறித்தும் வறுமையில் வாடுபவர்களின் தனித்துவத்தைக் குறித்தும் அவர்கள் சிலாகித்துக்கொண்டனர். வெள்ளை மக்களிடம் அவர்கள் பணம் இருக்கட்டும், அதிகாரம், ஒதுக்கிவைப்பது, அவர்களது ஏளனம், பெரிய வீடுகள், பள்ளிகள்,

கம்பளி விரிப்பு போன்ற புற்தரைகள், புத்தகங்கள் எல்லாம் இருக்கட்டும், இவை அனைத்துக்கும் மேலாக, இன்னும் மேலாக, அவர்களது வெள்ளைத்தன்மையும் இருந்துவிட்டுப் போகட்டும். கீழானவராகவும் அடங்கிப்போகிறவராகவும் இருப்பது எவ்வளவோ மேல், இந்தக் குறுகிய காலத்தில் எச்சில் துப்பப்படுபவராகவும் துன்புறுத்தப்படுபவராகவும் இருப்பது நரகத்தின் தீயில் முடிவில்லாக் காலத்துக்கும் வறுபட்டுக்கிடப்ப தற்கு எவ்வளவோ மேல். கிறிஸ்தவராகவும் கொடைத்தன்மையுடையவ ராகவும் இருப்பவர்கள் தங்களை அடக்குமுறை செய்பவர்கள் தீ நாக்குகளின்மேல், கந்தகக் கட்டிகளின் மேல் வீசப்படும் சாத்தானின் எச்சிலில் என்றென்றைக்குமாகப் புரண்டு கிடக்கப்போவதை நினைத்து சந்தோஷப்பட மாட்டார்கள்.

ஆனால் அதைத்தான் விவிலியம் சொல்கிறது, அது தவறாகச் சொல்வதில்லை. 'அதில் சொல்லப்படவில்லையா, "வானமும் பூமியும் அழிந்துபோகும், ஆனால் இதில் சொல்லப்பட்ட ஒரு வார்த்தைகூட மாறாது" என்று.' 'அவர்களுக்குக் கிடைக்க வேண்டியது கிடைத்தே தீரும்.'

குளத்துக்கு அருகிலிருந்த சிறிய பாலத்தை, வழிபாட்டில் கலந்து கொண்டவர்களில் பெரும்பகுதியினர் அடைந்தபோது, கரடுமுரடான துள்ளல் இசைச் சத்தம் அவர்களைத் தாக்கியது. மரத்தரையில் கால்களை உதைத்து எழுப்பிய சத்தத்தோடு மதுபான விடுதிகளில் பாடப்படும் ஒரு ப்ளூ பாடல் சத்தமும் உரக்கக்கேட்டது. கேளிக்கை நேசம் தரும் மிஸ் கிரேஸ் வழக்கம்போல சனிக்கிழமை இரவு வாடிக்கையாளர்களுடன் இருக்கிறாள் என்பது அதன் பொருள். அந்தப் பெரிய வெள்ளைநிற வீடு விளக்குகளாலும் சத்தத்தினாலும் பிரகாசமாக இருந்தது. உள்ளே இருந்தவர்கள் தற்காலிகமாகத் தங்கள் கவலைகளிலிருந்து விடுபட்டு இருந்தார்கள்.

அந்த இடத்தைக் கடக்கும்போது இறைவன் நினைப்பில் வசப் பட்டிருந்த மக்கள் தலையைத் தொங்கப்போட்டுக்கொண்டு பேச்சை நிறுத்திவிட்டார்கள். யதார்த்தம் அவர்களுடைய புத்திக்குள் தனது கடினமான ஊர்தலைத் தொடங்கியது. என்னதான் அவர்கள் தேவைகள் நிறைந்தவர்களாகவும் பசித்தவர்களாகவும் வெறுக்கப்பட்டவர்களாகவும் உடமைகள் பறிக்கப்பட்டவர்களாகவும் இருக்கும்போது, பாவிகள் மட்டும் உலகம் முழுவதும் அவர்களைவிட மேலான இடத்தில் இருக்கிறார்களே. கருணையுள்ள தந்தையே எவ்வளவு காலத்திற்கு? எவ்வளவு காலத்திற்கு?

இசையில் பரிச்சயம் இல்லாத ஒருவருக்குச் சில நிமிடங்களுக்கு முன் பாடப்பட்ட பாட்டுக்கும் இப்போது, ரயில் தண்டவாளங்களுக்கு அருகிலிருக்கும் அந்தக் கேளிக்கை விடுதியில் ஆட்டத்துக்காகப் பாடப்படும் பாட்டுகளுக்குமுள்ள வித்தியாசத்தைக் கண்டுபிடிக்க முடியாது. எல்லோரும் மனதில் ஒரே கேள்வியைக் கேட்டுக்கொண்டிருந்தனர். எத்தனைக் காலத்துக்கு, ஓ கடவுளே? எத்தனைக் காலத்துக்கு?

19

கடைசி அங்குலம்வரை நிரம்பியிருந்தது கடை, என்றாலும் ஜனங்கள் வந்து நிற்பவர்களுக்கும் சுவர்களுக்குமிடையில் தங்களைச் செறுகிக்கொண்டிருந்தனர். வில்லி சித்தப்பா ரேடியோவின் சத்தத்தை அதன் உச்சத்துக்கு, தாழ்வாரத்தில் நின்றிருந்த இளம்வயதினர் ஒரு வார்த்தையைக்கூடக் கேட்கத் தவறவிடாதபடிக்கு வைத்திருந்தார். பெண்கள் சமையலறையிலிருந்த நாற்காலி களிலும் சாப்பாட்டு அறை நாற்காலிகள், ஸ்டூல்கள், கவிழ்த்து வைக்கப்பட்ட மரப்பெட்டிகளிலும் உட்கார்ந்திருந்தனர். சிறுபிள்ளைகள், பச்சிளம் குழந்தைகள் கிடைத்த மடிகளில் இருந்தனர், ஆண்களோ அலமாரிகளிலும், மற்றவர் மீதும் சாய்ந்து நின்றனர்.

அங்கு நிலவிய பயங்கலந்த மனநிலையிலும், இருண்ட வானம் அவ்வப்போது ஒளிர்ந்து மறையும் மின்னல்போல, மகிழ்ச்சியும் வந்துபோய்க்கொண்டிருந்தது.

‘நான் இந்தச் சண்டையைப் பற்றிக் கவலைப்படவில்லை. எந்த எதிர்ப்புமில்லாமல், ஜோ அந்தத் தடியனைப் பொளந்து கட்டப்போகிறான்.’

கடைசியில் பேச்சுக்கள் ஓய்ந்தன, சவரப்பிளேடுகள் குறித்த விளம்பர இசை முடிந்தது, சண்டை தொடங்கியது.

‘தலையில் வேகமாக ஒரு குத்து’. ஸ்டோரில் இருந்த கூட்டம் உறுமியது. ‘தலையின் இடதுபுறம் ஒன்று, வலதுபக்கம் ஒன்று, மறுபடியும் இடதுபக்கம்’ கேட்டுக்கொண்டிருந்தவர்களில் ஒருவன் கோழிபோல கூவினான், மற்றவர்கள் அவனை அடக்கினர்.

“அவர்கள் இறுக்கமான கட்டிப் பிடிப்பில் இருக்கிறார்கள். லூயிஸ் பிடியிலிருந்து விடுபட முயற்சித்துக்கொண் டிருக்கிறான்.”

தாழ்வாரத்திலிருந்த ஒரு வறட்டு நகைச்சுவையாளன் சொன்னான், ‘அந்த வெள்ளைக்காரன் அந்த நீக்ரோவை அணைத்துக்கொள்வதற்குச் சங்கடப்படவில்லை. நான் பந்தயம் கட்டிச் சொல்லுவேன்.’

‘நடுவர் அவர்களைப் பிரித்துவிடுவதற்காக முன்னே செல்கிறார். கடைசியில் லூயிஸ் எதிராளியைத் தன்னிடமிருந்து

தள்ளிவிட்டுவிட்டான், அது நாடியில் கொடுத்த மேல்நோக்கிய குத்து மூலம். எதிராளி சமாளித்து நிற்கிறான், இப்போது பின்வாங்குகிறான். லூயிஸ். அவன் ஒரு குறுகிய, இடது தாடைக்குத் தந்த குத்து மூலம் அவனை நெருங்கிவிட்டான்.

முணுமுணுப்பான ஆமோதிப்பு அலையொன்று கதவுகள் வழியாக முற்றத்துக்குள் விழுந்தது.

'இன்னொரு இடது, இன்னொரு இடது. லூயிஸ் தனது அசுர பலத்தை இன்னமும் வீசாமல் மிச்சப்படுத்தி வைத்திருக்கிறான்...' ஸ்டோருக்குள் இருந்த முணுமுணுப்பு ஒரு இளம் ஆர்ப்பரிப்பாக உருமாறியது, அதே வேளை அது மணியொலியால் ஊடுருவப்பட்டது. கூடவே வர்ணனையாளரின், "மூன்றாவது சுற்று முடிந்ததற்கான மணியொலி அது சீமாட்டிகளே, கனவான்களே."

ஸ்டோருக்குள் ஒருவாறாகப் புகுந்து நுழைந்துகொண்டிருந்த நான், வியர்வையோடும் பிரார்த்தனையோடும் உட்கார்ந்து உலகம் முழுவதும் ரேடியோக்களில் தங்கள் காதுகளை ஒட்டிவைத்தாற்போல் 'அவர்களுடைய எஜமானரின்' குரலைக் கேட்டுக்கொண்டிருக்கும் அனைத்து நீக்ரோக்களையும் 'சீமாட்டிகளே சீமான்களே' என்று தான் விளிப்பதைக் குறித்து வர்ணனையாளர் சிந்தித்திருப்பாரா என்று எனக்கு யோசனையாக இருந்தது.

ஒருசிலர் மட்டும், ஆர்.சி. கோலாக்களையோ டாக்டர் பெப்பர்ஸையோ அல்லது ஹையர்ஸ் கிழங்கு பியரையோ வாங்கினர். உண்மையான கொண்டாட்டம் குத்துச்சண்டை முடிந்தவுடன் தொடங்கும். அப்போதும், வலது கன்னத்தில் அடித்தவர்களுக்கு இடது கன்னத்தையும் காட்ட வேண்டும் என்று தங்கள் பிள்ளைகளுக்குச் சொல்லி வளர்த்தும், தாங்களும் பின்பற்ற முயற்சி செய்துகொண்டும் இருக்கின்ற வயதான கிறிஸ்தவப் பெண்கள் குளிர்பானங்களைத்தான் வாங்குவார்கள். அப்புறம் அந்தப் பிரௌன் பாம்பரின் வெற்றி ரத்தக்களரியோடு உறுதி செய்யப்பட்டால் அவர்கள் கடலைமிட்டாயும் பேபி ரூத்தும் வாங்கக்கூடும்.

நானும் பெய்லியும் நாணயங்களைக் கல்லாப்பெட்டியின்மேல் வைத்துக்கொண்டிருந்தோம். சண்டை நடந்துகொண்டிருக்கும்போது வில்லி சித்தப்பா, காசு இயந்திரத்தில் மணியோசையோடு வரவைப் பதிவுசெய்ய எங்களை அனுமதிப்பதில்லை. அது ரொம்ப சத்தமாகவும் நிலவும் சூழலை பங்கப்படுத்திவிடுவதாகவும் இருக்கும். அடுத்த சுற்றுக்கான மணி அடித்தவுடன் நாங்கள் வெளியில் நின்றிருந்த குழந்தைகள் கூட்டத்தை நோக்கி கிட்டத்தட்ட புனித நிலைமையிலிருந்த அமைதியின் ஊடாகச் சென்றோம்.

'அவன் லூயிஸைக் கயிற்றோடு நெருக்கிவிட்டான், உடம்பின் இடதுபக்கம் ஒரு குத்து, வலது விலா எலும்புகளில் ஒன்று, உடம்பின் வலதுபக்கம் இன்னொன்று, அது ரொம்ப இறக்கத்தில் பட்டதுபோலிருக் கிறது. ஆம் சீமான்களே சீமாட்டிகளே, நடுவர் சைகை செய்கிறார், ஆனாலும்

லூயிஸ் மேல் எதிராளி குத்துமழையாகப் பொழிகிறான். இப்போது உடம்பில் இன்னொரு குத்து, லூயிஸ் கீழே சரியப்போகிறான்போல தெரிகிறது.'

எனது இனம், பொருமல் ஒலியை வெளிப்படுத்தியது. அது எங்கள் மக்களே விழுவதாகும். அது இன்னொரு வழிமறிப் படுகொலை, இன்னொரு கறுப்புமனிதன் மரத்தில் தூக்கிலிடப்படுவது. ஒரு கறுப்புப் பையன் சவுக்கடி படுவது, ஊனமாக்கப்படுவது. இன்னொரு பெண் கடத்தப்பட்டுக் கற்பழிக்கப்படுவது. வழுக்கிவிழச்செய்யும் சதுப்புநிலத்தில் தப்பியோடும் ஒரு மனிதனை வேட்டைநாய்கள் துரத்துவது. எதையோ மறந்துவிட்டதற்காக ஒரு வெள்ளைக்காரி அவளுடைய பணிப்பெண்ணைக் கன்னத்தில் அறைவது.

ஸ்டோருக்குள்ளிருந்த ஆண்கள் சுவர்களிலிருந்து விலகி, தீவிரமாக வர்ணனையைக் கேட்டுக்கொண்டிருந்தனர். பெண்கள் பேராவல் கொண்டவர்கள்போல் மடியிலிருந்த குழந்தைகளை இறுக்கிப் பிடித்துக் கொண்டனர். முற்றத்திலோ காலசைவுகள், சிரிப்புகள், சீண்டல்கள், கிள்ளல்கள் எல்லாம் சுத்தமாக நிறுத்தப்படுவதற்குமுன் சில நிமிடங் களுக்குள் இது உலகத்தின் முடிவாகவும் இருக்கலாம். ஜோ தோற்றுப் போனால், நாங்கள் மறுபடியும் அடிமைகளாக, காப்பாற்றப்படுவதற்கு வழியில்லாதவர்களாக ஆகிவிடுவோம். நாங்கள் மனிதர்களில் கழிசடைகள் என்று தூற்றப்படுவது உண்மையாகிவிடும். மனிதக்குரங்குகளைவிட சற்றேதான் மேலானவர்கள், நாங்கள் முட்டாள்கள், அசிங்கமானவர்கள், சோம்பேறிகள், அழுக்குப்பிடித்தவர்கள், அதிர்ஷ்டமில்லாதவர்கள் என்பதெல்லாம் நிரூபிக்கப்பட்டுவிடும். இவை எல்லாவற்றையும்விட, கடவுளே எங்களை வெறுக்கிறார் என்பதும் அவர் எங்களை மரங்களைப் பிளப்பதற்கும் தண்ணீரை இறைப்பதற்கும் முடிவில்லாமல் என்றென்றைக்குமாக விதித்திருக்கிறார் என்பதும் உறுதியாகிவிடும்.

நாங்கள் மூச்சுவிடவில்லை நாங்கள் எந்த நம்பிக்கையும் கொள்ள வில்லை. நாங்கள் காத்திருந்தோம்.

'அவன் கயிற்றிலிருந்து விலகிவந்துவிட்டான், சீமாட்டிகளே சீமான்களே. சண்டை வளையத்தின் நடுப்பகுதிக்கு முன்னேறிச் செல்கிறான்.' ஆசுவாசப்படுவதற்கு நேரமில்லை. இன்னமும்கூட அபாயம் நிகழலாம்.

'இப்போது ஜோ வெறிகொண்டவனைப் போலத் தோன்றுகிறான். கார்னெராவின் தலையில் இடதுகையால் சரியாகக் குத்துவிடுகிறான். தலையில் வலதுகையால் இன்னொரு குத்து. உடம்பில் இடதுகைத் தட்டு, மீண்டும் ஒரு இடது குத்து தலைக்கு. இதோ ஒரு இடதுகை பக்கவாட்டுக் குத்து, தலைக்கு ஒரு வலதுகைக் குத்து. எதிராளியின் வலது கண்ணில் ரத்தம் வழிகிறது, அவனால் கைதடுப்பை உயரக் கொண்டுவர முடியவில்லை போலத் தெரிகிறது. ஒவ்வொரு தடுப்பையும் தாண்டி லூயிஸ் நுழைந்து கொண்டிருக்கிறான். நடுவர், கிட்டே வருகிறார், ஆனால் லூயிஸ் இடது கையை எதிராளியின் உடம்பை நோக்கிப் பாய்ச்சுகிறான், அது தாடையை நோக்கிய உயரக் குத்து, எதிராளி கீழே விழுகிறான். அவன் தரைப் படுகையில் கிடக்கிறான். சீமாட்டிகளே சீமான்களே.'

பெண்கள் எழுந்துநின்றதில் குழந்தைகள் வழுக்கித் தரையில் விழுந்தனர், ரேடியோ திசைநோக்கி ஆண்கள் குனிந்தனர்.

'இதோ நடுவர் எண்ணத் தொடங்குகிறார். ஒன்று, இரண்டு, மூன்று, நான்கு, ஐந்து, ஆறு, ஏழு … போட்டியாளர் மறுபடியும் எழுந்து நிற்க முயற்சிக்கிறாரா?'

கடைக்குள்ளிருந்த எல்லா ஆண்களும் உரக்கக் கத்தினர், 'இல்லை'.

'– எட்டு, ஒன்பது, பத்து'. பார்வையாளர்களிடமிருந்து கொஞ்சமாகச் சத்தங்கள் வந்தன, பெரிய அழுத்தத்தை அவர்கள் அமுக்கிவைத்திருப் பதைப் போலத் தெரிந்தது.

'போட்டி முடிந்துவிட்டது, சீமாட்டிகளே சீமான்களே. நடுவரிடம் ஒலிவாங்கியைக் கொண்டு செல்வோம்… இதோ, அவர். அவர் பிரௌன் பாம்பரின் கையைப் பிடித்திருக்கிறார். அதை அவர் உயரத்தூக்கிப் பிடித்துக்கொண்டிருக்கிறார். இதோ …'

அப்புறம் அந்தக் கிசுகிசுப்பான, பழக்கமான, நம்மை மூழ்கடிக்க வந்த குரல், "வெற்றியாளன், இப்போது உலகக் குத்துச்சண்டை சாம்பியன்ஜோ … லூயிஸ்."

உலகச் சாம்பியன். ஒரு கறுப்புப் பையன். ஒரு கறுப்புத்தாயின் மகன். உலகத்திலேயே பலசாலியான மனிதன். அங்கிருந்த மக்கள் கோகா கோலாவைத் தேவார்மிதமெனக் குடித்தனர், கிறிஸ்துமஸ்போல மிட்டாய்க் கட்டிகளைச் சாப்பிட்டனர். சில ஆண்கள் ஸ்டோருக்குப் பின்புறமாகச் சென்று அவர்களுடைய குளிர்பான குப்பிகளில் கொஞ்சம் மதுவைக் கலந்து குடித்தனர், வளர்ந்த சில பையன்களும் அவர்களைப் பின் தொடர்ந்தனர். அவர்களில் விரட்டியடிக்கப்படாதவர்கள், பெருமைமிகு புகைபிடிப்பவர்கள் போல், வாயை ஊதியவாறு திரும்பி ஸ்டோருக்குள் வந்தனர்.

எப்படியும் எல்லோரும் ஸ்டோரிலிருந்து கலைந்து அவர்களுடைய வீடுகளுக்குப் போவதற்கு ஒருமணி நேரமோ, அதற்குக் கூடுதலாகவோ ஆகிவிடும். தொலைவில் வீடுகளையுடையவர்கள் நகரத்திலேயே தங்கிவிடுவதற்கு ஏற்பாடுகளைச் செய்திருந்தனர். இரவில் ஒரு கறுப்பு ஆளும் அவனது குடும்பமும், புறநகர்பகுதி ஆளில்லாச் சாலைகளில் அகப்பட்டுக் கொள்வது, அதுவும் ஜோ லூயிஸ் நாங்கள்தான் உலகத்திலேயே வலிமையான ஜனங்கள் என்று நிரூபித்த பிறகும், நல்லதில்லை அல்லவா.

20

> "அக்கா, பக்கா, சோடிகிராக்கா
> அக்கா, பக்கா பூ பூ
> அக்கா, பக்கா சோடி கிராக்கா
> உன்மேல் காதல் எனக்கு"

கைத்தாளங்களின் ஒலி மரங்களினூடாகச் சென்று கொண்டிருந்தபோது மரங்களின் மேல்கிளைகள் எதிர்த்தாள லயத்தில் அசைந்துகொண்டிருந்தன. ஒரு பச்சை புல்திட்டில் படுத்திருந்து, அந்தக் குழந்தைகளின் விளையாட்டை மனக்கண்ணால் அவதானித்தேன். சிறுமிகள் அங்குமிங்கும் ஓடினர், இப்போது இங்கே, இப்போது அங்கே, இப்போது இங்கு இல்லை, எப்போதும் இங்கு இல்லை. கீழே விழுந்து உடைந்துபோன முட்டையைப் போல் அவர்களுக்கு எந்த திசையும் இருக்கவில்லை. ஆனால் பேசப்பட்டது என்று இல்லாமலிருந்தாலும் பகிர்ந்துகொள்ளப்பட்ட ஞானமானது எல்லா அசைவுகளுக்கும் பொருந்திப்போகும் என்பதும், ஒரு பெரிய திட்டத்தின் அடிப்படையில் இயங்கு கின்றன என்பதும் சரியாக இருக்கும். என் மனக்கண்ணில் ஒரு மேடையை ஏற்றி 'அக்கா பக்கா' விளையாட்டின் விளைவை எண்ணி பிரமித்துப் போனேன். மகிழ்ச்சி மிகுதியில் அவர்களது சுற்றுலா உடைகள் பறந்தன, நின்றன, கருநீலக் குளத்தின் மேலாக வேகமாகப் பறக்கும் தட்டான்களைப் போலப் பாய்ந்தன. சூரிய வெளிச்சத்தில் தெளிவாகத் தெரிந்த கறுப்பு சாட்டைகளோடு பையன்கள், மரங்களின் நிழலில் பாதிமறைந்து எதிர்பார்ப்பில் துடித்துக்கொண் டிருந்த தங்கள் சிநேகிதிகளை நோக்கி, மரங்களின் மறைவில் புகுந்தனர்.

குளத்துக்கு அருகிலிருந்த புல்லில்லாத பகுதியில் நடக்கும் மீன்பொரிப்பு கோடைக்கூடுகை ஆண்டின் வெளிஅரங்கு நிகழ்வுகளில் பிரதானமானது. எல்லோரும் அங்கிருப்பார்கள். எல்லாச் சபைகளின், சமூக அமைப்புகளின் (எல்க்ஸ், ஈஸ்டர்ன்ஸ்டார், மேசன்ஸ், நைட்ஸ் ஆப் கொலம்பஸ், டாட்டர்ஸ் ஆப் பைத்தியாஸ்) தொழில்முறை ஆட்களின் (லஃபேயட் வட்டத்தின் நீக்ரோ ஆசிரியர்கள்) பிரதிநிதி களும் ஆர்வத் துடிப்புகொண்ட எல்லா சிறுவர் சிறுமிகளும் அங்கிருப்பார்கள்.

இசைக்கலைஞர்கள், கிடார், ஹார்மோனிக்கா, ஜூயிஸ் ஹார்ப்ஸ், மெல்லிய தாளால் சுற்றப்பட்ட

சீப்புகள், ஏன் கனத்த தாளஒலிக்காகக் குளியல் நீர்க்கலனைக்கூடக் கொண்டு வருவார்கள்.

உணவுகளின் அளவும் வகைகளும் ஒரு ரோமானிய களிக் கொண்டாட்டத்துக்கு நிகரானதாக இருக்கும். பொரித்த கோழிகள் உணவுத்துவாலைகளால் மூடப்பட்டுப் பெஞ்சுகளுக்குக்கீழே, குவியல் குவியலாக இருக்கும். உருளைக்கிழங்குக் காரக்கறியோடு, அவித்த முட்டைகளுக்குப் பக்கத்தில் வைக்கப்பட்டிருக்கும். முழு துருச்சிவப்பு பொலோனா இறைச்சித்துண்டுகள், சீஸ்துணிகளில் பொதிந்து வைக்கப்பட்டிருக்கும். வீடுகளில் செய்த ஊறுகாய் வகைகள், சௌவ் சௌவ், கிராம்பு, அன்னாசிப் பழத்துண்டுகள் தூவி வாட்டப்பட்டு மணம் வீசிக்கொண்டிருக்கும் பன்றி இறைச்சி எல்லாம் நுகர்வோரைக் கவர, தமக்குள் போட்டிபோட்டுக் கொண்டிருப்பவை போல் அங்கு இருக்கும். எங்களது வழக்கமான வாடிக்கையாளர்கள் குளிர்வித்த தர்பூசணிகளைக் கேட்டிருந்தனர். ஆகவே நானும் பெய்லியும், வரிகளையுடைய பச்சைநிறப் பழங்களை, கோகா கோலா பெட்டியில் வைத்து இடைவெளிகளில் ஐஸ்கட்டிகளை நிரப்பினோம், கூடவே பாட்டி அழுக்குத் துணிகளை அவிக்கும் பெரிய பானையையும் எடுத்து வைத்தோம். இப்போது அவைகளும் அந்த மகிழ்ச்சியான பிற்பகல் காற்றில் வியர்த்தவாறு காத்துக்கொண்டிருந்தன.

அந்தக் கோடைக்கூடுகை பெண்களுக்கு அவர்களுடைய அடுமனைத் திறன்களைப் பறைசாற்றிக்கொள்ளும் வாய்ப்பாக இருந்தது. தணல்சுடு குழியில் கோழிகளும் விலாஎலும்பு இறைச்சித்துண்டு களும் தமது கொழுப்பிலேயும் முறைகேடான பாலியல் உறவு ரகசியத்தைப் பொத்திப் பொத்தி மறைத்துவைத்துக் கொள்வதைப்போல, செய்முறையை வேறுயாருக்கும் சொல்லிவிடாமல் காப்பாற்றிச் செய்த சுவையூட்டிகளிலும், வெந்து வெடித்துக்கொண்டிருந்தன என்றாலும், கோடைக்கூடுகையின் சபைச் சகோதரத்துவ இணக்கத்தின் அடிப்படையில் உண்மையான அடுமனைத்திறன் வாய்ந்த கலைஞர்கள் தங்கள் ரகசியங்களை, பிறர் மகிழவோ அல்லது விமர்சனம் செய்யவோ, பகிர்ந்து கொள்ளக்கூடும். ஆரஞ்சுநிற பூம்பஞ்சு கேக்குகள், ஹெர்சி சாக்கலேட் வடிந்தவாறு இருக்கும் கரும்பழுப்புநிறக் குவிகள், ஐஸ் வெள்ளைநிற கேக்குகள், இளம்பழுப்புநிற காரமல்கள் என அடுக்கடுக்காய் இருந்தன. பவுண்ட் எடையுள்ள கேக்குகள் அவற்றின் வெண்ணெய் கலந்த எடையில் தளர்ந்து பிதுங்கின, குழந்தைகள் ஏக்கத்தில் கேக்கின் இனிப்பு மேல்பூச்சைத் தொட்டு, தம் விரல்களை நக்காமல் இருக்க முடியாது, அதுபோல் தாய்மார்கள் தம் குழந்தைகளில் பிசுபிசுப்பான விரல்களில் அடித்து அவர்களை அடக்கி வைக்காமலும் இருக்க முடியாது.

தேர்ந்த மீன்பிடிப்பவர்களும், வார இறுதியில் மீன்பிடிக்கச் செல்லும் கத்துக்குட்டிகளும் குளக்கரை மரங்களின் கிளைகளில் அமர்ந்து தூண்டில் போடுவார்கள். வரளமடித்துக்கொண்டிருக்கும் தண்ணீரிலிருந்து திமிறிக்கொண்டிருக்கும் வெள்ளிக்கிளிமீன்களையும் கொடுவாக்களையும் வெளியே இழுத்துப் போடுவார்கள். மாறிமாறி வரும் சிறுமிகள் கூட்டம் மீன்களைச் செதிலெடுத்துச் சுத்தம் செய்வார்கள்,

விறைப்பான சமையல் கவசஉடுப்பணிந்த பெண்கள் அவற்றிற்கு உப்பு தடவி சோளமாவில் உருட்டி கொதிக்கும் எண்ணெய் இருக்கும் டச் வாணலியில் போடுவார்கள். புற்களற்ற அந்த இடத்தின் ஒரு மூலையில் ஒரு நற்செய்திக் கூட்டம் ஒத்திகை செய்துகொண்டிருப்பார்கள். சாளை மீன்களை டப்பாக்களில் அடைத்திருப்பதைப் போன்ற இறுக்கமான அவர்களின் சேர்ந்திசையானது, நாட்டுப்புற பாடகர்களின் இசைக்கு மேலாக மிதந்து வட்டவிளையாட்டுகளில் ஈடுபட்டிருக்கும் சிறுவர் சிறுமியரின் பாடல்களோடு கலந்துகொள்ளும்.

“பசங்களா, அந்தப் பந்து என் கேக்குகள்மீது விழுந்துவிடாமல் பார்த்துக்கொள்ளுங்கள் விழுந்தால் அவ்வளவுதான், நீங்கள்தான் பொறுப்பு”.

“யெஸ், மேடம்,” ஒரு மாற்றமும் ஏற்படாது. பையன்கள் வேலியிலிருந்து பிடுங்கிக்கொண்ட கம்புகளை வைத்து டென்னிஸ் பந்தைத் தட்டியவாறு தரையில் கீறல் பள்ளங்களை ஏற்படுத்தியவாறு ஒருவர்மீது ஒருவர் மோதிக்கொண்டே அவர்களின் விளையாட்டைத் தொடர்வார்கள்.

வாசிப்பதற்கு ஒரு புத்தகத்தை எடுத்துவர நினைத்திருந்தேன். ஆனால் பாட்டி மற்ற குழந்தைகளோடு எனக்கு விளையாட விருப்பமில்லை யென்றால் மீன் சுத்தம் செய்யவோ, அருகிலிருந்த கிணற்றிலிருந்து தண்ணீர் எடுத்து வரவோ, அல்லது தணல் அடுப்புக்கு விறகு எடுத்து வரவோ என்னை ஏதாவது உபயோகமாகச் செய்யச் சொல்லிவிட்டார்.

விபத்துபோல ஒரு மறைவான இடத்துக்குச் சென்றுவிட்டேன். சென்ற வருடத்துக்காக உருவாக்கப்பட்டு, சுற்றிலும் அம்புக்குறிகளால் ஆண்கள், பெண்கள், குழந்தைகள் என வழிகாட்டப்பட்டு ஒருவருட புல்பூண்டு வளர்ச்சியால் மங்கிக்கொண்டிருந்த பாதைகள் சென்றடைந்த தணல் எரிப்புப் பள்ளம் அது. பத்து வயதிலேயே பெரும் மூப்போடும் ரொம்பவே அறிவோடும் இருப்பதாக எண்ணிக்கொண்டு நான், மரமொன்றின் பின்னால் உட்கார்ந்திருந்த குழந்தைகள் நானிருப்பதைத் தெரிந்து கொள்ளாமல் பார்த்துக்கொண்டேன். பெண்கள் என்று போட்டிருந்த வழிகாட்டி அம்புக்குறியைப் பின்பற்றிச் செல்லவும் எனக்குத் தைரியமில்லை. யாராவது பெரிய பெண் அங்கு பார்த்துவிட்டால் நான் என்னைப் பெரிய மனுஷியாகப் படம் காட்டுவதாக அவள் நினைக்கக் கூடும், அப்புறம், அதையே பாட்டியிடம் புகாராகக் கொண்டு சென்று விட்டால், அவரிடமிருந்து என்ன கிடைக்கும் என்று எனக்குத் தெரியும். எனவே ஒன்றுக்குப் போக எனக்கு முட்டிக்கொண்டு வந்தபோது வேறு திசையை நோக்கித் திரும்பினேன். வரிசைகளாக நின்ற சைகமோர் மரங்களைத் தாண்டி ஒரு புல்பூண்டில்லாத இடத்தைக் கண்டுபிடித்தேன். அது கோடைக்கூடுகை நடக்கும் இடத்தைவிட பத்துமடங்கு சிறியது, அமைதியாகவும் வெக்கையில்லாமலும் இருந்தது அந்த இடம். எனது வேலையை முடித்துவிட்டு ஒரு கறுப்பு வால்நட் மரத்தின் தரைக்குமேல் கிளம்பியிருந்த இரண்டு வேர்களுக்கு இடையில் உட்கார்ந்தேன். தகுதியானவர்களுக்கு, சொர்க்கம் என்பது இதுபோலவே இருக்கும். ஒருவேளை கலிபோர்னியாகூட. அண்ணாந்து, வளையமாக, சீரில்லாமல்

இருந்த வானத்தைப் பார்த்தபோது தூரத்திலிருந்த ஒரு நீலமேகத்துக்குள் நான் விழுந்துகொண்டிருக்கலாம் என்று உணர்ந்தேன். குழந்தைகளின் சத்தமும் திறந்த நெருப்பில் வெந்துகொண்டிருந்த உணவுகளின் மணமும்தான் நான் நனவுக்குள் திரும்புவதற்குச் சரியான தருணத்தில் என்னைப் பிடித்துக்கொண்ட கொக்கிகள்.

புற்கள் கீரிச்சிட்டன, கண்டுபிடிக்கப்பட்டேன் என்ற உணர்வில் துள்ளிவிட்டேன். லூயிஸ் கெண்ட்ரிக்ஸ் நானிருந்த இடத்துக்கு வந்தாள். அவளும் கேளிக்கைச் சூழலிருந்து விடுபட்டுத் தனிமையை நாடி வந்தாளா என்று எனக்குத் தெரியாது. நாங்கள் இருவரும் ஒரே வயதுக்காரிகள். பள்ளிக்குப் பின்னாலிருந்த ஒரு சிறிய பங்களாவில் அவளும் அவள் அம்மாவும் வசித்து வந்தனர். அவளுடைய பெற்றோரின் உடன்பிறந்தவர்களின் பிள்ளைகளும் எங்கள் வயதையொத்தவர்கள், அவளைவிட பணக்காரர்கள், வெளுப்பாகவும் இருப்பவர்கள். ஆனாலும் ஸ்டாம்ப்ஸிஸ் திருமதி ஃப்ளவர்சுக்கு அடுத்தபடி லூயிஸ்தான் அழகான பெண் என்று எனக்குள் நான் நம்பிக்கொண்டிருந்தேன்.

“இங்கே தனியாக என்ன செய்துகொண்டிருக்கிறாய், மார்கிரெட்?” குற்றம்சாட்டும் தொனியில் அல்லாமல், தகவல் கேட்பதுபோல் அவள் கேட்டாள். நான் வானத்தைப் பார்த்துக்கொண்டிருக்கிறேன் என்று பதில் சொன்னேன். அவள் ‘எதற்காக?’ என்று கேட்டாள். இதற்கு எந்தப் பதிலும் கிடையாது என்பதால் நான் ஒன்றும் சொல்லவில்லை. லூயிஸ், ஜேன் அய்ரைப் போன்றவள் என்று எனக்குப்பட்டது. அவளது அம்மா சுமாரான வாழ்க்கைத்தரத்தில் உள்ளவரானாலும் நேர்த்தியாக இருப்பவர். அவர் ஒரு பணிப்பெண்ணாக வேலை செய்த போதும் அவரை வீட்டுஆசிரியை என்று தீர்மானித்து நானும் பெய்லியும் அவ்வாறே எங்களுக்குள் அழைத்துக்கொண்டோம். (நேசக்கனவுகள் காணும் ஒரு பத்து வயதுக்காரியிடம் உள்ளதை உள்ளதைப்போல் சொல்ல வேண்டுமென்று யாரால் கற்றுத்தர முடியும்?) திருமதி கெண்ட்ரிக்ஸ்க்கு ரொம்ப ஒன்றும் வயதிருக்காது. ஆனால் எங்கள் ஜனங்களுக்குப் பதினெட்டு வயதுக்கு மேற்பட்ட எல்லோரும் ஆண்டு அளவுவேறுபாடில்லாமல் பெரியவர்கள். அவர்கள் இதமாக அணுகப்பட வேண்டியவர்கள், மரியாதையோடு உபசரிக்க வேண்டியவர்கள், அப்புறம் அவர்களும் ஒரேமாதிரி தோற்றமளிப்பவர்களாகவும் ஒலிப்பவர்களாகவும் நடந்துகொள்பவர்களாகவும் இருக்க வேண்டியவர்கள். லூயிஸ் ஒரு தனிமை விரும்பியான பெண், அவளுக்கு நிறைய விளையாட்டுத் தோழிகள் இருந்தபோதிலும், பள்ளி மைதானத்தில் எல்லா வட்ட விளையாட்டுகளிலும் அவள் கலந்துகொள்பவளாக இருந்தபோதிலும்.

நீளமாகவும், அடர்ந்த சாக்லேட் பழுப்பு நிறத்திலும் இருந்த அவள் முகத்தில் ஒரு சோகரேகை படர்ந்திருக்கும். அது சவப்பெட்டியின் மூடியிருக்கும் வலைத் துணிபோல மெல்லியதாக ஆனால் நிரந்தரமாக இருக்கும். அவளது கண்கள், அவளது லட்சணங்களிலேயே ஆகச்சிறந்தது என்றாலும் அவள் ஒரு நொடிக்குமுன் பார்க்க நினைத்தது அப்போதுதான் பார்வையிலிருந்து மறைந்துவிட்டதைப் போல அங்குமிங்கும் அலைந்து கொண்டிருக்கும்.

அவள் அருகே நெருங்கி வந்தாள், மரங்களுக்கு ஊடாக வந்த வெளிச்சப் புள்ளிகள் அவள் முகத்திலும் நீளமாக முடிச்சுகளோடிருந்த தலைமுடிப் பின்னல்களிலும் விழுந்தன. இதற்குமுன் நான் கவனித்ததில்லை. அவள் அச்சாக பெய்லிப்போலவே தெரிந்தாள். அவளது தலைமுடி சுருள்சுருளாக அன்றி நேராக இருந்தன, அவளுடைய முக அவயங்கள் யாரோ கவனமாகப் பிடித்துப்பிடித்துப் பொறுத்தினாற்போல கச்சிதமாக இருந்தன.

அவள் தலையை உயர்த்திப் பார்த்தாள், “இங்கிருந்து ரொம்பவே வானத்தைப் பார்க்க முடியாது.” என்னிலிருந்து ஒருகை தள்ளி அவள் உட்கார்ந்தாள். தரைக்கு வெளியே கிளம்பியிருந்த இரண்டு வேர்களில் அவளுடைய ஒல்லியான கைகளை, அவள் ஏதோ சாய்வு நாற்காலியில் உட்கார்ந்திருப்பதைப்போன்று, வைத்துக்கொண்டாள். அதன் பிறகு மரத்தின்மீது மெதுவாகச் சாய்ந்தாள். கண்களை நான் மூடியவாறு இன்னொரு இடத்தைக் கண்டுபிடிக்க வேண்டுமே என்றும் இதே தகுதிகளையுடைய இன்னொரு இடம் கிடைப்பதற்கு வாய்ப்பு இல்லையோ என்றும் யோசித்துக்கொண்டிருந்தேன். திடீரென ஒரு சிறிய வீறிடல் சத்தம் கேட்டது. நான் என் கண்களைத் திறக்கும் முன்பே லூயிஸ் என் கையைப்பிடித்தாள். “நான் விழுந்துகொண்டிருந்தேன்” – அவள் தனது நீளப்பின்னல்களை அசைத்தவாறு “நான் வானத்திலிருந்து விழுந்து கொண்டிருந்தேன்.”

வானத்திலிருந்து அவளால் விழமுடிந்ததற்கும் அதை அவள் ஒத்துக்கொண்டதற்காகவும் எனக்கு அவளைப் பிடித்துப்போயிற்று. அவளிடம் சொன்னேன், “நாமிருவரும் சேர்ந்து முயற்சிசெய்வோம். ஆனால் ஐந்து என்று எண்ணும்போது நேராக நிமிர்ந்து உட்கார வேண்டும்.” லூயிஸ் கேட்டாள். “கைகளைப் பிடித்துக்கொள்கிறாயா? ஏதாவது நடந்துவிட்டால்?” நான் பிடித்துக்கொண்டேன். யாராவது ஒருவர் விழுந்துவிட்டாலும் மற்றவர் பிடித்து இழுத்துக்கொள்வார் அல்லவா?

அனாதிக்குள் விழுந்து எழுந்து சில தடவைகளுக்குப்பின் (எங்கள் இருவருக்குமே அது என்னவென்று தெரியும்) சாவோடும் அழிவோடும் விளையாடித் தப்பித்ததைக் குறித்து நாங்கள் சிரித்துக்கொண்டோம்.

லூயிஸ் சொன்னாள், “நாம் சுற்றிக்கொண்டே அந்தப் பழைய வானத்தைப் பார்ப்போம்” புற்களற்ற அந்த வெளியின் நடுவில் ஒருவர் கையை ஒருவர் பிடித்துக்கொண்டே சுற்றிவர ஆரம்பித்தோம். முதலில் மெதுவாக எங்கள் நாடிகளை உயர்த்தி நேராக, மயக்கும் அந்த நீலவெளியைப் பார்த்தவாறு சுற்றினோம். கொஞ்சம் வேகமாக, வேகமாக, இன்னும் வேகமாக, இன்னும் வேகவேகமாக. ஆம் உதவிக்கு வாருங்கள். நாங்கள் விழுந்துகொண்டிருக்கிறோம். அப்புறம் அனாதி வெற்றி பெற்றது. எப்படியாயினும் அவளுடைய பிடியிலிருந்து பேராசைக்காரப் புவியீர்ப்பால் பிடித்த கைநழுவிக் கீழேவிழும்வரை, எனது விதியை நோக்கிக் கீழே எறியப்படும்வரை எங்களுக்குச் சுற்றுவதை நிறுத்த முடியவில்லை. இல்லை, மேலே இல்லை, கீழே. ஒரு சைகமோர்

142 மாயா ஆஞ்சலு

மரத்தின் அடியில் தலைசுற்றலோடு பாதுகாப்பாக நான் இருப்பது தெரிந்தது, லூயிஸ் அவளது முட்டிகள் தரையில் பதிந்தவாறு தோப்பின் இன்னொருபுறம் கிடந்தாள்.

இது நிச்சயமாகச் சிரிக்க வேண்டிய நேரம். நாங்கள் இழந்தோம், ஆனால் எல்லாவற்றையும் இழந்துவிடவில்லை. முதலில் குலுங்கிச் சிரித்துக்கொண்டே மதுவுண்டவர்களைப் போல ஒருவரையொருவர் நெருங்கும்படி ஊர்ந்து சென்றோம், அப்புறம் வெடிச்சிரிப்பாகச் சத்தம் எழுப்பினோம். ஒருவர்மீது ஒருவர் தோள்களிலும் முதுகிலும் தட்டிக் கொண்டு இன்னும் அதிகமாகச் சிரித்தோம். எதையோ ஒன்றை முட்டாளாகவோ பொய்யாகவோ ஆக்கிவிட்டோம். அது எல்லாவற்றை யும் நாங்கள் சும்மா தோற்கடித்துவிட்டோம் என்பதுதானே?

என்னுடன் சேர்ந்து அறியாததற்குச் சவால் விடுவதில் இயல்பாக அவள் என்னுடைய நெருங்கிய தோழியாகிவிட்டாள். நாங்கள் நீண்ட நேரம் செலவு பண்ணி டுட் மொழியை எங்களுக்குள் கற்றுக்கொண்டோம். நீ (யக் ஓ நீ) தெரியுமா (கக் நுக் ஒ உக்) என்ன (வாக ஹாஷ் யடுட்) மற்ற எல்லா குழந்தைகளும் பன்றி லத்தீனைப் பேசும்போது நாங்கள் மேலானவர் களாக உணர்ந்தோம். ஏனெனில் டுட் பேசுவதற்குக் கடினமாக இருக்கும், புரிந்துகொள்வது அதனிலும் கடினம். கடைசியில் இப்போதுதான் சிறுமிகள் எதைக்குறித்துக் கிளுகிளுப்பாகச் சிரித்துக்கொள்கிறார்கள் என்று எனக்குப் புரிந்தது. அந்தப் புரிந்துகொள்ள முடியாத டுட் மொழியில் லூயிஸ் சில வாக்கியங்களைப் படபடவென எடுத்துவிட்டுவிட்டுச் சிரிப்பாள், ஆகவே நானும் சிரிப்பேன். உண்மையில் அது பல்லிளிப்புத்தான். ஒன்றுமே புரியாததால் அவள் என்ன சொல்கிறாள் என்று பாதிகூட அவளுக்குத் தெரியும் என்று நான் நினைக்கவில்லை. என்றாலும் சிறுமிகள் கிளுகிளுப்புச் சிரிப்பு சிரிக்கத்தானே வேண்டும். மூன்று வருடங்களாகப் பெண்ணாக இருந்துவிட்டு, நான் இப்போது சிறுமியாகிக் கொண்டிருக்கிறேன்.

பள்ளியில் ஒருநாள் எனக்கு அதுவரை பழக்கமில்லாத, பேசியிருக்காத, ஒரு சிறுமி என்னிடம் ஒரு காகிதத்தைத் தந்தாள். அதன் நுட்பமான மடிப்புகள் அது ஒரு காதல் கடிதம் என்பதை உணர்த்தின. அவள் அதைத் தவறான நபரிடம் தருகிறாள் என்று சொன்னேன். ஆனால் எனக்குத்தான் அது என்று வற்புறுத்தினாள். தாளை விரித்துக் கொண்டே நான் பயந்து போய்விட்டேன். எனக்குள் நானே சொல்லிக்கொண்டேன். ஒரு வேளை யாராவது என்னைக் கேலி செய்கிறார்களா? ஒருவேளை அந்தத் தாளில் பயங்கரமான விலங்கு உருவமும் அதன்மேல் ‘நீ’ என்றும் எழுதப் பட்டிருந்தால்? குழந்தைகள் சிலவேளைகளில் அதைச் செய்வதுண்டு. ஏனெனில், அவர்கள் உம்மணாமூஞ்சி என்று என்னை அடையாளப் படுத்தியிருந்தார்கள். அதிர்ஷ்டவசமாக எனக்குக் கழிப்பிடத்துக்கு—அது வெளியில் செய்யப்பட வேண்டிய வேலை—போகும் அனுமதி இருந்ததால், அந்த வாடைசூழ்ந்த, சோர்வு தரும் இடத்தில் தாளை வாசித்தேன்.

அன்புத்தோழி, எம்.ஜே.

காலம் கடுமையானதாகவும் நட்புகள் குறைவானவையாகவும் இருக்கின்றன.
உனக்கு இதை எழுதுவதில் பெரும் மகிழ்ச்சியடைகிறேன். நீ எனது வாலன்டைனாக இருப்பாயா?

டாம்மி வால்டன்.

நான் எனது மனதை படக்கென இழுத்து விரித்துக்கொண்டேன். யார்? யார் அந்த டாம்மி வால்டன்? இறுதியாக ஒரு முகம் எனது ஞாபகத்திலிருந்து உருவி வெளிவந்தது. குளத்தைத் தாண்டி வசிக்கும் ஒரு அழகான, பழுப்புநிறமுடைய பையன். அவன்தான் என்று உறுதியாகத் தெரிந்தவுடன் எனக்கு ஆச்சரியமாகிவிட்டது. ஏன்? என்னை ஏன்? இது ஒரு வேடிக்கைக்காகவா? ஆனால் என் ஞாபகத்திலிருக்கும் டாம்மி நிதானமானவன், நன்கு பழக்கக்கூடிய பையனும்கூட. நல்லது. இது ஒரு வேடிக்கை இல்லை. இருக்கட்டும். அவன் மனதில் என்னென்ன தீய, அசிங்கமான எண்ணங்கள் இருக்கின்றனவோ? எனது கேள்விகள், அவற்றின் மீதே விழுந்து அழுத்தின. பின்வாங்கும் ஒரு சேனையாக ஓடிவிடு, குழியில் பதுங்கு, சுற்றி உன்னைப் பாதுகாத்துக்கொள், உனக்கும் எதிரிக்குமுள்ள இடைவெளி குறைந்துபோக அனுமதிக்காதே. அப்படி, ஒரு வாலன்டைன் என்னதான் செய்வாள்?

கெட்டவாடை அடித்துக்கொண்டிருந்த ஓடைக்குள் அந்தத் தாளை வீசுவதற்குத் தோன்றியபோது அதை லூயிஸிடம் காட்டலாம் என்று எனக்குப்பட்டது. அந்தத் தாளை மடித்து அது எனக்குக் கிடைத்தபோது இருந்தவாறே மடித்துவைத்து, நான் வகுப்பறைக்குப் போனேன். நண்பகல் இடைவெளியில் எனக்கு நேரம் கிடைக்கவில்லை, நான் ஸ்டோருக்குப் போய் வாடிக்கையாளர்களைக் கவனிக்க வேண்டியிருந்தது. அந்தக் கடிதத்தாள் எனது காலுறைக்குள் இருந்தது. ஒவ்வொரு முறை பாட்டி என்னைப் பார்க்கும்போதும் அவருடைய தேவாலயப் பார்வை எக்ஸ்ரேயாக மாறி அதைப் பார்த்து விடுவது மட்டுமல்லாமல், செய்தியை வாசித்து அறிய என்ன எழுதியிருக்கிறது என்று அறிந்து கொள்வார் என்றும் தோன்றியது. குற்றவுணர்வு என்ற குன்றுச் சரிவில் வழுக்கி இறங்கிக்கொண்டிருப்பதைப்போல இருந்தது எனக்கு. இரண்டாவது முறையாக அந்தக் கடிதத்தை அழித்துவிட நினைத்தேன், ஆனால் வாய்ப்பு கிடைக்கவில்லை. இடைவேளை முடிந்த மணிச்சத்தம் கேட்டதும் பெய்லி அவனுடன் என்னையும் பள்ளிக்கு ஓடச் செய்தான், ஆகவே கடித விஷயமும் மறந்துபோனது. ஆனால் முக்கியமான விஷயத்தை வேகமாகக் கவனிக்க வேண்டும்தானே. வகுப்புகள் முடிந்ததும் லூயிஸுக்காகக் காத்திருந்தேன். சிரித்துக்கொண்டிருந்த சிறுமிகள் கூட்டத்தோடு அவள் பேசிக்கொண்டிருந்தாள். ஆனால் நான் அவளை நோக்கி எங்களுக்கான சைகையைக் காட்டியதும் (இடது கையால் இரண்டு அசைவுகள்) அவள் அவர்களுக்கு 'குட்பை' சொல்லிவிட்டுச் சாலையில் என்னுடன் சேர்ந்துகொண்டாள். என் மனதில் என்ன ஓடிக்கொண்டிருக்கிறது. (அவளது விருப்பமான கேள்வி அது) என்று அவள் என்னைக் கேட்கும் வாய்ப்பைத் தராமல் தாளை அவனிடம் நீட்டினேன். மடிப்புகளைப் பார்த்தவுடனே அவளது புன்னகை மறைந்துவிட்டது.

நாங்கள் ஆழ்நீரில் நின்றிருந்தோம். கடிதத்தை இரண்டுமுறை உரக்கப் படித்தாள். 'நல்லது, நீ என்ன நினைக்கிறாய்?"

நான் சொன்னேன், "நான் என்ன நினைக்கிறேனா? அதைத்தான் நான் உன்னிடம் கேட்கிறேன். நினைப்பதற்கு என்ன இருக்கிறது."

"அவனுடைய வாலன்டினாக நீ இருக்க அவன் விரும்புகிறான் என்று தோன்றுகிறது."

"லூயிஸ் எனக்கும் வாசிக்கத் தெரியும் – ஆனால் இதற்கு என்ன அர்த்தம்?"

"ஓ உனக்குத் தெரியும். அவனுடைய வாலன்டினாக, அவனது காதலியாக."

இதோ அந்த வெறுப்பான வார்த்தை மறுபடியும். அந்தத் துரோகமான, எரிமலை போல் வாயைப் பிளந்துகொண்டு உன்னை நோக்கிவரும் வார்த்தை.

"எனக்கு முடியாது. முடியவே முடியாது. இனி எப்போதும் முடியாது."

"இதற்குமுன் அவனுடைய வாலன்டினாக இருந்திருக்கிறாயா? இனி எப்போதும் முடியாது என்றால் என்ன அர்த்தம்."

எனது தோழியிடம் என்னால் பொய் சொல்ல முடியாது. பழைய துர்ஆவிகளை மறுபடியும் தூசுதட்டிக்கொண்டு வரவும் முடியாது.

"நல்லது, அவனுக்குப் பதில் சொல்லாமல் இருந்துவிடு. அதோடு விஷயம் முடிந்தது." அவ்வளவு எளிதாக அந்த விஷயத்தை முடிவுக்குக் கொண்டுவந்துவிடலாம் என்று அவள் நினைத்தது எனக்கு ஆறுதலைத் தந்தது. அந்தத் தாளை இரண்டாகக் கிழித்து ஒன்றை அவளிடம் கொடுத்தேன் குன்றிலிருந்து இறங்கிக்கொண்டே நாங்கள் எங்களிடமிருந்த தாள்பகுதிகளைச் சுக்குநூறாகக் கிழித்து காற்றில் பறக்கவிட்டோம்.

இரண்டு நாட்களுக்குப் பிறகு சட்டாம்பிள்ளைச் சிறுமி எங்கள் வகுப்பறைக்குள் வந்து மெதுவாக மிஸ் வில்லியம்ஸிடம் ஏதோ பேசினாள். எங்கள் ஆசிரியை மிஸ் வில்லியம்ஸ் எங்களிடம் சொன்னார், 'எல்லோரும் கவனியுங்கள், நாளை வாலன்டின் தினம் என்று உங்களுக்குத் தெரியும் என நினைக்கிறேன். அது ரோம் நகரில் கி. பி. 270இல் மறைசாட்சியாக மரித்த செயின்ட் வாலன்டின் நினைவாகக் கொண்டாடப்பட்டு வருகிறது. அது அன்பின் அடையாளப் பரிசுகளையும் வாழ்த்து அட்டைகளையும் பறிமாறிக் கொண்டாடப்படுவது. எட்டாவது வகுப்புக் குழந்தைகள் ஏற்கெனவே அதை முடித்துவிட்டார்கள். இந்தச் சிறுமி அதை எடுத்துச் சென்று கொடுக்கும் பணியைச் செய்வாள். கடைசி வகுப்பு நேரத்தில், உங்களுக்கு ஒரு கெட்டி அட்டையும், ரிப்பனும், சிவப்புத் தாளும் தரப்படும். அதை வைத்து நீங்கள் உங்களுக்கு விருப்பமான பரிசுப் பொருட்களைச் செய்யலாம். கைவினை மேஜையில் பசையும் கத்திரிக்கோலும் இருக்கின்றன. உங்கள் பெயரைக் கூப்பிடும்போது எழுந்து நில்லுங்கள்."

வண்ண வண்ண காகித உறைகளைக் கலைத்துக்கொண்டே அவர் சில பெயர்களைக் கூப்பிட்டுவிட்டதைச் சற்று பிந்தியே கவனித்தேன்.

நேற்று எனக்கு விடுக்கப்பட்ட நேரடி அழைப்பையும், அதை நானும் லூயிஸும் சிக்கிரமே முடிவுக்குக் கொண்டுவந்து விட்டதையும் நினைத்துக்கொண்டிருந்தேன்.

யார் யார் விரும்பும் வாலன்டின்களாக அழைக்கப்பட்டார்களோ, அவர்கள் மிஸ் வில்லியம்ஸ் ஒவ்வொரு உறையாகப் பிரிக்கும்போது சும்மா இருந்து பார்த்துக்கொண்டிருந்தவர்களைவிட, கூடுதலாகச் சங்கடப்பட்டார்கள். ‘ஹெலன்கிரே’, லூயிஸ்வில்லிருந்து வரும் உயரமான மந்தமான ஹெலன் கிரே, முகம் சுளித்தாள்.

‘அன்பு வாலன்டின்’ – மிஸ் வில்லியம்ஸ் அந்த மோசமான கதியில் குழந்தைத்தனமான கிறுக்கலை வாசிக்க ஆரம்பித்தாள். கேவலத்திலும் எதிர்பார்ப்பிலும் நான் கொதித்துக்கொண்டிருந்த போதிலும், என்னுடைய தூக்கத்தில்கூட இதைவிட நன்றாக எழுத முடியும் என்பதால், அதைக் கேட்டுப் புண்பட்டுப் போனேன்.

“மார் – கியூ – ரெட் ஆனி ஜான்சன்”, அடேயப்பா இது வாலன்டின் செய்தி என்பதைவிட கடிதம் போல் இருக்கிறது.

“அன்பு நண்பி, நேற்று நான் உனக்கு ஒரு கடிதம் தந்தேன், அதை நீயும் உன் தோழி மிஸ் ‘எல்’லும் கிழித்து எறிந்ததைப் பார்த்தேன். எனது உணர்வுகளைக் காயப்படுத்த வேண்டும் என்ற எண்ணத்தில் நீங்கள் அதைச் செய்ததாக நான் நம்பவில்லை. ஆகவே நீ பதில் சொன்னாலும் சொல்லா விட்டாலும் எப்போதும் என் வாலன்டினாகவே இருப்பாய். டி. வி.”

“மாணவர்களே”– மிஸ் வில்லியம்ஸ் உதட்டைப் பிதுக்கிக்கொண்டு சோம்பலாகத் தொடர்ந்தார், உட்காரச் சொல்லி அனுமதி தராமலே. “நீங்கள் ஏழாவது வகுப்பு படித்துக்கொண்டிருந்தாலும் இனிஷியலைப் போட்டு கடிதம் எழுதும் அளவுக்கு ஆணவமாக இருப்பீர்கள் என்று நான் நினைக்கவில்லை. ஆனால் எட்டாவது வகுப்பில், படிப்பை முடிக்கும் தறுவாயில் ஒருவன் இருக்கிறான் ... ப்ளா ... ப்ளா ... ப்ளூயி ... ப்ளா ... வெளியே போகும்போது உங்கள் வாலன்டின்களையும், கடிதங்களையும் வாங்கிக்கொள்ளுங்கள்.”

அது ஒரு அருமையான கடிதம், டாம்மியின் கையெழுத்தும் எழுதியதும் அழகாக இருந்தன. முதலாவதைக் கிழித்துப் போட்டதைக் குறித்து வருத்தப்பட்டேன். பதில் சொன்னாலும் சொல்லாவிட்டாலும் நான் அவனுடைய நட்பில் தொடர்ந்து இருப்பேன் என்று அவன் எழுதியிருந்தது எனக்கு உற்சாகத்தைத் தந்தது. அவன், உங்களுக்குத் தெரியுமல்லவா, ‘அதை’ எதிர்பார்த்து இருப்பவனாக இருந்தால், இப்படி எழுதியிருக்க மாட்டான். அடுத்தமுறை அவன் ஸ்டோருக்கு வரும்போது கொஞ்சம் பரிவாகவே பேசப்போகிறேன் என்று லூயிஸிடம் சொன்னேன். துரதிர்ஷ்டவசமாக ஒவ்வொருமுறை அவனைப் பார்க்கும்போதும் அந்தச் சூழலை மிக அற்புதமாக நான் உணர்ந்ததில் கிளுகிளுப்புச் சிரிப்பில் உருகிப்போய் ஒரு உருப்படியான வாக்கியத்தைக்கூட என்னால் சொல்ல முடியவில்லை. சிறிது காலத்துக்குப்பின் பொதுவாகப் பார்ப்பதில் இருந்துகூட அவன் என்னைத் தவிர்த்துவிட்டான்.

21

வீட்டுக்குப் பின்னால் இருந்த இடத்தில் பெய்லி மரக்கிளைகளை நட்டு அவற்றின் மேல் நைந்துபோன போர்வைகளைச் சுற்றிக் கட்டி ஒரு கூடாரத்தை உருவாக்கியிருந்தான். அதுதான் அவனது கேப்டன் மார்வெல் மறைந்திருக்கும் இடம். அங்குதான் சிறுமிகளுக்கு அவன் பாலுறவின் மர்மங்களைக் கற்பித்தான். ஒருவருக்கு அப்புறம் ஒருவராக அவனால் கவரப்பட்டவர்கள், ஆர்வமுடையவர்கள், சாகசப்பிரியர்கள் எனப் பலரையும் அப்பா அம்மா விளையாட்டு விளையாடலாம் என்று முதலிலேயே சொல்லிவிட்டு, லேசாக இருண்டிருக்கும் அந்த இடத்துக்குள் கூட்டிச் செல்வான். நான் குழந்தைப் பாத்திரமாக நடிக்க வேண்டும், அதோடு யாராவது வருகிறார்களா என்றும் பார்த்துக்கொள்ள வேண்டும். அவன் சிறுமிகளின் உடைகளை உயரத் தூக்க உத்தரவிட்டுவிட்டு அவர்கள் மேலேறிப் படுத்துக்கொள்வான். அப்புறம், தனது இடுப்பை ஆட்டிக்கொண்டிருப்பான்.

சிலவேளைகளில் நான் கூடாரத்தின் நுழைவுப்பகுதி மறைப்புத் துணியைத் தூக்க வேண்டியது வரும் (பெரியவர் யாராவது அருகில் வருவதை எச்சரிக்க நாங்கள் செய்து வைத்திருந்த ஏற்பாடு) அதனால் பள்ளியைப் பற்றியோ திரைப்படங்களைப் பற்றியோ பேசியவாறு அவர்கள் படும் பரிதாபமான உடல் போராட்ட அசைவுகளைப் பார்த்திருக்கிறேன்.

கிட்டத்ததட்ட ஆறு மாதங்கள், அவன் ஜாய்ஸைச் சந்திக்கும்வரை, பெய்லி இந்த விளையாட்டை நடத்திக் கொண்டிருந்தான். அவள் புறநகர் பகுதியைச் சேர்ந்த பெண், அவனைவிட நாலு வயது மூத்தவள் (அவளைச் சந்திக்கும் போது அவனுக்குப் பதினொரு வயது முடிந்திருக்கவில்லை) அவளுடைய பெற்றோர்கள் இறந்துவிட்டதால் அவளுடைய சகோதர சகோதரிகளோடு உறவினர்களிடம் அனுப்பி வைக்கப்பட்டவள். ஸ்டாம்ப்ஸ் ஊரின் ஏழைகளிலும் பரம ஏழையான விதவை அத்தையுடன் தங்கியிருக்க வந்திருந்தவள் அவள். வயதை மீறிய உடல்வாகு அவளுக்கு. அவளுடைய மார்புகள் மற்ற சிறுமிகளின் சிறிய தடித்த முடிச்சுகள்போல இல்லாமல் அவளது மெல்லிய மேலுடைகளை நிறைத்து இருந்தன. இரண்டு கால்களுக்கு இடையிலும் ஒரு பாரமான

மரத்தைச் சுமந்து செல்பவள் போல் விறைப்பாக நடந்து செல்வாள். நான் அவளைக் கடுமையான ஆள் என நினைத்தேன். ஆனால் பெய்லி அவள் கவர்ச்சியாக இருக்கிறாள் என்றும் அவளுடன் கூடார விளையாட்டை விளையாட விரும்புவதாகவும் சொன்னான்.

பெண்களுக்கே உரிய தனித்துவமான வகையில், வெற்றி பெற்று விட்டதாக ஜாய்ஸ் உணர்ந்துகொண்டாள், எனவே நீண்ட நேரங்கள் பிந்தியும், சனிக்கிழமைகள் முழுநேரமும் ஸ்டோர் பக்கமாக இருப்பதற்கு அவள் பார்த்துக்கொண்டாள். நாங்கள் கடைவேலையில் மும்முரமாக இருந்த நேரங்களில் பாட்டிக்குச் சில ஒத்தாசைகள் செய்வாள்; ரொம்ப வேர்க்கவும் செய்யும் அவளுக்கு, குன்றிலிருந்து அடிக்கடி அவள் இறங்கி ஓடிவரும்போது அவளுடைய பஞ்சாடைகள் அவளது ஒல்லியான தேகத்தில் ஒட்டிக்கொண்டிருக்கும். அவளுடைய உடைகள் காயும்வரை பெய்லியின் கண்கள் அதில் ஒட்டிக்கொண்டிருக்கும்.

அவளது அத்தையிடம் கொடுக்கச்சொல்லி பாட்டி அவளிடம் அவ்வப்போது, சிறுசிறு உணவுப் பொதிகளைக் கொடுப்பார், சிலவேளை சனிக்கிழமைகளில் வில்லி சித்தப்பா அவளுக்குப் படம் பார்க்கக் காசு தருவார்.

பாஸ்கா வாரத்தின்போது எங்களுக்குப் படம் பார்க்க அனுமதி கிடையாது. (நாம் எல்லோரும் நமது ஆன்மாக்களைச் சுத்தப்படுத்த தியாகங்கள் செய்ய வேண்டும் என்று பாட்டி சொல்லுவார்) அப்போது பெய்லியும் ஜாய்ஸும், கூடார விளையாட்டைச் செய்ய முடிவு செய்தனர். வழக்கம்போல நான்தான் குழந்தை.

கூடாரத்துணியை அவன் அவிழ்த்துக் கீழே இறக்கிவிட்டான், ஜாய்ஸ் முதலில் உள்ளே தவழ்ந்து சென்றாள். என்னை, வெளியே பாப்பா பொம்மையுடன் விளையாடச் சொல்லிவிட்டு, அவனும் உள்ளே போனான், வாசல் நுழைவுத் துணி மூடப்பட்டது.

ஜாய்சின் குரல் மெதுவாகக் கேட்டது. "நீ கால்சட்டையைக் கழற்ற மாட்டாயா?"

"இல்லை, நீ உன்னுடைய உடுப்பை மேலே தூக்கு"

கூடாரத்துக்கு உள்ளிருந்து சலசலப்புச் சத்தங்கள் கேட்டன. சுற்றியிருந்த துணி எழுந்து நிற்க முயன்றதைப் போல் புடைத்துக்கொண்டிருந்தது.

பெய்லி கேட்டான், 'நீ என்ன செய்கிறாய்?'

'என்னுடைய ஜட்டியை எடுத்துக்கொண்டிருக்கிறேன்.'

'எதற்காக?'

'ஜட்டியோடு நாம் அதைச் செய்ய முடியாது.'

'ஏன் முடியாது?'

'எப்படி நீ அதற்குள் விட முடியும்?' அமைதி. பாவம், என் தம்பிக்கு அவள் என்ன சொல்ல வருகிறாள் என்று தெரியவில்லை. எனக்குத்

தெரியும், நுழைவுத் துணியைத் தூக்கிவிட்டுச் சொன்னேன், ‘ஜாய்ஸ், என் சகோதரனிடம் அதைச் செய்யாதே?’ அவள் கிட்டதட்ட அலறினாள், ஆனால் சத்தம் குறைவாக, ‘மார்கிரெட், அந்த வாசலை மூடு.’ பெய்லியும் கூடச் சொன்னான். ‘ஆம் அதை மூடு, பாப்பாப் பொம்மையோடு விளையாடத்தானே உன்னிடம் சொல்லியிருந்தேன்.’ அவனிடம் அவளைச் செய்யவிட்டால் அவள் ஆஸ்பத்திரிக்குப் போக வேண்டி யிருக்குமென்று நினைத்தேன். ஆகவே நான் அவனை எச்சரித்தேன், ‘பெய்லி, அவளை உன்னிடம் அதைச் செய்ய நீ விட்டுவிட்டால் நீ வருத்தப்பட வேண்டியிருக்கும்.’ ஆனால் வாசல் துணியை நான் மூடாவிட்டால் ஒரு மாதம் என்னோடு அவன் பேசப் போவதில்லை என்று எச்சரித்தான். எனவே நான் போர்வைதுணியைக் கீழே இறங்குவதற்காகக் கையிலிருந்து நழுவ விட்டுவிட்டுக் கூடாரத்தின் முன், புல்தரையில் உட்கார்ந்தேன்.

ஜாய்ஸ் தலையை வெளியே நீட்டி படங்களில் வரும் வெள்ளைக் காரிகள் போன்ற, இனிப்பான குரலில் ‘பாப்பா, போய் கொஞ்சம் விறகு எடுத்துவா. அப்பாவும் நானும் நெருப்பைப் பற்றவைக்கப் போகிறோம், அப்புறம் உனக்குக் கொஞ்சம் கேக் செய்து தருவேன்’ என்று சொன்னாள். உடனே குரலைக் கடுப்பாக மாற்றி என்னை அடித்துவிடப் போவதைப்போல ‘போ, எடுத்துக் கொண்டுவா’ என்றாள்.

பிறகு பெய்லி, அவளுடைய அந்த இடத்தில் முடிகள் இருக்கின்றன என்றும் நிறையப் பையன்களுடன் அவள் ‘அதைச் செய்திருப்பதால்’ அவை வளர்ந்திருக்கின்றன என்றும் என்னிடம் சொன்னான். அவளுக்கு அக்குளிலும் முடி இருந்ததாம். அந்த இரண்டு விஷயங்களில் அவளுடைய சாதனைகளைக் குறித்தும் அவன் ரொம்ப பெருமையாக இருந்தான்.

அவர்களுடைய காதல் லீலைகள் பெருகப் பெருகக் கடையிலிருந்து அவன் திருடுவது கூடிக்கொண்டே போனது. நாங்கள் எப்போதும் மிட்டாய்களையும் சில்லறைக்காசுகளையும் ஏன் புளிப்பு ஊறுகாய் களையும்கூட எடுப்பதுண்டு. ஆனால் பெய்லி இப்போது அவளது அடங்காப் பசிக்குத் தீனிபோட வேண்டியவனாகி சாளைமீன் டப்பாக்களையும் பிசுப்பிசுப்பான போலந்து பன்றியிறைச்சிக் குழல் களையும் பாலாடைக் கட்டிகளையும், நாங்கள்கூடச் செலவு செய்து சாப்பிட முடியாத மிக மிக விலையுள்ள ஊதா சால்மன் டப்பாக்களையும் எடுத்துச் செல்ல ஆரம்பித்தான்.

இந்தக் காலகட்டத்தில் சின்னச் சின்ன வேலைகள் செய்வதிலிருந்த உற்சாகம் ஜாய்ஸூக்குக் குறையத் தொடங்கிவிட்டது. தனக்கு உடம்புக்குச் சரியில்லை என்று சொல்லிக்கொண்டிருந்தாள். என்றாலும் சில காசுகள் கிடைத்துக்கொண்டிருந்தால் ஸ்டோரைச் சுற்றிச்சுற்றி வருவதைத் தொடர்ந்தாள், அதோடு ப்ளான்டர்ஸ் நிலக்கடலையையும் ராக்டர் பெப்பர்ஸையும் சாப்பிட்டுக்கொண்டிருந்தாள்.

சில சமயங்களில் பாட்டி அவளை விரட்டிவிடுவார். “உடம்புக்கு முடியவில்லை என்று நீ சொன்னாயல்லவா? வீட்டுக்குப் போனால் உன் அத்தை ஏதாவது உன்னைக் கவனிப்பாள் அப்படித்தானே?”

‘யெஸ், மேடம்.’ அப்புறம் தயக்கத்தோடு முற்றத்திலிருந்து கிளம்பிப் போவாள், அவளுடைய விறைத்த கால்கள் நடையாக அவளைக் குன்றின் மேலே கொண்டுபோக பார்வையிலிருந்து மறைவாள்.

குடும்பத்துக்கு வெளியே அவள்தான் பெய்லியின் முதல் நேசம் என்று நான் நினைக்கிறேன். அவனுக்கு அவள் கனவுகண்ட அளவுக்கு நெருக்கமாக இருக்க அவள் அனுமதித்ததால், பாராமுகம், பேசாமலிருத்தல், அமுமூஞ்சி பூஞ்சை மனம் ஆகிய தன்மைகள் இல்லாத சகோதரி அவள். அவளுக்கு எப்போதும் உணவு கிடைக்கும்படி அவன் பார்த்துக்கொண்டால்போதும், அவளிடமிருந்து நேசம் சுரந்து கொண்டேயிருக்கும். அவள் கிட்டத்தட்டப் பருவப் பெண்ணாக இருந்தது அவனுக்கு ஒரு பொருட்டாகவே இல்லை, அந்த வித்தியாசமே அவளை அவ்வளவு ஈர்ப்புள்ளவளாக அவனுக்குத் தோன்றக் காரணமாக இருக்கக்கூடும்.

சில மாதங்களாக அவள் வந்து போய்க்கொண்டிருந்தாள். அதன்பிறகு, எப்படித் திடீரெனத் தோன்றினாளோ அதே போல் காணாமல் போனாள். அவளைப் பற்றி எந்தக் கிசுகிசுவும் வரவில்லை, அவள் சென்றுவிட்டது பற்றி எந்தத் தகவலும் இல்லை, எங்கிருக்கிறாள் என்று எந்தத் துப்பும் இல்லை. அவள் எங்கோ போய்விட்டாள் என்பதைத் தெரிந்துகொள்வதற்கு முன்பே பெய்லியிடம் ஏற்பட்ட மாற்றத்தை நான் கண்டேன், எல்லாவற்றிலும் அவனுக்கு ஆர்வமில்லாமல் போய்விட்டது. எப்போதும் எதையோ யோசித்துக்கொண்டு இருந்தான், மொத்தத்தில் அவன் வெளிறிப் போய்விட்டான் என்று செல்வது சரியாக இருக்கும். பாட்டியும் அதைக் கவனித்திருக்கிறார். அவர், பருவநிலை மாறுவதால் அவன் கொஞ்சம் ‘டல்’லாக ஆகிவிட்டான் என்று சொன்னார். (இலையுதிர் காலம் நெருங்கிக் கொண்டிருந்த வேளை அது). அவர் தோப்புக்குபோய் சில இலைகளைப் பறித்துவந்து தேநீர் மாதிரி காய்ச்சி, அதனுடன் ஒரு கரண்டி கந்தகமும் கருப்பு வெல்லமும் சேர்த்துக் குடிக்க வைத்தார். அதைக் குடிக்க மாட்டேன் என்று அடம்பிடிக்காமல், மறுபேச்சு எதுவும் சொல்லாமல் அவன் குடித்துவிட்டது அவன் உடம்புக்குச் சரியில்லாமல் இருக்கிறான் என்று எந்த சந்தேகமும், யாருக்கும் வராமல் செய்துவிட்டது.

பெய்லியை தன் பிடிக்குள் வைத்திருந்ததற்காக நான் ஜாய்ஸை முன்பு வெறுத்தேன். இப்போது அவள் போய்விட்டதற்காக வெறுத்தேன். அவள் அவனிடம் உருவாக்கியிருந்த பொறுமையை இப்போது அவன் இழந்துவிட்டதுபோல் நான் உணர்ந்தேன். (அவன் கிட்டத்தட்ட ஏளனம் செய்வதை விட்டிருந்தான், புறநகர் மக்களிடம் கலகலப்பாகப் பேச ஆரம்பித்திருந்தான்), மறுபடியும் அவனுடைய ரகசியங்களை என்னிடம் சொல்லத் தொடங்கியிருந்தான். ஆனால் இப்போது அவள் போய்விட்ட பிறகு உம்மணாமூஞ்சியாக இருப்பதில் எனக்குப் போட்டியாளனாக மாறிவிட்டான். ஒரு குளம், அதன்மேல் எறியப்பட்ட கல்லைத் தன்னுள் அமிழ்த்திக்கொள்வதைப் போல அவன் தன்னுள் அமிழ்ந்து கொண்டான். தன்னை வெளிப்படுத்திக்கொள்பவன் என்பதற்கு எந்தத் தடயமும் அவனிடம் இல்லை. அவள் பெயரை நான் அவனிடம் குறிப்பிட்டபோது அவன் சொன்ன பதில்: “ஜாய்ஸா, அது யார்?”

சில மாதங்களுக்குப்பின் பாட்டி, ஜாய்ஸின் அத்தைக்குக் கடையில் பொருள் கொடுத்துக் கொண்டிருந்தபோது அவளிடம் சொன்னார், "யெஸ் மேடம், திருமதி குட்மேன். வாழ்க்கையில் ஒன்றுக்குப்பின் மற்றொன்று என வந்துகொண்டேயிருக்கும்."

திருமதி குட்மேன் சிவப்புநிற கோகா கோலாப் பெட்டியின்மீது சாய்ந்து நின்றுகொண்டிருந்தார். "அதுதான் ஆசீர்வதிக்கப்பட்ட உண்மை, சகோதரி ஹெண்டர்சன்." அவள் அதிக விலையுள்ள அந்தப் பானத்தைக் குடித்துக்கொண்டிருந்தாள்.

"எந்த அளவுக்கு விஷயங்கள் மாறும் வேகத்தில் நமக்குத் தலை சுற்றிவிடும் போலிருக்கிறது." இது உரையாடலைத் தொடர்வதற்குப் பாட்டி கையாளும் பாணி. அவர்கள் பேசிக்கொள்வதைப் பெய்லியிடம் சொல்வதற்காக நான் மூச்சே விடாமல் ஒட்டுக் கேட்பதுபோல் காதுகளைத் தீட்டிக்கொண்டு நின்றேன்.

"இப்போ, அந்த ஜாய்ஸை எடுத்துக்கொள்ளுங்கள். இங்கே ஸ்டோரைச் சுற்றி எந்நேரமும் இருப்பாள். அப்புறம் புகையைப் போல் காணாமல் போய்விட்டாள். மாதக்கணக்கில் அவளைப் பார்க்கவும் இல்லை, அவளைப் பற்றி கேள்விப்படவும் இல்லை."

"இல்லை மேடம். சொல்வதற்குக் கேவலமாக இருக்கிறது . . . எதற்காகக் காணாமல் போனாள்?" சமையலறை நாற்காலியில் அவள் உட்கார்ந்தாள். மறைவாக நின்ற என்னை, நான் ரொம்ப பக்கத்தில் இருக்கிறேனா என்று ஓரக்கண்ணால் பாட்டி பார்த்துக்கொண்டார். "சகோதரி, ஆண்டவர் பெரிய காதுகளையுடைய சின்ன ஜாடிகளை விரும்புவதில்லை. உனக்கு இங்கு வேலை ஒன்றும் இல்லை. நீ இப்போது நான் சொல்வதைச் செய்".

இப்போது அவர்களுக்கிடையில் பரிமாறப்பட இருக்கும் உண்மை யானது என் சமையலறைக் கதவைத் தாண்டி என்னிடம் மிதந்துவர வேண்டும்.

"என்னிடம் ஒன்றுமே கிடையாது சகோதரி ஹெண்டர்சன், என்றாலும் அந்தப் பிள்ளைக்கு என்னிடமிருந்த எல்லாவற்றையும் தந்து வளர்த்தேன்."

"அது முற்றிலும் உண்மை" என்று பாட்டி ஆமோதித்தார். "நான் அவ்வளவு செய்தபிறகும் அவள் ரயில்வே போர்ட்டர் ஒருவனுடன் ஓடிப்போய்விட்டாள், அவளுடைய அம்மா போலவே இவளும் நடத்தை சரியில்லாதவள். 'ரத்தம் சொல்லிவிடும்' என்று சும்மாவா சொல்கிறார்கள்?"

பாட்டி கேட்டார், "எப்படி அந்தப் பாம்பு இவளைப் பிடித்தது?"

"நீங்கள் என்னைத் தப்பாக நினைக்கக் கூடாது சகோதரி ஹெண்டர்சன், நான் உங்களைக் குறை சொல்லவில்லை. நீங்கள் கடவுளுக்குப் பயந்து நடக்கிறவர் என்பது எனக்குத் தெரியும். ஆனால் அவள் அவனை இங்கு சந்தித்ததாகத் தெரிகிறது."

பாட்டி பதற்றமாகிவிட்டார். இந்த மாதிரி விஷயங்கள் ஸ்டோரில் வைத்தா? அவர் கேட்டார், 'இங்கேயா, ஸ்டோரிலா?"

"ஆம், மேடம். ஒரு தடிமாட்டுக் கும்பல் பேஸ்பால் விளையாட இங்கு வந்தது. உங்களுக்கு ஞாபகம் இருக்கிறதல்லவா?" (பாட்டிக்கு ஞாபகம் இருக்க வேண்டும், எனக்கு இருக்கிறது)

"கடைசியில் பார்த்தால் அவன் அந்தக் கும்பலில் ஒருவன். அவள் எனக்கு ஒரு சின்னக் கடுதாசி எழுதி வைத்துவிட்டுப் போயிருக்கிறாள். அதில், ஸ்டாம்ப்ஸில் உள்ள எல்லோரும், அவர்களைவிட அவளைத் தாழ்வாக நினைக்கிறார்கள் என்றும், இங்கு அவளுக்கு ஒரேஒரு நட்பைத் தவிர வேறு யாரும் அவளுக்குக் கிடையாது என்றும் எழுதியிருக்கிறாள். அந்த ஒரு நட்பும் உங்கள் பேரன்தானாம். அவள் டல்லாஸுக்குப் போவதாகவும் அங்கு அந்த ரயில்வே போர்ட்டரைத் திருமணம் செய்யப் போவதாகவும் சொல்லியிருக்கிறாள்." பாட்டி சொன்னார், 'அட கடவுளே.'

திருமதி குட்மேன் தொடர்ந்தார், "உங்களுக்குத் தெரியுமல்லவா, சகோதரி ஹெண்டர்சன், நான் அவளுக்கு நல்ல விஷயங்களை ஊட்டி வளர்க்கும் அளவுக்கு நீண்ட நாட்கள் அவள் என்னுடன் இருக்கவில்லை. ஆனாலும் அவள் என்னுடன் இல்லையென்பது கஷ்டமாக இருக்கிறது. இனிமையாக இருக்க வேண்டும் என்று அவள் நினைத்தால் இனிமையாக இருப்பாள்." பாட்டி ஆறுதல்படுத்துவது போல் சொன்னார், "நல்லது, நமது நல்ல புத்தகத்தில் சொல்லப்பட்டிருக்கும் வார்த்தைகளை மனதில் ஏற்றுக்கொள்ள வேண்டும். அதில் சொல்லப் பட்டிருக்கிறதே, ஆண்டவரே கொடுக்கிறார், ஆண்டவரே எடுத்துக்கொள்கிறார் என்று."

திருமதி குட்மேன் பாட்டியுடன் இணைந்துகொள்ள இருவரும் ஒரே குரலில் இறுதி வாக்கியத்தை முடித்தனர், "ஆண்டவரின் திருநாமம் ஆசிர்வதிக்கப்படுவதாக."

ஜாய்ஸைப் பற்றி எத்தனை நாட்களாக பெய்லிக்குத் தெரியும் என்று எனக்குத் தெரியாது, ஆனால் அன்று மாலையில் எங்கள் பேச்சில் அவளது பெயரைக்கொண்டு வந்தபோது அவன் சொன்னான், "ஜாய்ஸ்? அவளைச் செய்ய எப்போதும் அவளுக்கு ஆள் கிடைத்துவிடுகிறான்." அதுதான் கடைசி முறையாக அவள் பெயர் உச்சரிக்கப்பட்ட வேளை.

22

காற்று பலமாகக் கூரைக்கு மேல் வீசிக்கொண்டிருந்தது, மரத்தகடு ஓடுகள் படபடத்துக்கொண்டிருந்தன. மூடப்பட்ட கதவுகளின் இடுக்குகள் வழியாக அதன் சீட்டி ஒலி வந்துகொண்டிருந்தது. அவசரமாக மோதிய காற்றின் தாக்குதல்களுக்குப் பயந்துபோன புகைக்கூண்டு எதிர்ப்புக் குரல்களை வெளிப்படுத்திக்கொண்டிருந்தது.

ஒருமைல் தூரத்தில் கான்சாஸ் சிட்டி கேட் (பிரம்மிப்புடன் பார்க்கப்பட்ட, ஆனால் ஸ்டாம்ப்ஸில் நின்று செல்வது அதன் முக்கியத்துவத்துக்குக் கீழானது என்ற பெருமையுடைய ரயில்) ஊருக்கு நடுவாகச் சீறிப் பாய்ந்து, ஊ ஊ ... வீ ... வீ ... என்ற எச்சரிக்கை விட்டபடி, எங்களுக்குத் தெரியாத ஒரு கவர்ச்சியான சேருமிடத்தை நோக்கித் திரும்பிப் பார்க்காமல் சென்றது.

புயல் வீசப்போகிறது, ஜேன் அய்ரை மறுபடியும் வாசிப்பதற்குத் தோதான இரவு. பெய்லி தன் வேலைகளை முடித்துவிட்டு அடுப்பங்கரைக்கு அந்தப் பக்கமாக மார்க் ட்வைனைக் கையிலெடுத்திருந்தான். ஸ்டோரை மூடுவது இப்போது என் வேலை. பாதி வாசித்து முடித்திருந்த எனது புத்தகம், மிட்டாய் கவுண்டரில் இருந்தது. வானிலை மோசமாக இருந்ததால் வில்லி சித்தப்பா நான் கடையைச் (மின்சாரத்தை மிச்சப்படுத்த) சீக்கிரம் மூடிவிட்டு, எங்களின் வரவேற்பறையாக இருந்த பாட்டியின் படுக்கையறையில் குடும்பத்துடன் சேர்ந்துகொள்ள சம்மதிப்பார் என்று நினைத்தேன். (காற்று பலமாக வீசிக்கொண்டிருந்தாலும் ஒரு கோடைகாலக் காலை வேளையைப் போல வானம் தெளிவாக இருந்தது) சுழல் புயல் வரும் வாய்ப்பிருந்ததால் வெகுசிலர்தான் வெளியே வருவார்கள். பாட்டியும் நான் கடையைச் சாத்துவதுதான் நல்லது என்று சொல்லிவிட்டார். நானும் முற்றத்துக்குப் போய் ஷட்டர்களை இறக்கி தடுப்பு மரக்கட்டைகளைக் கதவுகளில் மாட்டிய பிறகு விளக்குகளை அணைத்தேன்.

இரவு உணவுக்காக, பாட்டி காய்கறி சூப்புடன் சாப்பிட சில கேக்குகளை வேக வைத்துக்கொண்டிருந்தபோது சமையலறையில் பாத்திரங்கள் சரசரத்தன. சமையலறையிலிருந்து கமழ்ந்த மணமும் எழுந்த சத்தங்களும் இரக்கமேயில்லாத ஆங்கிலேய மனிதரின் குளிர்ந்த மாளிகையிலிருந்த ஜேன் அய்ரை வாசிக்கும்போது, எனக்குப் பாதுகாப்பு

உணர்வை அளித்தன. வில்லி சித்தப்பா அவரது வழக்கமான இரவு வாசிப்பான ‘அல்மனக்’கில் மூழ்கியிருந்தார், எனது சகோதரனோ எங்கோ தொலைவில் மிஸிஸிப்பி நதியில், ஒரு தெப்பத்தில் மிதந்துகொண்டிருந்தான்.

பின் கதவு தட்டப்படும் சத்தத்தை நான்தான் முதலில் கேட்டேன். ஒரு சலசலப்பு, ஒரு தட்டல், ஒரு தட்டல், ஒரு சலசலப்பு அது என்னுடைய மண்டைக்குள் ஏற்பட்ட மனப்பிறழ்வாக இருக்கலாம் எனச் சந்தேகத்தில் முதலில் நான் அதை பொருட்படுத்தவில்லை. அப்புறம் வில்லி சித்தப்பா அந்தச் சத்தத்தைக் கேட்டார்; பெய்லியை அவனுடைய ஹக் ஃபின்னிலிருந்து விடுபட்டுப் பின்கதவின் கொண்டியை அவிழ்க்கச் சொன்னார்.

திறந்த கதவின் வழியாக நிலவுவெளிச்சம் வீட்டுக்குள், குளிர்ந்த பிரகாசத்துடன், உள்ளேயிருந்த எளிய விளக்கு வெளிச்சத்துக்குப் போட்டியாக விழுந்தது. நாங்கள் எல்லோரும் – சற்று பதைபதைப்போடு – எதிர்பார்ப்போடு காத்திருந்தோம், ஏனெனில் வெளியில் யாரும் நின்றிருக்கவில்லை. காற்று மட்டும் உள்ளே வந்து அது நிலக்கரி எண்ணெய் விளக்கின் எளிய சுடருடன் போராடிக்கொண்டிருந்தது. எங்கள் குடும்பத்திற்குக் கதகதப்பைத் தந்துகொண்டிருந்த பானை வயிற்றுக் கணப்பு அடுப்பை ஆட்டி அசைத்தது. வில்லி சித்தப்பா, சத்தம் புயலினால் ஏற்பட்டிருக்கும் எனக் கணித்து பெய்லியைக் கதவை மூடிவிடச் சொன்னார். ஆனால் அவன் கதவை அடைத்துத் தாழ்போடப் போகும் தறுவாயில் இடைவெளி வழியாக ஒரு குரல் நுழைந்து வந்தது, மூச்சிரைப்புபோல அது கேட்டது, “சகோதரி ஹெண்டர்சனா? சகோதரர் வில்லியா?”

பெய்லி கிட்டத்தட்ட கதவை மூடிவிட்டான், ஆனால் வில்லி சித்தப்பா சத்தமாகக் கேட்டார், “யார் அது?” திரு. ஜார்ஜ் டெய்லரின் மடிப்புகளுடைய பழுப்புநிற முகம் இருளிலிருந்து வெளிப்பட்டது. நாங்கள் படுக்கச் சென்று விடவில்லையா, அவர் உள்ளே வரலாமா என்று கேட்டார். பாட்டி அவரைப் பார்த்ததும், உள்ளே வந்து எங்களுடன் இரவு உணவில் கலந்துகொள்ளச் சொன்னார். என்னிடம், உணவை எல்லோருக்கும் போதுமானதாக ஆக்குவதற்குச் சில சீனிக்கிழங்குகளை அடுப்புத் தணலுக்குள் வைக்கச் சொன்னார். பாவம் சகோதரர் டெய்லர், தன் மனைவியைக் கோடைகாலத்தில் அடக்கம் செய்தபின், ஊருக்குள் வீடுவீடாகப் போய், சாப்பிட்டுக் கொண்டிருந்தார். நான் மனக்கிளர்ச்சியடையும் பருவத்தில் இருந்ததாலோ அல்லது குழந்தை களுக்கே இயல்பான நம் பிழைப்பிற்கு ஏதாவது ஆகிவிடுமோ என்ற உணர்வினாலோ அவர் பாட்டியைத் திருமணம் செய்துகொண்டு எங்களுடனே வந்து தங்கி விடுவாரோ என்று பயந்தேன்.

வில்லி சித்தப்பா விரித்த மடியில் ‘அல்மனக்’கை வைத்திருந்தார். “இங்கு எப்போது வேண்டுமானாலும் நீங்கள் வரலாம் சகோதரர் டெய்லர், ஆனால் இது ஒரு மோசமான இரவு. இதில் சொல்லப்பட்டிருக் கிறது” – ஊனமான தன் கையைக்கொண்டு ‘அல்மனக்’கைத் தட்டினார் – “நவம்பர் பன்னிரண்டில் கிழக்கிலிருந்து ஒரு புயல் ஸ்டாம்ப்ஸிற்கு வீசும் ஒரு மோசமான இரவு.” திரு. டெய்லர், அங்குவந்தபோது எந்த நிலையில்

நின்றாரோ அதே நிலையில், நெருப்புக்கு அருகில்கூடச் செல்ல முடியாமல், குளிரால் தனது உடலை நகர்த்த இயலாதவரைப்போல, நின்றுகொண்டிருந்தார். அவரது தலை சற்று கவிழ்ந்திருந்தது, விளக்கின் சிவப்பு வெளிச்சம் முடிகளில்லாத அவரது பளபளப்பான தலையில் விளையாட்டுக்காட்டியது. அவரது கண்கள் ஒரு தனித்துவமான ஈர்ப்போடு என்னைக் கட்டிப் போட்டன. அவரது சிறிய முகத்தில் குழிகளுக்குள் இருப்பவைபோல ஆழத்தில் இருந்தன, அவரது மற்ற முகப்பகுதிகளை அவை மொத்தமாக அமுக்கி, கண்களைச் சுற்றி பென்சிலால் கறுப்புக் கோடு போட்டிருந்தது மாதிரித் தோன்றி, வட்டமான ஒரு ஆந்தைத் தன்மையை அவருக்கு அளித்தன. நான் அவரை உன்னிப்பாகக் கவனிப்பதை உணர்ந்த அவர் தனது தலையைச் சற்றும் அசைக்கவில்லை என்றாலும் அவரது கண்கள் சுழன்று என்மேல் படிந்தன. அவரது பார்வை வெறுப்பையோ அல்லது ஆமோதிப்பையோ அல்லது பெரியவர்கள் குழந்தைகளை எதிர்கொள்ளும்போது காட்டும் அருவருப்பான உணர்வுகளையோ வெளிப்படுத்தியிருந்தால் மறுபடியும் நான் புத்தக வாசிப்புக்குள் முழ்கிப்போயிருப்பேன். ஆனால் அவரது கண்கள் வெளிப்படுத்தியது ஈரமான வெறுமையை மட்டுமே, சகிக்க முடியாத வெறுமை. நான் கண்டது ஒரு கண்ணாடித்தன்மையை, முன்பு புதுப்பளிங்குகளிலோ அல்லது ஐஸ்கட்டிக்குள் உறைந்திருக்கும் குப்பிமூடிகளில் நான் பார்த்ததைப்போன்ற கண்ணாடித்தன்மை. அவரது கண்கள் அசைந்த வேகம், அவற்றின் மூலமாக என்னோடு ஏதோ பகிர்ந்துகொள்வதாக நான்தான் கற்பனை செய்து விட்டேனோ என்று எண்ண வைப்பதாக இருந்தது.

“வாருங்கள் என்று நாங்கள்தான் சொல்கிறோமே. இந்தக் கூரைக்குக்கீழே உங்களுக்கு எப்போதும் இடம் தருவோம்.” தான் சொன்னது எதையும் திரு டெய்லர் கவனிக்கவில்லை என்பது வில்லி சித்தப்பாவுக்குப் படவில்லை போலிருக்கிறது. பாட்டி சூப்பை அறைக்குள் கொண்டுவந்தார். சூடுபடுத்தும் கலத்திலிருந்து கெட்டிலை எடுத்து மாற்றி கொதிக்கும் அந்தப் பாத்திரத்தை நெருப்பின்மீது வைத்தார். வில்லி சித்தப்பா சொன்னார், “அம்மா, நான் சகோதரர் டெய்லரிடம் சொல்லிவிட்டேன், அவர் எப்போது வேண்டுமானாலும் இங்கு தங்கிக்கொள்ளலாம் என்று.” பாட்டி சொன்னார், “அது சரிதான், சகோதரர் டெய்லர். அந்தத் தனிமையான வீட்டில் நீங்கள் கழிவிரக்கத்தோடு இருக்க வேண்டிய அவசியமில்லை. ஆண்டவர் தருகிறார், ஆண்டவரே எடுத்துக்கொள்கிறார்.” பாட்டி அங்கு தோன்றியதோ அல்லது அடுப்பில் கொதித்துக்கொண்டிருந்த சூப்போ, எது அவரை உயிர்ப்பித்தது என்று எனக்குத் தெரியாது. அவர் நன்றாகவே உற்சாகமடைந்தது எனக்குத் தெரிந்தது. தளர்ந்த ஒரு தொடுகையை உதறிவிடுவதைப் போன்று தோள்களைக் குறுக்கிக்கொண்டு, புன்னகை செய்வதற்கு முயன்று, பாவம், தோற்றுப்போனார். ‘சகோதரி ஹெண்டர்சன், ரொம்ப ரொம்ப நன்றி... நான் சொல்ல வருவது... எல்லோரும் இல்லையென்றால் நான் என்ன செய்திருப்பேன் என்று எனக்குத் தெரியவில்லை... நான் சொல்ல வருவது, இந்த மாதிரி ஆதரவு கிடைப்பதற்கு நான் தகுதிதானா என்று

உங்களிடம் என்னால் சொல்ல முடியாது... நல்லது, நான் நன்றியுடையவனா யிருக்கிறேன்".

மதத்தோடு சம்பந்தப்படாத எந்த உணர்வு வெளிப்பாட்டையும் பகிரங்கமாகக் காட்டும் பழக்கமில்லாத பாட்டி என்னைக் கூப்பிட்டுத் தன்னுடன் ரொட்டியையும் குவளைகளையும் எடுத்துக்கொண்டு வரச் சொன்னார். அவர் உணவுகளை எடுத்துக்கொண்டார். நான் அவர் பின்னே மண்ணெண்ணெய் விளக்கைத் தூக்கிச் சென்றேன். அந்தப் புதிய விளக்கு வெளிச்சம் அறைக்குப் பயமான, கடினமான ஒரு பரிணாமத்தைத் தந்தது. பெய்லி இன்னும் அவனுடைய புத்தகத்தின்மீது கவிழ்ந்து உட்கார்ந்திருந்தான், ஒரு கறுப்பு, கூன் விழுந்த சித்திரக் குள்ளன்போல, ஒருவிரல் கண்களுக்கு முன்பாக வரிகளில் நகர்ந்தபடி. வில்லி சித்தப்பாவும் திரு. டெய்லரும் அமெரிக்க நீக்ரோக்களைப் பற்றிய வரலாற்றுப் புத்தகங்களில் வரும் மனிதர்களைப் போல உறைந்து இருந்தனர்.

"வாங்க, சகோதரர் டெய்லர்," அவரிடம் ஒரு சூப் குவளையைத் தள்ளி பாட்டி சொன்னார். "நீங்கள் பசியோடில்லாமல் இருக்கலாம், ஆனாலும் சத்துக்காக இதை எடுத்துக்கொள்ளுங்கள்." அவரது குரல் ஆரோக்கியமான ஒரு நபர் நலிவுற்ற இன்னொருவருக்குச் சொல்லக்கூடிய கனிவான அக்கறையுடன் இருந்தது. அவருடைய எளிமையான பேச்சு கிளர்ச்சியூட்டும் உண்மையோடு ஒலித்தது. "ரொம்ப நன்றி". மூழ்கிக் கிடந்த பெய்லி வெளியே வந்து கைகளைக் கழுவ எழுந்து சென்றான்.

"வில்லி, கடவுளுக்கு நன்றி சொல்." பாட்டி பெய்லியின் குவளையைக் கீழே வைத்துவிட்டுத் தலையைக் கவிழ்த்துக்கொண்டார். வேண்டுதலின்போது கதவு நிலையருகில் ரொம்பக் கீழ்ப்படிபவன்போல பெய்லி நின்றுகொண்டான், அவன் மனதை டாம் சாயரும் ஜிம்மும் ஆக்கிரமித்திருக்கிறார்கள் என்று எனக்குத் தெரியும். அவனைப் போலவே என் மனதையும் ஜேன் அயரும் திரு. ரோச்ஸெட்டரும் ஆக்ரமித்திருப்பார்கள், உடல் குறுகிப்போன வயசாளி திரு டெய்லரின் பளபளக்கும் கண்களை மட்டும் நான் பார்த்திராவிட்டால்.

எங்கள் விருந்தாளி கடமைக்காகச் சில கரண்டி சூப்பைக் குடித்து விட்டு, ரொட்டியை அரைவட்டக் கடி கடித்தார். அப்புறம், நாங்கள் எல்லோரும் சத்தமாகச் சாப்பிட்டுக்கொண்டிருக்கும்போது அவர் குவளையைக் கீழே வைத்துவிட்டார். அடுப்புத் தீயிலிருந்த ஏதோ ஒன்று அவர் கவனத்தை ஈர்த்திருந்தது.

அவர் பட்டுக்கொள்ளாமல் இருந்ததைக் கவனித்த பாட்டி சொன்னார், "அதை இவ்வளவுக்கு மனதில் தேக்கிக்கொண்டிருக்கத் தேவையில்லை, எனக்குத் தெரியும் நீங்கள் நீண்ட காலம் சேர்ந்திருந்தீர்கள் என்று."

வில்லி சித்தப்பா சொன்னார், "நாற்பது ஆண்டுகள்".

"அவள் தன்னுடைய அமைதியைத் தேடிப்போய் ஆறு மாதங்களாகி விட்டன. அதைப்பற்றி இவ்வளவு நினைத்துக்கொண்டிருப்பது உங்களுக்கு நல்லதல்ல. நீங்கள் நம்பிக்கையோடு இருக்க வேண்டும். ஆண்டவர் நம்மால் தாங்க முடியாத அளவுக்கு எதையும் நமக்கு நேரிட வைப்பதில்லை." அந்த வாக்கியங்கள் அவரைச் சற்று பிரகாசமாக்கின. அவர் மறுபடியும்

அவரது குவளையைக் கையில் எடுத்து கரண்டியை அந்தக் கெட்டி சூப்பில் சுழற்றினார்.

பாட்டிக்குத் தான் திரு டெய்லரின் கவனத்தை மீட்டுக்கொண்டு வந்தது தெரிந்ததால் தொடர்ந்து பேசினார், 'நீங்கள் இருவரும் பல ஆண்டுகள் சிறப்பாக வாழ்ந்திருக்கிறீர்கள். அதற்காக நீங்கள் கடவுளுக்கு நன்றியுடையவராக இருக்க வேண்டும். வருத்தப்படக்கூடிய ஒரே விஷயம் உங்களுக்குச் குழந்தை இல்லாமல் போனதுதான்."

எனது தலை குனிந்திருந்தால் திரு. டெய்லரின் உருமாற்றத்தைப் பார்க்கத் தவறியிருப்பேன். அது படிப்படியாக நிகழாமல் திடீரென நடந்தது. அவரது குவளை சத்தத்தோடு கீழே கிடந்தது, இடுப்பிலிருந்து மேலாக, அவரது உடல் பாட்டியை நோக்கி நீண்டது. எல்லாவற்றையும்விட அவர் முகம்தான் ரொம்பவும் வித்தியாசமாக இருந்தது. அந்தப் பழுப்புநிறப் பரப்பு உயிர்பெற்றதால் இருண்டுபோனது. அது ஏதோ அவரது தோலுக்குக் கீழ் நிகழ்ந்த உள்போராட்டத்தின் விளைவு எனத் தோன்றியது. நீண்ட பற்களைக் காட்டிய அவரது வாய் ஒரு இருட்டான அறை, சில வெள்ளைநிற நாற்காலிகளோடு இருப்பதுபோல இருந்தது.

"குழந்தைகள்." அவருடைய காலி வாய்க்குள் அந்த வார்த்தையை உருட்டி ஒலித்தார். "யெஸ், சார், குழந்தைகள்." பெய்லி (நானும்கூட) – அவ்வாறான அழைப்பு எங்களுக்குப் பழக்கம்தான் – அவரை ஆவலோடு பார்த்தோம்.

"அதுதான் அவள் விரும்பியது." அவரது கண்கள் துடித்துக்கொண் டிருந்தன, சிறைப்படுத்திவைத்திருந்த குழிகளுக்குள்ளிருந்து வெளியே துள்ளப் போராடிக்கொண்டிருந்தன. "அதைத்தான் அவள் சொன்னாள், குழந்தைகள்."

அறைக்குள் காற்று கனமாகவும் கெட்டியாகவும் ஆனது போல் இருந்தது. ஒரு பெரிய வீடு எங்கள் கூரைமீது வைக்கப்பட்டது போலும் அது எங்களை நிலத்துக்குள் அழுத்துவதைப் போலவும் இருந்தது.

பாட்டி, நல்ல மனிதர்களின் குரலில் கேட்டார். "நீங்கள் என்ன சொன்னீர்கள் சகோதரர் டெய்லர்?" பதில் என்னவென்று அவருக்குத் தெரியும். எங்கள் எல்லோருக்கும் பதில் தெரியும்.

"ப்ளோரிடா." சுருக்கங்களையுடைய அவரது சின்னக் கைகள் முஷ்டியாக மடங்கின, அப்புறம் விரிந்தன, அப்புறம் மறுபடியும் முஷ்டியாக. "அவள் நேற்று இரவுதான் சொன்னாள்."

பெய்லியும் நானும் ஒருவரையொருவர் பார்த்துக்கொண்டோம், சற்று முன்னே சாய்ந்து அவருக்கு நெருக்கமாக நான் வந்தேன். 'அவள் சொன்னாள் "எனக்குக் குழந்தைகள் வேண்டும்" ஏற்கெனவே அவருக்கிருந்த உரத்த கீச்சுக்குரலைப் பெண்ணின் அதாவது அவரது மனைவி திருமதி ப்ளோரிடாவின் குரல்போல மாற்றிக்கொண்டு பேசுவதாக அவர் நினைத்தது மின்னலைப்போன்று அறைக்குள் வளைந்து நெளிந்து ஊடுருவிச் சென்றது.

வில்லி சித்தப்பா சாப்பிடுவதை நிறுத்திவிட்டு திரு டெய்லரை, இரக்கத்தோடு பார்ப்பதைப் போன்று பார்த்துக்கொண்டே, “நீங்கள் கனவு கண்டிருக்கலாம் சகோதரர் டெய்லர். அது ஒரு கனவாக இருக்கும்” என்று சொன்னார்.

பாட்டி சமாதானப்படுத்தும் தொனியில் சொன்னார், “அதுதான் சரி. உங்களுக்குத் தெரியுமா, பிள்ளைகள் அன்றைக்கு எனக்கு ஒன்றை வாசித்தனர். அதில் ஜனங்கள் அவர்களின் மனங்களில் என்ன இருக்கிறதோ அது அவர்கள் உறங்கும்போது கனவுகளாக வரும் என்று சொல்லப்பட்டிருந்தது.”

திரு. டெய்லர் உடம்பைச் சிலிர்த்துக்கொண்டு நிமிர்ந்து உட்கார்ந்தார். “இல்லை, அது கனவு இல்லை. இந்த நிமிடம் எப்படி கொட்டக்கொட்ட விழித்திருக்கிறேனோ இதுபோலவே அப்போதும் இருந்தேன்.” அவர் கோபமாக இருந்தார், அந்த அழுத்தம் அவரிடம் இருந்த சிறிதளவு வலிமையைக் கூட்டுவதாக இருந்தது.

“என்ன நடந்தது என்று சொல்கிறேன்.”

ஓ, கடவுளே, ஒரு ஆவிக்கதை. நீண்ட குளிர்கால இரவுகளில் ஸ்டோருக்குத் தாமதமாக வரும் வாடிக்கையாளர்கள் நிலக்கடலை வறுக்கும் வாணலியைச் சுற்றி உட்கார்ந்துகொண்டு யார் சொல்வது சிறந்தது என்று காண்பிப்பதற்காக ஆவிகள், பழிவாங்கும் துர்ஆத்மாக்கள், ஓலமிடும் தேவதைகள், தாயத்துகள், செய்வினை விளைவுகள் என மனிதர்களுக்கு அப்பாற்பட்ட விஷயங்களைப் பற்றி பேசிக்கொண்டிருப்பதை அச்சத்தோடு வெறுத்திருக்கிறேன். ஆனால் இப்போது உண்மையான ஒன்று, ஒரு நிஜமான மனிதருக்கு, நேற்றிரவு நடந்திருக்கிறது. அது என்னால் தாங்கிக்கொள்ள முடியாமல் போய்விடும். நான் எழுந்து ஜன்னல் பக்கமாகப் போய்விட்டேன்.

திருமதி ப்ளோரிடாவின் சவஅடக்கம் ஜூன் மாதத்தில் எங்களது இறுதித் தேர்வுகள் முடிந்த கையோடு நடந்தது. பெய்லியும் லூயிஸூம் நானும் தேர்வுகளை நன்றாக எழுதியிருந்தோம். எங்களுக்குள்ளும் மற்றவரோடும் சந்தோஷமாக இருந்தோம். கோடைவிடுமுறை, அதனுடைய சுற்றுலாக்கள், மீன்பொரிப்புகள், பிளாக்பெர்ரி தேடல்கள், இருட்டும்வரையிலான கிராக்யுட் விளையாட்டுகள் ஆகியவற்றின் எதிர்பார்ப்புகளோடு, எங்கள் முன் பொன்னிறமாக விரிந்தது. என்னுடைய ஆரோக்கியமான மனநிலையை ஒரு தனிப்பட்ட இழப்பு மட்டுமே துளையிட முடியும். பிரான்டே சகோதரிகளைச் சந்தித்து அவர்களை அன்புசெய்து கொண்டிருக்கிறேன், கிப்ளிங்கின் “இஃப்”பிலிருந்து ‘இன்விக்டஸூ’க்கு மாறிவிட்டேன். லூயிஸூடனான எனது நட்டி கை விளையாட்டுகள் மற்றும் வட்டு விளையாட்டுகள் என்ற அளவிலான உறவு, ‘நெஞ்சைத் தொட்டுச் சொல், வேறு யாரிடமும் சொல்ல மாட்டேன் என்று’ என்ற வாக்குறுதி பெற்று, பலமுறை பரிமாறிக்கொண்ட, நெஞ்சுக்குழிக்குள் ஆழத்திலும் இருட்டிலும் இருந்த ரகசியங்கள் மூலமாக

உறுதிப்பட்டு இருந்தது. செயின்ட் லூயிஸ் பற்றி நான் அவளிடம் சொல்லவே இல்லை. குற்றவுணர்வோடு கூடிய அந்தப் பயங்கரக்கனவு எனக்கு உண்மையில் நிகழவே இல்லை என்ற நினைப்புக்கு வந்திருந்தேன். அது எனக்குத் தொடர்பே இல்லாத மோசமான ஒரு சிறுமிக்கு ஆண்டு களுக்கு, பலப்பல ஆண்டுகளுக்கு முன்பு நடந்தது.

திருமதி டெய்லர் இறந்துவிட்டார் என்ற தகவல் முதலில் நான் பொருட்படுத்த வேண்டிய செய்தியாக எனக்குப் படவில்லை. அனைத்து குழந்தைகளும் வழக்கமாக நினைப்பதைப் போல அவர் வயசாளி என்பதால் அவருக்கு எஞ்சியிருந்த வேலை ஒன்றுதான் அது, அவர் செத்துப்போவதுதான் என்று நானும் நினைத்துக்கொண்டேன். அவர் ஒரு இனிமையான நபர்தான், வயது மூப்பின் காரணமாக நடப்பதற்குக் கொஞ்சம் சிரமப்படுபவர், பிஞ்சுத்தோலை வருட விரும்பும் மிருதுவான நகங்களைக்கொண்டது போலிருப்பவை அவரது கைகள். ஒவ்வொருமுறை அவர் ஸ்டோருக்கு வரும்போதும் அருகில் போக வேண்டும், அவர் தனது மஞ்சள்நிற நகங்களால் என் கன்னங்களை வருடுவார். ‘உனக்கு நிஜமாகவே அழகான தோல்நிறம் வாய்த்திருக்கிறது.’ இந்த மாதிரி புகழ் வார்த்தைகள் அரிதாகவே வெளிப்படும் ஓர் உலகத்தில் அது ஒரு பெரிய பாராட்டாக எனக்குப் பட்டதால் அதை அவருடைய வறண்ட விரல்களின் தடவுதலுக்கு ஈடாக எடுத்துக்கொண்டேன்.

“நீ அடக்கத்திற்குப் போகிறாய், சகோதரி”. பாட்டி என்னிடம் கேள்வியாகக் கேட்கவில்லை.

பாட்டி சொன்னார், “நீ போகிறாய், ஏனென்றால் சகோதரி டெய்லர் உன் மேல் எந்த அளவுக்கு நல்ல அபிப்பிராயம் வைத்திருந்தார் என்றால் தனது மஞ்சள்நிற மார்பு ஊசியை உனக்கு விட்டுவிட்டுப் போயிருக்கிறார்.” (அவர் தங்கம் என்று சொல்லவில்லை ஏனெனில் அது தங்க ஊசியில்லை) “அவர் சகோதரர் டெய்லரிடம் ‘சகோதரி ஹெண்டர்சனின் பேத்தியிடம் எனது தங்க மார்பு ஊசியைக் கொடுக்க விரும்புகிறேன்’ என்று சொல்லியிருக்கிறார்” எனவே நீ போகத்தான் வேண்டும்.”

தேவாலயத்திலிருந்து கல்லறைத் தோட்டத்துக்குக் குன்றின் மேலாகச் சில சவப்பெட்டிகளுக்குப் பின்னால் சென்றிருக்கிறேன். நான் இளகிய மனம் கொண்டவள் என்று பாட்டி சொல்லியிருந்ததால் சவஅடக்க வழிபாட்டில் நான் வலுக்கட்டாயமாக இருந்தே ஆக வேண்டும் என்று வற்புறுத்தப்பட்டதில்லை. பதினொரு வயதில் இறப்பு திகிலாக இல்லாமல் நம்ப முடியாததாக மட்டுமே இருந்தது. பழைய ஒரு மார்பு ஊசிக்காக, அதுவும் தங்கத்தில் அல்லாத, நான் பயன்படுத்த விருப்பமில்லாத ஊசிக்காக நல்ல ஒரு பிற்பகலில் தேவாலயத்தில் உட்கார்ந்திருப்பது எனக்கு வெட்டியாகப்பட்டது. ஆனால் பாட்டி போக வேண்டும் என்று சொல்லிவிட்டதால் நான் அங்கே இருந்தாக வேண்டும்.

துக்கம் அனுசரிப்பவர்கள் முதல் வரிசை பெஞ்சுகளில் நீலகம்பளி, கருப்பு சுருக்கத்துணி உடைகளில் இருள்படிந்த நிலையில் இருந்தார்கள். தளர்வாக ஆனால் வெற்றிகரமாக ஒரு இரங்கல் பாடல் தேவாலயத்துக்குள் சுற்றி வந்தது. ஒவ்வொரு கேளிக்கையான எண்ணங்களுக்குள்ளும்

சுலபமாக உட்புகுந்து ஒவ்வொரு மகிழ்ச்சியான நினைவுகளிலும் அது அடைக்கலமானது. பளுவற்றும் நம்பிக்கையோடும் இருந்த மனங்களை உடைப்பதுபோல்: "யோர்தானுக்கு அக்கரையில் களைத்துப் போனவர் களுக்கு அமைதி, எனக்கு அமைதி." அனைத்து வாழும் ஜீவன்களுக்கும் தவிர்க்க முடியாத சேருமிடம் இதோ ஒரு அருகில் வந்துவிடப்போகிறது என்பதைப் போல. இறந்துபோவதைப் பற்றி முன்பு நான் எப்போதும் நினைத்துப் பார்த்ததில்லை, இறப்பு, இறந்துவிட்டது, நீத்தார் என்ற வார்த்தைகள் தொலைவாகக்கூட என்னோடு சம்பந்தப்பட்டவை அல்ல, நான் அவற்றை நினைத்துப் பார்த்ததும் இல்லை.

ஆனால் அந்தக் கொடுமையான தினத்தில் நிவாரணத்துக்கு அப்பால், ஒடுக்கப்பட்ட மனநிலையில், நிதானமாகப் பேரழிவை ஏற்படுத்தும் அலைகளைப் போல என்னுடைய சொந்த மரணவாய்ப்பு நினைப்பு வந்து என்னை அழுத்தியது.

அந்தத் துக்கமான பாடல் தனது போக்கில் ஓடி முடிந்தவுடனே வழிபாட்டை நடத்தியவர் பீடத்துக்கு வந்து ஒரு பிரசங்கத்தைச் செய்தார், அது எனக்கு எந்த மனச் சாந்தியையும் தரவில்லை. அதன் தலைப்பு, 'நீ எனது நல்ல, விசுவாசமான சேவகன், உன்னால் நான் மகிழ்ச்சியடைந்திருக்கிறேன்.'

குளிர்ந்துபோன கல்லறைகளைப் பற்றிய பயத்தை எங்கள் தோல் களுக்குக் கீழே செலுத்திவிட்டு அவர் திருமதி டெய்லரைப் பற்றி பேச ஆரம்பித்தார். "அவர் இறைத்தன்மையுள்ள பெண்மணி, ஏழைகளுக்கு உதவியவர், நோயுற்றவர்களைச் சென்று பார்த்தவர், சபைக்குக் காணிக்கை தந்தவர், பொதுவாக நல்ல வாழ்க்கையை வாழ்ந்தவர்." இந்தப் பகுதியை அவர் பேசும்போது, நான் கோயிலுக்குள்ளே வந்தபோது கண்ணில்பட்டு, பிறகு தீர்மானமாகப் பார்த்துவிடக் கூடாது என்று நான் தவிர்த்துக்கொண்டிருந்த சவப்பெட்டியிடம், நேராகப் பேச ஆரம்பித்தார்.

'நான் பசியாயிருந்தேன், நீங்கள் சாப்பிட உணவு தந்தீர்கள். நான் தாகமாக இருந்தேன், நீங்கள் எனக்குத் தண்ணீர் குடிக்கத் தந்தீர்கள். நோயுற்று இருந்தேன், என்னைப் பார்க்க வந்தீர்கள். நான் சிறையிலிருந்த போதும் நீங்கள் என்னைக் கைவிட்டுவிடவில்லை. கடையனிலும் கடையான எவனுக்கு நீங்கள் இவற்றையெல்லாம் செய்தீர்களோ அதை நீங்கள் எனக்கே செய்தீர்கள்." அவர் பீடத்திலிருந்து இறங்கி அந்தச் சாம்பல்நிற வெல்வெட் பெட்டியை நோக்கிவந்தார். ஒரு ஆர்ப்பட்டமான கைவீச்சோடு அவர் அந்தச் சாம்பல்நிறத் துணியைச் சவப்பெட்டியின் மூடியிருக்காத பகுதியிலிருந்து எடுத்துவிட்டுக் குனிந்து அந்த விளங்கா மர்மத்தை உற்றுப் பார்த்துக்கொண்டிருந்தார்.

"அருள் நிறைந்த ஆன்மாவே, கிறிஸ்து உன்னை எழுப்பி அவருடைய பிரகாசமான மோட்சத்துக்கு அழைக்கும்வரை உறங்குவாயாக."

அவர் இறந்துபோன பெண்மணியிடம் நேராகப் பேசுவதைத் தொடர்ந்துகொண்டிருந்தார். அவருடைய இங்கிதமில்லாத பாணியால் அருவருப்படைந்திருந்த நான், திருமதி டெய்லர் சவப்பெட்டியிலிருந்து

எழுந்து அவருக்குப் பதில் சொல்லிவிடட்டும் என்று நினைத்தேன். திரு டெய்லரிடமிருந்து ஒரு அலறல் கிளம்பியது. திடீரென எழுந்துநின்று அவரது கைகளைப் பிரசங்கியார், சவப்பெட்டி, அவரது மனைவியின் உடலை நோக்கி நீட்டினார். ஒரு நீண்ட நிமிடத்துக்கு வாக்குறுதிகள் மினுங்கியும் எச்சரிக்கைகள் நிறைந்தும் கலந்த அறிவுறுத்தல் வார்த்தைகள் அந்த இடத்தினுள் விழுந்துகொண்டிருக்க, தனது முதுகைக் கூடியிருப்பவர்களுக்குக் காட்டியவாறே, அவர் நின்றுகொண்டிருந்தார். பாட்டியும் வேறுசில பெண்களும் ஒருவாறு அவரைப் பிடித்து மறுபடியும் பெஞ்சில் அமர வைத்தார்கள், அவரும் வெட்டுத்துணிகளால் அடைக்கப்பட்ட முயல் பொம்மை போல் உடனடியாக மடங்கியவாறு இருந்துவிட்டார்.

திரு டெய்லரும் சபையின் உயர் பொறுப்பிலிருந்தவர்களும் முதலில், இறந்துபோனவருக்குப் பிரியாவிடை கொடுப்பதற்கும் எல்லா மனிதர்களும் இறுதியில் எப்படிக் கிடப்பார்கள் என்று கண்கூடாகப் பார்த்துக்கொள்வதற்கும் சவப்பெட்டியைச் சுற்றிவந்தார்கள். அப்புறம், இறந்தவரை உயிரோடு இருக்கின்ற நாம் பார்க்கிறோமே என்ற குற்ற உணர்வு கனக்கச் செய்த காலடி ஓசைகளோடு மூத்தவர்கள் சுற்றிவந்தபின், தங்கள் இருக்கைகளை அடைந்தார்கள். சவப்பெட்டியை நெருங்கும் முன்பு பயம் கலந்த யோசனையைக் காட்டிய அவர்கள் முகங்கள், பாதை இடைவெளியில் திரும்பி வரும்போது தாங்கள் பயந்தது தங்களுக்கு நடந்தேதீரும் என்ற உண்மையை இறுதியாக உணர்ந்துகொண்டவர் களாகக் காட்டின. அவர்களது முகங்களை அவதானித்துக்கொண்டிருந்தது, ஜன்னல் திரைகள் சரியாக இழுத்துவிடப்படாமல் இருக்கும்போது இடைவெளி வழியாக உற்றுப் பார்ப்பதைப் போலிருந்தது. நான் வேண்டுமென்றே செய்யாவிட்டாலும் அந்த நாடகத்தில் அவர்களுடைய பங்கைக் கவனிக்காமல் என்னால் இருக்க முடியவில்லை.

அதன்பிறகு கருப்பு உடையணிந்த வழிகாட்டும் பெண்ணொருவர் தனது கையை மரக்கட்டையைப் போல குழந்தைகள் பகுதியை நோக்கி நீட்டினார். கொஞ்சநேரம், தயாராக இல்லாத தயக்க உரசல்களுக்குப் பின்பு, ஒரு பதினான்கு வயதுப் பையன், மற்றவர்கள் பின்தொடர முன்னே சென்றான். திருமதி டெய்லரைப் பார்க்கும் எண்ணம் எனக்கு அறவே இல்லையென்றாலும் எழுந்து மற்றவர்களோடு போகாமலிருக்க எனக்குத் துணிவில்லை. பாதை இடைவெளிக்கு அப்பால் இருபுறத்திலிருந்தும் முனகல்களும் அலறல்களும் கோடைகாலத்தில் அணியப்பட்ட கருப்புக் கம்பளி உடைகளிலிருந்து வந்த வாடையோடும் மஞ்சள் பூக்களோடு இருந்த வாடிய இலைகளின் மணத்தோடும் கலந்து குமட்டிக்கொண்டு வந்தது. இறுக்கிக்கொண்டிருந்த துயரச்சத்தங்களை முகர்ந்துகொண்டிருந்தேனா அல்லது சாவின் தெவிட்டும் நாற்றத்தைக் கேட்டுக்கொண்டிருந்தேனா என்று எனக்கு வேறுபடுத்திச் சொல்ல முடியவில்லை.

அந்த மெல்லிய மூடுதுணி ஊடாக அவரை எளிதாகப் பார்த்திருக்க என்னால் முடியும், மாறாகத் திடீரென வெறுமை யாகவும் தீமையாகவும் எனக்குப்பட்ட அந்தக் கறுத்த முகத்தை உற்றுப் பார்த்தேன். எப்போதும் எனக்குத் தேவைப்படாத ரகசியங்களை

அது அறிந்திருக்கும். கன்னங்கள் காதுகளை நோக்கி இறங்கியிருந்தன, தாராள மனதுடைய சாவு ஒப்பனையாளன் ஒருவன் அவருடைய கறுத்த உதடுகளில் சாயம் பூசிவிட்டிருந்தான். அழுகலின் மணம் இனிமையாகவும் கவ்விக்கொள்வதாகவும் இருந்தது. பேராசையும் வெறுப்புமாக அது உயிரைத் தேடும் வேட்கையோடு தடுமாறிக்கொண்டிருந்தது. ஆனால் அது மனோவசியப் படுத்துவதாக இருந்தது. அங்கிருந்து பாய்ந்து சென்றுவிட நினைத்தேன், ஆனால் எனது காலணிகள் தரையில் ஒட்டிக் கொண்டுவிட்டன, நிற்பதற்காகச் சவப்பெட்டியின் பக்க நுனிகளைப் பிடித்துக்கொள்ள வேண்டியதாகிவிட்டது. நகர்ந்துகொண்டிருந்த வரிசை திடீரென நின்றுவிட்டதால் குழந்தைகள் ஒருவர்மேல் ஒருவர் இடித்துக்கொண்டனர், கோப முணுமுணுப்புகள் என் காதுகளை எட்டின.

"முன்னே நகர்ந்துபோ சகோதரி, முன்னே நகர்ந்து போ." இது பாட்டி. இது என் சிந்தையைப் பிடித்து இழுத்ததாலும் யாரோ என்னைப் பின்னாலிருந்து தள்ளியதாலும் நான் விடுபட்டேன்.

அப்போதே சாவின் இருண்மைக்கு நான் என்னைக் கையளித்து விட்டேன். திருமதி டெய்லரிடம் மாற்றத்தை ஏற்படுத்திய அதனுடைய பாதிப்பின் வலிமையை எதிர்க்க முடியாது. ஸ்டோருக்குள் காற்றைப் பிளக்கும் அவருடைய உயர்ந்த கட்டைக்குரல் இப்போது நிரந்தரமாக அடங்கிவிட்டது, நாற்றமடிக்கும் மாட்டுச் சாணம்போல, அவருடைய உருண்டுதிரண்ட முகம் சப்பிக்கிடக்கிறது.

சவப்பெட்டி, குதிரைகள் பூட்டிய வண்டியில் மயானத்துக்குக் கொண்டு செல்லப்பட்டது, வழிநெடுக நான் சாவின் தேவதைகளோடு, அவர்களது நேர, இட, ஆள் தேர்வுகளைக் குறித்து கேள்வி உரையாடலில் இருந்தேன்.

முதல் தடவையாக அடக்க நிகழ்வு எனக்கு ஒரு அர்த்தத்தைக் கற்பித்தது.

"சாம்பலிலிருந்து சாம்பலுக்கு, மண்ணிலிருந்து மண்ணுக்கு." எந்த மண்ணிலிருந்து வந்தாரோ அந்த மண்ணுக்கே திருமதி டெய்லர் திரும்புகிறார் என்பது உறுதியாகிவிட்டது. யோசித்துப் பார்த்தபோது, உண்மையில், அந்த வெல்வெட் சவப்பெட்டியின் வெள்ளைநிற சாட்டின் துணியில் கிடந்த அவர், களிமண்ணால் செய்யப்பட்ட பாப்பாவைப் போலவே இருக்கிறார் என்ற முடிவுக்கு வந்தேன். ஒரு மழை தினத்தில் கற்பனைத் திறனுடைய குழந்தைகளால் வடிவமைக்கப் பட்டுச் சீக்கிரமே இறுக்கமில்லாத நிலத்துக்குள் போகவிருக்கும் களிமண் பாப்பா.

அந்த இருண்ட நிகழ்வின் நினைவுகள் எனக்கு இப்போதும் பசுமையாய் இருக்கும்போது பாட்டியும் வில்லி சித்தப்பாவும் அமைதியாகச் சாப்பிட்டுக் கொண்டிருப்பதை ஏறெடுத்துப் பார்த்து ஆச்சரியப்பட்டேன். ஒரு மனிதன் என்ன சொல்ல வேண்டுமோ அதைச் சொல்லிக்கொண்டிருக்கிறான் என்பதைத் தெரிந்தவர்கள்போல அவர்கள் பதட்டமும் அடையவில்லை,

தயக்கமும் காட்டவில்லை. ஆனால் நானோ அதில் எதையும் தெரிந்து கொள்ள விரும்பவில்லை. காற்றும் என்னுடன் கூட்டுசேர்ந்து கொண்டதுபோல் பின்கதவுக்குப் பக்கத்திலிருந்த சைனா பெர்ரி மரத்தைப் பயமுறுத்திக்கொண்டிருந்தது.

“நேற்றிரவு, நான் இரவுஜெபத்தை முடித்துவிட்டு, படுக்கையில் படுத்திருந்தேன். உங்களுக்குத் தெரியுமல்லவா, அது அவள் இறந்து போனபோது படுத்திருந்த அதே கட்டில்.” “ஓ கொஞ்சம் நிறுத்துங்கள்.” பாட்டி சொன்னார். “சகோதரி, உட்கார், உன் சூப்பைக் குடித்துமுடி. இந்தக் குளிரான இரவில் உன் வயிற்றில் சூடாக ஏதாவது இருக்க வேண்டும். நீங்கள் சொல்லுங்கள், சகோதரர் டெய்லர், ப்ளீஸ்,” பெய்லி பக்கத்தில் எந்த அளவு நெருங்கி உட்கார முடியுமோ அந்த அளவுக்கு நெருக்கமாக உட்கார்ந்துவிட்டேன்.

“ஏதோ ஒன்று என் கண்களைத் திறக்கச் சொன்னது”.

தனது கரண்டியைக் கீழே வைக்காமலே பாட்டி கேட்டார், “ஏதோ ஒன்று என்றால் அது என்னது?”

“யெஸ் சார்,” வில்லி சித்தப்பா விளக்கினார். “அது நல்ல இதாகவும் இருக்கலாம், கெட்ட இதாகவும் இருக்கலாம் அல்லவா?”

“எனக்கு உறுதியாகத் தெரியவில்லை, ஆகவே கண்ணைத் திறப்பது நல்லது என்று தோன்றியது. ஏனெனில் அது இரண்டில் ஒன்றாக இருக்க வேண்டும். கண்ணைத் திறந்து பார்த்தேன், திறந்தவுடன் முதலில் நான் கண்டது ஒரு சின்னக் குழந்தை சம்மனசை. அது ஒரு வெண்ணெய் உருண்டையைப் போல் கொழுகொழுவென்று இருந்தது, சிரித்துக் கொண்டிருந்தது, கண்களோ நீலம், நீலம், நீலம்.”

வில்லி சித்தப்பா கேட்டார், “ஒரு குழந்தை சம்மனசா?”

“யெஸ் சார், அது என் முகத்தைப் பார்த்துச் சிரித்தது. அப்புறம் இந்த மாதிரி நீண்ட முனகல் “ஆ... ஹ் ஹ்.” சகோதரி ஹெண்டர்சன் நீங்கள் சொல்வதுபோல் நாற்பது வருடங்கள் நாங்கள் சேர்ந்து வாழ்ந்தோம். எனக்கு ப்ளோரிடாவின் குரல் தெரியும். அப்போது நான் பயப்படவில்லை. நான் “ப்ளோரிடாவா” எனக் கூப்பிட்டேன். அப்புறம் அந்த சம்மனசு உரக்கச் சிரித்தது, முனகலும் அதிகச் சத்தமாக இருந்தது.”

நான் எனது குவளையைக் கீழே வைத்துவிட்டு பெய்லியை ஒட்டி உட்கார்ந்துகொண்டேன். திருமதி டெய்லர் ஒரு இதமான பெண்மணி, எப்போதும் சிரிப்போடு, பொறுமையாகவும் இருப்பவர். கடைக்கு வரும்போதெல்லாம் அவரிடம் எனக்கு நெருடலாகப்படுவது அவர் குரல் மட்டும்தான். கிட்டத்தட்டக் காதுகேளாதவர்கள்போல அவர் கத்துவார், பாதி அவர் சொல்வது அவருக்கே கேட்காததனாலும் மீதி கேட்பவர்கள் அதேபோன்று பதிலளிப்பார்கள் என்ற நம்பிக்கையினாலும். அதெல்லாம் அவர் வாழ்க்கையை வாழ்ந்தபோது. அந்தக் குரல் கல்லறைக்குழியிலிருந்து வெளியேவந்து மயானத்திலிருந்து குன்றின் கீழாக இறங்கி, இங்கு என் தலைக்குமேல் தொங்கிக்கொண்டிருக்கிறது என்ற எண்ணம், என் தலைமுடிகளெல்லாம் நேராக விறைத்து நிற்கப் போதுமானதாக இருந்தது.

"யெஸ் சார்." அவர் அடுப்பைப் பார்த்துக்கொண்டிருந்தார், அடுப்பின் இளஞ்சிவப்பு வெளிச்சம் அவர் முகத்தில் விழுந்தது. அது அவர் தலைக்குள் தீ பற்றி எரிந்துகொண்டிருப்பதைப் போலத்தோன்றியது. "முதலில் நான் கூப்பிட்டேன்," ப்ளோரிடா, ப்ளோரிடா, உனக்கு என்ன வேண்டும் என்று" ஆனால் அந்தச் சாத்தானைப் போன்ற சம்மனசு, இசைக்குழு தோற்றுப்போகுமளவுக்குச் சிரித்துக்கொண்டேயிருந்தது." திரு டெய்லர் தானும் சிரிக்க முயன்றார். ஆனால் அவருக்கு அது ஒரு நடுங்கிய தோற்றத்தைத் தந்ததில் முடிந்தது. "எனக்கு வேண்டும் கொஞ்சம் ..." அப்போது அவள் சொன்னது "எனக்கு வேண்டும் கொஞ்சம்". 'அவர் தனது குரலைக் காற்று வீசுவதுபோல், காற்றுக்கு நுரையீரல் நிமோனியா வந்ததுபோல் மாற்றிக்கொண்டார். இளைப்புக் குரலில் அவர் சொன்னார், "எனக்குக் குழந்தைகள் வேண்டும் கொஞ்சம்."

பெய்லியும் நானும் தரைக்குப் பாதி உயரத்தில் முட்டிக்கொண்டோம்.

பாட்டி சொன்னார், "சகோதரர் டெய்லர், நீங்கள் கனவு கண்டிருக்கலாம். உங்கள் மனதில் படுக்கச் செல்லும்போது என்ன எண்ணங்கள் இருக்கின்றனவோ அவை கனவுகளாக வருமென்று சொல்கிறார்கள்."

"இல்லை மேடம், சகோதரி ஹெண்டர்சன், இப்போது எப்படி கொட்டக்கொட்ட விழித்திருக்கிறேனோ அப்படித்தான் அப்போதும் விழித்திருந்தேன்."

"அவள், உங்களைப் பார்க்க விட்டாளா?" வில்லி சித்தப்பாவின் முகத்தில் கனவுச் சாயல் படிந்திருந்தது.

"இல்லை வில்லி, நான் பார்த்ததெல்லாம் அந்தக் குண்டு, வெள்ளைப் பாப்பா சம்மனசைத்தான். ஆனால் அந்தக் குரலைப் பற்றி எனக்கு எந்தக் குழப்பமும் இல்லை..." "எனக்குக் குழந்தைகள் வேண்டும் கொஞ்சம்."

அந்தக் குளிர்ந்த காற்று எனது பாதங்களையும் முதுகுத்தண்டையும் சில்லிட வைத்துவிட்டது. திரு டெய்லர் பேசிக் காட்டியது என் ரத்தத்தை உறைய வைத்துவிட்டது.

பாட்டி சொன்னார், "சகோதரி, உருளைக்கிழங்கு எடுப்பதற்கு நீளமுள்கரண்டியை எடுத்து வா."

"மேடம்?" பயமுறுத்தும் பத்து லட்சம் மைல்களுக்கு அப்பாலிருந்த சமையலறை அடுப்புக்குப் பின்னால் தொங்கவிடப்பட்டிருந்த அந்த நீளமுள் கரண்டியை அவர் குறிப்பிடவில்லை என்று நினைத்தேன்.

"நான் சொல்கிறேன், முள்கரண்டியை எடுத்துக்கொண்டு வா. உருளைக்கிழங்குகள் கருகிக்கொண்டிருக்கின்றன."

பிடித்துவைத்திருந்த பயத்திலிருந்து கால்களை விடுவித்தேன். கால் தடுமாறி கிட்டத்தட்ட அடுப்பில் விழப்போனேன். பாட்டி சொன்னார், "அந்தக் குழந்தை தரைவிரிப்பிலிருக்கின்ற வடிவுகளில்கூடத் தடுக்கி விழுந்துவிடுவாள். அப்புறம் சொல்லுங்கள் சகோதரர் டெய்லர், வேறு எதுவும் சொன்னாளா?"

அவர் சொன்ன எதையும் நான் கேட்க விரும்பவில்லை. எனது குடும்பம் உட்கார்ந்திருந்த அந்தப் பிரகாசமான அறையிலிருந்து சென்று விடவும் எனக்கு ஆர்வமில்லை.

"நல்லது, அவள் 'ஆஹ்ஹ்' என்று இன்னும் சில தடவை சொன்னாள். அப்புறம் அந்த சம்மனசு கூரையிலிருந்து நடந்து சென்று விட்டது. உண்மையில் கிட்டத்தட்ட பயத்தில் உறைந்து போனேன்."

நான் யாருமில்லாத இருட்டுச் சமுத்திரத்தை அடைந்து விட்டேன். இனி எந்தப் பெரிய முடிவையும் எடுக்க வேண்டியதில்லை. வில்லி சித்தப்பாவின் படுக்கையறை கெட்டிக் கறுப்பைப் கடந்து செல்வது நரகவேதனையாக இருக்கும், ஆனால் அது இங்கேயே இருந்து இந்தப் பேய்க்கதையைக் கேட்டுக்கொண்டிருப்பதைவிட மேலானது. அதோடு பாட்டியைக் கோபப்படுத்தவும் கூடாது. என்மேல் அவர் அதிருப்தியாக இருக்கும் சமயங்களில் என்னைக் கட்டிலின் ஓரத்தில் படுக்கும்படி சொல்லிவிடுவார். இன்று நான் எவ்வளவு நெருக்கமாக அவருடன் படுக்கிறேனோ அந்த அளவு நெருங்கிப்படுக்கத் தேவையிருப்பது எனக்குத் தெரியும்.

இருட்டுக்குள் ஒரு அடி எடுத்துவைத்தவுடன் யதார்த்தத்திலிருந்து அன்னியமாகிவிட்ட உணர்வு ஒரு நிமிடம் என்னை நிலைகுலைய வைத்தது. நான் மறுபடியும் வெளிச்சத்துக்குள் எப்போதும் போக முடியாது என்ற எண்ணமும் வந்தது. வேகமாக, பரிச்சயமான இடத்துக்கு திரும்பவும் கொண்டுசெல்லும் கதவைக் கண்டுபிடித்தேன், ஆனால் கதவைத் திறக்கும்போது அந்தக் கேடுகெட்ட கதை என்னை வந்தடைந்து என் காதுகளைப் பிடித்துக்கொண்டது. நான் கதவை மூடினேன்.

உண்மையாகவே நான் பேய் உறைவிடங்களையும் ஆவிகளையும் 'அந்த மாதிரி' விஷயங்களையும் நம்பினேன். எக்கச்சக்கமான கடவுள் நம்பிக்கையுடைய தெற்கத்திய நீக்ரோ பாட்டியால் வளர்க்கப்பட்ட எனக்கு மூடநம்பிக்கைகள் இல்லாமலிருந்தால் அது அசாதாரண மனப்பான்மையாகவே இருக்கும்.

சமையலறைக்குப் போய்விட்டு வந்தது இரண்டு நிமிடங்கள் எடுத்துக் கொண்டிருக்காது, என்றாலும் அதற்குள் நான் சதுப்புநில கல்லறைத் தோட்டங்களிலும், தூசுபடிந்த கல்லறைச் சின்னங்களில் ஏறி இறங்கியும், ராத்திரிக் கறுப்புநிற பூனைகளின் குட்டிகளைத் தவிர்த்தும் சுற்றிவந்தேன்.

குடும்ப வட்டத்துக்குள் திரும்பி வந்தபின் அந்தச் சிவந்த தணல் கொண்ட அடுப்பின் நடுப்பகுதி எப்படி அரக்கனின் ஒற்றைக்கண்போல இருந்தது, என்று எனக்குள்ளே சொல்லிக்கொண்டேன்.

"அந்த வேளை, அது எனது தந்தையார் இறந்த தருணத்தை ஞாபகப்படுத்திவிட்டது. உங்களுக்குத் தெரியுமல்லவா, நாங்கள் இருவரும் ரொம்ப அந்நியோன்யமாக இருந்தோம்." திரு. டெய்லர் திகிலூட்டும் பயங்கரங்களின் உலகுக்குள் தன்னைத் தானே வசியப்படுத்திக் கொண்டுவிட்டார்.

அவருடைய பழைய நினைவுகளை நான் இடைமறித்தேன். "பாட்டி, இதோ முள்கரண்டி". பெய்லி அடுப்புக்குப் பின்னால் தரையில் ஒருக்களித்துப் படுத்திருந்தான், அவனது கண்கள் மின்னிக்கொண்டிருந்தன. அவனுக்கு, அவர் சொன்ன கதையைவிட, அவருடைய கதையின்மீது அவருக்கு இருந்த மருள் ஈர்ப்பே, சுவாரஸ்யமாக இருந்தது.

பாட்டி தன் கையை என் முழங்கையில் வைத்துவிட்டுச் சொன்னார், "நீ நடுங்கிக்கொண்டிருக்கிறாய் சகோதரி. என்ன விஷயம்?" பயஉணர்வில் எனது தோல் இன்னும் துடித்துக்கொண்டிருந்தது.

வில்லி சித்தப்பா சிரித்தார், அப்புறம் சொன்னார், "ஒருவேளை சமையலறைக்குப் போனதில் பயந்திருப்பாள்."

அவரது உரத்த சிரிப்பை நான் நம்பவில்லை. புலப்படாத விஷயங்களுக்குள் அழைத்துச் செல்லப்பட்டதில் எல்லோரும் சங்கடமாக உணர்ந்தனர்.

"நோ சார், அந்தக் குட்டி சம்மனசு பாப்பாவைப் போல தெளிவாக நான் வேறெதையும் பார்த்ததில்லை." ஏற்கெனவே கொழகொழவென இருந்த சீனிக்கிழங்கை அவரது வாய் தன்னிச்சையாக மென்றுகொண்டிருந்தது. 'சும்மா சிரித்துக் கொண்டு, தீப்பிடித்த வீடுபோல. இதற்கு நீங்கள் என்ன அர்த்தம் கண்டுபிடிப்பீர்கள் சகோதரி ஹெண்டர்சன்?"

ஒரு அரைப் புன்னகையோடு பாட்டி தனது ஆடும் நாற்காலியில் சாய்ந்து உட்கார்ந்திருந்தார், "நீங்கள் கனவு காணவில்லை என்று உறுதியாக நம்பினால் சகோதரர் டெய்லர் . . ."

"இப்போதுபோல் கொட்டக் கொட்ட" அவர் கோபமானார். "அப்போதும் நான் விழித்திருந்தேன்."

"நல்லது, அப்படியானால் அதற்கு அர்த்தம் . . ."

"நான் எப்போது தூக்கத்திலிருக்கிறேன். எப்போது நான் விழித்திருக்கிறேன் என்று எனக்குத் தெரியும்."

"– அப்படியானால் சகோதரி ப்ளோரிடா நீங்கள் சபையில் குழந்தைகளுக்கான சேவைகளைச் செய்ய வேண்டும் என்று விரும்புகிறார் போலும்."

"எப்போதும் நான் ஒரு விஷயத்தை ப்ளோரிடாவிடம் சொல்வதுண்டு. ஜனங்கள் எப்போதும் உன் வார்த்தைகளை இடைமறிக்காமல் சொல்லவிட மாட்டார்கள் . . ."

"அவர் உங்களிடம் என்ன சொல்ல விரும்புகிறார் என்றால் . . ."

"நான் பைத்தியம் இல்லை, தெரியுமா. என் மனது முன்பு போலவே சரியாகத்தான் இருக்கிறது."

"ஞாயிற்றுக்கிழமைகளில் குழந்தைகள் வகுப்பு ஒன்றை நீங்கள் . . ."

"நான் சொல்வதை நீங்கள் நம்புங்கள்."

அவர்கள் பேசியதும் பதிலளித்ததும் டேபிள் டென்னிஸ் விளையாட்டுப் போல இருந்தது. ஒவ்வொரு தட்டலிலும் பந்து நடுவலையைத்தாண்டி மறுபடியும் எதிராளியின் பக்கம் வந்துகொண்டிருப்பதைப் போலிருந்தது. என்ன சொல்ல வருகிறார்கள் என்பது தொலைந்துபோய், சொல்வது என்ற வினை மட்டும், தொடர்ந்து கொண்டிருந்தது. அந்த உரையாடல் அளவாக விழும் மண்வெட்டியின் கொத்துபோல கச்சிதமாகவும் திங்கட்கிழமை துவைத்துக் காயப்போட்ட துணிகள் காற்றில் படபடத்துக்கொண்டிருக்கும் அசைவுகளோடும் கிழக்கே ஒரு அடி அப்புறம் மேற்கே ஒரு அடி. ஈரத்தை வெளியேற்றுவது மட்டுமே நோக்கம் என நிகழ்ந்துகொண்டிருந்தது.

சில நிமிடங்களில் பயங்கரத்தின் போதை பறந்துவிட்டது, அது எப்போதும் அங்கு நிலவவில்லை என்பதுபோல. பாட்டி, திரு டெய்லரிடம் அவர் நிலத்தில் வேலைக்குத் துணையாக ஜென்கின்ஸ் பசங்களில் ஒருவனை ஏற்பாடு செய்துகொள்ள வலியுறுத்தினார். வில்லி சித்தப்பா அடுப்புத் தணலை நோக்கி தலையாட்டிக்கொண்டிருந்தார், பெய்லி திரும்பவும் ஹக்கிள் பெர்ரி ஃபின்னின் சாகசங்களுக்குள் தப்பித்துச் சென்றுவிட்டான். அறைக்குள் ஏற்பட்டிருந்த மாற்றம் பிரமாதமாக இருந்தது. மூலையில், கட்டிலுக்கு மேலே நீளமாகவும் இருட்டாகவும் நீண்டிருந்த நிழல்கள் மறைந்துபோய், இப்போது பரிச்சயமான நாற்காலிகள், இன்னபிற பொருட்களாகத் தங்களை வெளிப்படுத்திக் கொண்டிருந்தன. கூரையில் மோதிக்கொண்டிருந்த விளக்கு இப்போது ஆடாமல் இருந்தது, அது சிங்கங்களுக்குப் பதிலாக இப்போது முயல்களையும் ஆவிகளுக்குப் பதிலாக, கழுதைகளையும் உருவங்களாகப் பிரதிபலித்துக்கொண்டிருந்தது.

வில்லி சித்தப்பாவின் அறையில் திரு டெய்லருக்காக ஒரு வைக்கோல் மெத்தையைப் போட்டுவிட்டு பாட்டியுடன் ஊர்ந்துகொண்டேன். முதன்முறையாக அவர் எந்த அளவுக்கு நல்லவர், நீதியானவர் என்றால் இயேசு எப்படிக் கடலைப் பார்த்து “அமைதியாக இரு, அசையாதே” எனக் கட்டளையிட்டாரோ அதை போன்று நடுங்கவைக்கும் ஆவிகளுக்குக் கட்டளையிடக் கூடியவர் எனத் தெரிந்துகொண்டேன்.

23

ஸ்டாம்ப்ஸில் உள்ள சிறுவர் சிறுமியர் அனைவரும் எதிர்பார்ப்பில் துடித்துக்கொண்டிருந்தனர். பெரியவர்கள் சிலரிடம் ஆர்வம் தொற்றியிருந்தது, ஆனால் நிச்சயமாக ஒட்டுமொத்த இளம்வயதினர் அனைவரும் பட்டமளிப்புத் தொற்றுக்கு ஆளாகிவிட்டார்கள். ஆரம்பநிலை, உயர்நிலை வகுப்புகளைச் சேர்ந்த பெரும் எண்ணிக்கையிலான மாணவர்கள் பட்டமளிப்பு விழா நிகழ்வுக்குத் தயாராகிக் கொண்டிருந்தனர். தங்களுடைய மகத்தான பழைய பட்டமளிப்பிலிருந்து நீண்ட காலத்தைக் கடந்து வந்து விட்டவர்கள்கூட ஏற்பாடுகளை ஒத்திகை செய்து பார்ப்பதற்கு உதவி செய்ய ஆர்வமாக இருந்தார்கள். அடுத்த மேல் வகுப்பில் காலியாகும் நாற்காலிகளுக்குச் செல்ல இருக்கும் சின்னக் கிளாஸ் மாணவர்கள் வழக்கம் போல் தங்கள் தலைமைப் பண்புகளையும் நிர்வாகத்திறனையும் காட்டிக் கொள்ளப் போட்டிபோடுவார்கள். வகுப்பறைகளில் வலம் வந்தும் வளாகத்தில் சுற்றிச் சுற்றியும், கீழ்வகுப்புக்காரர்களிடம் அதிகாரம் செலுத்துவார்கள். அவர்கள் சற்று அத்துமீறிப்போனால், அவர்களின் அதிகாரம் புதிதாக உருவாகியது என்ற காரணத்தால், அது கண்டுகொள்ளாமல் விடப்படும். என்ன இருந்தாலும் அடுத்த பருவம் தொடங்க இருக்கிறது, அதனால் ஆறாம் வகுப்பு மாணவனுக்கு எட்டாம் வகுப்பு விளையாட்டுத் தோழி இருப்பதிலோ அல்லது பத்தாம் வகுப்புக்காரன் பன்னிரண்டாம் வகுப்புக்காரியை ‘டிப்பா’ என்று கூப்பிட முடிவதையோ தப்பாக எடுத்துக் கொள்ள அவசியமில்லை. எனவே எல்லாமே பகிர்ந்து கொள்ளப்பட்ட புரிதலில் சகித்துக்கொள்ளப்பட்டது. ஆனால் பட்டம்பெற இருக்கும் வகுப்புக்காரர்கள் மட்டும் மேல் வர்க்கத்தினர். சென்று பார்க்க வேண்டிய கவர்ச்சியான இடங்களை மனதில் தேக்கி வைத்திருக்கும் பயணிகளைப் போல, பட்டம் பெற இருப்பவர்கள் மறதிப் பேர்வழிகள். அவர்கள் பள்ளிக்குப் புத்தகங்கள் அல்லது எழுதுபலகைகள் அல்லது பென்சில்கள்கூட இல்லாமல் வருவார்கள். அவர்கள் மறந்துவிட்டதைத் தந்து உதவ தொண்டர்கள் தமக்குள் போட்டிபோடுவார்கள். உதவி ஏற்றுக்கொள்ளப்பட்டால் உதவி செய்த சேவகனுக்கு நன்றிச் சொல் கிடைக்கலாம் கிடைக்காமலும் போகலாம். அது பட்டமளிப்புக்கு முன்பு நிகழும் சடங்குகளில் அடங்குவது

அல்ல. ஆசிரியர்கள்கூட இப்போது அமைதியாகிவிட்ட, வயது கூடிவிட்ட அந்த மூத்த மாணவர்களிடம், தங்களுக்கு நிகரானவர்கள் என்றில்லாமல், தங்களைவிட கொஞ்சமே கீழானவர்கள் என்ற ரீதியில் கண்ணியமாக நடந்துகொள்வார்கள், அவர்களிடம் பேசவும் செய்வார்கள். தேர்வுகள் முடிந்து தரவரிசைகள் அறிவிக்கப்பட்டபின், விரிவடைந்த குடும்பமாகச் செயல்படும் மாணவர் சமூகத்துக்கு யார் நன்றாகச் செய்திருக்கிறார்கள், யார் யார் முதன்மைநிலையை அடைந்திருக்கிறார்கள், பரிதாபத்துக்குரிய யார் யார் தோற்றுப்போயிருக்கிறார்கள் என்பது தெரியவரும்.

வெள்ளைக் குழந்தைகளுக்கான உயர்நிலைப் பள்ளியைப் போல அல்லாமல் லஃபாயெட் கவுன்டி பயிற்சிப்பள்ளி, புல்வெளி, குறுஞ்செடி வேலி, டென்னிஸ் மைதானம், ஏறுபடர்தாவரம் என்று எதுவும் இல்லாதது என்ற சிறப்பைப் பெற்றது. அதன் இரண்டு கட்டடங்களும் ஒரு மணல்மேட்டில், அவற்றின் எல்லையை வரையறுக்கவும் பக்கத்திலிருந்த விவசாய நிலங்களிலிருந்து பிரித்துக் காட்டவும் இயலாதபடி எந்தத் தடுப்புவேலியும் இல்லாமல் இருந்தன. பள்ளிக்கூடத்துக்கு இடதுபுறத்தில் நீளமாகக் காலியிடம் இருந்தது, அது மாற்றி மாற்றி பேஸ்பால் விளையாட்டு நட்சத்திரமாகவும் கூடைப்பந்து விளையாடுமிடமாகவும் பயன்படுத்தப்பட்டு வந்தது. துருப்பிடித்த வளையங்களோடு அசைந்தவாறு நின்றுகொண்டிருந்த கம்பங்கள் மட்டுமே பொழுது போக்குக்கான உபகரணங்கள் என்றாலும் கேட்பவர்கள் தகுதியானவர்களாகவும் பேஸ்பால் மைதானம் பயன்படுத்தபடாமலும் இருந்தால், உடற்பயிற்சி ஆசிரியரிடமிருந்து மட்டைகளையும் பந்துகளையும் பெற்றுக்கொள்ளலாம்.

நிழல்தரும் சில உயரமான பெர்சிம்மன் மரங்கள் இருந்த அந்தப் பாறை நிலத்தில்தான் பட்டம் பெறவிருக்கின்ற வகுப்பு மாணவர்கள் உலாவி வந்தனர். மாணவிகள் கைகளைக் கோர்த்துக்கொண்டு நடப்பார்கள், இளைய வகுப்பு மாணவிகளிடம் பேசுவதைத் தவிர்த்துவிடுவார்கள். இந்தப் பழைய உலகம் இனிமேல் அவர்களுக்கானது இல்லை. தாங்கள் உயர்ந்த இடத்தை நோக்கிச் செல்லப்போகிறோம் என்று உணர்ந்து விட்டதைப் போல ஒரு மெல்லிய சோகம் அவர்களிடம் தென்படும். பையன்களோ, மாறாக, மிகுந்த நட்புடனும் அதிகம் பழகக்கூடியவர்களாகவும் இருப்பார்கள். இறுதித்தேர்வுகளுக்குத் தயாராகிக்கொண்டிருந்த மாதங்களில் அவர்கள் வெளிப்படுத்திய இறுக்கத்திலிருந்து, முடிவெடுத்து மாறிவிட்ட மனப்பான்மை அதுவாக இருக்கும். பழைய பள்ளிக்கூடம், பழகிய பாதைகள், வகுப்பறைகள் ஆகியவற்றைக் கைவிடத் தயாராக அவர்கள் இருப்பதை அது பறைசாற்றும். ஒரு சிறிய சதவீதத்தினர் மட்டுமே கல்லூரிக்கு – நீக்ரோ இளைஞர்களை தச்சு வேலை, விவசாய வேலை, கைவினை வேலைகள், கட்டட வேலை, பணிப்பெண் வேலை, சமையல் வேலை, குழந்தை பராமரிப்பு வேலை ஆகியவற்றுக்குப் பயிற்றுவிக்கும் தெற்கத்திய ஏ அன்ட் எம் (விவசாயம் இயந்திரவியல் கற்றுத்தரும் கல்லூரி)க்குச்செல்வார்கள். அவர்களின் எதிர்காலம் பற்றிய கேள்விகள் அவர்களது தோள்களில் சவாரி செய்துகொண்டிருக்கும், இறுதிவகுப்பில் படித்துக்கொண்டிருந்தபோது பையன்களுக்கும்

பெண்களுக்கும் மத்தியில் நிலவிவந்த பொதுமகிழ்ச்சியை அவை மறக்கச் செய்துவிடும்.

வசதியுள்ள பெற்றோர்கள் பட்டமளிப்பு நிகழ்ச்சியில் கலந்து கொள்வதற்காக, சீயர்ஸ் அன்ட் ரீபக் அல்லது மான்ட்கோமரி வார்டு கடைகளிலிருந்து புதிய காலணிகளையும் ஆயத்த ஆடைகளையும் தங்களுக்காக வாங்கிக்கொள்வார்கள். அந்த நிகழ்வுக்காகப் பலரும் சிறந்த தையல்கலை நிபுணிகளிடம் தொளதொளப்பாக மிதந்தபடி இருக்கும் பட்டமளிப்புவிழா உடைகளைத் தைக்கவும் பயன்படுத்திய பிறகு வாங்கப்பட்ட கால்சட்டைகளை வெட்டிச்சுருக்கி ராணுவக் கச்சிதத்தில் இஸ்திரிபோட்டுத் தரவும் ஏற்பாடு செய்துகொள்வார்கள்.

ஓ, அந்நிகழ்வு முக்கியமானது, சரிதான். வெள்ளைக்காரர்களும் அதில் கலந்துகொள்வார்கள், இரண்டு மூன்றுபேர் கடவுள், வீடு, தெற்கத்திய வாழ்க்கைமுறை என்று பேசவும் செய்வார்கள். பள்ளி முதல்வரின் மனைவி திருமதி பார்சன் பட்டமளிப்பு அணிவகுப்பு இசையை வழிநடத்துவார், சின்ன வகுப்புகளில் தேர்ச்சிபெற்றவர்கள் நடுப்பாதையின் இரு ஓரங்கள் வழியாக அணிவகுத்துச் சென்று மேடைக்குக் கீழாக அவர்களது இருக்கைகளில் உட்கார்ந்துகொள்வார்கள். உயர்நிலைப் பள்ளி மாணவர்கள் காலியான வகுப்பறைகளில் தங்களது அட்டகாசமான நுழைவுக்காகக் காத்துக்கொண்டிருப்பார்கள்.

ஸ்டோரில் அந்தத் தருணத்தின் நாயகி நான்தான். பிறந்தநாள் கொண்டாடும் சிறுமி. நடுநாயகம். பெய்லி சென்ற வருடம் பட்டம்பெறும் வகுப்பை முடித்துவிட்டான். பேட்டன் ரூஜ்ஜில் அவன் கழித்த நாட்களை ஈடுசெய்ய அவன் தனது மகிழ்ச்சிக்கான விஷயங்களைக் கைவிட வேண்டிய கட்டாயத்துக்குப் பிறகும்.

எனது வகுப்பு மாணவ மாணவிகளுக்கு வெண்ணெய் வேலைப்பாடுடைய மஞ்சள்நிற உடுப்பணியத் தீர்மானிக்கப்பட்டிருந்தது. எனது உடுப்பைத் தயாரிப்பதில் பாட்டி களமிறங்கிவிட்டார். உடையின் அடிப்பகுதியில் குறுக்கு நெடுக்குவாட்டில் பட்டைகளுக்குள்ளாக நுனியை நுழைத்துக் குத்தித் தைத்தார், உடல் பகுதியைத் தொய்விழையாக உருவாக்கினார். அந்த எலுமிச்சை நிறத்துணியில் அவரது கறுத்த விரல்கள், பின்னலால் புடைத்த பூக்களை உருவாக்கியவாறு, விளையாடிக் கொண்டிருந்தன. முடித்துவிட்டதாக அவர் எண்ணுவதற்கு முன்பு சட்டையின் கைநுனிப் பகுதியில் பின்னல் வேலையும், பின்னல்கள் கொண்ட கூர்மையான கழுத்துப்பட்டையும் வைத்து முடித்தார்.

நான் ரொம்பவும் அழகாக இருக்கப்போகிறேன், நேர்த்தியான கைத்தையலின் நடமாடும் மாதிரியாக. எனக்குப் பன்னிரண்டே வயதாகிறது என்பதும் எட்டாம் வகுப்பைத்தான் நிறைவுசெய்கிறேன் என்பதும் பொருட்டாகத் தெரியவில்லை. மட்டுமல்லாமல் அர்க்கான்ஸிலுள்ள நீக்ரோ பள்ளிகளில் நிறைய ஆசிரியர்கள் அதுவரை மட்டுமே படித்துவிட்டு ஞானத்தைப் பிறருக்கு அளிக்க உரிமம் பெற்றிருக்கிறார்கள்.

நாட்கள் நீண்டவையாகவும் கவனிக்கப்பட வேண்டியவை யாகவும் இருந்தன. கடந்த காலத்தின் மங்கிய பழுப்புநிறத்தைத் திடமான உறுதியான வண்ணங்கள் மறைத்துவிட்டன. என்னுடைய வகுப்புத் தோழர்களின் உடைகளை, அவர்களது தோல்நிறங்களை, புஸ்ஸிவில்லோ மரங்களிலிருந்து விடுபட்டுப் பறந்த துகள்களைப் பார்க்க ஆரம்பித்தேன். வானத்தில் மிதந்துசென்ற மேகக்கூட்டங்கள் எனது மிகுதியான கவனத்துக்குரிய விஷயமாகிவிட்டன. அவற்றின் மாறிக்கொண்டிருக்கும் வடிவங்கள், எனது இப்போதைய மகிழ்ச்சியில் எனக்கான செய்திகளைத் தேக்கி வைத்திருப்பவையாகத் தோன்றின, வெகுவிரைவில் அவற்றை என்னால் விளங்கிக்கொள்ளக்கூடும். அந்த நாட்களில் வானத்தின் விளைவை ஆத்மார்த்தமாகத் தொடர்ந்து பார்த்துக்கொண்டிருந்ததில் எனது கழுத்தில் வலி நிரந்தரமாகக் குடிகொண்டுவிட்டது. அடிக்கடி புன்னகைத்தேன், பழக்கமில்லாத அந்தச் செயலால் எனது தாடை நோக ஆரம்பித்துவிட்டது. இந்த இரண்டு உடல்ரீதியான வலிகளுக்கு இடையில் நான் அசௌகரியமாக உணர்ந்திருக்க வேண்டும், ஆனால் அதுதான் இல்லை. வெற்றி பெற்ற அணியின் (1940இல் பட்டம் பெற்ற வகுப்பு) உறுப்பினராக, நான் விரும்பத்தகாத உணர்வுகளிலிருந்து பல மைல்கள் தூரம் கடந்துவிட்டேன். திறந்த வெளிகளின் சுதந்திரத்தை நோக்கி நான் போய்கொண்டிருந்தேன்.

இளமையும் அங்கீகாரமும் என்னுடன் இணைந்து, ஏளனங்களையும் வசைகளையும் மிதித்துக்கொண்டு என்னை முன்செல்ல வைத்தன. எங்களது வேகமான பயணத்தின் எதிர்காற்று எனது லட்சணங்களை மாற்றி அமைத்துவிட்டது. சிந்திய கண்ணீர், சேற்றில் மிதித்து அமுக்கப்பட்டு, பின் மண்துகள்களோடு துகள்களாகிவிட்டது. எனக்குள்ளாக ஒடுங்கியிருந்த வருடங்களை, தொங்கிக் கொண்டிருக்கும் ஒட்டுண்ணிப் பாசிவலைகளைப் போல் ஒதுக்கித் தள்ளிவிட்டுக் கடந்து சென்றாகிவிட்டது.

எனது ஈடுபாடான படிப்பு என்னை முதல்தர வரிசையில் ஒருத்தியாகத் தேர்ச்சிபெறவும் பட்டமளிப்பு வைபவத்தில் முதலில் மேடைக்கு அழைக்கப்படுபவளாகவும் ஆக்கியிருந்தது. வகுப்பறையின் கரும்பலகை யிலும் பள்ளி அரங்கத்தின் அறிவிப்புப் பலகையிலும் நீல, வெள்ளை, சிவப்புநிற நட்சத்திரங்கள் ஒட்டப்பட்டிருந்தன. விடுப்பு இல்லாமல், ஒழுங்கீனமில்லாமல் அந்த ஆண்டின் தலைசிறந்த மாணவர்களுள் ஒருத்தியாக இருந்தேன். அரசியல் சாசனத்தின் முகப்புரையை பெய்லியைவிட வேகமாக என்னால் ஒப்பிக்க முடியும். நாங்கள் இருவரும் ஒப்பிக்க எவ்வளவு நேரம் எடுத்துக்கொள்கிறோம் என்று அடிக்கடி போட்டி போடுவோம்: "ஐக்கிய நாடுகளின் மக்களாகிய நாங்கள் முழுமையாக இணைந்திருப்பதற்காக . . ." அதிபர்களின் பெயர்களை மனப்பாடமாக, காலவரிசைப்படியும் அகரவரிசைப்படியும், வாஷிங்டனிலிருந்து ரூஸ்வெல்ட்வரை என்னால் சொல்ல முடியும்.

என் தலைமுடிகூட என்னை மகிழ்ச்சிப்படுத்தியது. படிப்படியாக அந்தக் கறுப்புத்திரள் நீளமாகவும் அடர்த்தியாகவும் ஆனது, இறுதியாக வகிடுகளின் போக்கில் நேர்த்தியாகப் படிந்திருந்தது, எனவே

தலைசீவும் போது உச்சந்தலைத் தோலைப்பிடித்து இழுக்க வேண்டிய சிரமம் இல்லாமல் ஆனது.

லூயிஸூம் நானும் களைத்துப் போகும்வரை ஒத்திகை பார்த்துக் கொண்டிருந்தோம். ஹென்றி ரீட் வகுப்பின் பிரிவு உபசார உரைநிகழ்த்த தேர்ந்தெடுக்கப்பட்டிருந்தான். சின்ன உடம்பு, லேசாக மூடியிருப்பது போல் தோன்றும் கண்களையுடைய நல்ல கறுப்பு நிறம், நீளமான விரிந்த மூக்கு, வினோதமான தலை அமைப்பு ஆகியவை கொண்டவன் அவன். ஆண்டுகளாக அவனைக் குறித்து வியந்திருக்கிறேன், ஏனெனில் ஒவ்வொரு பருவத்திலும் முதலிடம் பிடிப்பதில் எங்கள் இருவருக்குமிடையேதான் போட்டியாக இருக்கும். நிறைய தடவைகள் அவன் என்னைவிட முதலாவதாக இருப்பான். ஆனால் ஏமாற்றத்தைவிட நாங்கள் இருவரும் முதலிடத்தில் இருப்பதைக் குறித்து நான் மகிழ்ச்சியே அடைவேன். பல தெற்கத்திய கறுப்பினக் குழந்தைகளைப் போல அவனும் தன்னுடைய பாட்டியோடு இருந்தவன். அவனுடைய பாட்டியும் என் பாட்டியைப் போலவே கண்டிப்பும் கருணையும் கொண்டவர். அவருக்குத் தெரிந்த அளவு அவன் பெரியவர்களிடம் உபசரிப்பாகவும், மரியாதையாகவும், மென்குரலில் பேசுபவனாகவும் இருந்தான். ஆனால் விளையாட்டு மைதானத்தில் மூர்க்கமாக விளையாடுவான். எனக்கு அவன்மேல் மிகுந்த மதிப்பு இருந்தது. எனக்குத் தெரிந்தவரை பயந்த சுபாவமும் படிப்பில் மந்தமாகவும் இருக்கும் யாரும் அடக்கமாக இருக்க வாய்ப்பிருக்கிறது. ஆனால் பெரியவர்களிடமும் சிறியவர்களிடமும் உயர்வான தரத்தில் நடந்துகொண்ட அவன் மதிப்பிற்குரியவன்.

அவனுடைய உரையின் தலைப்பு “இருப்பதா, இல்லாமலிருப்பதா ?”. இறுக்கமான ஒரு பத்தாவது வகுப்பு ஆசிரியர் அதை எழுதுவதற்கு உதவி செய்தார். ஏற்ற இறக்க அழுத்தங்களோடு பேச அவன் மாதக்கணக்கில் பயிற்சிசெய்துகொண்டிருந்தான்.

பட்டமளிப்பு நாளுக்கு முன்பு சில வாரங்களாக நடவடிக்கைகள் தடபுடலாக நடந்துகொண்டிருந்தன. வெண்ணெய் கோப்பைகள், டெய்ஸி பூக்கள், முயல்கள் என வேடமிட்டுச் சிறுகுழந்தைகள் குழு ஒன்று நாடகம் நிகழ்த்த இருந்தனர். துள்ளல்களோடும் வெள்ளிமணிகள் ஒலிபோன்று ஒலிக்கும் குட்டிப் பாடல்களோடும் அவர்கள் பயிற்சிசெய்யும் சத்தம் பள்ளிக்கட்டிடம் முழுவதும் எதிரொலித்துக் கொண்டிருந்தது. பட்டம் பெறும் வகுப்பைச் சேராத மூத்த பெண்களுக்கு நிகழ்ச்சியின்போது சிற்றுண்டி தயாரிப்பது, வினியோகப் பொறுப்புகள் தரப்பட்டிருந்தன. இஞ்சி, லவங்கப்பட்டை, ஜாதிக்காய், சாக்லேட் எல்லாம் கலந்த மணம் நிர்வாக அலுவலகக் கட்டடத்துக்குள் கமழ்ந்து கொண்டிருந்தது, அந்த முளைவிடும் சமையல் வல்லுனர்கள், தங்களுக்காகவும் ஆசிரியர் களுக்காகவும் பண்ட மாதிரிகளைச் செய்துகொண்டிருந்தனர்.

தொழிற்பயிற்சிக் கூடத்தின் ஒவ்வொரு மூலையிலும் கோடாரிகளும் மரம் அறுக்கும் வாட்களும் புதிய மரக்கட்டைகளைப் பிளக்கவும் அறுக்கவும் பயன்படுத்தப்பட்டுத் தொழிற்கூடப் பையன்கள் அரங்க வடிவமைப்புக்கும் அலங்கார வடிவங்களுக்கும் பொருட்களைத்

தயார் செய்துகொண்டிருந்தனர். இந்தக் களேபரத்தில் பட்டம் பெற இருப்பவர்கள் மட்டுமே விட்டுவைக்கப்பட்டனர். கட்டடத்தின் பின்பகுதியிலிருந்த நூலகத்தில் உட்கார்ந்திருக்கவோ, நடந்து கொண்டிருந்த ஏற்பாடுகளைப் பற்றற்ற மனநிலையில் பார்த்துக் கொண்டிருக்கவோ எங்களுக்குச் சுதந்திரம் இருந்தது.

முந்தைய ஞாயிற்றுக்கிழமை வழிபாட்டில்கூடப் பட்டம் பெறுவதைக் குறித்து பிரசங்கத்தில் போதகர் பேசினார். அவருடைய பிரசங்கத் தலைப்பு, ‘மனிதர்கள் உங்களது சிறந்த செயல்களைக் கண்ணுற்று விண்ணகத்தில் உறையும் உங்கள் தந்தையைப் புகழும்படி, உங்கள் விளக்குப் பிரகாசமாக எரியட்டும்’ என்பது ஆகும். அந்த உரை எங்களுக்காகச் சொல்லப்படுவதாக இருந்தாலும் அந்தச் சந்தர்ப்பத்தைப் பயன்படுத்தி விசுவாசத்தில் நீர்த்துப்போனவர்களையும் சூதாடிகளையும் பொதுவாகவே மோசமானவர்களையும் மனதில் வைத்தே பேசப்பட்டது. வழிபாட்டின் தொடக்கத்தில் பட்டம்பெறும் எங்களின் பெயர்கள் சொல்லப்பட்டதால் நாங்கள் ஓரளவுக்கு அமைதியாக இருந்தோம்.

நீக்ரோக்களிடையே, ஒரு வகுப்பிலிருந்து மேல் வகுப்புக்குத் தேர்ச்சி பெறும் குழந்தைகளுக்குப் பரிசுப்பொருள் கொடுக்கும் வழக்கம் இருந்தது. பள்ளிப் படிப்பின் ஒருகட்ட இறுதியில் வகுப்பின் முதல்தர நிலையில் பட்டம் பெறுவது எவ்வளது முக்கியமானது! வில்லி சித்தப்பாவும் பாட்டியும் பெய்லிக்குத் தந்ததுபோல் மிக்கி மவுஸ் கடிகாரத்துக்கு ஆர்டர் செய்துவிட்டனர். லூயிஸ் நான்கு பின்னல்வேலைப்பாடுடைய கைக்குட்டைகள் தந்தாள். (கம்பளி நூலால் பின்னிய மூன்று குட்டி விரிப்புகளை நான் அவளுக்குக் கொடுத்தேன்.) போதகரின் மனைவி திருமதி ஸ்னீட், பட்டமளிப்பு விழாவின்போது நான் அணிவதற்கு ஒரு உள்பாவாடை தயாரித்துத் தந்தார். கிட்டத்தட்ட எல்லா வாடிக்கையாளர்களும் என்னிடம் ‘அடுத்த கட்டங்களை நோக்கி முன்னேறிச் செல்’ அல்லது அதைப்போன்ற ஏதாவது உற்சாகப்படுத்தும் சொற்களைச் சொல்லி, சில்லறைக் காசோ அல்லது டாலராகக்கூடத் தந்தார்கள்.

பிரமிக்கும்படியாக அந்தப் பெரிய தினம் விடிந்தது, நான் அறியும் முன்பே படுக்கையிலிருந்து எழுந்துவிட்டேன். தெளிவாகப் பார்ப்பதற்காக நான் பின்கதவை நன்றாகத் திறந்தேன், ஆனால் பாட்டி சொன்னார், “சகோதரி கதவுகிட்டேயிருந்து உள்ளே வந்து, உனது அங்கியைப் போட்டுக்கொள்.”

அந்தக் காலைவேளையின் நினைவு எப்போதும் என்னைவிட்டு அகலாது என்று நம்பினேன். சூரியவெளிச்சம் இன்னும் இளசாகவே இருந்தது, இன்னும் சில மணிகளில் அந்த நாள் கொண்டுவரப்போகும், தொடர்ந்திருக்கப்போகும் முற்றிய வெளிச்சம் உருவாகியிருக்கவில்லை. என்னுடைய அங்கியோடு, வெற்று கால்களுடன் வீட்டின் பின்புறத்தில் என்னுடைய புதிய பீன்ஸ் செடிகளைப் பார்வையிடும் சாக்கில், நான் அந்த இதமான வெப்பத்தை அனுபவித்தவாறு, எனது வாழ்க்கையில் நான் என்ன தவறுகள் செய்திருந்தாலும் என்னை இந்த நாளைக் காணும் பொருட்டு உயிரோடு இருக்க அனுமதித்த கடவுளுக்கு நன்றி

சொன்னேன். எந்த விதமாகவோ, எனது ஊழ்வலி நம்பிக்கையில், நான் இறந்துபோய்விடுவேன், விபத்துபோல ஏதோ ஒன்றால், பள்ளி அரங்கின் மேடைப்படிகளில் ஏறி நான் கஷ்டப்பட்டுப் படித்துப் பெற்ற சான்றிதழைப் பதவிசாக வாங்கப்போவதில்லை என்று நினைத்துக்கொண்டிருந்தேன். கடவுளின் இரக்கம் நிறைந்த நெஞ்சிலிருந்து நான் அதனிலிருந்து விலக்கை வென்றெடுத்திருக்கிறேன்.

பெய்லி அவனுடைய அங்கியோடு வந்து கிறிஸ்துமஸ் தாளால் பொதிந்திருந்த ஒரு பெட்டியைத் தந்தான். அதை வாங்குவதற்காக மாதக்கணக்கில் காசுகளைச் சேர்த்துவைத்ததாக அவன் சொன்னான். அது சாக்லேட்களைக்கொண்ட பெட்டிபோலத் தோன்றியது. ஆனால் எங்கள் விருப்பம்போல எவ்வளவு மிட்டாய்களையும் நாங்கள் சாப்பிட முடியும் என்ற சூழலில், சாக்லேட்கள் வாங்குவதற்காக பெய்லி பணத்தைச் சேர்த்திருக்க மாட்டான் என்பது எனக்குத் தெரியும்.

அந்தப் பரிசுப்பொருளைக் குறித்து நான் பெருமைப்பட்டது போல் அவனுக்கும் பெருமையாக இருந்தது. அது மென்மையான தோல் அட்டையில் கட்டப்பட்ட எட்கர் ஆலன் போ அல்லது நானும் பெய்லியும் பயன்படுத்திய 'எப்' பின் கவிதைகள் தொகுப்பின் பிரதி. நான் புத்தகத்தில் 'அன்னபெல் லீ' யைத் திறந்து, பின்தோட்டச் செடிகளின் வரிசைகளுக்குள் குளிர்ந்த மண் எங்கள் விரல்களுக்கிடையே பட்டுக்கொண்டிருக்க, அந்த அழகான சோக வரிகளை ஒப்புவித்தவாறு, முன்னும் பின்னுமாக நடந்துகொண்டிருந்தோம்.

அன்று வெள்ளிக்கிழமையே ஆனாலும் பாட்டி ஞாயிற்றுக் கிழமையின் காலை உணவைத் தயார் செய்தார். உணவு நன்றி ஜெபம் முடித்து நான் கண்ணைத் திறந்தபோது கடிகாரம் எனது தட்டில் இருந்ததைப் பார்த்தேன். அது ஒரு நாளின் ஒரு கனவு. எல்லாம் எனக்கு நிறைவாகவே நிகழ்ந்துகொண்டிருந்தன. எனக்கு எதையும் நினைவுபடுத்த வேண்டிய தேவையும் எதற்காகவும் கடிந்துகொள்ளப்படுவதற்கான அவசியமும் ஏற்படவில்லை. மாலைவேளை நெருங்கும்போது நான் பதற்றமடைந்திருந்ததால் எனது வேலைகளைச் செய்வதற்கு என்னால் முடியவில்லை. எனவே குளிப்பதற்கு முன்பு பெய்லி எல்லாவற்றையும் தானே செய்வதற்கு முன்வந்தான்.

சில நாட்களுக்கு முன்பு ஸ்டோருக்காக ஒரு அறிவிப்பு அட்டையைச் செய்திருந்தோம். விளக்குகளை அணைத்துவிட்டு பாட்டி கதவுப்பிடியில் அட்டையை மாட்டினார். அதில் தெளிவாக எழுதப்பட்டிருந்தது: 'கடையடைப்பு. பட்டமளிப்பு.'

எனது உடை கச்சிதமாகப் பொருத்தியிருந்தது, எல்லோரும் நான் சூரியக்கதிர் போல் தோன்றுவதாகச் சொன்னார்கள். பள்ளியை நோக்கி குன்றுமேட்டில் ஏறும்போது எங்களுக்குப் பின்னால் வில்லி சித்தப்பாவோடு பெய்லி வந்துகொண்டிருந்தான், அவர் அவனிடம் 'நீ முன்னே போ ஜூ' என்று முணுமுணுத்தார். அவரால் மிக மெதுவாகவே நடக்க முடியும் என்பதால் சங்கடப்பட்டு அவனை முன்னே போகச் சொன்னார். பெய்லியோ ஆண்கள் பின்னால் வர பெண்கள் ஒன்றாக

முன் நடந்து செல்லட்டும் என்று சொன்னான். எல்லோரும் வாய்விட்டுச் சிரித்தோம்.

இருட்டிலிருந்து பாய்ந்துவரும் மின்மினிப் பூச்சிகளைப் போல சின்னக் குழந்தைகள் ஓடியாடினர். கெட்டித்தாளால் செய்யப்பட்டிருந்த அவர்களது உடைகளும் வண்ணத்துப்பூச்சி இறகுகளும் ஓடி விளையாடுவதற்காகச் செய்யப்பட்டவை அல்ல. நாங்கள் ஒன்றுக்கு மேற்பட்ட, வறண்ட கிழிபடும் சத்தங்களைக் கேட்டுக்கொண்டிருந்தோம், வருத்தத்தோடு 'ஹ ஹ' என்ற சத்தங்களும் அவற்றைத் தொடர்ந்து கேட்டுக்கொண்டிருந்தன.

பள்ளிக்கூடம் ஆனந்தமில்லாமல் ஒளிர்ந்துகொண்டிருந்தது. அதன் ஜன்னல்கள் உறைந்தும் நட்பில்லாமலும், குன்றின்கீழ் காட்சியளித்தது. ஒரு ஊழ்பிடித்த நேரமோ இது என்ற எண்ணம் என்னை ஆட்கொண்டது. பாட்டி எட்டி என் கையைப் பிடித்திராவிட்டால், பின்னுக்கு நகர்ந்து பெய்லியிடமும் வில்லி சித்தப்பாவிடமும் ஏன் அதற்குப் பின்னாலும் போயிருப்பேன். பாட்டி எனது கால்கள் குளிர்ந்துவிட்டது என்பது போன்ற சிறு நகைச்சுவைத் துணுக்குகளைச் சொல்லி, இப்போது அந்நியமாகத் தோன்றிய பள்ளிக்கூடத்தை நோக்கி இழுத்துச்சென்றார்.

முன்படிகளுக்குப் பக்கத்தில் போனபோது எனது நம்பிக்கை திரும்ப வந்தது. பட்டம் பெறும் வகுப்பைச் சேர்ந்த எனது 'சிறந்த' சகாக்கள் அங்கிருந்தனர். தலைமுடி பின்னுக்குச் சீவப்பட்டு, கால்கள் எண்ணெய் தடவப்பட்டு, புது உடைகளும் அடுக்குகளாக இஸ்திரி போடப்பட்டு வீடுகளிலேயே தைக்கப்பட்ட கைக்குட்டைகளும் சிறு கைப்பைகளையும் கொண்டவர்களாக. ஓ, நாங்கள் தரமான விஷயத்துக்குத் தயாராக இருக்கிறோம், அல்லவா? நான் என்னுடைய தோழர்களுடன் சேர்ந்து கொண்டேன், கூட்டமான அரங்கினுள் இடம்பிடிக்க உள்ளே சென்ற எனது குடும்பத்தினரைக்கூட நான் கவனிக்கவில்லை.

பள்ளி இசைக்குழுவினர் ஒரு அணிவகுப்பு இசையைத் தொடங்கினர், எல்லா வகுப்பு மாணவர்களும், ஒத்திகை செய்ததுபோல், அணிவகுத்து நின்றனர். எங்களுக்கென்று ஒதுக்கப்பட்டிருந்த இருக்கைகளுக்கு முன்னால் நாங்கள் நின்றோம், இசைக்குழு நடத்துனர் சைகை செய்தவுடன் இருக்கைகளில் அமர்ந்தோம். இது நடந்து முடிந்ததும், உடனே இசைக்குழுவினர் தேசியகீதத்தை இசைக்க ஆரம்பித்தனர். நாங்கள் மறுபடியும் எழுந்து நின்று அவர்கள் இசையுடன் தேசியகீதத்தைப் பாடினோம். அதன்பிறகு பற்றுறுதி மொழியை உரக்க ஒப்புவித்தோம். ஒரு சிறுமணித்துளியளவு நின்றுகொண்டேயிருந்ததில் இசைக்குழு நடத்துனரும் பள்ளி முதல்வரும் பதற்றமாகச் சைகை செய்ததும், நாங்கள் மீண்டும் உட்கார்ந்துவிட்டோம். அந்த ஆணை நாங்கள் கவனமாக ஒத்திகை செய்ததற்கு அப்பாற்பட்டதாக இருந்ததில், பிசிறில்லாமல் சென்றுகொண்டிருந்த நிகழ்வு சற்று பிறழ்ந்தது. ஒரு முழு நிமிடம், நாங்கள் சரியாக உட்கார இருக்கைகளைத் தேடுவதிலும், ஒருவர்மீது ஒருவர் தடுமாற்றத்தில் இடித்துக்கொள்வதிலும் கழிந்தது. அழுத்தத்தில் பழக்கவழக்கங்கள் மாறுகின்றன அல்லது இறுக்கமாகிவிடுகின்றன.

ஆகவே எங்களுடைய தடுமாற்றப் பதற்றத்தில் எங்கள் வழக்கமான பள்ளியின் காலை பொதுக்கூடுகையின் பழக்கத்துக்கு, அமெரிக்க தேசியகீதம், பற்றுறுதி மொழி, அப்புறம் எல்லோரும் நீக்ரோ தேசியகீதம் என்றழைத்த பாடல் வரிசைக்கு, ஆட்பட்டு நின்றோம். இவை அனைத்தும் நாங்கள் நின்றவாறே, ஒரே மூச்சில் நின்றவாறே நாங்கள் எப்போதும் செய்வது.

இறுதியில் எனது இருக்கையில் உட்காரும்போது மோசமானவை நிகழப்போகிறது என்ற முன்அனுமானம் என்னை கவ்விப்பிடித்தது. நாங்கள் ஒத்திகை பார்த்திராத, திட்டமிடாத ஏதோ ஒன்று நடக்கப்போகிறது, நாங்களெல்லாம் நேர்த்தியில்லாதவர்களாகத் தெரியப்போகிறோம். சுட்டுப்பெயரைத் தேர்ந்தெடுத்ததுப் பற்றி இன்னும் எனக்குத் குறிப்பாக நினைவிலிருக்கிறது. அது நாங்கள், பட்டம் பெறும் வகுப்பு மாணவர்கள், அந்த அலகு அது எனக்குப் பெரும் அக்கறையாக இருந்தது.

பள்ளி முதல்வர் 'பெற்றோர்களையும் நண்பர்களையும்' வரவேற்றார் அப்புறம் பாப்டிஸ்ட் போதகரை ஜெபத்தில் எங்களை வழிநடத்தக் கேட்டுக் கொண்டார். அவருடைய சுருக்கமான வேண்டுதல் ஜெபம் தாக்கத்தை ஏற்படுத்துவதாக இருந்தது. ஒரு நொடிக்கு நாங்களெல்லோரும் அகன்ற பாதையில் உயர்ந்த செயல்களை நோக்கி திருப்பிவிடப்பட்டிருக்கிறோம் என்று நான் நினைத்தேன். முதல்வர் மறுபடியும் மேடைக்கு வந்தபோது அவரது குரல் மாறியிருந்தது. சத்தங்கள் என்னை மிகவும் பாதிப்பவை எப்போதும், முதல்வரின் குரல் எனக்குப் பிடித்தவைகளில் ஒன்று. பள்ளிக்கூடுகைகளில் அது இளகி கூட்டத்துக்குள் பலவீனமாக இறங்கிப்போகும். அவர் பேசுவதைக் கேட்க வேண்டும் என்று நான் திட்டமிட்டிருக்கவில்லை. ஆனால் எனது ஆர்வம் தூண்டப்பட்டு, அவருக்கு எனது முழுகவனமும் தரும்படி நிமிர்ந்து உட்கார்ந்தேன்.

கைகளோடு விரல்கள் ஒட்டியிருப்பதைப் போல, நாங்களும் இருக்க முடியும் என்று பலவாறு சொன்ன எங்களது மறைந்த தலைவர் புக்கர் டி. வாஷிங்டன் பற்றி, முதல்வர் பேசினார். அப்புறம் தெளிவில்லாமல், நட்புபற்றியும் இரக்கமுள்ளவர்கள் அவர்களைவிட வறியவர்களாக இருப்பவர்களிடம் பாராட்டும் நட்பு பற்றியும் பேசினார். அதோடு அவர் குரல் கிட்டத்தட்ட தேய்ந்து சுருங்கிக் காணாமல் போயிற்று. ஒரு நதி சுருங்கி ஓடையாகி அப்புறம் நீரிழையாகிவிடுவதைப் போல. ஆனால் அவர் தொண்டையைச் செறுமிச் சரிசெய்து தொடர்ந்தார், "இன்றைய நமது சொற்பொழிவாளர் தொடக்க உரை ஆற்றுவதற்காக டெக்ஸார்க்கானாவிலிருந்து வந்திருக்கிறார், ஆனால் ரயில்நேரக் குளறுபடியால் எல்லோரும் சொல்வதுபோல, அவர் பேசிவிட்டு ஓடிவிடுவார்." அப்புறம் நாங்கள் அதைப் புரிந்துகொண்டிருக்கிறோம் என்பதையும் எங்களுக்காக அவர் செலவுசெய்த நேரத்திற்கு அவருக்கு நன்றியுடையவர்களாக இருக்கிறோம் என்பதையும் அவருக்குத் தெரிவிப்பதாகச் சொல்லிவிட்டு, பிறகு எப்படி நாங்கள் அடுத்தவர்களுடைய நேரத் திட்டத்தை அனுசரிப்பவர்களாக இருக்கிறோம் என்பதுபோல ஏதோ

சொல்லிவிட்டு எந்தப் பீடிகையுமில்லாமல், ‘இதோ நான் உங்கள் முன் திரு. எட்வர்ட் டான்லீவியை உங்கள் முன் அழைக்கிறேன்,’ என்று முடித்தார்.

ஒருவரல்ல, இரண்டு வெள்ளையர்கள், மேடைக்குக் கீழிருந்த பக்கக் கதவு வழியாக வந்தனர். இருவரில் குட்டையாக இருந்தவர் பேசுபவரின் இடத்துக்குப் போனார். உயரமானவர் நேராக நடுஇருக்கைக்குப்போய் அதில் உட்கார்ந்தார். ஆனால் அது முதல்வரின் இருக்கை, அது எடுத்துக் கொள்ளப்பட்டுவிட்டது. இருக்கையைப் பறிகொடுத்தவர் அங்குமிங்கும் சில அடிகளை எடுத்துவைத்துத் தடுமாறினார். அப்புறம் பாப்டிஸ்ட் போதகர் அவருக்குத் தனது இருக்கையைக் கொடுத்துவிட்டு அந்த சூழ்நிலைக்குப் பொருத்தமில்லாத மிகுந்த கண்ணியத்துடன் மேடையிலிருந்து இறங்கிப் போனார்.

டான்லீவி கூட்டத்தை ஒருமுறை பார்த்தார் (இப்போது யோசித்துப் பார்க்கையில் அவர் நாங்கள் நிஜமாகவே அங்கிருக்கிறோமா என்று தன்னைத்தானே உறுதிப்படுத்திக்கொள்ள விரும்பியே அப்படிப் பார்த்தார் என்று நினைக்கிறேன்). தனது மூக்குக் கண்ணாடியைச் சரிசெய்து, கொண்டுவந்திருந்த காகிதக் கத்தையிலிருந்து வாசிக்க ஆரம்பித்தார்.

“இங்கு வந்திருப்பதிலும் மற்ற பள்ளிகளைப் போல இங்கும் சிறந்த பணிகள் நடந்துகொண்டிருப்பதை நான் காண்பதிலும்” சந்தோஷமடைவதாகச் சொன்னார்.

கூட்டத்திலிருந்து முதல் ‘ஆமென்’ ஒலித்தவுடன் அந்த வார்த்தையோடு சொன்னவரின் குரல்வளையைப் பிடித்து நெறித்து உடனே கொன்றுவிட வேண்டும் என்று நான் ஆசைப்பட்டேன். ஆனால் ஓட்டைகள் நிறைந்த குடைவழியே விழும் மழைத்துளிகள்போல ஆமென்களும் யெஸ் சார்களும் அரங்கத்தை நிரப்பின.

ஸ்டாம்ப்ஸில் நாங்கள் எதிர்கொள்ள இருக்கும் வியத்தகு மாற்றங்களைப் பற்றி எங்களிடம் சொன்னார். நடுவண் பள்ளி (வெள்ளைப் பிள்ளைகளின் பள்ளி)க்கு மேம்பாடுகளுக்கு நிதி ஒதுக்கப்பட்டு அவை இலையுதிர்கால பருவத்தில் பயன்பாட்டுக்கு வந்துவிடுமென்று சொன்னார். பிரபல கலைஞர் ஒருவர் லிட்டில் ராக்கிலிருந்து வந்து அங்கு ஓவியம் பயிற்றுவிக்கப்போவதாகச் சொன்னார். அங்குள்ள செய்முறைப் பயிற்சிக் கூடத்துக்குப் புதிய நுண்ணோக்கிகளும் வேதியல் உபகரணங்களும் வரவிருப்பதாகச் சொன்னார். நடுவண் உயர்நிலைப்பள்ளிக்கு இந்த மேம்பாடுகளுக்கான நிதியளிப்பு உத்தரவை யார் செய்தது என்பதை நாங்கள் விளங்கிக்கொள்ள, நீண்டநேரம் திரு. டான்லீவிக்குத் தேவைப்படவில்லை. மட்டுமல்லாமல் அவர் மனதிலிருக்கும் எங்களுக்கான பொதுவான மேம்பாட்டுத் தேவைகளைக் குறித்தும் பேசாமலிருக்கவில்லை.

மிக உயர்ந்த பதவியிருப்பவர்களிடம் அர்க்கான்ஸாஸ் விவசாய, இயந்திரவியல் கல்லூரியின் முதல் வரிசை கால்பந்து தடுப்பாட்ட விளையாட்டு வீரன், லஃபாயெட் வட்ட பயிற்சிப் பள்ளியில் படித்து பட்டம் பெற்ற மாணவன் என்று எடுத்துக் கூறியிருப்பதாகச் சொன்னார்.

இந்த இடத்தில் ஒருசில ஆமென்களே ஒலித்தன. அந்தச் சிலவும் பழக்கதோஷத்தில் பலவீனமாகக் காற்றில் கரைந்தவையே.

அதன்பிறகு எங்களைப் பாராட்டினார். தொடர்ந்து தான் எப்படி, "ஃபிஸ்கிலிருக்கும் ஒரு தலைசிறந்த கூடைப்பந்து விளையாட்டு வீரன். கூடைக்குள் தனது முதல் பந்து இறக்கத்தை நிகழ்த்தியது இங்கே, இந்த லஃபாயெட் பள்ளியில்தான்" என்று பெருமையடித்துப் பேசிக் கொள்வதாகச் சொன்னார்.

வெள்ளைக் குழந்தைகள் கலிலேயோக்களாகவும் கியூரி அம்மையார் களாகவும் எடிசன், காகின்களாகவும் வாய்ப்பு பெறப்போகிறார்கள், எங்கள் பையன்கள் (பெண்கள் அந்தத் திட்டத்திலே இல்லை) ஜெஸ்ஸி ஓவன்களாக ஜோ லூயிஸ்களாக உருவாக முயற்சிக்க வேண்டும்.

ஓவன்னும், பழுப்புவெடிகுண்டும் எங்கள் உலகத்தில் பெரிய நாயகர்கள். ஆனால் லிட்டில் ராக்கைச் சேர்ந்த இழவு வெள்ளைப் பள்ளி அதிகாரிக்கு அந்த இரண்டு பேர்களைத் தான் எங்களது நாயகர்களாக நாங்கள் வரித்துக்கொள்ள வேண்டும் என்று சொல்வதற்கு என்ன உரிமை இருக்கிறது? ஹென்றி ரீட் விஞ்ஞானியாக, கேவலம் ஒரு நுண்ணோக்கி வாங்குவதற்கு, அவர் ஜார்ஜ் வாஷிங்டன் கார்வரைப் போல செருப்புக்குச் சாயம் பூசுபவனாக வேலைசெய்தே ஆக வேண்டும். யார் முடிவெடுப்பது? நிச்சயமாக ஒரு விளையாட்டு வீரனாக ஆவதற்கு பெய்லிக்கு, அவன் சின்ன உடல்வாகைக் கொண்டதனால், வாய்ப்பில்லை. ஆகவே எனது சகோதரன் ஒரு வழக்கறிஞராக வேண்டும் என்று விரும்பினால் முதலில் அவன் அவனுடைய நிறத்துக்குப் பிராயச்சித்தமாக, பஞ்சுபறித்தும் மக்காச்சோள பயிருக்கு மண்வெட்டியும் இருபது வருடங்களுக்கு இரவில் தொலைத்தொடர்பு கல்வியில் புத்தகங்களைப் படித்தும்தான் அவ்வாறு ஆக முடியும் என்று எந்த அரசாங்கப் பதவியில் கோந்துப் பசையோடு ஒட்டிக்கொண்டிருப்பவன்போல இருப்பவன் முடிவெடுப்பது?

அந்த மனிதரின் செத்துப்போன வார்த்தைகள் செங்கற்களைப் போல கூட்ட அரங்கினுள் விழுந்துகொண்டிருந்தன, என் வயிற்றினுள்ளும் ஏராளம் விழுந்தன என்று சொல்வேன். கஷ்டப்பட்டு நான் கற்றுக் கொண்ட நன்னடத்தை என்னைக் கட்டுப்படுத்தியதால் என்னால் திரும்பிப் பார்க்க முடியவில்லை, ஆனால் எனக்கு இடமும் வலமும் பெருமைமிகு 1940 ஆண்டு பட்டம் பெறும் வகுப்புத்தோழர்கள் தலையைத் தொங்கப்போட்டுக்கொண்டிருந்தனர். என் வரிசையில் உட்கார்ந்திருந்த ஒவ்வோர் சிறுமியும் தங்களது கைக்குட்டையை நோண்டுவதற்குப் புதிதாக எதையோ கண்டுபிடித்திருந்தார்கள். சிலர்அந்தச் சின்ன சதுரங்களைக் காதல் முடிச்சாக மாற்றினார்கள், சிலர் சதுரங்களை முக்கோணமாக. ஆனால் பெரும்பாலானோர் அவற்றை உப்பவைத்துப் பின் தங்கள் மஞ்சள் நிற மடிகளில் வைத்து அழுத்தித் தட்டையாக ஆக்கிக்கொண்டிருந்தனர்.

மேடையில் பண்டைய துன்பியல் நாடகம் திரும்பவும் நிதழ்த்தப்பட்டுக் கொண்டிருந்தது. பேராசிரியர் பார்சன், நிராகரிக்கப்பட்ட சிற்பம்

போல உறைந்து உட்கார்ந்திருந்தார். அவருடைய பெரிய கனத்த உருவம் எந்தவித உறுதியோ ஆர்வமோ இல்லாமல் இருந்தது, அவரது கண்கள் அவர் எங்களோடு இல்லை என்று கூறின. மற்ற ஆசிரியர்கள் தேசியக் கொடியைக் கூர்ந்து பார்த்துக்கொண்டிருந்தனர் (அது மேடையின் வலதுபுறம் கட்டப்பட்டிருந்தது) அல்லது கையிலிருந்த குறிப்புகளைப் பார்த்துக்கொண்டிருந்தனர் அல்லது தற்போது புகழ்பெற்றிருக்கும் எங்களது பேஸ்பால் விளையாட்டு மைதானத்தைக் காண்பதற்கு வசதியாகத் திறந்திருந்த ஜன்னல்களைப் பார்த்துக்கொண்டிருந்தனர்.

அடுக்கு உடைகள், பரிசுப்பொருட்கள், பாராட்டுகள், சான்றிதழ்கள் நிரம்பிய கிசுகிசுப்பு மாயாஜாலமான பட்டமளிப்பு என்பது என்னைப் பொருத்தவரை என் பெயர் அழைக்கப்படும் முன்பே முடிந்துவிட்டது. அந்த சாதனை ஒன்றுமேயில்லை. மூன்று வண்ண சாயங்களில் கவனமாக வரையப்பட்ட நிலப்படங்கள், பத்தெழுத்து வார்த்தைகளைக் கற்றதும் எழுத்துப்பிசகாமல் ஒப்பித்ததும், ‘தி ரேப் ஆப் லுக்ரீஸ்’ புத்தகத்தை மனப்பாடம் செய்தது – எல்லாமே ஒன்றுமில்லை. டான்லீவி நாங்கள் யார் என்று வெளிப்படையாக உணர்த்திவிட்டார்.

நாங்கள் வீட்டுப்பணிப்பெண்கள், விவசாயக் கூலிகள், கையாள்கள் மற்றும் சலவைக்காரிகள்தான், அதற்குமேலாக நாங்கள் உயர நினைப்பது பகல் கனவுகாண்பதும் ஆணவமுமாகும்.

அதன்பிறகு நானும், கபிரியேல் புரோசெரும் நட் டர்னரும் எல்லா வெள்ளைக்காரர்களையும், அவர்களில் படுக்கைகளிலேயே கொன்றிருக்கக் கூடாதா, ஆபிரகாம் லிங்கன் விடுதலைப் பிரகடனத்தில் கையெழுத்திடுமுன்பே படுகொலை செய்யப்பட்டிருக்க மாட்டாரா, ஹாரியட் டப்மேன் அவள் தலையில் விழுந்த அடியில் செத்துப்போயிருக்க மாட்டாளா, கிறிஸ்டோபர் கொலம்பஸ் சாந்தா மரியாவோடு கடலில் மூழ்கியிருக்கக் கூடாதா என்றெல்லாம் ஆசைப்பட்டேன்.

ஒரு நீக்ரோவாக இருப்பதும், என் வாழ்க்கைமீது எனக்கு முடிவெடுக்கும் அதிகாரம் இல்லாமலிருப்பதும் நரக வேதனையானது. இளம் வயதில் ஏற்கெனவே அமைதியாக இருக்கப் பயிற்சிபெற்றபின் எனது நிறத்தைக் குறித்த புகார்களுக்கு எதிர்வாதம் செய்யும் வாய்ப்பில்லாமல் நான் இருந்துகொண்டிருக்கும் நிலைமை கொடூரமானது. நாங்கள் எல்லோரும் செத்துப்போயிருக்க வேண்டும். ஒருவர் மேல் ஒருவராக நாங்களெல்லாம் செத்துக்கிடப்பதைப் பார்க்க விரும்பினேன் என நினைக்கிறேன். சதைக் குவியலால் ஆன ‘பிரமிட்’டாக ஆக, வெள்ளையர்கள் ஜனங்கள் அடியில் அகண்ட தளமாகவும், ‘பிரமிட்’டாக அதற்குமேல் அவர்களுடைய வேடிக்கையான டோமஹாக்கர், டீப்பீஸ்கள், விக்வாம்ஸ் மற்றும் ஒப்பந்தங்களோடு செவ்விந்தியர்களும் அப்புறம் நீக்ரோக்கள் அவர்களுடைய துடைப்பான்கள், உணவுச் செய்முறைகள், பருத்திச் சாக்குப்பைகள் மற்றும் வாயிலிருந்து நீட்டிக்கொண்டு வரும் ஆன்மீக வார்த்தைகளோடும் கிடப்பதை நான் பார்க்க வேண்டும். டச்சுக் குழந்தைகள் எல்லோரும் தங்கள் மரக்காலணிகளால் இடறிவிழுந்து கழுத்து முறிந்து போக வேண்டும். பிரெஞ்சுக்காரர்கள்

லூசியானா விற்பனை (1803) பரப்பில் மூச்சுமுட்டிச் சாக வேண்டும். சீனர்கள் அவர்களுடைய முட்டாள் குடுமிகளோடு பட்டுப்பூழுக்களாக அரித்துக் தின்னப்பட வேண்டும். ஒரு உயிரினமாக நாம் எல்லோரும் அருவருக்கத்தக்கவர்கள். ஆம், நாம் எல்லோரும்.

டான்லீவி தேர்தலில் நிற்கப்போகிறாராம். அவர் வெற்றிபெற்றால் அர்க்கான்ஸாஸின் இந்தப் பகுதியில் கறுப்பினத்தவருக்கான ஒரே களமிடப்பட்ட விளையாட்டுத் திடலை அவர் கொண்டுவருவார் என்று நாங்கள் நம்பலாம் என வாக்குறுதி அளித்தார். அதோடு—உறுமல்களாலான கூடியிருந்தோரின் ஏற்பை அவர் ஏறெடுத்துப் பார்க்கவில்லை — நிர்வாகக் கட்டிடத்துக்கும் தொழிற்பயிற்சிக்கூடத்துக்கும் கொஞ்சம் உபகரணங்களையும் நாங்கள் எதிர்பார்க்கலாம் என்றும் சொன்னார்.

இந்த அசிங்கங்களின் விளைவு வெளிப்படையாகத் தெரிந்தது. ஒரு அழையா விருந்தாளி, வெளியேற மறுக்கிறார். பாடகர் குழு அழைக்கப்பட்டு அவர்கள் ஒரு புதிய பாணியில் 'கிறிஸ்தவப் போர்வீரர்களே, முன்னேறிச் செல்லுங்கள்' என்ற பாடலை, பட்டம் பெறுபவர்கள் உலகில் அவர்கள் இலக்குகளை நோக்கிச் செல்ல வேண்டும் என்ற ரீதியில் புதிய வார்த்தைகளைப் போட்டுப் பாடினார்கள். ஆனால் அது எடுபடவில்லை. பாப்டிஸ்ட் போதகரின் மகள் எலோயிஸ், 'இன்விக்டஸ்' வாசகங்களை வாசித்தார். "நானே எனது விதியை நிர்ணயிப்பவன், நானே எனது ஆன்மாவின் தலைவன்" என்ற வார்த்தை களின் அபத்தத்தைக் குறித்து அழத்தோன்றியது எனக்கு.

எனது பெயர் தனது பரிச்சய அடையாளத்தைத் தொலைத்திருந்தது, ஆகவே எனது பெயர் அழைக்கப்பட்டபோது என்னை முழங்கையால் அழுத்தி எழும்பச் செய்யவும், போய் சான்றிதழை வாங்கவும் வைக்கவும் வேண்டியிருந்தது. எனது தயாரிப்புகளெல்லாம் என்னைவிட்டுப் பறந்தோடி விட்டன. வெற்றிவாகை சூடிய ஆமெசான்போல மேடைக்கு வீரநடை போட்டுச் செல்லவோ, பார்வையாளர்களோடு இருந்த பெய்லியைப் பார்த்து அவனுடைய ஆமோதிப்புத் தலையசைப்பைப் பெற்றுக்கொள்ளவோ எனக்குத் தோன்றவில்லை. மார்கிரெட் ஜான்சன், எனது பெயர் இரண்டாவது முறையாகச் சொல்லப்பட்டது, எனது தேர்ச்சிச் சிறப்புகள் வாசிக்கப்பட்டன, குழுமியிருந்தோரிடமிருந்து பாராட்டுச் சத்தங்கள் எழுந்தன, ஒத்திகை பார்த்தபடி மேடையில் எனக்கான இடத்தில் உட்கார்ந்தேன்.

நான் வெறுத்த வண்ணங்களைப் பற்றி நினைத்தேன்: இளம் பழுப்பு, கரும்பழுப்பு கலந்த ஊதா, இளம்ஊதா, கறுப்பு.

என்னைச் சுற்றி சிறு சலசலப்பும் உராய்வுகளும் கேட்டது, ஹென்றி ரீட் அவனுடைய ஏற்புரையைச் சொல்ல ஆரம்பித்தான். 'நான் இருப்பதா இல்லாமல் இருப்பதா'. அவன் வெள்ளையர் பேசியதைக் கேட்கவில்லையா? நாம் ஆகவே முடியாது, எனவே அந்தக் கேள்வியே வீண். ஹென்றியின் குரல் தெளிவாகவும் திடமாகவும் வந்துகொண்டிருந்தது. அவனைப் பார்க்க எனக்குப் பயமாக இருந்தது. அவனுக்குச் செய்தி போய்ச் சேரவில்லையா? எந்த மனத்தின் மாண்பும் நீக்ரோக்களுக்குக்

கிடைக்கப்போவதில்லை ஏனெனில் இந்த உலகம் எங்களுக்கு மனம் இருப்பதாகக் கருதவில்லை, அதை எங்களுக்குத் தெரியப்படுத்தவும் செய்கிறார்கள். அந்த நிகழ்ச்சி முடிந்தவுடன் நான் ஹென்றி ரீட்டிடம் சில விஷயங்களைச் சொல்ல வேண்டும். அப்போது, அதைச் சொல்ல வேண்டுமென்று எனக்குத் தோன்றினால். 'துடை' இல்லை, ஹென்றி, 'அழி'. "ஆ, அங்கே அழிப்புதான் இருக்கிறது." நமது அழிப்பு.

பேச்சுத்திறமையில் ஹென்றி நல்ல மாணவன். வாக்குறுதிகளின் அலைகளில் அவன் குரல் உயர்ந்தும், எச்சரிக்கைகளின் அலைகளில் தாழ்ந்தும் ஒலித்தது. ஆங்கில ஆசிரியர் அவனுக்கு அந்த உரை ஹாம்லெட்டின் தனிமொழியைப் பின்பற்றித் தயாரிக்க உதவி செய்திருந்தார். ஒரு மனிதனாக, காரியவாதியாக, கட்டி எழுப்புவனாக, ஒரு தலைவனாக அல்லது ஒரு கருவியாக, கேலியில்லாத நகைச்சுவையாக, தேவையற்ற காளான்களை நசுக்குபவனாக, எதுவாக நான் ஆவது? எங்களுக்கு ஏதோ தேர்ந்தெடுக்கும் உரிமை இருப்பதுபோல அவன் பேசிக்கொண்டே போவதை நினைத்து நான் வியந்து போனேன்.

கண்களை மூடியவாறு கேட்டுக்கொண்டே, ஒவ்வொரு வாக்கியத்துக்கும் அமைதியாக நான் எதிர்த்து உரைத்துக்கொண்டிருந்தேன். அப்புறம் நிசப்தம் நிலவியது, அது கேட்போரிடமிருந்து, எதிர்பாராத ஏதோ ஒன்று நிகழ்ந்துவிட்டது என்று உருவாகும் எச்சரிக்கையின் அறிகுறி. நான் ஏறெடுத்து ஹென்றி ரீட்டைப் பார்த்த போது அவன், அந்தப் பழமைவாதி, சரியாக நடந்துகொள்பவன், அந்த ஏ1, முதல்மாணவன், கூட்டத்தினருக்கு முதுகைக் காட்டிக்கொண்டு, எங்களை (பெருமைமிகு 1940 பட்டம்பெறும் வகுப்பு) நோக்கி பேசுவது போன்று பாடினான்.

"ஒவ்வொரு குரலையும் உயர்த்திப் பாடுங்கள்
வானத்திற்கும் பூமியெங்கும் ஒலிக்கும்வரை
விடுதலையின் இன்னிசைகள் முழங்கும்படி . . ."

அது ஜேம்ஸ் வெல்டன் ஜான்சன் எழுதிய கவிதை. அதற்கு இசையமைத்தவர் ஜே. ரோசாமண்ட் ஜான்சன். அது நீக்ரோக்களின் தேசியகீதம். வழக்கமாக நாங்கள் அதைப் பாடிக்கொண்டிருப்போம்.

எங்கள் அன்னையரும் தந்தையரும் அந்த இருண்ட அரங்கத்தில் எழுந்துநின்று அந்த ஊக்கப்படுத்தும் கீதத்தில் இணைந்துகொண்டனர். ஒரு மழலையர் வகுப்பு ஆசிரியர் சிறுகுழந்தைகளை மேடைக்கு அழைத்துவந்து, அந்த வெண்ணெய் கோப்பைகளும், டெய்சிகளும், முயல் குட்டிகளும் பாடலின் தாள நேர அளவுகளோடு பின்தொடர முயற்சி செய்தார்கள்.

"நாங்கள் கடந்துசெல்லும் பாதை கரடுமுரடானது
எங்களை அடக்கும் கம்பு கசப்பானது என
பிறக்கும் முன்பே இறந்துபோன நம்பிக்கையை உணர்ந்த தினங்கள் இவை
என்றாலும் தொடர்ந்து செல்லும் எங்களது பயணங்கள்
களைத்த எங்கள் கால்களைக்கொண்டு சேர்க்காதா
எங்களது தந்தையர் பெருமூச்சுவிட்டு நினைத்த இடத்திற்கு ?"

எனக்குத் தெரிந்த ஒவ்வொரு குழந்தையும் அந்தப் பாடலை ஏ, பி, சி, டி யோடும் 'இயேசு என்னை நேசிக்கிறார், நான் அதனை அறிவேன்' என்பதோடும் கற்றிருந்தனர். ஆனால் என்னளவில் நான் அதை முன்பு கேட்டிருக்கவில்லை. ஆயிரமாயிரம் முறை நான் பாடியிருந்தபோதும் அந்த வார்த்தைகளை நான் கேட்டிருக்கவில்லை. அது எனக்குச் சம்பந்தப்பட்ட விஷயமென்றுத் தோன்றியதில்லை.

மாறாக, பேட்ரிக் ஹென்றியின் வார்த்தைகள் என்னிடம் ஏற்படுத்தியிருந்த தாக்கத்தினால் என்னை நிமிர்த்தி நடுங்கிக்கொண்டே நான் சொல்வதுண்டு "பிறர் என்ன வழியைத் தேர்ந்தெடுத்துக்கொள் கிறார்கள் என்பது எனக்குத் தெரியாது, என்னைப் பொருத்தவரை எனக்கு அந்த சுதந்திரம் வேண்டும் அல்லது சாவு வேண்டும்."

இப்போது முதல்முறையாக, உண்மையாகவே நான் கேட்டுக் கொண்டிருக்கிறேன்,

"கண்ணீரால் நனைந்திருந்த பாதைவழியே
கடந்து வந்துவிட்டோம்
படுகொலை செய்யப்பட்டவர்களின் ரத்தத்தினூடே
நடந்து வந்துவிட்டோம்"

பாடலின் எதிரொலிகள் காற்றில் நடுங்கிக்கொண்டிருந்தபோது ஹென்றி ரீட் தலைகுனிந்து 'உங்களுக்கு நன்றி' என்று சொல்லிவிட்டு வரிசையில் அவனுடைய இடத்துக்கு வந்தான். பல முகங்களில் வழிந்து கொண்டிருந்த கண்ணீர் அவமானத்தால் துடைக்கப்படவேயில்லை.

நாங்கள் மறுபடியும் உயர்ந்து நின்றோம். எப்போதும் போல் மறுபடியும். நாங்கள் தாக்குப்பிடித்து நின்றுவிட்டோம். நாங்கள் எதிர்கொண்ட ஆழங்கள் குளிரானவை, இருட்டானவை. இப்போது பிரகாசமான சூரியன் எங்கள் ஆன்மாக்களோடு உரையாடிக் கொண்டிருக்கிறது. நான் வெறுமனே 1940 வகுப்பின் பட்டம் பெற்றவர்களுள் ஒரு உறுப்பினர் அல்ல, நான் அற்புதமான, அழகான நீக்ரோ இனத்தின் பெருமைமிகு அங்கம்.

ஓ, அறியப்பட்ட, அறியப்படாத கறுப்பினக் கவிஞர்களே, அடிக்கடி ஏலம்விடப்பட்ட உங்களது வலிகள் எத்தனை முறை எங்களைத் தாங்கிப்பிடித்துக் காத்துநின்றன? உங்கள் பாடல்களால் எத்தனை தனிமை யான இரவுகளைக் குறைந்த தனிமையானவையாக மாற்றினீர்கள் என்றும் உங்கள் கதைகளால் காலிப்பானைகளைக் குறைவான துயரமாக ஆக்கினீர்கள் என்றும் யாரால் கணக்கிட முடியும்?

ரகசியங்களைப் பறைசாற்றும் மக்களாக நாங்கள் இருந்திருந்தால் நாங்கள் சின்னங்களை எழுப்பியும் பலிகள் தந்தும் எங்கள் கவிஞர்களின் நினைவுகளுக்குச் சமர்ப்பணம் செய்திருப்போம். ஆனால் அந்தக் குறைபாட்டிலிருந்து அடிமைத்தனம் எங்களைக் குணப்படுத்திவிட்டது. என்றாலும் எங்களது தாக்குப்பிடிக்கும் தன்மை எங்களது கவிஞர்களின் (போதகர்கள், இசைக்கலைஞர்கள், ப்ளூஸ் பாடகர்களையும் சேர்த்துக் கொள்ளலாம்) அர்ப்பணிப்புக்குச் சரிநிகராக உள்ளது என்று சொல்வது போதுமானது.

24

மிட்டாய் பகுதியின் தேவதை கடைசியாக என்னைக் கண்டுபிடித்துவிட்டது, அதோடு நான் திருடிய மில்க்கிவேஸ், மவுண்ட்ஸ், மிஸ்டர் குட்பார்ஸ், ஹெர்ஷிஸ் வித் ஆல்மண்ட்ஸ் எல்லாவற்றிற்கும் சேர்த்து வேதனையான ஒறுத்தலை என்னிடமிருந்து காவுவாங்கிவிட்டது. எனக்கு இரண்டு பற்களில் குழி ஏற்பட்டு ஈறுவரை சொத்தையாகிவிட்டது. பொடிசெய்த ஆஸ்ப்ரின் அல்லது கிராம்புத் தைலம் ஆகியவற்றால் சமாளிக்க முடியாத அளவுக்கு வலி இருந்தது. ஒரேஒரு விஷயம்தான் எனக்கு உதவி செய்ய முடியும், எனவே நான் வீட்டுக்கு அடியில் உட்கார்ந்திருந்து அந்தக் கட்டிடம் எனது இடது தாடையில் இடிந்து விழ வேண்டுமென்று ஆத்மார்த்தமாக வேண்டிக் கொண்டேன். ஸ்டாம்ப்ஸில் எந்த நீக்ரோ பல் டாக்டரும், வேறு பொது மருத்துவரும்கூட, இல்லாததால் பாட்டி முந்தைய பல் வலிகளை, பற்களைப் பிடுங்குவதன் மூலமாகவும் (பல்லைச் சுற்றி நூலைக்கட்டி மறுமுனையில் கைமுட்டியில் சுற்றிக்கொண்டு) வலி நிவாரண மருந்துகள், ஜெபங்கள் மூலமாகவும் சரிசெய்வார். தற்போதைய சம்பவத்தில், மருந்து வேலைக்காகாது என்றாகிவிட்டது; நூலைக் கட்டுவதற்குப் போதிய எனாமலும் இல்லை, வேண்டுதல்களைப் பொறுத்த வரை, அவை சென்று சேர்வதைக் கவனித்துச் சமன்செய்யும் சம்மனசு தடுத்துவிடுவதால், அவற்றையும் கைவிட வேண்டியதாயிற்று.

சில நாட்களுக்குப் பகலிலும் இரவிலும் தாங்க முடியாத வலியுடன் இருந்தேன், கிணற்றில் குதித்துவிடலாமா என்று தீவிரமாக யோசித்துக்கொண்டும் இருந்தேன். பாட்டி என்னை பல் மருத்துவரிடம் கூட்டிச்செல்ல முடிவெடுத்தார். அருகிலிருந்த நீக்ரோ பல் மருத்துவர், இருபத்திஐந்து மைல் தொலைவில், டெக்ஸார்க்கானாவில் இருந்தார். பாதி தூரம் செல்லுமுன்பாகவே நான் செத்துப்போவேன் என்று உறுதியாக நம்பினேன். பாட்டி ஸ்டாம்ப்ஸில் இருக்கும் டாக்டர் லிங்கனிடம் போகலாம் என்றும் அவர் என்னைக் கவனிப்பார் என்றும் சொன்னார். அவர் பாட்டிக்கு நன்றிக்கடன் பட்டிருப்பதாகவும் சொன்னார்.

ஊரிலுள்ள பல வெள்ளையர்கள் பாட்டியிடம் கடன் பெற்றிருப்பது எனக்குத் தெரியும். பெய்லியும்

நானும் பொருளாதாரப் பெருமந்த நாட்களில் கருப்புமக்களுக்கும் வெள்ளையர்களுக்கும் பாட்டி பணம் கடனாகக் கொடுத்திருப்பதை, கணக்குப் புத்தகத்தில் குறித்து வைத்திருப்பதைப் பார்த்திருக்கிறோம். பலர் இன்னும் அதைப் பைசல் செய்யவில்லை. ஆனால் டாக்டர் லிங்கனின் பெயரை அதில் நான் பார்த்த நினைவில்லை. அதோடு ஒரு நோயாளியாக எந்த நீக்ரோவும் அவரிடம் போனதாகவும் நான் கேள்விப்பட்டதில்லை. என்றாலும் பாட்டி நாம் போகிறோம் என்று சொல்லிவிட்டு நாங்கள் குளிப்பதற்காக அடுப்பில் வெந்நீர் சூடாக வைத்தார்கள். நான் இதுவரை எந்த டாக்டரிடமும் போனதில்லை, எனவே பாட்டி என்னிடம், குளித்த பிறகு (அது எனது வேதனையைக் குறைக்குமாம்) நான் புதிதாகக் கஞ்சிப் பசையிட்டு இஸ்திரி செய்த உள்ளாடைகள் முற்றிலுமாக அணிந்துகொண்டு கிளம்ப வேண்டுமென்று சொல்லிவிட்டார். குளித்ததற்கு வலி எந்தவித மதிப்பும் தரவில்லை, அந்த வலி மற்ற எவரும் அனுபவித்ததைவிடத் தீவிரமானது என்று எனக்குத் தெரிந்துவிட்டது.

கடையிலிருந்து புறப்படும் முன்பு நான் பல்துலக்குமாறும் அப்புறம் லிஸ்டரைன் கொண்டு வாய் கொப்பளிக்குமாறும் பாட்டி கட்டளையிட்டார். இறுக்கமாக இருந்த எனது தாடையை விரிக்க நினைத்தபோதே வலி கூடியது. ஆனால் பாட்டி, டாக்டரிடம் போகும்போது உடல் முழுவதும் சுத்தமாகச் செல்ல வேண்டும், அதுவும் சிகிச்சைக்காக அவர் பரிசோதிக்கப் போகும் பகுதி ரொம்பச் சுத்தமாக இருக்க வேண்டும் என்று விளக்கியதும் எனது தைரியத்தை வரவழைத்துக்கொண்டு எனது தாடையை அகல விரித்தேன். எனது வாயினுள் நுழைந்த குளிர்ந்த காற்றும் கடைவாய்ப் பற்களில் ஏற்பட்ட உராய்வும் என்னிடம் மிச்சம்மீதி இருந்த யோசிக்கும் திறனையும் சுத்தமாகக் காலி செய்துவிட்டது. வலியில் நான் உறைந்துபோக, எனது குடும்பம் கிட்டத்தட்ட என்னை அமுக்கிப்பிடித்து பல் பிரஷ்ஷை வாயிலிருந்து எடுக்க வேண்டியதாகி விட்டது. பல் டாக்டரிடம் போவதற்குச் சாலையில் நடக்கவைக்க அவர்களுக்குப் பெரும்பாடாகிவிட்டது. பாட்டி வழியில் பார்த்த எல்லோரிடமும் பேசிக்கொண்டு வந்தார், ஆனால் நின்று உரையாட வில்லை. தனது தோள்களுக்குப் பின்னால் கேட்குமாறு நாங்கள் டாக்டரிடம் போவதாகவும் திரும்பி வீட்டுக்கு வரும் வழியில் கொஞ்சநேரம் அவர்களிடம் செலவிடுவதாகவும் கூறிக்கொண்டு நடந்தார்.

குளத்தை அடைவதுவரை வலி மட்டுமே எனது உலகமாக இருந்தது, என்னைச் சுற்றி மூன்றடி வளையமாக. பாலத்தைத் தாண்டி வெள்ளையர்களின் பகுதிக்குள் நுழைந்தவுடன் புத்தி கொஞ்சம் முன்னுக்கு வந்தது. நான் முனகுவதை நிறுத்தவும் நேராக நடக்கவும் வேண்டும். தாடையை இறுக்கி தலையில் முடிச்சாகக் கட்டிவைத்திருந்த வெள்ளைத் துவாலையை நான் சரியாகப் போட்டுக்கொள்ள வேண்டும். வெள்ளையர்கள் வசிக்கும் நகரப்பகுதியில் ஒருவர் இறப்பதாக இருந்தாலும் அவர் நேர்த்தியாக இறக்க வேண்டும்.

பாலத்தின் மறுபுறத்தில் எனது வலி குறைந்ததுபோல இருந்தது, வெள்ளையர்களிடமிருந்து வந்த வெள்ளைத் தென்றல் அப்பகுதியில்

இருந்த அனைத்தையும் என் தாடை உட்பட, இதப்படுத்தியதுபோல. அந்த ஜல்லிபோட்ட சாலை சிறிய கற்களால் சரியாகப் பாவப்பட்டிருந்தது, மரக்கிளைகள் சாலையின் இருமருங்கிலும் தொங்கி கிட்டத்தட்ட எங்களை மூடுவதுபோல இருந்தன. உண்மையிலேயே வலி எனக்குக் குறைந்திருக்காவிட்டாலும் நான் அறிந்த, ஆனாலும் வித்தியாசமான, காட்சிகள் வலி குறைந்துவிட்டதாக என்னை வசியப்படுத்தியிருந்தன.

ஆனால் என் தலை, பாஸ் டிரம் சீரான இடைவெளியில் அடிக்கப் படுவதுபோல், துடித்துக்கொண்டிருந்தது. எப்படி ஒரு பல்வலி, சிறைக் கூடத்தைத் தாண்டிச்சென்று கைதிகளின் பாடல்களையும் அவர்களது ப்ளூஸ்களையும் சிரிப்புகளையும் கேட்டபின்பும் மாறாமல் இருக்க முடியும்? எப்படி ஒன்று அல்லது இரண்டு அல்லது வாய்நிறைந்த கோபமடைந்த பல் வேர்கள் ஒரு வண்டிநிறைய குப்பைத்தொட்டி வெள்ளைக் குழந்தைகளை எதிர்கொண்டு, அவர்களுடைய முட்டாள்தனமான போலி உயர்வுப்பகட்டைச் சகித்துக்கொண்டு, நாம் பொருட்படுத்தத் தகாதவர்கள் என்று உணராமல் இருக்க முடியும்?

பல் டாக்டரின் அலுவலகம் இருந்த கட்டிடத்துக்குப் பின்புறம் ஒரு சிறிய பாதை இருந்தது. அது வேலையாட்களும் ஸ்டாம்ப்ஸில் இருந்த ஒரு உணவகத்துக்கும் கசாப்புக்கடைக்கும் பொருட்கள் வினியோகம் செய்யும் வியாபாரிகளும் பயன்படுத்திய பாதை. அந்த வழியைப் பயன்படுத்தி பல் டாக்டரின் அலுவலகத்துக்குப் பின்படிக்கட்டுகள் வழியாகச் சென்றோம். சூரியன் பிரகாசமாக இருந்து, அன்றைய தினத்துக்கு ஒரு கடினமான உண்மைத்தன்மையைத் தந்துகொண்டிருந்தது, நாங்கள் இரண்டாவது தளத்துக்கு ஏறிச்சென்றோம்.

பாட்டி பின்பக்கக் கதவை தட்டியதும் ஒரு இளவயது வெள்ளைக்காரப்பெண் கதவைத்திறந்து நாங்கள் அங்கே நிற்பதைக் கண்ட ஆச்சரியத்தை முகத்தில் காட்டினாள். பாட்டி, தான் டாக்டர் லிங்கனைப் பார்க்க வந்திருப்பதாகவும் அவரிடம் ஆனி வந்திருப்பதாகச் சொல்லவும் கேட்டுக்கொண்டார். அந்தப் பெண் கதவை இறுக்கமாக மூடிவிட்டுப் போய்விட்டார். பாட்டி தனது பெயரை, இறுதிப்பெயர் கிடையாது என்பதுபோல், மொட்டையாகச் சொல்லித் தன்னை அடையாளப்படுத்திக் கொண்ட கேவலம் எனது பல் வலிக்கு நிகராக இருந்தது. பல் வலியும் தலைவலியும் இருக்கும்போது கறுப்புத்தன்மையின் கனத்தால் ஏற்படும் வலியையும் சுமப்பது அநியாயமாகப்பட்டது எனக்கு.

பற்கள் வலி குறைந்து, தன்னாலே விழுந்துவிடக்கூடிய வாய்ப்பு இருக்கிறது. பாட்டி, நாம் காத்திருப்போம் என்று சொன்னார். அந்தக் கடும்வெயிலில் ஆடிக்கொண்டிருந்த பின்பக்கக் கம்பிவராண்டாவில் ஒரு மணி நேரத்துக்கு அதிகமாக நின்றுகொண்டிருந்தோம்.

அவர் கதவைத் திறந்து பாட்டியைப் பார்த்தார். "நல்லது, ஆனி நான் உனக்கு என்ன செய்ய வேண்டும்?"

அவர் எனது தாடையைச் சுற்றியிருந்த துணிக்கட்டையோ அல்லது எனது வீங்கியிருந்த முகத்தையோ பார்க்கவில்லை.

பாட்டி சொன்னார், "டாக்டர் லிங்கன், இது என்னுடைய பேரக் குழந்தை. அவளுக்கு இரண்டு சொத்தைப் பற்கள் வலிப்பு வருவதைப்போல் அவஸ்தைப்படுத்துகின்றன"

அவர் சொன்னதை டாக்டர் ஆமோதிப்பதற்கு பாட்டி இடைவெளி கொடுத்தார், டாக்டரோ எந்தச் சலனத்தையும் முகத்திலோ சொற்களாலோ, காட்டவில்லை.

"அவள் இந்தப் பல் வலியால் நான்கு நாட்கள் அவதிப்பட்டுக் கொண்டிருக்கிறாள். நான் சொன்னேன் 'சின்னப்பெண்ணே, இன்றைக்கு நீ டாக்டரிடம் போக வேண்டும்'."

"ஆனி ?"

"யெஸ் சார், பல் டாக்டர்."

கடல்சங்குகளைத் தேடிப்பொறுக்குபவர்களைப்போல, அவர் வார்த்தைகளைப் பொறுக்கியவாறு, "ஆனி நான் நீக்ரோக்கள், கலப்புநிற ஆட்களுக்கு மருத்துவம் செய்வதில்லை என்று உனக்குத் தெரியும்" என்று சொன்னார்.

"எனக்குத் தெரியும் டாக்டர் லிங்கன். ஆனால் இதோ இங்கே நிற்பது எனது சின்ன பேரக்குழந்தை, அவளால் உங்களுக்கு எந்தத் தொந்தரவும் வராது ..."

"ஆனி, எல்லோருக்கும் ஒரு கொள்கை உண்டு. இந்த உலகத்தில் ஒருவருக்கு என்று ஒரு கொள்கை இருக்க வேண்டும். இப்போது எனது கொள்கை, வெள்ளையரல்லாதவருக்கு மருத்துவம் பார்ப்பதில்லை என்பது."

வெயில் சுட்டதில் பாட்டியின் தோலிலிருந்து எண்ணெய் உருகிப் பளபளத்தது, தலைமுடியில் தடவியிருந்த வாசலின் இளகி வழிந்தது. பல் டாக்டரின் நிழலிலிருந்து விலகி நின்ற பாட்டி பசைத்தன்மையோடு மினுங்கிக்கொண்டிருந்தார்.

"டாக்டர் லிங்கன், நீங்கள் அவளைப் பரிசோதித்தே ஆக வேண்டும் என்று நினைக்கிறேன். அவள் சின்னப் பூச்சி. அதோடு நீங்கள் ஓரிருமுறை நன்றிக்கடனும் பட்டிருக்கிறீர்கள்."

அவர் லேசாகச் சிவந்தார். "கடனோ, கடன் இல்லையோ. எல்லா பணத்தையும் திருப்பிக் கொடுத்துவிட்டேன். அதோடு முடிந்தது. மன்னிக்கவும், ஆனி." அவருடைய கை கதவின் பிடியில் இருந்தது. "மன்னிக்கவும்." இரண்டாவது மன்னிக்கவும் சொல்லும்போது அவரது குரல் கொஞ்சம் இரக்கத்தோடு, உண்மையிலேயே இருந்தது போல், இருந்தது.

பாட்டி சொன்னார், 'எனக்காகவென்றால் நான் இவ்வளவு வற்புறுத்திக் கேட்க மாட்டேன், ஆனால் நீங்கள் மறுப்பதை நான் ஏற்றுக்கொள்ள மாட்டேன். அதுவும் என் பேரக்குழந்தைக்கு மறுப்பதை. கடன்வாங்க வந்தபோது நீங்கள் என்னிடம் கெஞ்சிக் கேட்பதற்கு நான் விட்டதில்லை. நீங்கள் கேட்டீர்கள், நான் கொடுத்தேன். அவ்வளவுதான். அது, கடனாகக் கொடுப்பது என் கொள்கையில்லை, நான் பணம்

வட்டிக்குக் கொடுப்பவளுமில்லை, ஆனால் இந்தக் கட்டிடத்தை நீங்கள் இழந்துவிடும் சூழ்நிலையில் நீங்கள் காப்பாற்றிக்கொள்வதற்கு உதவி செய்தேன், அவ்வளவுதான்.”

“அதைத் திருப்பிக்கொடுத்துவிட்டேன், உனது குரலை உயர்த்திப் பேசுவது என் மனதை மாற்றப்போவதில்லை. எனது கொள்கை . . .” கதவுப்பிடியை விட்டுவிட்டு பாட்டியிடம் நெருங்கினார். நாங்கள் மூவரும் அந்தச் சின்ன நடையில் கூட்டமாக நின்றோம். “ஆனி, எனது கொள்கை என்னவென்றால் எனது கையை ஒரு நாயின் வாயினுள் வைத்தாலும் வைப்பேனே தவிர ஒரு நீக்ரோவின் வாயில் வைக்க மாட்டேன்.”

அவர் என் முகத்தை ஒரு தடவைகூடப் பார்க்கவில்லை. திரும்பிக் கொண்டு கதவைத்திறந்து உள்ளே இருந்த இதமான சூழலுக்குள் சென்றார். பாட்டியும் ஒரு எட்டு உள்ளே எடுத்து வைத்துவிட்டுச் சில நிமிடங்கள் நின்றார். வேறுவிதமாக, புதிதாகத் தோற்றமளித்த அவர் முகத்தைத் தவிர வேறு அனைத்தையும் நான் மறந்துபோனேன். கதவுக் கைப்பிடியைப் பிடித்துக்கொண்டு முன்பு என் பக்கம் சரிந்து, அவரது வழக்கமான மிருதுவான குரலில் சொன்னார், “சகோதரி, படிக்கட்டில் இறங்கிக் கீழே போ. எனக்காகக் காத்திரு. நான் அங்கே நேராக வந்துவிடுவேன்.”

பெரும்பாலான சூழ்நிலைகளில் பாட்டியுடன் விவாதம் செய்வதில் பயனில்லை என்பது எனக்குத் தெரியும். எனவே, அந்தச் செங்குத்தான படிகளில், திரும்பிப் பார்க்கவும் பயந்தவளாய், பார்க்காமல் இருப்பதற்கும் பயந்தவளாக இறங்கிச் சென்றேன். நான் திரும்பவும், கதவு படீரென்று சாத்தப்பட்டது, அவர் போய்விட்டார்.

அந்தக் கட்டிடத்துக்குச் சொந்தக்காரர்போல் பாட்டி உள்ளே நுழைந்தார். ஒரு கையால் அந்த முட்டாள் நர்சைத் தள்ளிவிட்டு பல் டாக்டரின் அறைக்குள் சென்றார். அவர் தன்னுடைய நாற்காலியில் உட்கார்ந்து அசிங்கமான உபகரணங்களைக் கூர்மைப்படுத்திக் கொண்டும் தனது மருந்துகளுக்கு அதிகப்படியான வீரியங்களைச் செலுத்திக் கொண்டும் இருந்தார். பாட்டியின் கண்கள் எரிந்துகொண் டிருக்கும் நிலக்கரித் துண்டுகள் போல் கனற்றுகொண்டிருந்தன, அவரது கைகள் இரண்டு மடங்கு நீளமாகிவிட்டவைபோல இருந்தன. பாட்டி டாக்டரின் வெள்ளை மேல்சட்டையின் கழுத்துப்பட்டையைப் பிடிக்கப்போகும் தறுவாயில் அவர் பாட்டியை ஏறெடுத்துப் பார்த்தார்.

“ஒரு பெண்மணியைப் பார்த்தவுடன் எழுந்து நில், அருவருக்கத்தக்க அயோக்கியப்பயலே.” அவரது நாக்கு ஒல்லியாகி வார்த்தைகள் ஒலித்தன, இடியின் சிறிய முழக்கங்கள்போல கச்சிதமாகவும் கூர்மையாகவும்.

பல் டாக்டருக்கு எழுந்து நிற்பதைத்தவிர வேறு மார்க்கமில்லை, அவர் ராணுவப் பயிற்சியின் கவனநிலையோடு எழுந்து நின்றார். ஒரு நிமிடநேரத்துக்குப்பின் அவரது தலை கவிழ்ந்தது, குரல் பணிவானது. “யெஸ், மேடம். திருமதி ஹெண்டர்சன்.”

“டேய் கயவாளி, என்னுடைய பேத்தியின் முன்னால் நீ என்னிடம் பேசியவிதம் நீ ஒரு கண்ணியவான் என்று காட்டிக்கொண்டதாக

இருந்ததா?" அவர் டாக்டரை அசைக்கவில்லை, அவருக்கு அவ்வளவு வலிமை இருந்தபோதும் அவர் சும்மா அவனை நிமிர்த்திப் பிடித்திருந்தார்.

"இல்லை, மேடம், திருமதி ஹெண்டர்சன்."

"என்ன இல்லை மேடம், திருமதி ஹெண்டர்சன்?" அப்புறம் அவர் லேசாகத்தான் டாக்டரை அசைத்தார், ஆனால் அவருடைய செயலில் இருந்த, வலிமை எந்த அளவுக்கு இருந்ததென்றால் டாக்டரின் தலையும் கைகளும் உடம்பிலிருந்து விடுபட்டுவிட்டவை போல ஆடின. வில்லி சித்தப்பாவைவிட மோசமாகத் திக்கிப் பேசினார், "இல்லை, மேடம், திருமதி ஹெண்டர்சன். நான் வருந்துகிறேன்."

அவருடைய வெறுப்பின் விளிம்பு மட்டுமே வெளியே தெரிய, பாட்டி பல் டாக்டரை அவருடைய நாற்காலிக்குள் தள்ளிவிட்டார். "வருத்தம் என்ன செய்கிறதோ அதுதான் வருத்தம். என் கண்ணில்பட்ட பல் டாக்டர்களிலே நீதான் வருத்தமோ வருத்தப்படபோகிறவனாக இருப்பாய்." (பாட்டியின் பிரமாதமான ஆங்கிலம் அப்பழுக்கில்லாததாக இருக்கவல்லது, எனவேதான் அவரால் எந்த நேரமும் வழக்குநடைக்கு இயல்பாக மாற முடியும்).

"நான் என் பேத்திக்கு முன்னால் உன்னை மன்னிப்பு கேட்கச் சொல்லவில்லை, ஏனென்றால் அவளிடம் எனது வல்லமையை வெளிக்காட்டிக்கொள்ள விரும்பவில்லை. ஆனால் இந்த இடத்தில், இப்போது உத்தரவு போடுகிறேன். சூரியன் மறையும் முன்பாக ஸ்டாம்ப்ஸை விட்டு காலி செய்து போய்விடு."

"திருமதி ஹெண்டர்சன், நான் எனது பொருட்களை எடுத்துக் கொண்டு எப்படி போக..." இப்போது அவன் பயங்கரமாக நடுங்கிக் கொண்டிருந்தான்.

"இப்போ, நான் எனது இரண்டாவது உத்தரவுக்கு வருகிறேன். இனிமேல் எப்போதும் நீ பல் மருத்துவம் பார்க்கக் கூடாது. எப்போதுமே! உனது அடுத்த இடத்தில் நீ குடியேறியபிறகு சொறிபிடித்த நாய்களுக்கும், காலரா பாதித்த பூனைகளுக்கும் வலிப்புவந்த பசுக்களுக்கும் வைத்தியம் பண்ணும் விலங்கு வைத்தியனாக நீ இருந்தால் போதும். நான் சொல்வது விளங்குகிறதா?"

அவனது தாடையில் எச்சில் ஒழுகிக்கொண்டிருந்தது, கண்களில் நீர் வழிந்துகொண்டிருந்தது. "யெஸ், மேடம். என்னைக் கொல்லாததற்கு நன்றி. உங்களுக்கு நன்றி, திருமதி ஹெண்டர்சன்."

எட்டடி நீளக்கைகளுடன் பத்தடி உயரத்துக்கு நின்றிருந்த பாட்டி தன்னை லேசாக இழுத்தசைத்து தனது பழைய உருவ அளவுக்கு மாறிச் சொன்னார், "ஒன்றுமில்லாமலிருப்பதற்கு உன்னை வரவேற்கிறேன், அற்பனே. உன்னைப்போல ஒருவனிடம் ஒரு சாவடிப்பை வீணாக்க மாட்டேன்."

வெளியே வரும்வழியில் பாட்டி தனது கைக்குட்டையை அங்கிருந்த நர்ஸ் பக்கம் விசிறி அவளைக் கோழித்தீவனம் கட்டிவைத்திருந்த கொழகொழத்த கோணிப்பை போல ஆக்கிவிட்டார்.

படிக்கட்டுகளில் இறங்கிவந்தபோது பாட்டி சோர்வாகக் காணப் பட்டார், அவர் அன்று அனுபவித்ததற்கு நிகரான வேதனைகளை அனுபவித்த யார்தான் சோர்வடையாமல் இருப்பார்கள்? என்னை அவர் நெருங்கிவந்து தாடையிலிருந்த துவாலையைச் சரி செய்து விட்டார். (நான் பல் வலியை மறந்துவிட்டேன், நான் நினைத்ததெல்லாம் அவர் தனது கைகளை, எனது வலியை விழிப்படையவிடாத அளவுக்கு, மிருதுவாக ஆக்கிக் கொண்டுவிட்டார் என்பதை மட்டுமே). அவர் எனது கையைப் பிடித்துக்கொண்டார். அவர் குரல் மாறவில்லை, “போகலாம், சகோதரி.”

நான் நினைத்தேன் நாங்கள் வீட்டுக்குப் போய் அங்கு பாட்டி வலி தீர்வதற்கும், ஒருவேளை புதுப்பற்கள் முளைப்பதற்கும்கூட, ஏதாவது கஷாயம் செய்துதருவார் என்று. ஒரே இரவில் எனது ஈறுக்குள்ளிருந்து முளைக்கப்போகும் புதுப்பற்கள். அவர் என்னை ஸ்டோருக்கு எதிர்திசையில் இருந்த மருந்துக் கடையை நோக்கி அழைத்துச் சென்றார். “நான் டெக்ஸார்க்கானாவில் இருக்கும் பல் மருத்துவர் பேக்கரிடம் கூட்டிக்கொண்டு போகிறேன்.”

நான் குளித்துவிட்டு கேஷ்மியர் பொக்கியுட் டால்கம் பவுடரை போட்டுக்கொண்டதற்காகச் சந்தோஷப்பட்டேன். அது எதிர்பாராத ஆச்சரியமாக இருந்தது. எனது பல் வலி நிதானமான வேதனையாக அமைதியடைந்திருந்தது. பாட்டி ஒரு தீய வெள்ளையனைத் துடைத்து எறிந்துவிட்டார், நாங்களும் பயணமாக டெக்ஸார்க்கானாவுக்குப் போகிறோம். நாங்கள் இருவர் மட்டுமே.

க்ரேஹவுண்ட் பேருந்தில் பாட்டி கடைசியில் உள்புற இருக்கையில் உட்கார்ந்தார். நான் அவர் பக்கத்தில் இருந்தேன். எனது பாட்டியின் பேத்தியாக நான் இருப்பதில் எனக்குப் பெரிய பெருமையாக இருந்தது. அவருடைய மாயாஜால ஆற்றலில் கொஞ்சம் என்னிடமும் வந்திருந்திருக்கிறது. நான் நம்பினேன். நான் பயந்துவிட்டேனா என்று என்னிடம் அவர் கேட்டார். நான் தலையை மட்டும் அசைத்துவிட்டு அவருடைய குளிர்ந்த பழுப்புநிற புஜத்தில் சாய்ந்துகொண்டேன். இனி எந்த பல் டாக்டரும் குறிப்பாக நீக்ரோ பல் மருத்துவரும் என்னைத் துன்பப்படுத்த துணிய மாட்டார்கள். அதுவும் பாட்டி என்னோடு இருக்கும்போது. பயணம் எந்த நிகழ்வுகளுமில்லாமல், அவர் கையால் என்னைச் சுற்றி அணைத்துக்கொண்டதைத் தவிர, அதுவும் அவரது இயல்புக்கு மாறாக, முடிவுக்கு வந்தது.

எனது ஈறுகளை மரத்துப்போக வைக்கும்முன்பு, பல் டாக்டர் மருந்துகளையும் ஊசியையும் என்னிடம் காட்டினார். அவர் காட்டியிருக்காவிட்டாலும் நான் கவலைப்பட்டிருக்க மாட்டேன். பாட்டி, அவருக்கு நேர்பின்னால் நின்றுகொண்டார். கைகளை மடித்து கட்டிக் கொண்டு, டாக்டர் செய்தவைகளையெல்லாம் கண்கொட்டாமல் கவனித்துக் கொண்டிருந்தார். எனது பற்கள் பிடுங்கப்பட்டுவிட்டன. பாட்டி மருந்துக்கடையின் பக்கவாட்டிலிருந்து விற்பனைத் திறப்பிலிருந்து கூம்பு ஐஸ்கிரீம் எனக்கு வாங்கித் தந்தார். ஸ்டாம்ப்ஸுக்குத் திரும்பிவந்த பயணமும் அமைதியாகவே நடந்தது, கிராமப்புற சாலையில் பேருந்தின்

ஏற்ற இறக்க ஆட்டத்தில் பாட்டி கொண்டுவந்திருந்த பொடி டப்பாவுக்குள் துப்புவதில் இருந்த சிரமத்தைத்தவிர.

வீட்டில் எனக்கு வெதுவெதுப்பான உப்புக்கரைசல் தரப்பட்டது. வாயைக் கொப்பளித்த பிறகு பெய்லியிடம் காலியாயிருந்த ஓட்டை களைக் காட்டினேன், அவற்றில் பழக்கேக் மீது அடைக்கப்பட்ட பழத்துண்டுகள் பொறிந்த நிலையில் இருப்பது போல் உறைந்த இரத்தம் இருந்தது. அவன், நான் ரொம்ப தைரியசாலிதான் என்று சொன்னான். அது, அந்த மரங்கொத்தி பல் டாக்டரிடம் எங்களுக்கு ஏற்பட்ட கசப்பான மோதலையும் பாட்டியின் நம்ப முடியாத ஆற்றலையும் அவனிடம் வெளிப்படுத்துவதற்கான தூண்டுதலாக ஆகிவிட்டது.

அவர்களுக்கிடையில் நடந்த உரையாடலை நான் நேரடியாகக் கேட்கவில்லைதான், ஆனால் நான் சொன்னதைத்தவிர பாட்டி வேறு என்ன அங்கு சொல்லியிருக்க முடியும்? வேறு என்ன நடந்திருக்க முடியும்? அவன் என்னுடைய விளக்கத்தை ஐயத்தோடு ஒத்துக்கெண்டான், நானும் சந்தோஷமாக (நான் சுகவீனமாக இருந்தேன் அல்லவா) ஸ்டோருக்குள் நுழைந்தேன். பாட்டி எங்களுடைய இரவு உணவைத் தயார் செய்துகொண்டிருந்தார். வில்லி சித்தப்பா இன்னும் கதவில் சாய்ந்து நின்றுகொண்டிருந்தார். பாட்டி நடந்ததை விவரித்தார்.

“பல் டாக்டர் லிங்கன் ரொம்பக் கடுமையாக நடந்துகொண்டார். ஒரு நாயின் வாயில்கூடச் சந்தோஷமாகக் கை வைப்பேன் என்று சென்னார். நான் அவருக்குச் செய்த உதவியை நினைவுபடுத்திய போது அதை ஒரு பஞ்சுத்தூள்போல உதறித்தள்ளிப் பேசினார். நான் சகோதரியைக் கீழே அனுப்பிவிட்டு உள்ளே போனேன். அதற்குமுன் அந்த அலுவலகத்துக்குள் நான் போனதில்லை. அவர் பல் பிடுங்கும் அறைக்குப்போகும் கதவைக் கண்டுபிடித்து உள்ளே போனேன். அங்கே அவரும் நர்சும் கொஞ்சிக் கொண்டிருந்தார்கள். அவர் என்னைக் கவனிக்கும்வரை நான் அங்கே நின்றுகொண்டிருந்தேன்.” அடுப்பிலிருந்த பானை வெடித்துச்சிதறியது. “ஆணியில் உட்கார்ந்தவன்போல அவர் துள்ளியெழுந்தார். அவர் சொன்னார் ‘நான் ஏற்கெனவே சொல்லிவிட்டேன், எந்த நீக்ரோவின் வாயையும் நான் குடைய மாட்டேன் என்று’ “யாராவது எதையாவது செய்ய வேண்டுமே” என்று நான் சொன்னேன். அதற்கு அவர் “டெக்ஸார்கானாவி லிருக்கும் கறுப்பின மருத்துவரிடம் கூட்டிக்கொண்டு போ” என்று சொன்னார். “அதற்கு நீர் பணம் கொடுத்தால் நான் கூட்டிக்கொண்டு போகிறேன்” என்று சொன்னேன். “நான் கொடுக்க வேண்டிய பணத்தை யெல்லாம் கொடுத்தாகி விட்டது” என்று அவர் சொன்னார். நான் சொன்னேன் எல்லாமும் சரிதான், ஆனால் வட்டி தரவில்லை என்று. அவர் சொன்னார், “நான் வட்டிக்கு வாங்கவில்லை” என்று. நான் சொன்னேன் “இப்போது வட்டி உண்டு. வட்டியாகப் பத்து டாலர் தாருங்கள், கடன் முழுவதும் தீர்ந்துவிட்டதாக ஒத்துக்கொள்கிறேன்” என்று சொன்னேன். வில்லி உனக்குத் தெரியுமல்லவா அது நல்லதில்லை என்று, உனக்குத் தெரியுமே வில்லி, நான் வட்டி வேண்டுமென்று அந்தக் கடனைக் கொடுக்கவில்லை என்று எனவே அது நியாயமே இல்லை.”

"அவர் அந்தக் கேடுகெட்ட நர்ஸிடம் பத்து டாலர்கள் என்னிடம் கொடுத்துவிட்டு முழுமையாகப் பெறப்பட்டுவிட்டது" என்று ரசீது எழுதி வாங்கிக்கொள்ளச் சொன்னார். அவளும் கொண்டுவந்தாள், நான் கையெழுத்துப்போட்டேன். சட்டப்படி அந்தக் கடன் ஏற்கெனவே தீர்க்கப்பட்டுவிட்டது, நான் யோசித்ததில் அந்த அளவுக்கு அவர் மோசமாக நடந்துகொண்டதால் அதற்கு அவர் தண்டம் கட்ட வேண்டுமென்று தோன்றியது."

பாட்டியும் அவரது மகனும் சிரித்தார்கள் சிரித்துக்கொண்டே யிருந்தார்கள், அந்த வெள்ளை மனிதனின் தீய செயலையும் பாட்டியின் பழிவாங்கிய பாவத்தையும் நினைத்து.

எனக்கு, நான் கற்பனையாக ஜோடித்துக்கொண்ட நிகழ்வுதான், பிடித்திருந்தது, ரொம்பப் பிடித்திருந்தது.

25

பாட்டியை நான் அறிந்தவரை, அவரை அறிந்து கொண்டதே இல்லை என்பது எனக்குத் தெரியும். அவருடைய ஆப்பிரிக்கப் புதர் ரகசியத்தன்மையும் சந்தேகக்குணமும் அடிமைகளாய் இருந்ததில் பெரிதாக்கப்பட்டும் நூற்றாண்டுகளாகத் தரப்பட்டு முறிக்கப்பட்ட வாக்குறுதிகளால் உறுதி செய்யப்பட்டும் உருவானது. நாங்கள், கறுப்பு அமெரிக்க மக்கள், ஒரு சொலவடையைப் பயன்படுத்துவது உண்டு. அது பாட்டியின் எச்சரிக்கையுணர்வை விவரிப்பதற்குப் பொருத்தமாக இருக்கும். “நீங்கள் ஒரு நீக்ரோவிடம் எங்கே போயிருந்தாய் என்று கேட்டால் அவன் எங்கே போகப் போகிறேன் என்பதைச் சொல்வான்.” இதன் முக்கியத்துவத்தைப் புரிந்துகொள்ள வேண்டுமென்றால் யார் இந்த உத்தியைப் பயன்படுத்துகிறார்கள் என்பதையும் யாரிடம் இது பயன்படுத்துவார்கள் என்பதையும் தெரிந்து கொள்வது அவசியம். ஒரு அறியாத நபரிடம் உண்மையின் ஒரு பகுதியை மட்டும் பதிலாகச் சொன்னால் (பதிலில் உண்மையும் இருப்பது என்பது கட்டாயம்) அந்த நபர் தனது கேள்விக்குப் பதில் கிடைத்துவிட்டது என்று திருப்திப்பட்டுக்கொள்வார். ஒரு தெரிந்த நபருக்கு (இதே யுத்தியை அவரும் பயன்படுத்துபவராக இருப்பார்) ஒரு உண்மையான பதிலை, ஆனால் கேட்டகேள்விக்குச் சம்பந்தமில்லாததைச் சொன்னால் அவர் நாம் கேட்ட விஷயம் பகிர முடியாதது, விருப்பத்தோடு தெரிவிக்க முடியாதது என்று புரிந்துகொள்வார். இப்படியாக நேரடி மறுப்பு, பொய்யாகச் சொல்லுவது, தனிப்பட்ட விஷயங்களை வெளிப்படுத்துதல், போன்றவை தவிர்க்கப்படும்.

பாட்டி ஒருநாள் எங்களிடம் கலிபோர்னியாவுக்கு எங்களைக் கூட்டிச் செல்ல இருப்பதாகச் சொன்னார். அவர், நாங்கள் வளர்ந்துகொண்டிருப்பதால் பெற்றோர்களோடு இருப்பது அவசியம், வில்லி சித்தப்பா உடல் குறைபாடுகளோடு இருப்பவர், தனக்கு வயதாகிக் கொண்டிருக்கிறது என்றெல்லாம் விளக்கினார். எல்லாம் உண்மைதான், என்றாலும் அந்த உண்மைகளெல்லாம் எங்களுக்குத் தேவைப்பட்ட ‘அந்த உண்மை’யை வெளிப்படுத்துவதாக இல்லை. ஸ்டோரும் அதற்குப்

பின்னாலிருந்த அறைகளும் நாங்கள் கிளம்பிச்செல்ல இருக்கும் தொழிற் கூடங்களாகிவிட்டன. எப்போதும், பாட்டி தையல் இயந்திரத்தோடே, உடைகள் தைத்துக்கொண்டும், பழைய உடைகளை மாற்றி தைத்துக் கொண்டும், நாங்கள் கலிபோர்னியாவில் அணிந்துகொள்வதற்காக இருந்தார். பெட்டிப் பெட்டியாக, அந்துருண்டைப் பொட்டலங்களோடு வருடக்கணக்கில் போர்வைகளில் சுற்றி அடைத்து வைக்கப்பட்டிருந்த பழைய துணிகள் அக்கம்பக்கத்தாரால் எங்களிடம் கொண்டு வரப்பட்டன. (கலிபோர்னியாவில் பள்ளிக்கு நீல்வரிக்குறியோடுள்ள மங்கலான பாவாடைகளையும் மஞ்சளாகிவிட்ட சாட்டின் பிளவுஸ்களையும் சாட்டின் பேக் கிரெப் உடைகளையும் கிரெப் தி சின் உள்ளாடைகளையும் அணிந்துகொண்டு சென்ற ஒரே சிறுமி நானாகத்தான் இருப்பேன்.)

எது உண்மையான காரணமாக இருந்தாலும், எங்களைக் கலிபோர்னியாவுக்குக் கூட்டிச்செல்வதற்கான ‘அந்த உண்மை’ காரணம் நான் எப்போதும் நினைத்துக்கொண்டிருப்பது போல், பெய்லி முக்கியப் பங்கு வகித்த அந்தச் சம்பவம்தான். கிளாட் ரெயின்ஸ், ஹெர்பர்ட் மார்ஷல், ஜார்ஜ் மெக்ரெடி ஆகியோரைப் பாவனை செய்யும் பழக்கம் பெய்லிக்கு வந்திருந்தது. பெரிய அளவுக்கு முன்னேற்றம் காணாத ஒரு தெற்கத்திய ஊரிலிருந்த பதின்மூன்று வயது பையன் ஒருவன் ஆங்கிலத் தன்மையோடு பேசிக்கொண்டிருப்பதை நான் வித்தியாசமாகக் கருதவில்லை. அவனுடைய ஆதர்ச நாயகர்களுள் டார்ட்டக்னனும் கவுன்ட் ஆப் மான்டே கிறிஸ்டோவும் இருந்தனர். அவர்களது படோடோபமான பராக்கிரமங்கள் என்று அவள் நினைத்துக்கொண்ட விஷயங்களை அவனும் செய்ய எத்தனிப்பதுண்டு.

பாட்டி எங்களைக் கலிபோர்னியாவுக்குக் கூட்டிச் செல்லும் திட்டத்தை அறிவிப்பதற்குச் சில வாரங்களுக்குமுன்பு, ஒரு பிற்பகலில், பெய்லி நடுங்கிக்கொண்டே ஸ்டோருக்குள் வந்தான். அவனுடைய சின்னமுகம் கறுப்பாக இல்லாமல் அழுக்காக வண்ணமில்லாத சாம்பல் நிறத்திலிருந்தது. ஸ்டோருக்குள் போகும்போது நாங்கள் வழக்கமாகச் செய்வதுபோல் மிட்டாய்கள் பகுதியின் பின்பக்கமாக இருக்கும் கல்லாவில் சாய்ந்தவாறு அவன் நின்றான். சித்தப்பா அவனை ஒரு வேலையாக வெள்ளையர்கள் பகுதிக்கு அனுப்பியிருந்தார். அவர் அவனுடைய கோலத்துக்கு என்ன காரணம் என்று கேட்டார். சற்று நேரத்துக்குள் சித்தப்பாவுக்கு ஏதோ தவறு நடந்திருக்கிறது என்று புரிந்துவிட்டது, நிலைமையைக் கையாள முடியாதவராகச் சமையலறையிலிருந்த அம்மாவைக் கூப்பிட்டார் அவர்.

“சின்ன பெய்லி, என்ன விஷயம்?”

அவன் எதுவும் சொல்லவில்லை. அவன் அந்த நிலைமையில் இருக்கும்போது அவனிடம் எதையும் கேட்பதில் பயனில்லை என்பது எனக்குத் தெரியும். ஏதோ மோசமான அல்லது பயங்கரமான ஒன்றைக் கேட்டு அல்லது பார்த்துப் பயத்தில் உறைந்து செயலற்றவனாகியிருக்கிறான் என்பது அதன் பொருள். நாங்கள் சிறுபிள்ளைகளாக இருக்கையில் தருணங்கள் மோசமாக ஆகும்போது அவனுடைய உயிர் தவழ்ந்து

இதயத்துக்குப் பின்னால் சுருண்டு தூங்கிப்போய்விடுவதாகவும் அது மறுபடியும் விழிக்கும்போது பயந்துபோன விஷயம் மறைந்துவிடுவதாகவும் அவன் சொல்லியிருக்கிறான். நாங்கள் "தி ஃபால் ஆப் தி ஹவுஸ் ஆப் உஷர்" வாசித்ததிலிருந்து எங்களுக்குள் யாரையும் 'நிச்சயமாக, சந்தேகத்திற்கு இடமில்லாமல்' (அவனுடைய மிக விருப்பமான சொற்றொடர்) உறுதி செய்துகொள்ளாமல் புதைப்பதற்கு மற்றொருவர் அனுமதிக்க மாட்டோம் என்று ஒப்பந்தம் செய்துகொண்டோம். மேலும் அவனுடைய உயிர் தூங்கிக்கொண்டிருக்கும்போது நான் அவனை எழுப்பக் கூடாது, ஏனெனில் அப்படி நான் முயற்சித்தால் அதிர்ச்சியில் அவனது உயிர் நிரந்தரமாகத் தூங்கிப்போய்விடுமாதலால் நான் அவ்வாறு முயற்சிக்க மாட்டேன் என்று சத்தியமும் செய்துகொடுத்திருந்தேன் அவனிடம். எனவே நான் அவனை எதுவும் கேட்காமல் விட்டுவிட்டேன், சிறிதுநேரம் கழித்து பாட்டியும் கேட்பதை விட்டுவிட்டார்கள்.

நான் வாடிக்கையாளர்களைக் கவனித்துக்கொண்டிருந்தேன், அவனைச் சுற்றி வந்தேன், அவனிடம் சாய்ந்துகூட நின்றேன். நான் எதிர்பார்த்தபடியே அவன் அசையவில்லை. அந்த வசிய நிலையிலிருந்து அவன் விடுபட்டபோது அவன் வில்லி சித்தப்பாவிடம் கறுப்பின மக்கள் வெள்ளையர்களுக்கு முன்பு என்ன கெடுதல் செய்தார்கள் என்று கேட்டான். பாட்டியைப் பின்பற்றி வந்த வில்லி சித்தப்பா எந்தவித விளக்கங்களும் கொடுத்துப் பழக்கப்பட்டவர் அல்லாததால், "வெள்ளைக்காரர்களின் ஒரு தலைமயிரைக்கூடக் கறுப்பினத்தவர் தொட்டது கிடையாது" என்று மட்டும் சொன்னார். கூடவே பாட்டியும் வெள்ளையர்கள் ஆப்பிரிக்காவுக்குப் போய் (இதை சந்திரனில் மறைந்திருக்கும் பள்ளத்தாக்கு என்பதுபோல் அவர் ஒலித்தார்) கறுப்பு மக்களைத் திருடிக்கொண்டு வந்து அடிமைகளாக்கிக்கொண்டனர் என்று சிலர் சொல்வதாகவும் ஆனால் அதை யாரும் நம்பவில்லையென்றும் சொன்னார். முன்பு நடந்த வன்முறைகள், கொலைகள் கணக்கைப் பற்றி சொல்ல வழியில்லை. ஆனால் தற்போது அவர்கள் கை ஓங்கியிருக்கிறது, அவர்களுடைய காலம் நீடிக்கப்போவதில்லை என்றாலும். இஸ்ரேலின் மக்களை பாரவோவின் ரத்தம் தோய்ந்த கரங்களின்றும் மீட்டு அவர்களுக்கு வாக்களிக்கப்பட்ட இடத்துக்கு அவர்களை மோசே கொண்டு வரவில்லையா? கடவுள் எபிரேயக் குழந்தைகளைப் பெரும் நெருப்பு உலைகளிலிருந்தும், எனது இறைவன் தானியேலையும் காப்பற்றவில்லையா? நாம் கடவுளின் பெயரால் காத்திருக்க வேண்டும் என்று பாட்டி தொடர்ந்து சொன்னார்.

பெய்லி சொன்னான், அவன் ஒரு கறுப்பு மனிதரைப் பார்த்ததாக வும் அவரை யாரும் காப்பாற்றவில்லை என்றும் அவர் செத்துவிட்டார் என்றும். (அந்தச் செய்தி அவ்வளவு முக்கியமானது இல்லையென்றால், பாட்டியின் கோபவெளிப்பாடுகளும் இறைவேண்டல்களும் எங்களை நோக்கிப் பாய்ந்திருக்கும். ஏனெனில் அது பெய்லி தெய்வநிந்தனை செய்வதாகப் பொருள்). அவன் சொன்னான், "அந்த மனிதர் செத்து அழுகிப்போய் கிடந்தார். நாற்றம் அடிக்கவில்லை, ஆனால் அழுகியிருந்தார்."

பாட்டி அதட்டினார், "ஜூ, மோசமான வார்த்தை சொல்லாதே".

வில்லி சித்தப்பா கேட்டார், "யார்? யார் அது."

கல்லாவிலிருந்து தனது முகத்தை ஓரளவுக்கே பெய்லியால் உயர்த்த முடிந்தது. அவன் சொன்னான், "நான் சிறைக்கூடத்தைத் தாண்டிப்போகும்போது சில ஆட்கள் அவரைக் குளத்திலிருந்து வெளியே எடுத்துப்போட்டார்கள். அந்த ஆள் துணியால் சுற்றப்பட்டு ஒரு மம்மிபோல இருந்தார். ஒரு வெள்ளைக்காரன் அந்தத் துணியை இழுத்து விலக்கினான். அந்த மனிதர் மல்லாக்காகக் கிடந்தார். அப்புறம் அந்த வெள்ளைக்காரன் தனது காலை செத்துப்போனவருக்குக் கீழே நுழைத்து அவரை வயிற்றுப் பக்கம் தரையிலிருக்குமாறு திருப்பிப் போட்டான்.

அவன் என் பக்கம் திரும்பி, "யப்பா, அவருக்கு நிறமே இல்லை. பந்துபோல ஊதிப்போயிருந்தார்." (அதன் பிறகு மாதக்கணக்கில் நானும் பெய்லியும் விவாதம் பண்ணிக்கொண்டிருந்தோம், பெய்லி சொன்னான் நிறமில்லாத தன்மையென்று ஒன்றும் கிடையாது என்று. நான் சொன்னேன் நிறம் என்று ஒன்று இருந்தால் அதற்கு எதிர்ப்பதமாக நிறமற்றது என்று இருக்க வேண்டும். ஒரு வழியாக அவனும் அதை ஏற்றுக்கொண்டான், ஆனால் எனது வெற்றி எனக்கு மகிழ்ச்சியை ஏற்படுத்தவில்லை.) "அப்புறம் கறுப்பு ஆட்கள் ஆங்கிருந்து நகர்ந்துவிட்டனர். நானும் போய்விட்டேன். ஆனால் அந்த வெள்ளையன் அங்கேயே நின்றான், கீழே பார்த்துக் கொண்டு, சிரித்துக்கொண்டு. வில்லி சித்தப்பா, அவர்கள் நம்மை ஏன் இந்த அளவுக்கு வெறுக்கிறார்கள்?"

வில்லி சித்தப்பா முணுமுணுத்தார், "உண்மையில் அவர்கள் நம்மை வெறுக்கவில்லை. நம்மை அவர்களுக்குத் தெரியவில்லை. எப்படி அவர்கள் நம்மை வெறுக்க முடியும்? பொதுவாக அவர்கள் பயப்படுகிறார்கள்."

பாட்டி பெய்லியிடம் இறந்துபோனவனை அவன் அடையாளம் கண்டுகொண்டானா என்று கேட்டார். அவனோ நடந்தவைகளை நினைத்து அதிலே மூழ்கிப்போயிருந்தான்.

"திரு. புப்பா நான் அதைப் பார்த்துக்கொண்டிருப்பதற்கான வயதுடையவன் இல்லையென்றும் சட்டென்று வீட்டுக்குப் போய்விடும் படியும் சொன்னார். ஆனால் அங்கு நிற்க வேண்டும் போல் இருந்தது. அப்புறம் அந்த வெள்ளையன் எங்களைக் கிட்டேவரும்படி கூப்பிட்டான். அவன் சொன்னான் 'ஓகே பசங்களா, நீங்கள் இவனைக் காவல்கூடத்தில் கிடத்துங்கள். தலைமைக்காவலர் வரும்போது இவனுடைய உறவினர் களுக்கு அவர் தகவல் சொல்லுவார். இது, இனிமேல் யாரும் கவலைப்படத் தேவையில்லாத இன்னொரு நீக்ரோ. இவன் இனி எங்கும் போக மாட்டான். அப்புறம் அங்கு நின்றவர்கள் அந்தத் துணியைப் பிடித்துத் தூக்கினர், யாரும் அந்த உடலுக்குக் கிட்டே நின்று தூக்கவிரும்பாமல் சும்மா துணிகளைப் பிடித்துக் தூக்கியதில் உடல் கிட்டத்தட்ட கீழே உருண்டு விடுவதுபோல ஆகிவிட்டது. அந்த வெள்ளையன் என்னைக் கூப்பிட்டு உதவி செய்யச் சொன்னான்."

பாட்டி வெடித்தார், "யார், அது?" அவர், தான் கேட்டதை மீண்டும் தெளிவாகச் சொன்னார். "அந்த வெள்ளை மனிதன் யார்?"

பெய்லி அந்தப் பயங்கரத்தைக் கைவிடுவதாக இல்லை. "நான் அந்தப் போர்வையின் ஒரு நுனியைப் பிடித்துக்கொண்டே அந்த ஆட்களுடன் காவலறைக்குப் போனேன். நான் காவலறைக்கு இறந்து அழுகிப்போன நீக்ரோவோடு போனேன்." அவனுடைய குரல் அதிர்ச்சியில் தேய்ந்துபோயிருந்தது. அவன் நிஜமாகவே பீதியடைந்த கண்களோடிருந்தான்.

"அந்த வெள்ளையன் எங்கள் எல்லோரையும் உள்ளே அடைத்து வைக்கப்போவதுபோல் தோரணை காட்டிக்கொண்டிருந்தான். ஆனால் திரு. புப்பா சொன்னார் 'ஓ, மிஸ்டர் ஜிம். நாங்கள் இதைச் செய்யவில்லை. நாங்கள் எந்தத் தவறும் செய்யவில்லை' அப்போது அந்த வெள்ளைக்காரன் சிரித்தான், நாங்கள் ஒரு ஜோக் சொல்லக்கூட விட மாட்டோம் என்று சொல்லிக் கதவைத் திறந்தான்." இதைச் சொல்லி விட்டு பெய்லி பெருமூச்சுவிட்டான். "ஐயோ, அங்கிருந்து வெளியே வந்தது சந்தோஷமாக இருந்தது. அந்தக் காவல் துறை, தங்களோடு இறந்துபோன நீக்ரோ இருப்பதை ஏற்றுக்கொள்ள முடியாது என்று அங்கிருந்த கைதிகள் கூச்சலிட்டார்கள், அவன் அந்த இடத்தை நாறடித்துக்கொண்டிருப்பான் என்று கத்தினார்கள். அவர்கள் அந்த வெள்ளையனை 'பாஸ்' என்றழைத்தார்கள். அவர்கள் சொன்னார்கள் 'பாஸ், ஒரு நீக்ரோவை, அதுவும் ஒரு செத்த நீக்ரோவை எங்களோடு நீங்கள் போட்டுவைப்பதற்கான அளவுக்கு நாங்கள் எந்தத் தப்பும் பண்ணவில்லை.' அப்புறம் அவர்கள் சிரித்தார்கள். அவர்கள் எல்லோரும் அது ஒரு வேடிக்கையான விஷயம் போல சிரித்தார்கள்."

பெய்லி வேகமாகப் பேசியதில், திக்குவதையும் தலையைச் சொறிவதையும் பற்களில் நகத்தைக் கடிப்பதையும் மறந்துவிட்டான். அவன் ஏதோ ஒரு மர்மத்துக்குள் ஆழ்ந்திருந்தான், தெற்கத்திய கறுப்பினப் பையன்கள் ஏழுவயதிலிருந்து சாகும்வரை அவிழ்க்கத் தொடங்கும், அவிழ்க்க முயற்சி செய்யும் புரியாத புதிருக்குள் மாட்டிக்கொண்டிருந்தான். சமத்துவமின்மை, வெறுப்பு என்ற துன்பமான புதிர். அவனுடைய அனுபவம், தகுதியையும் விழுமியங்களையும் பற்றிய, முரட்டுத்தனமான தாழ்வுமனப்பான்மையையும் முரட்டுத்தனமான திமிரையும் பற்றிய கேள்விகளை அவனிடம் ஏற்படுத்தியிருந்தது. கேட்கப்பட்டதும் சொல்லப் படாததுமான அந்தக் கேள்விகளுக்கு கறுப்பு, தெற்கத்திய, கூடவே ஊனமுற்ற, வில்லி சித்தப்பா பதில் சொல்லும்படி எதிர்பார்க்க முடியுமா? வெள்ளைக்காரர்களின் செயல்விதங்களையும் கறுப்பர்களின் தந்திரங்களையும் நன்கு அளித்த பாட்டியால், இந்தப் புதிரை உண்மையிலே புரியாமலிருப்பதில்தான் அவனுடைய வாழ்வே அடங்கி யிருக்கிறது என்ற நிலையிலுள்ள தனது பேரனுக்கு, பதில் சொல்ல முயற்சி செய்ய முடியுமா? நிச்சயமாக முடியாது.

அவர்கள் இருவரும் எதிர்பார்த்தவிதமாகவே எதிர்வினையாற்றினர். வில்லி சித்தப்பா, இந்த உலகம் எங்கு போய்க்கொண்டிருக்கிறது என்று தனக்குப் புரியவில்லை என்று சொன்னார். பாட்டி, 'கடவுள் அந்தப் பாவப்பட்ட மனிதன் ஆன்மாவுக்கு அமைதி தர வேண்டும்' என்று

பிராத்தனை செய்தார். நாங்கள் கலிபோர்னியாவுக்குச் செல்வதற்கான ஏற்பாடுகளைக் குறித்து அந்த இரவு பாட்டி யோசிக்கத் தொடங்கிவிட்டார் என்று எனக்கு நிச்சயமாகச் சொல்ல முடியும்.

நாங்கள் எப்படிப் பயணம் செய்வது என்று சில வாரங்களாகப் பாட்டி யோசித்துக்கொண்டிருந்தார். ரெயில்வேயில் வேலை செய்துகொண்டிருந்த ஒருவரிடம் மளிகைச்சாமான்கள் விற்பனைக்குப் பதிலாக இலவசப் பயண அட்டைக்கு ஏற்பாடு செய்திருந்தார். அந்த அட்டை, குறைவான கட்டணத்துக்குப் பயணம் செய்ய அனுமதியளிப்பது. அதுவும், நாங்கள் எப்போதும் சென்று பார்க்க முடியாத அலுவலகத்தில் எப்போதும் காண முடியாத வெள்ளை மனிதர்கள் ஏற்றுக்கொண்டு கையெழுத்திட்டு, முத்திரையிடப்பட்டுப் பாட்டிக்குத் திரும்ப வந்து சேர வேண்டும். எனது கட்டணம் உடனடியாகப் பணமாகச் செலுத்தப்பட வேண்டும். சில்லறைக் காசுகளாக இருக்கும் அந்தக் கல்லா, திடீர் பண வெளியேற்றத்தால் எங்கள் பொருளாதார நிலையில் தடுமாற்றத்தை ஏற்படுத்திவிட்டது. பெய்லி என்னுடன் வரவில்லை என்று பாட்டி முடிவெடுத்தார். ஏனெனில் அந்த இலவசஅட்டைகள் குறிப்பிட்ட இடைவெளிகளில்தான் பயன்படுத்த முடியும். எனவே, நிதிநிலைமை வெளிக்கடன்களைக் கொடுத்து முடித்துவிட்டுச் சீரானபின்பு, ஒரு மாதத்திற்குப்பின் அவன் கிளம்பலாம் என்று தீர்மானிக்கப்பட்டது. எனது அம்மா சான்பிரான்ஸிஸ்கோவில் இப்போது வசித்துவந்தாலும் பாட்டி, நான் முதலில் லாஸ்ஏஞ்சல்ஸில் இருக்கும் எனது தந்தையிடம் போக வேண்டும் என்று நினைத்தார்.

ஆக, நாங்கள் புறப்படும் நிலைமையில் ஆனால் எப்போது என்று உறுதியாகச் சொல்ல முடியாமல் இருந்தோம். கலிபோர்னியாவின் சூரிய வெளிச்சத்தில் மினுங்கத்திறனற்ற, குறிப்பிட்டுச்சொல்ல முடியாத கால அளவுக்கு நாங்கள் அணிய இருக்கும் வித்தியாசமான எங்களது உடைகள் துவைக்கப்பட்டு, இஸ்திரி போடப்பட்டு எடுத்துவைக்கப்பட்டுவிட்டன. பயண ஏற்பாட்டில் இருக்கும் சிக்கல்களைப் புரிந்துகொண்ட அக்கம் பக்கத்தினர் ஆயிரம் தடைவைகள் ‘போய்வா’ சொல்லிவிட்டனர்.

“உங்கள் பயணச்சீட்டு வந்து சேருமுன் நான் உங்களைப் பார்க்க முடியவில்லையென்றால் இப்போதே உங்கள் பயணம் இனிமையாக நடைபெற வேண்டுமென்றும் நீங்கள் சீக்கிரமே திரும்பிவர வேண்டும் என்று வாழ்த்துகிறேன் சகோதரி ஹெண்டர்சன். பாட்டியின் கைம்பெண் சிநேகிதி ஒருவர், வில்லி சித்தப்பாவைக் கவனித்துக்கொள்ள (சமைக்க, துணி துவைக்க, வீட்டை சுத்தம் செய்ய, பேச்சுத்துணையாக இருக்க) ஒப்புக்கொண்டிருந்தார். ஆயிரம்முறை தடங்கல்களால் சூழ்ந்திருந்த எங்கள் பயணம் கடைசியில் தொடங்கியது. நாங்கள் ஸ்டாம்ப்ஸிலிருந்து கிளம்பினோம்.

அங்கிருந்து புறப்படுதலில் எனக்கு ஏற்பட்ட சோகம், பெய்லி யிடமிருந்து ஒரு மாதத்திற்கு விலகியிருப்பதைக் குறித்ததாக இருந்தது, (நாங்கள் பிரிந்திருந்ததே இல்லை), வில்லி சித்தப்பா தனியாக இருப்பாரே

என்பது, (முப்பத்திஐந்து வயதாகியும் அவர் தன்னுடைய அம்மாவை விட்டு பிரிந்திருந்ததில்லை; என்றபோதும் அவர் எந்த சோகத்தையும் முகத்தில் காட்டிக்கொள்ளவில்லை), எனது முதல் தோழியான லூயிஸைப் பிரியும் இழப்பு ஆகிய எல்லாமாகச் சேர்ந்தது. திருமதி ஃப்ளவர்ஸ், அவர்களை நான் பிரிந்ததாக நினைக்கவில்லை, ஏனெனில் அவர் எனது வாழ்நாள் முழுவதும் எனக்குச் சேவகம் புரிய, மந்திரச்சொல் கொண்டு ஒரு ஜீபூம்பாவைத் தருவித்துக்கொள்ளும் ரகசியத்தை எனக்குச் சொல்லித் தந்திருந்தார்: **புத்தகங்கள்**.

26

இளம்வயதினர், வாழ்வதிலுள்ள தீவிரத்தன்மை காரணமாக, அடிக்கடி சிந்திப்பதிலிருந்து அவர்கள் விடுபட வேண்டிய நிலைமை ஏற்படுகிறது. எங்கள் பயணத்தின் கடைசிநாள் வரைக்கும் நான் அம்மாவை எதிர்கொள்ளுவது பற்றி யோசிக்கவேயில்லை. நான் கலிபோர்னியாவுக்குப் போகிறேன் அவ்வளவுதான். ஆரஞ்சுப்பழங்களை, சூரிய வெளிச்சத்தை, திரைப்பட நட்சத்திரங்களை, நிலநடுக்கங் களை, அம்மாவை (கடைசியாக நினைவுக்கு வந்தது) நோக்கிப் போகிறேன். நீண்டநாள் காணாமல் போயிருந்த நண்பனைப் போல, பழைய குற்றஉணர்வு என்னிடம் திரும்ப வந்தது. திரு ஃப்ரீமேனின் பெயர் உச்சரிக்கப்படுமா அல்லது நானே அந்தச் சம்பவம் குறித்து தன்னிலை விளக்கம் கொடுக்க வேண்டுமா என்று யோசித்துக்கொண்டிருந்தேன். பாட்டியிடம் கேட்க முடியாது, பெய்லியோ பல மில்லியன் மைல்களுக்கு அப்பாலிருந்தான்.

யோசித்ததின் வேதனை, மிருதுவான இருக்கை களைக் கடினமாக்கியது, வேகவைத்த முட்டைகளைக் கசப்பாக்கியது, பாட்டியைப் பார்த்தபோது அவர் ரொம்ப பெரிதாகவும் ரொம்ப கறுப்பாகவும் ரொம்பப் பழமையாகவும் தோன்றினார். நான் கண்ட அனைத்தும் எனக்கு அடைக்கப்பட்டு விட்டாற்போன்று தெரிந்தன. யாரும் கையசைக்காத சிறு நகரங்கள், ரயிலிலிருந்த மற்ற பயணிகள், அவர்களுடன் உறவினர்கள் போன்ற ஒரு பிடிப்பு உருவாகியிருந்தாலும் எல்லாமே ஒரு பொதுவான அந்நியத்தன்மைக்குள் மறைந்துபோயின.

ஒரு பாவி, கடவுளைத் தரிசிக்கும்போது ஏற்படும் தயக்கம்போல் என் அம்மாவைச் சந்திக்க நான் தயாராக இருக்கவில்லை. எதிர்பாராத சீக்கிரத்தில் இதோ என் முன்னால் அம்மா நின்றுகொண்டிருந்தாள், நினைவிலிருந்ததை விடச் சிறியவளாக, ஆனால் அதிக பிரகாசமாக இளம்பழுப்பு சூட் கோட் அணிந்து, பொருத்த மான காலணியோடு, ஆண்கள் அணிவதைப் போன்ற தொப்பியோடு, கையில் இறகுகொத்தோடு நின்றிருந்தாள். கையுறையிட்ட கைகளால் என் முகத்தைத் தடவிக் கொடுத்தாள். சாயம் பூசிய உதடுகளையும் வெள்ளைப் பற்களையும் மினுமினுத்த கறுப்புக் கண்களையும் விட்டுவிட்டுப்

பார்த்தால், இளமஞ்சள் குளியலிலிருந்து எழுந்துவந்தவள் போலிருந்தாள். அப்போதைய சங்கடமும் இப்போதைய முதிர்ச்சியும் கலந்த மேல்பூச்சை விலக்கிப் பார்க்கையில் பாட்டியும் அம்மாவும் அந்த ரயில்நிலைய நடைபாதையில் அணைத்துக்கொண்டு நின்ற படம் மனதில் நிழலாகத் தெரிகிறது. அம்மா, பெரிய திடமான கறுத்த தாய்க்கோழியை உரசி வெட்கப்பட்டு நிற்கும், குஞ்சுக்கோழி. அவர்கள் இருவரும் உருவாக்கிய சத்தங்கள் அவர்களது இதயங்கள் இயைந்து எழுப்பிய சங்கீதமாக ஒலித்தன. பாட்டியின் கனமான, மெதுவான குரலுக்குக் கீழாக, ஓடுகின்ற நீரில் கற்கள் எழுப்பும் கீச்சுகள், சிணுங்கல்கள் போல் அம்மாவின் குரல் ஒலித்துக்கொண்டிருந்தது.

அந்த இளையவயதுக்காரி முத்தமிட்டு, சிரித்து, எங்கள் கவச உடைகளைப் பெற்றுக்கொண்டும், பெட்டிபடுக்கைகளை எடுத்துச் செல்ல ஏற்பாடு செய்வதில் அங்குமிங்கும் ஓடிக்கொண்டும் இருந்தாள். ஒரு கிராமத்து ஆள் அரைநாள் செலவழித்துத்தான் செய்துமுடிக்க இயலும் என்ற வேலைகள் வெகுசுலபமாகக் கவனித்துக்கொண்டாள். அவள் என்ற ஆச்சரியத்தினால் என்னுடைய மோன நிலையின் நீட்சியை, பேராசை பிடித்த அமைதியின்மையை, மீண்டும் விலக்கி நிறுத்தி வைக்க முடிந்ததை எண்ணி அதில் திளைத்துப்போயிருந்தேன்.

நாங்கள் ஒரு அடுக்குமாடி குடியிருப்புக்குப் போனோம், இரவில், புதுமையாக ஒரு சுகமான படுக்கையாக மாறிய சோஃபாவில், நான் தூங்கினேன். நாங்கள் தங்குவதற்கான விஷயங்களையெல்லாம் கவனித்துவிட்டு, அம்மா லாஸ் ஏஞ்செல்ஸிலிருந்து புறப்பட்டு, திடீரென விரிவடைந்த அவளது குடும்பம் வசிக்க ஏற்பாடுகளைச் செய்வதற்கு, சான்பிரான்ஸிஸ்கோவிற்குப் புறப்பட்டுச் சென்றாள்.

பாட்டியும் பெய்லியும் (நாங்கள் வந்துசேர்ந்து ஒருமாதம் கழித்து அவனும் வந்துவிட்டான்) நானும் லாஸ் ஏஞ்சல்ஸில், எங்களுடைய நிரந்தர வசிப்பிடம் பற்றிய ஏற்பாடுகள் முடிவடையும்வரை, சுமார் ஆறு மாதங்கள் இருந்தோம். அப்பா அவ்வப்போது பழங்களடங்கிய பைகளோடு வந்துபோய்க்கொண்டிருந்தார். தன்னுடைய இருண்ட பிரஜைகளை இதமாக வெப்பமூட்டி அவர்கள் மீது பிரகாசம் தெளிக்கும் சூரியக்கடவுள்போல இருந்தார்.

நான் என்னுடைய உலகத்தை உருவாக்குவதில் மனம் லயித்துப்போய் இருந்ததால், பாட்டி அந்த வேற்று வாழ்க்கைக்குத் தன்னை அற்புதமாக அனுசரித்துக்கொண்டதை நினைத்துப் பார்க்க எனக்குப் பல ஆண்டுகள் ஆயின. தன்னுடைய ஆயுளைத் தன் இனத்தின் மத்தியில் மட்டுமே கழித்த ஒரு தெற்கத்திய நீக்ரோ பெண்மணி வெள்ளைக்கார வீட்டு உரிமையாளர்களிடமும் மெக்சிகோ நாட்டினரான அண்டை குடித்தனக் காரர்களிடமும் அந்நியரான நீக்ரோக்களிடமும் சமாளித்து நடந்து கொள்ளக் கற்றுக்கொண்டார். அவருடைய சொந்த ஊரைவிடப் பெரியதான பல்பொருள் கடைகளில் அவரால் பொருட்கள் வாங்க முடிந்தது. அவரது காதுகளில் கரடுமுரடாக விழுந்த உச்சரிப்புகளைப் புரிந்துகொள்ள முடிந்தது. பிறந்த இடத்திலிருந்து ஐம்பது மைல்களைக்கூடத்

தாண்டிப் போயிராத பாட்டி, லாஸ்ஏஞ்சல்ஸ் என்ற மர்மதேசத்தின் ஸ்பானியப் பெயர்களைக்கொண்ட தெருக்களில் போய்வரக் கற்றுக்கொண்டார்.

அவர் எப்போதும் போல், அவருக்குத் தோதான நண்பர்களையும் ஏற்படுத்திக்கொண்டார். ஞாயிறு பிற்பகல்களில் தேவாலய மாலை வழிபாட்டுக்கு முன்பு, அவரது பிரதிகளைப் போல இருக்கும் வயதான பெண்மணிகள், ஞாயிறு உணவில் மீந்துபோனவற்றைப் பகிர்ந்து கொள்ளவும் உலக வாழ்வுக்குப் பின்பு வரவிருக்கும் ஒளிமயமான மறுஉலக வாழ்வுபற்றி பேசிக்கொள்ளவும் வீட்டுக்கு வருவார்கள்.

நாங்கள் இன்னும் வடக்கே குடிபெயர்ந்து செல்ல வேண்டிய ஏற்பாடுகள் முடிவுக்கு வந்தவுடன் அவர் தான் அர்க்கான்ஸாஸூக்குத் திரும்பிச் செல்லவிருக்கும் என்னை நொறுங்கிபோகச் செய்த செய்தியை அறிவித்தார். அவர் தனது வேலையை முடித்துவிட்டார். வில்லி சித்தப்பாவுக்கு அவர் தேவைப்படுகிறார். ஒரு வழியாக நாங்கள் பெற்றோருடன் சேர்ந்தாகிவிட்டது; குறைந்தபட்சம் நாங்கள் எல்லோரும் ஒரே மாகாணத்திலாவது இருக்கிறோமே!

பெய்லிக்கும் எனக்கும் எதையும் பார்க்க இயலாத மூட்டமான நாட்களாக அவை இருந்தன. நாங்கள் எங்கள் பெற்றோருடன் இருக்கிறோம் என்று சொல்வது சரிதான், நல்லதுதான், என்றாலும் அவர்கள் உண்மையாகவே யார்? அவர்கள் எங்களது விளையாட்டுத்தனங்களுக்காக மிகவும் கடுமையாக நடந்துகொள்வார்களா? அப்படியானால் அது ரொம்ப மோசம். அல்லது ரொம்பச் செல்லம் கொடுப்பவர்களாக இருப்பார்களா? அது இன்னும் மோசம். எங்களால் அந்த வேகமான பாஷையைக் கற்றுக்கொள்ள முடியுமா? அது எனக்குச் சந்தேகமாகவே இருக்கிறது, அவர்கள் எதற்காக இவ்வளவு சத்தமாக அடிக்கடி சிரிக்கிறார்கள், நான் எப்போதாவது இதைப் புரிந்துகொள்வேனா என்பதும் சந்தேகமாகவே இருக்கிறது.

பெய்லி உடன்வராமல்கூட ஸ்டாம்ப்ஸுக்குத் திரும்பிப்போக எனக்கு விருப்பம்தான், ஆனால் பாட்டி, பஞ்சு போர்த்தியிருப்பது போல் அவரது கனமான காற்றைத் தன்னைச் சுற்றி போர்த்திக்கொண்டு புறப்பட்டுவிட்டார்.

சான்பிரான்ஸிஸ்கோவை நோக்கி அம்மா எங்களை அழைத்துக் கொண்டுபோனாள். அந்தப் பெரிய வெள்ளை நெடுஞ்சாலை முடிவில்லாமல் போய்க்கொண்டேயிருந்தாலும் அது எனக்கு ஆச்சரியமாக இருக்காது. அவள் தொடர்ந்து பேசிக்கொண்டும் சுவாரஸ்யமான இடங்களைச் சுட்டிக் காண்பித்துக்கொண்டும் வந்தாள். கேப்பிஸ்டானோவை நாங்கள் கடக்கும்போது அவள், நான் வானொலியில் கேட்டிருந்த பிரபலமான பாடலைப் பாடினாள்: 'தகவிலான் குருவிகள் கேப்பிஸ்டானோவுக்குத் திரும்ப வரும்போது'.

எங்கள் பயணத்தின்போது புதிய சலவை வெளுப்புப்போல நிறைய கதைத்துணுக்குகளைச் சொல்லி எங்களை உற்சாகப்படுத்த முயற்சி

செய்து கொண்டிருந்தாள். ஆனால் அவள் அவளாக இருந்தும், அவள் எங்கள் அம்மாவாக இருந்தும் தன்னுடைய கடமையை நல்லவிதமாகச் செய்வதைத்தாண்டி தன்னுடைய நல்ல சக்தியை ஏற்கெனவே நன்றாக இருப்பதற்கே இன்னும் பின்னால் செலவு செய்துகொண்டிருந்தது கொஞ்சம் அசிரத்தையாகவே பட்டது.

அந்தப் பெரிய கார் அவளுடைய ஒற்றைக்கை ஓட்டுதலுக்குக் கீழ்ப்படிந்து சென்றுகொண்டிருந்தது, வாயிலிருந்து 'லக்கிஸ்ட்ரைக்' சிகரெட்டைப் பலமாக இழுத்ததில் அவள் கன்னங்கள் குழிவிழுந்து முகப்பள்ளங்கள் தோன்றின. அவளைக் கடைசியில் கண்டடைந்ததை விடவும், அடைக்கப்பட்ட உலகமான அந்த ஓடும்காரில், எங்களுடைய வளாக அவள் இருந்ததைவிடவும் இந்திரலோகம் என்று வேறு ஒன்றும் இருக்க முடியாது.

நானும் பெய்லியும் அம்மாவின்மீது மெய்மறந்த நிலையில் இருந்தாலும் அவளிடமிருந்த சிறு பதற்றத்தைக் கவனிக்காமலிருக்க வில்லை. அந்தப் பெண் கடவுளரை பதற்றப்படவைக்கும் சக்தி எங்களிடமிருக்கிறது என்ற நினைப்பு, நாங்கள் ஒருவரையொருவர் கூட்டுக்களவாணிகள்போலப் பார்த்து, புன்னகை செய்ய வைத்தது. அது அவளும் மனிதப்பிறவிதான் என எங்களுக்கு உணர்த்தியது.

சமையலறைக்குள் குளியல்தொட்டியுடன், ஒவ்வொரு ரயில்வண்டி வரும்போதும் கிளம்பிச் செல்லும்போதும் அதிரும் அளவுக்கு சவுத் பசிபிக் மோல் ரயில் நிலையத்துக்குப் பக்கத்தில், இருந்த ஓக்லேண்ட் அடுக்குமாடிக் குடியிருப்பில் சில மந்தமான மாதங்களைக் கழித்தோம். பலவகைகளில் அது செயின்ட் லூயிஸுக்கு மறுவிஜயம் செய்தது போலிருந்தது – டாமி மாமா, பில்லி மாமாவோடும் – பாக்ஸ்டர் தாத்தா இறந்துவிட்ட பிறகு அந்தக் குடும்பத்தின் வல்லமை குறைந்து சிரமநிலைக்கு வந்துவிட்டபோதிலும் தனது அரியணையில் தர்பாராக வீற்றிருக்கும் பாக்ஸ்டர் பாட்டியோடும்.

நாங்கள் பள்ளிக்குப் போய்க்கொண்டிருந்தோம், குடும்பத்தில் யாரும் எங்கள் முன்னேற்றத்தைப் பற்றியோ எங்கள் படிப்பின் தரத்தைப் பற்றியோ கேள்வி கேட்டதில்லை. ஒரு கூடைப்பந்து திடல், ஒரு கால்பந்து மைதானம், பந்தலின் கீழ் சில பிங் – பாங் மேஜைகள் ஆகியவை அமைந்திருந்த விளையாட்டு மைதானத்துக்கு விளையாடப் போவோம். ஞாயிற்றுக்கிழமைகளில் ஆலயத்துக்குப் போவதற்குப் பதிலாகச் சினிமா பார்க்கப் போவோம். மூச்சுக்குழாய் அழற்சியால் பாதிக்கப்பட்டிருந்தும் தொடர்ந்து சிகரெட் புகைத்துக்கொண்டிருந்த பாக்ஸ்டர் பாட்டியோடு நான் உறங்க வேண்டும். பகல்வேளைகளில் சிகரெட்களைப் பாதி புகைத்துவிட்டு, துண்டுகளைச் சாம்பல் கிண்ணத்தில் போட்டு வைப்பார், இரவில் உறக்கத்திலிருந்து இருமிக்கொண்டு விழிக்கும்போது இருட்டில் துளாவி அந்தத் துண்டுகளைத்தேடி (அவற்றை 'வில்லிஸ்' என்று அவர் சொல்லுவார்) எடுத்துப் பற்றவைக்கும் நெருப்பு ஒளிக்கீற்றுக்குப் பிறகு, அவற்றை நேராக்கி கரகரத்துப்போன அவரது தொண்டை, நிக்கோடினால் அமைதியடையும்வரை புகைப்பார். முதலில் சில வாரங்களுக்கு அசையும் படுக்கையும் புகையிலையின் மணமும் அடிக்கடி என்னை எழுப்பின,

ஆனால் அதற்கு நான் பழகிய பிறகு இரவு முழுவதும் அமைதியாகத் தூங்கினேன்.

ஒருநாள் இரவில் சாதாரணமாகத் தூங்கச் சென்றபின் ஒருவகையான அசைவை உணர்ந்து விழித்துவிட்டேன். ஜன்னல் திரைச்சீலை வழியாக வந்த மங்கலான வெளிச்சத்தில் என் அம்மா, எனது கட்டிலுக்கருகில் முழந்தாளிட்டுக் கட்டிலைப் பிடித்தபடி இருப்பதைக் கண்டேன். அவள் தன் முகத்தை என் காதருகில் கொண்டுவந்தாள்.

'ரித்தி' அவள் கிசுகிசுத்தாள், 'ரித்தி, வா, சத்தம் போடாதே'. பின், அவள் மெதுவாக எழுந்து அறையைவிட்டு வெளியே போனாள். பணிந்து நானும் குழப்ப யோசனையோடு எழுந்து அவளைத் தொடர்ந்து போனேன். பாதி திறந்திருந்த சமையலறைக் கதவின் வழியாகத் தெரிந்த வெளிச்சத்தில், பைஜாமாவோடிருந்த பெய்லியின் கால்கள், மூடப் பட்டிருந்த குளியல் தொட்டிக்கு வெளியே தொங்கிக்கொண்டிருப்பதைக் கண்டேன். சாப்பாட்டு மேஜையிலிருந்த கடிகாரம் 2.30 என்று காட்டியது. அந்த மணிநேரத்துக்கு நான் எழுந்திருந்ததே கிடையாது.

நான் பெய்லியைக் கேள்விக்குறியோடு பார்த்தேன், அவன் பதிலாகச் சிறு வெட்கப் பார்வையைத் தந்தான். உடனே, பயப்படுவதற்கு ஒன்றுமில்லை என்று உணர்ந்தேன். என் மனதின் நாள்காட்டியில் முக்கியமான நாட்களை எண்ணிப் பார்த்தேன். அன்றைய தினம் யாருடைய பிறந்த நாளோ, முட்டாள்கள் தினமோ, அல்லது ஹாலோவீன் நாளோ இல்லை, ஆனால் ஏதோ இருக்கிறது.

அம்மா, சமையலறைக் கதவைச் சாத்திவிட்டு என்னிடம் பெய்லி பக்கத்தில் உட்காரச் சொன்னாள். தனது கைகளை இடுப்பில் வைத்துக்கொண்டு நாங்கள் ஒரு கொண்டாட்டத்துக்கு வரவேற்கப் பட்டிருப்பதாகச் சொன்னாள்.

ஒரு இரவில் உறக்கத்திலிருந்து எழுப்பப்படுவதற்கு அது போதுமானதா? நாங்கள் இருவரும் எதுவும் சொல்லவில்லை.

அவள் தொடர்ந்தாள், "நான் ஒரு விருந்து தருகிறேன், என்னுடைய மரியாதைக்குரிய விருந்தாளிகள் நீங்கள் மட்டுமே."

அவள் அடுமண்பெட்டியைத் திறந்தாள், மொறுமொறுவென செய்திருந்த பிஸ்கெட்டுகளோடு இருந்த பாத்திரத்தை வெளியே எடுத்தாள், அதற்குப் பின்புறமாகப் பெட்டியில், ஒரு குவளை பால்சாக்லேட்டும் இருந்தது. எங்களுடைய அழகான, வினோதமான அம்மாவின் செயலைக் குறித்துச் சிரிப்பதைத்தவிர வேறெதுவும் எங்களுக்குத் தோன்றவில்லை. பெய்லியும் நானும் சிரிக்கத் தொடங்கியதும் அவளும் அதில் சேர்ந்து கொண்டாள், ஆனால் நாங்கள் சத்தம் எழுப்பிவிடக் கூடாது என்று சொல்வது போல் விரலை வாயின்முன் வைத்துக்கொண்டாள்.

தோரணையாக, அம்மா எங்களுக்குப் பண்டங்களை எடுத்துத் தந்தாள், பக்க இசை ஏற்பாடு செய்ய முடியாததற்கு வருத்தம் தெரிவித்தாள், மாற்றாக, அவளே ஒரு பாட்டுப் பாடப் போவதாகச் சொன்னாள். அப்புறம் டைம் ஸ்டெப், ஸ்நேக் ஹிப்ஸ், சூஸி க்யூ ஆகிய

பாடல்களைப் பாடினாள். இயல்பாக அடிக்கடி சிரித்துக்கொண் டிருக்கும் ஒரு அம்மா இருக்கும்போது, எந்தக் குழந்தைதான், குறிப்பாக அந்தக் குழந்தையால் நகைச்சுவையைப் புரிந்துகொள்ளுமளவுக்கு முதிர்ச்சி இருக்கும்போது, அந்த அம்மாவிடம் நெருக்கமாக இருப்பதாக உணராமல் இருக்க முடியும்?

அம்மாவின் அழகு அவளை மிகவும் சக்திமிக்கவளாக ஆக்கியிருந்தது, அந்த வல்லமையே அவளை மிகவும் உண்மையானவளாகவும் வைத்திருந்தது. நாங்கள் அவளிடம் அவள் என்ன செய்கிறாள், அவளது வேலை என்ன என்று கேட்டபோது, அவள் எங்களை ஓக்லேண்டின் ஏழாவது தெருவுக்குக் கூட்டிச்சென்றாள், அங்கு கடைகளுக்கு முன்னாலிருந்த கிறிஸ்தவ சபைக் கூடங்களோடு, தூசுபடிந்த மதுபானவிடுதிகளும் புகைபிடிக்கும் கடைகளும் இருந்தன. அவள் எங்களிடம் ரெயின்கோட் பினோஷெல் பார்லரையும் படோடோபமாக இருந்த ஸ்லிம் ஜென்கின்ஸ் அழகு நிலையத்தையும் சுட்டிக்காட்டினாள். சில இரவுகளில் காசுக்காக பினோஷெல்லில் சூதாடுவதாகவும் அல்லது மதர்ஸ்மித்தில் சீட்டு விளையாட்டு நடத்துவதாகவும் அல்லது சில ரவுண்ட்கள் மதுவுக்காக ஸ்லிமிலில் இருப்பதாகவும் சொன்னாள். அவள் எப்போதும் யாரையும் ஏமாற்றியதில்லை என்றும் அவ்வாறு இனிமேலும் செய்வதற்குத் தயாராக இல்லை என்றும் சொன்னாள். அவளது வேலை, பக்கத்து போர்ஷனில் வசித்த குண்டு திருமதி வாக்கர் (ஒரு பணிப்பெண்) போலவே நேர்மையானது என்றும், 'ஒழுங்காகப் பார்த்துச் சரியாகக் கொடுத்துவிடு' என்ற முறையிலானது என்றும் சொன்னாள். யார் வீட்டுப் பாத்திரங்களைக் கழுவுவதில்லையென்றும் எந்த வீட்டுச் சமையல்காரி யாகத் தான் இல்லையென்றும் சொன்னாள். கருணையுள்ள கடவுள் தனக்கு நல்ல அறிவைக் கொடுத்திருப்பதாகவும் அதை வைத்துத் தனது தாயையும் குழந்தைகளையும் காப்பாற்றப் போவதாகவும் சொன்னாள். 'இதற்கிடையே கொஞ்சம் ஜாலியாகவும் இருப்பேன்' என்பதை அவள் சொல்லவில்லை.

தெருவில் அவளைக் கண்டவர்கள் நிஜமான மகிழ்ச்சியை வெளிப்படுத்தினர். "ஹே, பேபி. என்ன விஷேசம்?"

"எல்லாமே நல்லாயிருக்கு, பேபி, நல்லாயிருக்கு."

"எப்படி போய்கொண்டிருக்கிறது, அழகியே?"

"நான் இருக்கிற உடல்வாகில் ஜெயிக்கிறது கஷ்டம்" (திருப்தியை மறைக்கும் சிரிப்போடு சொல்லப்பட்டது)

"அம்மா, நீ நல்லாதானே இருக்கிறாய்?"

"ஆஹ், வெள்ளைக்காரிகளுக்கு முன்னால் நான் எம்மாத்திரம் என்பதுபோல் அவர்கள் சொல்கிறார்கள்." (அது மொத்தமாக உண்மையில்லை என்ற தொனியில் சொன்னாள்.)

குதூகலமாகவும் கற்பனைத்திறனோடும் அவள் எங்களைத் திறமை யாகக் கவனித்துக்கொண்டாள். எப்போதாவது சீன உணவகங்களுக்கோ

இத்தாலிய பிட்சா பார்லர்களுக்கோ எங்களைக் கூட்டிச் செல்வாள். ஹங்கேரிய கூலாஷ்க்கும் அயர்லாந்து ஸ்டூவுக்கும் எங்களை அறிமுகப்படுத்தினாள். உணவுகள் மூலம் வேறு வேறு மக்களும் உலகில் உள்ளனர் என்று நாங்கள் கற்றுக்கொண்டோம்.

அவளிடம் ஒரு கொண்டாட்ட மனநிலை இருந்தபோதும் விவியன் பாக்ஸ்டரிடம் இரக்கம் என்பது கிடையாது. ஒக்லேண்டில், அப்போது அவள் சொல்லியிருக்காவிட்டாலும் புழக்கத்திலிருந்த ஒரு சொலவடை அவளுடைய மனப்பான்மையை விளக்கப் போதுமானது. அந்தச் சொலவடை, "அனுதாபம் அகராதியில் மலத்துக்கு அடுத்தபடியாக வருகிறது, எனக்கு வாசிக்கக்கூடத் தெரியாது" என்பதாகும். அவளுடைய கோபம் ஆண்டுகள் கழிந்தபின்பும் குறையவேயில்லை, தீவிர உணர்ச்சிகளையுடைய ஒரு மனம், அவ்வப்போது இரக்கப்படும் தருணங்களால் பண்படுத்தப்படவில்லையென்றால், நாடக வெளிப்பாடு களை அரங்கேற்றும் ஒவ்வொரு கோபப்படும் வேளையிலும் என் அம்மா அவளுடைய நியாயப்படியே இருப்பாள். இயற்கையைப் போன்ற பாகுபாடற்ற தன்மையில் அதே பொறுத்தலோ கருணையோ இல்லாத வகையில்.

நாங்கள் அர்க்கான்ஸாஸிலிருந்து வருவதற்குமுன்பு ஒரு சம்பவம் நடந்திருக்கிறது, அதில் சம்பந்தப்பட்ட முக்கிய பங்காளிகள் ஜெயிலிலும் ஆஸ்பத்திரியிலும் போய்ச்சேர வேண்டியிருந்தது. அம்மாவோடு ஒரு வியாபாரக்கூட்டாளி (அதைவிடக் கொஞ்சம் கூடுதலாகவும் அந்த ஆள் இருந்திருக்கலாம்) இருந்தாராம், இருவருமாகச் சேர்ந்து சூதாட்ட விடுதியோடு கூடிய உணவகத்தை நடத்தினார்கள். பங்குதாரார் தன்னுடைய பங்குக்கான பொறுப்புகளை ஏற்று நடந்து கொள்ளவில்லை என்று அம்மா சொன்னாள். அதை அவள் அவரிடம் தட்டிக்கேட்டபோது ஆணவத்தோடும் அதிகாரத் தோரணையோடும் அந்த ஆள் பதில் சொன்னதோடு அவளை அவமரியாதையாக, 'எச்ச நாயே' என்றும் ஏசியிருக்கிறார். எல்லோருக்கும் தெரியும், அம்மா எவ்வளவு சிரித்துப் பேசுவாளோ அவ்வளவு திட்டவும் செய்வாள் என்று, அதனால் யாரும் அவள் இருக்கும்போது வசைச்சொற்கள் சொல்ல மாட்டார்கள், அதோடு அவளிடம் யாரும் அவ்வாறு வாலாட்ட மாட்டார்கள் என்பதும் உண்மை. வியாபாரச் சூழ்நிலை காரணமாக அம்மா கொஞ்சம் நிதானமாக எதிர்வினை ஆற்றினாள். அவள் பங்குதாரரிடம், "நான் ஏற்கெனவே எச்ச நாயாக இருந்திருக்கிறேன், இனியும் ஒரு எச்ச நாயாக இருக்கப் போகிறேன்" என்று சொல்லியிருக்கிறாள். ஒரு அடிமுட்டாள்தனமான செய்கையாக அந்த ஆள் இன்னொரு 'எச்ச நாயை' எடுத்துவிட்டிருக்கிறார், உடனே அம்மா அவரைத் துப்பாக்கியால் சுட்டுவிட்டாள். அவரிடம் பேச வேண்டும் என்று தீர்மானித்தபோதே அம்மா தொந்தரவை எதிர்பார்த்திருக்கிறாள். ஆகவே முன்னெச்சரிக்கையாக அவளுடைய கீழுடைப் பாக்கெட்டில் சின்ன. 32 துப்பாக்கியைப் போட்டுக்கொண்டு வந்திருக்கிறாள்.

ஒரு தடவை சுடப்பட்டவுடன் பங்குதாரர், எதிர்திசையில் சாய்வதற்குப் பதிலாக அவள் பக்கம் பாய்ந்திருக்கிறார். அவரைச் சுட வேண்டும் என்ற எண்ணத்திலே அவள் வந்திருந்ததால் (கவனிக்க: சுட

வேண்டும் அவ்வளவுதான் கொல்ல வேண்டும் அல்ல) அவள் அங்கிருந்து நகராமல் இன்னொருமுறை சுட்டாள். அது அவர்கள் இருவருக்குமே கிறுக்குப் பிடிக்கும் சூழ்நிலையாக இருந்திருக்க வேண்டும். அவளுக்கு, அவளுடைய விருப்பத்துக்கு எதிர்மறையாக ஒவ்வொரு வெளிப்பட்ட குண்டும் அவரை முன்னால் கொண்டுவருகிறது, அவருக்கோ, அவளை நெருங்க முன்னால் வரவர மேலும் குண்டு பாய்கிறது. அவர் அவளை நெருங்கி வந்து இரண்டு கைகளையும் விரித்து அவளது கழுத்தை அமுக்கி அவளைக் கீழே விழவைக்கும்வரை, நின்ற இடத்திலிருந்து அம்மா அசையவே இல்லை. அவரை ஆம்புலன்ஸில் ஏற்றுவதற்குப் போலீஸ் காவலர்கள் அவளிடம் இருந்து அவரது கைகளைப் பிரித்துத்தான் ஏற்ற வேண்டியிருந்தது என்று அம்மா பிறகு சொன்னாள். அடுத்தநாள் அவள் பிணையில் வெளியே வந்தபிறகு அவள் கண்ணாடியில் முகம் பார்த்து 'இதோ, இந்த இடத்தில் கண்ணைச்சுற்றி கறுப்பாகிவிட்டது' என்று சொன்னாள். அந்த ஆள் தனது கைகளைச் சுழற்றி அவளது கழுத்தைப் பிடிக்க முயன்றபோது அவளுக்கு அடிபட்டிருக்க வேண்டும். அவளது தோல் மிக எளிதாகச் சிவந்துவிடும்.

இரண்டு தடவை குண்டடிபட்டபோதும் பங்குதாரர் உயிர்பிழைத்து விட்டார். அவர்களுடைய பங்கு ஒப்பந்தம் முறிக்கப்பட்டுவிட்டாலும் ஒருவருக்கொருவர் சற்று பிரமிப்பு கலந்த மரியாதையோடு நடந்து கொண்டார்கள். அவர் சுடப்பட்டார், உண்மைதான், ஆனால் நியாயப்படி அவள் அவருக்கு முன்னெச்சரிக்கை விடுத்திருந்தாள்தானே. அவருக்கும் அவளுடைய இரண்டு கண்களைச் சிவக்க வைக்குமளவுக்குப் பலமிருந்திருக்கிறதே, அதன்பிறகு உயிரோடும் இருக்கிறாரே. வியக்கவைக்கும் தன்மைகளல்லவா, இவையெல்லாம்.

இரண்டாம் உலகயுத்தம் ஒரு ஞாயிறு பிற்பகலில் தொடங்கியது. நான் படம் பார்க்கச் சென்றுகொண்டிருந்தபோது, தெருவிலிருந்த மக்கள் கூச்சலிட்டார்கள், "நாம் யுத்தத்திலிருக்கிறோம். நாம் ஜப்பான்மீது போர்தொடுத்துவிட்டோம்."

நான் வந்த வழியே வீட்டுக்கு ஓடினேன். பெய்லியையும் அம்மாவை யும் சென்று சேருமுன் குண்டு என்மீது விழுமா என்பது உறுதியாகத் தெரியாமல் வீட்டுக்கு ஓடினேன். பாக்ஸ்டர் பாட்டி, அமெரிக்கா மீது குண்டுவிழாது, அதுவும் ஃபிராங்க்ளின் டிலனோ ரூஸ்வெல்ட் அதிபராக இருக்கும்வரை விழவே விழாது என்று சொல்லி என் பதற்றத்தைத் தணித்தார். அவர், ரூஸ்வெல்ட், அரசியல்வாதிகளின் அரசியல்வாதி என்றும் தான் என்ன செய்கிறோம் என்று அவருக்குத் தெரியுமென்றும் சொன்னார்.

அதன்பிறகு, விரைவில் கிளிடெல் அப்பாவை அம்மா திருமணம் செய்துகொண்டார், அவர்தான் நான் நன்கு அறிந்துகொண்ட முதல் தந்தை. அவர் ஒரு வெற்றிகரமான தொழிலதிபர், அவரும் அம்மாவும் எங்களை சான்பிரான்ஸிஸ்கோ நகரத்துக்குக் கூட்டிக்கொண்டுபோனார்கள். டாமி மாமா, பில்லி மாமா, பாக்ஸ்டர் பாட்டி மட்டும் ஓக்லேண்டிலிருந்த அந்தப் பெரிய வீட்டிலேயே தங்கிவிட்டனர்.

27

இரண்டாம் உலக யுத்தத்தின் தொடக்க மாதங்களில் சான்பிரான்ஸிஸ்கோவின் ஃபில்மோர் மாவட்டத்தில் அல்லது மேற்கு கூடுதல் இணைப்பு என்று சொல்லப்படும் பகுதியில், ஒரு புரட்சியை நேராகவே அனுபவிக்க முடிந்தது. மேலோட்டமாக அது முற்றிலும் அமைதியானதாக, புரட்சி என்ற சொல்லுக்குப் பொருந்தாததாகவே இருந்தது. யாகமோடோ கடல்உணவுச் சந்தை சத்தமில்லாமல் 'சாம்மிஸ் ஷீ ஷைன் பார்லர் ஆகவும் ஸ்மோக் ஷாப்பாகவும் மாறியது. யாஷிகிரா ஹார்டுவெயர், லா சாலோன் தி பியுட்டேயாக மிஸ் குளோரிந்தா ஜார்சனின் உடமையாக உருமாறியது. சாமானியர்களுக்குப் பொருட்கள் விற்கப்படுபவையாக இருந்த ஜப்பானியரால் நடத்தப்பட்ட கடைகள், வியாபாரத்தில் முனைப்புக் காட்டிய நீக்ரோக்களால் கையகப்படுத்தப்பட்டு, ஒரு வருடத்துக்குள் தெற்கிலிருந்து புதிதாகப் புலம்பெயர்ந்த கறுப்பின மக்களுக்கு இரண்டாவது வீடுகளாக மாறிவிட்டன. எங்கு டெம்புரா, வேக வைக்காத மீன், 'சா' ஆகியவற்றின் மணங்கள் வீசிக்கொண்டிருந்ததோ, அங்கு இப்போது பன்றிக் குடலில் அடைக்கப்பட்ட உணவு, கீரைகள், ஹாம் ஹாக் போன்றவை மணம் பரப்பிக்கொண்டிருந்தன.

ஆசிய மக்களின் தொகை என் கண்முன்பே கணிசமாகக் குறைந்தது. ஜப்பானியர்களுக்கும் சீனர்களுக்குமான வித்தியாசத்தை என்னால் சொல்ல முடியவில்லை, சிங்க்குக்கும் சானுக்கும் அல்லது மோடோவுக்கும் கானோவுக்கும் உள்ள ஒலி வேறுபாட்டை வைத்து அச்சொற்களின் தேச மூலத்தையும் என்னால் வகைப்படுத்த இயலவில்லை.

சத்தமில்லாமல், எதிர்ப்பு இல்லாமல் ஜப்பானிய இனத்தவர் காணாமல் போக, நீக்ரோக்கள் தங்களுடைய தானியங்கி இசைப்பெட்டிகளுடனும் நியாயமாக வெளிப்பட்ட கோபதாபங்களுடனும் தெற்கத்திய தளைகளிலிருந்து விடுபட்ட ஆறுதலோடும் அங்கு வந்துவிட்டனர். ஜப்பானியர் பகுதி சான் பிரான்ஸிஸ்கோவின் ஹார்லெமாக, சில மாதங்களுக்குள் மாறிவிட்டது.

அடக்குமுறைக்கான காரணிகளை முற்றிலும் அறிந்திராத ஒருவர், தங்கள் வாழ்விடங்களை இழந்த ஜப்பானியர்மீது, புதிதாக வந்த நீக்ரோக்கள் அனுதாபம், ஏன் உதவி மனப்பான்மையைக்கூடக் காட்டுவார்கள்

என்று எதிர்பார்க்கலாம். அதுவும் அவர்களே (கறுப்பர்கள்) நூற்றாண்டுகளாகத் தோட்டங்களில் கொட்டடி அடிமைகளாகவும் அதற்குப்பின் பங்கு விவசாயிகளாகக் குடில்களிலும் வாழ்ந்து நொந்தவர்கள். ஆனாலும் பாதிக்கப்பட்டவர்களின் சிநேக உணர்வு அங்கு இல்லை.

ஜார்ஜியா மற்றும் மிஸிஸிப்பியின் வறண்டுபோன விளைநிலங்களிலிருந்து யுத்தத் தயாரிப்புகளுக்குத் தேவையான, தரகர்கள் மூலம் திரட்டி வரப்பட்ட, கறுப்பு வேலையாட்கள் இப்போது இரண்டுஅடுக்கு மூன்றடுக்கு மாடிக் குடியிருப்புகளில் (அவை உடனடியாகச் சேரியாக மாறிவிட்டன) வாழும் வாய்ப்பையும் வாராந்திர மூன்று இலக்க வருமானமும் பெற்றனர். முதல்முறையாக அவ்வாறான ஒருவர் தன்னை முதலாளி அல்லது செலவாளி என்று நினைத்துக்கொள்ள முடிந்தது அவரது கண்களை மறைப்பதாக இருந்தது. தனக்கு வேலை செய்யும் ஒருவருக்கு, துணிவெளுப்பவர் காரோட்டி ஓட்டல் சிப்பந்தி போன்றோருக்கு, அவரால் கூலியோ அன்பளிப்போ கொடுக்க முடிந்தது. கப்பல்கட்டும் தொழிற்கூடங்கள், ராணுவத் தளவாடத் தயாரிப்புக் கூடங்கள் என யுத்தம் உருவாக்கிய வாய்ப்புகள் அவருக்குச் செழிப்பான வாழ்க்கையை வழங்கியதோடு அவர் தேவைப்படுகிறார் என்ற உணர்வையும் பாராட்டவும் படுகிறார் என்ற எண்ணத்தையும் அவரிடம் உருவாக்கின. இப்படி (ஜப்பானியர்) ஒரு இனம் இருப்பதையே அறிந்திராத இவர், எப்படி தனக்கும் புதிதாகக் கிடைத்துள்ள கிறங்கடிக்கும் முக்கியத்துவத்தில், அவர்களைக் கரிசனத்தோடு நினைத்துப் பார்ப்பார்?

ஜப்பானியர்கள் அகன்றுபோனது பற்றிய அவரது அக்கறையற்றத் தன்மைக்கான இன்னொரு காரணம், அதிகம் வெளிப்படாத, ஆனால் மிக ஆழமாக உணரப்பட்டதாகும். ஜப்பானியர்கள் வெள்ளையர்கள் அல்லர். அவர்களது கண்களும் மொழியும் பழக்கவழக்கங்களும் அவர்களது வெள்ளைத் தோலையும் தாண்டி, அவர்கள் வெள்ளையர்கள் அல்ல என்பதை அவர்களது இடத்தைப் பிடித்துக்கொண்ட கறுப்பர்கள் புரிந்து கொண்டதால் அவர்கள் பயப்படவுமில்லை, அக்கறைப்படவுமில்லை. இது எல்லாமே பிரஞ்கையற்றத் தளத்திலேயே நிகழ்ந்தன.

எனது குடும்பத்திலிருந்து எவருமோ, அல்லது குடும்ப நண்பர்களில் எவருமோ திடீரென இல்லாமல் போன ஜப்பானியர்கள் பற்றிய பேச்சை எடுத்ததேயில்லை. அது அவர்கள் நாங்கள் இப்போது வாழும் வீடுகளை, முன்பு அவர்கள் வைத்திருக்கவில்லை, அவர்கள் அங்கே வசித்ததேயில்லை என்பதுபோல இருந்தது. எங்கள் வீடு இருந்த போஸ்ட் தெருவிலிருந்து குன்று இறக்கமாகச் சரிந்து, எங்கள் மாவட்டத்தின் வணிகமயமான ஃப்ல்மோருக்குச் சென்றது. தெரு போய் முடியும் இடத்திற்கு இரண்டு குடியிருப்பு வளாகங்களுக்கு முன்பாக, அந்தத் தெருவில் இரண்டு இரவு பகல் உணவகங்கள், இரண்டு உள்விளையாட்டு நிலையங்கள், நான்கு சீன உணவகங்கள், இரண்டு சூதாட்ட கிளப்கள், கூடவே சாப்பாட்டுக் கடைகள், காலணி பாலிஷ் போடும் கடைகள், அழகுநிலையங்கள், முடி திருத்தும் கடைகள் இவற்றோடு குறைந்தது நான்கு தேவாலயங்களும் இருந்தன. போரின் போது நீக்ரோக்களின் அந்தப் பகுதியில் நிலவிய இடைவிடாத சந்தடியின் தன்மையை முழுவதுமாகப் புரிந்துகொள்ள,

மேலே சொல்லப்பட்ட இரண்டு குடியிருப்பு வளாகங்களும், அவற்றைவிட பன்மடங்கு பெருக்கத்தில் கடைகளும் வீடுகளும் உடைய அந்த எட்டுக்குப் பத்து சதுர குடியிருப்புப் பரப்பின் ஒரு பக்கத்தெரு மட்டுமே என்றால் போதுமானது.

ஒரு ஒட்டுமொத்த இடம்பெயர்ந்த உணர்வு நிலவிய சூழல், யுத்தம் உருவாக்கியிருந்த வாழ்க்கையின் நிரந்தரமற்ற தன்மை, சமீபத்தில் வந்தேறிய பிறருடன் பழகத் தயங்கிய பேர்வழிகள் போன்ற அனைத்தும் சேர்ந்து, நான் இந்த இடத்தைச் சேராதவள் என்ற என்னுடைய சொந்த எண்ணத்தை நீர்த்துப்போகச் செய்தது. சான்பிரான்ஸிஸ்கோவில், முதன்முறையாக ஏதோ ஒன்றின் பகுதியாக என்னை உணர ஆரம்பித்தேன். புதியவர்களோடு ஒருவராக அல்ல, அல்லது சான்பிரான்ஸிஸ்கோவிலேயே வாழ்ந்த கறுப்பினத்தவரின் வழிவந்தவர்களோடு அல்ல, அல்லது வெள்ளையர்கள், ஆசியர்கள் கூடவோ அல்ல, மாறாக அந்த நகரத்தோடும் அந்தக் காலத்தோடும் ஒரு பகுதியாக. தெருக்களில் கூட்டமாகச் சென்று அட்டகாசம் செய்துகொண்டு திரியும் இளம்வயது கப்பற்படை வீரர் களையும் கண்ணில்படும் ஒவ்வொரு இளம்பெண்ணையும் அவள் விலைமாதாகத்தான் இருப்பாள் என்ற பார்வையோடு அவர்கள் நெருங்குவது, அல்லது அதீதமாக, அவள் அமெரிக்காவை யுத்தத்தில் தோற்கடிக்க எதிரியால் ஏவிவிடப்பட்ட ஒற்று வேலை செய்பவளாகத்தான் இருப்பாள் என்ற கண்ணோட்டத்தில் அவளை அணுகுவது என்ற அவர்களது அகங்கார மனநிலையையும் என்னால் புரிந்துகொள்ள முடிந்தது. சான் பிரான்ஸிஸ்கோ மீது எப்போதும் குண்டுவீசப்படலாம் என்ற அச்ச உணர்வை வாராந்திர பொது எச்சரிக்கை, குண்டு வீச்சு அபாய எச்சரிக்கைகள் மூலமாக உறுதியானதும், பள்ளிகளில் நடந்த பொதுஜன பாதுகாப்புப் பயிற்சி முறைகளும், நான் அந்த நகரைச் சேர்ந்தவள் என்று இன்னும் அதிகமாக என்னை உணர வைத்தது. நான் எப்போதும், ஏன் யுகம் யுகமாக, வாழ்க்கை, வாழ்வதற்கு அபாயகரமானது என்று நினைத்தவள் அல்லவா?

அந்த நகரம் யுத்த நாட்களில் சிறைபிடிக்கப்பட்ட ஒரு புத்திசாலி பெண்மணிபோல இயங்கிக்கொண்டிருந்தது. தன்னால் பாதுகாப்பாக வைத்துக்கொள்ள முடியாதவற்றை விட்டுக்கொடுத்தும், தனது பிடிக்குள் அகப்படுவதைப் பாதுகாப்பாக வைத்துக்கொள்வதுமாக அவள் (அந்த நகரம்) செயல்பட்டுக்கொண்டிருந்தாள். நான் பெரியவளாக வளர்ந்த பிறகு எப்படி இருக்க வேண்டுமென்று மனதில் வரித்திருந்தேனோ அப்படியாக அந்த நகரம் எனக்கு இருந்தது. நட்பாக ஆனால் பிணையாத, குளிராக ஆனால் உறையாத, அல்லது அன்னியமாகாத, பிரபலமாக ஆனால் அந்த இறுக்கமில்லாத தன்மையோடு.

சான்பிரான்சிஸ்கோ நகரவாசிகளுக்கு அந்த 'எப்படியென்று அறிந்த நகரம்' என்பது வளைகுடா, நீர்த்திரை, சர்பிரான்சிஸ் டிரேக் ஓட்டல், டாப் ஆப் தி மார்க், சைனா டவுன், சூரிய மறைவுத் தெரு, அது, இது, வெள்ளை, இத்தியாதி இத்தியாதிதான். பதின்மூன்றுவயதான கறுப்பினச் சிறுமியான எனக்கு, தெற்கத்திய கறுப்பின வாழ்க்கை முறைச் சூழலில் உருவான எனக்கு, அந்த நகரம் அழகின் மாநிலமாகவும் சுதந்திரத்தின்

மாநிலமாகவும் விளங்கியது. வளைகுடாவிலிருந்து ஆவியாகக் கிளம்பி குன்றுகளால் தடுக்கப்பட்டு நகரத்தின் மீது கவிழ்ந்திருக்கும் நீர்த்திரை, வெறும் நீர்த்திரை மட்டுமல்ல, மாறாக நாணம் உள்ள வழிப்போக்கன் ஒருவன் இதமாகப் போர்த்திக்கொண்டு தான் அடைகாத்த அடையாளத்தை இழக்கச்செய்யும் மிருதுவான கவசமுமாகும். தைரியமற்ற நிலையிலிருந்தும் பயத்திலிருந்தும் விடுபட்ட நான் சான்பிரான்சிஸ்கோவின் நிலவமைப்பினாலேயே போதையுற்றவளானேன். அந்நகரத்தை நான் பாதுகாக்க வேண்டும் என்ற ஆணவத்தில் அவளை என்னளவுக்கு வேறு யாரும் பாரபட்சமில்லாமல் நேசிக்கவில்லை என்றும் நினைத்தேன். மார்க் ஹாப்கின்ஸைச் சுற்றி நடந்து டாப் ஆப் தி மார்க்கைப் பார்த்துக்கொண்டேயிருப்பேன், ஆனால் (சீச்சீ இந்தப் பழம் புளிக்கும் ஆகவும் இருக்கலாம்) அடுக்குமாடிகளையோ அல்லது அவற்றின் சீமையுடையணிந்த வருகையாளர்களையோவிட குன்றுகளிலிருந்து ஓக்லேண்டைப் பார்த்துக்கொண்டிருப்பதே பரவசமானது. பல வாரங்களாக, நானும் அந்த நகரமும் ஒன்றாக எங்களை இணைத்துக் கொண்டபின், நான் பல சுவாரஸ்யமான பகுதிகள் என்று சொல்லப்பட்ட இடங்களைச் சென்று பார்த்தேன், அவை வெறுமையாகவும் சான் பிரான்ஸிஸ்கோ தன்மையில்லாமலும் இருந்தன. கப்பற்படை அதிகாரிகள் நல்ல உடை உடுத்திய தங்கள் மனைவி, சுத்த வெள்ளைக் குழந்தைகளோடு எனது அல்லாத, வேறொரு கால–வெளி பரிமாணத்தில் அங்கே இருந்தனர். ஓட்டுனர்களையுடைய கார்களில் நேர்த்தியான மூதாட்டிகள் மான்தோல் காலணிகளும் காஷ்மீர ஸ்வெட்டர்களும் அணிந்த பொன்னிற முடிகொண்ட இளம்பெண்கள் என அங்கிருந்தவர்கள் சான்பிரான்ஸிஸ்கோவினராக இருக்கலாம், ஆனால் என்னுடைய மனக்கண்களிலிருந்த அந்த நகரத்தின் படத்தில், அதிகபட்சமாகச் சொல்லப்போனால், அவர்கள் படச் சட்டத்திலிருந்த அலங்காரப் புள்ளிகள் மட்டுமே.

பெருமையும் பொல்லாங்கும் அந்த அழகான குன்றுகளில் ஒருங்கே ஒளிந்து நின்றிருந்தன. பூர்வீக சான்பிரான்ஸிஸ்கோவினர், நகரம் தங்களுடையது என்ற உரிமை உணர்வோடு, புதிதாக வந்த குடியேறிகளின் எண்ணிக்கையைப் பற்றியோ, மலைக்கவைக்கும் மரியாதைக்குரிய சுற்றுலாப்பயணிகளைப் பற்றியோ கவலைப்படவில்லை. மாறாகப் பலதரப்பட்ட தூரதூர கிராமப்பகுதிகளிலிருந்து வந்து குவிந்த நாகரீகமற்ற மக்களுக்கு அவர்கள் ஈடுகொடுக்க வேண்டியிருந்தது. அதோடு அவர்கள் தங்களது வேறுநிறங்கொண்ட பள்ளித்தோழர்களை முன்னாட்களில் நடத்தியவிதம் ஏற்படுத்திய தோலுக்கு அடிவரை இறங்கிக் கிடந்த குற்றவுணர்விலும் ஆட்பட்டிருந்தனர்.

தெற்கத்திய படிப்பறிவற்ற வெள்ளையர்கள், மேற்கிற்கு அர்க்கான்ஸாஸின் குன்றுகளிலிருந்தும் ஜார்ஜியாவின் சதுப்புநிலங்க ளிலிருந்தும் தங்களின் கோணல் பார்வைகளை ஒட்டுமொத்தமாகச் சிந்தாமல் சிதறாமல் கொண்டு வந்தனர். கறுப்பின முன்னாள் விவசாயிகள் வெள்ளையர்கள் மீதிருந்த அவநம்பிக்கையும் பயத்தையும், வரலாறு கற்றுத்தந்த கொடூரமான பாடங்கள் காரணமாக, கைவிடவில்லை.

யுத்த உற்பத்திக்கூடங்களில் இந்த இருபிரிவினரும் அருகருகே வேலை செய்ய வேண்டிய கட்டாயத்தில் இருந்தனர், அதனால் அவர்களுடைய பகைமையுணர்வு பழுத்து, நகரத்தின் முகத்தில் கொப்புளங்களாக வெடித்துக் கொண்டிருந்தது.

சான்பிரான்ஸிஸ்கோ நகரத்தினர் தங்களது குளிர்பதன நகரத்தில் இனவெறுப்பு என்பது கிடையவே கிடையாது என்று தங்கவாசல் பாலத்தின்மேல் சத்தியம் செய்து சொல்லிக்கொள்ளலாம். ஆனால் வருத்தமான விஷயம் என்னவென்றால், அவர்கள் தவறாக எண்ணிக் கொண்டிருந்தார்கள்.

சான்பிரான்சிஸ்கோ, வெள்ளைக்கார வயதான பெண்மணி ட்ராம் வண்டியில் ஒரு நீக்ரோ பயணியின் பக்கத்தில், அவர் நகர்ந்து இடங்கொடுத்த பின்பும், உட்கார மறுத்த சம்பவம் பற்றிய செய்தி உலாவிக்கொண்டிருந்தது. அதற்கு அவருடைய விளக்கம் என்ன வென்றால் படைவீரராகச் சேராமல் தன்னைத் தவிர்த்துக்கொண்ட நீக்ரோ ஒருவரின் பக்கத்தில் உட்கார முடியாது என்பது. அந்த நபர் தனது குறைந்தபட்ச கடமையாக நாட்டுக்காகச் சண்டையிடச் சென்றிருக்க வேண்டும், ஐவோ ஜூமாவில் சண்டையிட்டுக் கொண்டிருக்கும் தனது மகனைப்போல என்று சொல்லியிருக்கிறார் அந்தப் பெண்மணி. அந்த மனிதரோ ஜன்னலிலிருந்து தனது உடம்பை விலக்கி அப்பெண்மணியிடம் கையில்லாத தனது சட்டையின் கைப்பகுதியைக் காட்டியதாக இந்தக் கதை தொடர்கிறது. அதன்பிறகு அமைதியாக மிகுந்த கண்ணியத்தோடு அவர் சொன்னாராம், “அப்படியானால் உங்கள் மகனிடம் நான் அங்கு விட்டுவிட்டு வந்த எனது கையைத் தேடச் சொல்லுங்கள்.”

28

எனது மதிப்பெண்கள் தரத்தில் மேலாக இருந்தாலும் (நான் ஸ்டாம்ப்ஸிலிருந்து இங்குவந்து பள்ளியில் சேர்ந்தபோது இரண்டு பருவங்கள் மேலதிகமாகச் சேர்த்துக் கொண்டார்கள்) அந்த உயர்நிலைப் பள்ளியில் மனம் நிலைக்கவில்லை. என்னுடைய வீட்டுக்கு அருகிலிருந்த அது மாணவிகளுக்கான பள்ளி. அங்கிருந்த இளம்வயதுப் பெண்கள் வேகமானவர்களாகவும் பகட்டுகாட்டுபவர்களாகவும் துர்க்குணமுடையவர்களாகவும் லஃபாயெட் கவுண்டி ட்ரெயினிங் பள்ளியில் நான் சந்தித்த எவரையும்விட பாகுபாட்டுக் கண்ணோட்டம் கொண்டவர்களாவும் இருந்தனர். பல நீக்ரோ மாணவிகள் என்னைப்போலவே தெற்கிலிருந்து நேராக வந்துசேர்ந்தவர்கள் என்றாலும் அவர்கள் பெரிய டி (டல்லாஸ்) அல்லது டி டவுண் (ஒக்லஹோமாவின்டுல்சா) நகரங்களின் பிரகாசமான வாய்ப்புகளோடு வளர்ந்தவர்கள் அல்லது அவ்வாறு வளர்ந்தவர்கள் என்று சொல்லிக்கொண்டவர்கள். அவர் களின் பேச்சுமொழியும் அவர்கள் சொல்லிக்கொண்டதை உறுதிப்படுத்துவதாகவே இருந்தது. யாராலும் அசைக்க முடியாது என்ற செருக்கு நடையுடனும், மெக்சிகோ நாட்டைச் சார்ந்த தலைமுடியை உயரத்தூக்கி முடிந்து அலங்காரத் திற்காகக் கத்திகளைச் செருகிவைத்திருந்த சில மாணவிகளைக் கூட்டிக்கொண்டும் வலம் வந்த அவர்கள், மற்றவர்கள் என்ற கேடயத்தை வெளிக்காட்ட முடியாத வெள்ளை, கறுப்பு மற்றும் மெக்சிகோ மாணவிகளை முழுமையாக நடுங்க வைத்துக்கொண்டிருந்தார்கள். நல்ல வேளையாக என்னை ஜார்ஜ் வாஷிங்டன் உயர்நிலைப் பள்ளிக்கு மாற்றிவிட்டார்கள்.

அந்தப் பள்ளியின் அழகான கட்டிடங்கள் வெள்ளை இன மக்கள் வசித்த பகுதியான, ஒரு சுமாரான, உயரக் குன்றின்மீது அமைந்திருந்தது. கறுப்பின மக்கள் குடியிருப்பி லிருந்து சுமார் அறுபது குடியிருப்பு வளாகங்கள் தொலைவில் அது இருந்தது. முதல்பருவத்தில், நான் அங்கு சேர்க்கப் பட்டிருந்த மூன்று கறுப்பின மாணவிகளில், ஒருத்தியாக இருந்தேன். அந்த அரிதாக ஆக்கப்பட்டுவிட்ட சூழலில் என் மக்களை மேலும் நேசிக்க ஆரம்பித்தேன். காலை வேளைகளில் டிராமில் சேரிப் பகுதியைக் கடக்கும் போதெல்லாம் நடுக்கமும் திகைப்பும் ஒருசேரக் கலந்த ஒரு உணர்வை அடைவேன். அப்போது, வெகுசீக்கிரத்தில் எனக்குப் பரிச்சயமான

சூழலிலிருந்து தாண்டிப்போய் விடுவேன் என்பதும் டிராமிலிருந்த ஏனைய கறுப்பின ஆட்கள் எல்லோரும் இறங்கிப்போய்விடுவார்கள், நான் மட்டும் நேர்த்தியான தெருக்களையும் சீராக வெட்டப்பட்ட புல் பகுதிகளையும் வெள்ளையர் வீடுகளையும் பணக்காரக் குழந்தைகளையும் இன்னும் நாற்பது குடியிருப்பு வளாகத் தூரத்துக்கு எதிர்கொள்ள வேண்டும் என்பதும் நினைப்பில் இருக்கும்.

மாலைவேளைகளில் வீட்டுக்குத் திரும்பும்போது என்னிடம் உருவாகியிருக்கும் உணர்வுகளாவன: மகிழ்ச்சி, எதிர்பார்ப்பு ஆகியவற்றோடு ‘பார்பிக்யூ’ அல்லது ‘டூ டிராப் இன்’ அல்லது ‘ஹோம் குக்கிங்’ என்று ஏதோ ஒரு விளம்பரப் பலகையோ அல்லது தெருவில் காணும் முதல் பழுப்புநிற முகமோ ஏற்படுத்தும் ஆசுவாசமுமாகும். அப்போது நான் எனது நாட்டில் இருக்கிறேன் என்று அறிந்துகொள்வேன்.

பள்ளிக்கூடத்தில் மிகவும் திறமைசாலியான மாணவியாகவோ, மிகத் திறமைசாலிகளுக்கு அருகில்கூட வரும் மாணவியாகவோ நான் இல்லை என்று தெரிந்துகொண்டபோது எனக்கு ஏமாற்றமாக இருந்தது. வெள்ளை இன மாணவிகளுக்கு என்னைவிட அதிக சொல்ஆளுமை மட்டுமல்லாது வகுப்பறையில் அவர்களுக்குத் தயக்கமும் பயமும் குறைவாக இருந்தது எனக்கு ஆச்சரியத்தை தந்தது. ஒரு ஆசிரியரின் கேள்விக்குப் பதில் சொல்வதற்காக உடனடியாகக் கை உயர்த்துபவர்கள் பலர் இருந்தார்கள், தவறான பதில்களைச் சொன்னபோதும் அந்தத் தவறில் முரட்டுத்தனமான பிடிவாதத்தோடு இருந்தார்கள், நானோ கவனத்தை என் மீது திருப்ப முயற்சி செய்யத் துணிந்த நேரங்களில் என்னுடைய பதில்களை முற்றிலுமாகச் சரியென்று உறுதிசெய்ய தயங்கிக் கொண்டிருப்பேன்.

ஜார்ஜ் வாஷிங்டன் உயர்நிலைப்பள்ளிதான் நான் படித்த நிஜமான முதல் பள்ளிக்கூடம். நான் அங்கு கழித்த காலம் மொத்தமும், ஒரு புத்திசாலி ஆசிரியர் மட்டும் அங்கு இல்லாமலிருந்தால் வீணாகப் போயிருக்கும். மிஸ் கிர்வின் என்ற அபூர்வமான கல்வியாளர். ஒரு தகவல் களஞ்சியமாக, தகவல் விரும்பியாக இருந்தவர் அவர். பயிற்றுவிப்பதில் அவருக்கிருந்த ஈடுபாட்டில், மாணவர்கள் மீது அவருக்கிருந்த பிரியத்தைவிட தான் அறிந்திருந்த விஷயங்களை மறுபடி மறுபடி கடத்திவிடுவதற்கு ஏதுவாக மாணவர்களைச் சேமிப்புக்கூடங்களாக ஆக்கிவிட வேண்டுமென்ற பேராசையைக் கொண்டவர்.

அவரும், அவருடைய திருமணமாகாத சகோதரியும் சான் பிரான்ஸிஸ்கோ நகர பள்ளிஅமைப்பில் இருபது வருடங்களுக்கு மேலாகப் பணிபுரிந்தவர்கள். உயரமான, வனப்பான, செழுமையான உடல்வாகு கொண்ட, போர்க்கப்பல்நிற நரைமுடி கொண்ட, எனது மிஸ் கிர்வின் குடியியலையும் நடப்பு நிகழ்வுகளையும் கற்பித்தார். வருட முடிவில் அவருடைய வகுப்பு புத்தகங்களெல்லாம் முதலில் அவை வழங்கப்பட்டபோது எப்படியிருந்ததோ அப்படியே புத்தம்புதிதாக, கட்டுக் குலையாமலிருந்தன. மிஸ் கிர்வினின் மாணவர்களுக்குப் புத்தகத்தைத் திறக்க வேண்டியதே வராது; அல்லது எப்போதாவதுதான் திறக்க வேண்டியிருக்கும்.

ஒவ்வொரு வகுப்பின்போதும் அவர் வகுப்பு மாணவர்களை 'இன்றைய நாள் நல்ல நாளாக இருக்கட்டும் அம்மணிகளே, கனவான்களே' என்று முகமன் கூறுவார். பதின்ம வயதினரை அவ்வளவு மரியாதையாக விளிக்கும் ஒரு பெரிய ஆளை நான் பார்த்ததே இல்லை. (பெரியவர்கள் அவ்வாறான மரியாதையை வெளிப்படுத்தினால் தங்களின் அதிகாரம் குறைந்துபோகும் என்று வழக்கமாக நம்பிக்கொண்டிருப்பவர்கள்). "இன்றைய கிரானிக்கிள் பத்திரிகையில் கரோலினா மாநிலங்களிலுள்ள சுரங்கத் தொழில்துறை (அல்லது இதேபோன்ற ஏதோ ஒரு விஷயம்) குறித்த கட்டுரை வெளியாகி இருக்கிறது. நீங்கள் எல்லோரும் அதைப் படித்திருப்பீர்கள் என்று நினைக்கிறேன். யாராவது அது பற்றி எனக்கு விளக்கிச் சொல்ல வேண்டும் என நான் விரும்புகிறேன்."

இரண்டு வாரங்கள் அவருடைய வகுப்பிலிருந்த பிறகு நானும் என்னைப்போன்ற ஆர்வம் தூண்டப்பட்ட மற்ற மாணவர்களும் சான் பிரான்ஸிஸ்கோ தினசரிகள், டைம், லைஃப் போன்ற வாராந்திர பத்திரிகைகள் எமக்குக் கிடைத்த அனைத்தையும் படிக்க ஆரம்பித்து விட்டோம். பெய்லி ஒருமுறை என்னிடம் சொன்னதை அவர் நிரூபித்தார். அவன் சொன்னது, 'எல்லா அறிவும் செலாவணி செய்யக்கூடிய பணம், தகுதியான சந்தையைப் பொறுத்து."

அங்கு, அவருக்குப் பிடித்த மாணவர்கள் என்று கிடையாது. பாகுபாடும் கிடையாது. ஒரு நாளில் ஒரு மாணவனின் செயல்பாடு அவரை மகிழ்ச்சிப்படுத்தியது என்றால் அடுத்த நாள் அவரிடமிருந்து எந்தச் சிறப்புச்சலுகையும் அவன் எதிர்பார்க்க முடியாது. எதிர்த்திசையாக இதை அணுகிப் பார்த்தாலும் அதே தன்மையை மட்டுமே அவரிடம் காண முடியும். ஒவ்வொரு நாளும் அவர் எங்களைச் சந்திக்கும் போதும் அவர் சுத்தமாகத் துடைக்கப்பட்ட எழுதுபலகையாகவே தோன்றினார், எங்களையும் அவ்வாறே பாவித்து நடந்துகொண்டார். நெருங்கிப் பழகுபவராக இல்லாமலும் தனது கருத்துகளில் உறுதிகொண்டவராக வும் அவர் இருந்தார். அற்ப விஷயங்களில் நேரத்தை இறைப்பவரும் அவர் இல்லை.

அச்சுறுத்துபவராக இல்லாமல் அவர் ஆர்வத்தைத் தூண்டுபவராக இருந்தார். சில ஆசிரியர்கள் மெனக்கெட்டு என்னிடம் நல்லவிதமாக இருந்தபோதும் – தாங்கள் பழமைவாதிகள் இல்லை என்று என்னிடம் காட்ட – மற்றவர்கள் சுத்தமாக என்னை வகைவைக்காமல் விட்டுவிட்ட போதும் மிஸ் கிர்வின் நான் கறுப்பினச் சிறுமி என்பதைத் தன் கவனத்தில் கொண்டவராகவே தெரியவில்லை. எனவே அவர் எனக்கு வித்தியாசமானவராகத் தெரிந்தார். என்னிடம் அவர் கேட்ட கேள்விக்குப் பதிலிருந்தால், 'யெஸ் மிஸ் ஜான்சன்', பதில் சரியென்றால் ஒரே வார்த்தை 'சரி'. இதுவே எல்லாச் சரியான பதில்களைச் சொல்லும் மற்றவர்கள் ஒவ்வொருவருக்கும் அவர் சொல்வது.

பல ஆண்டுகள் கழித்து நான் சான்பிரான்ஸிஸ்கோவுக்கு மீண்டும் வந்தபோது அவரது வகுப்புக்குச் சென்று அவரைச் சந்தித்ததுண்டு. என்னை மிஸ் ஜான்சன் என்று நினைவில் வைத்திருந்ததோடு, நான்

நல்ல அறிவுடையவள், அறிவின் உதவியோடு நல்ல விதமாக வாழ்வில் உயர்வேன் என்று அவர் முன்பு நினைத்திருந்ததையும் புரிந்துகொண்டேன். பள்ளிக்கு அவ்வாறு விஜயம் செய்த நேரங்களில் சும்மா சுற்றிக் கொண்டிருப்பதையோ அவருடைய மேஜைக்கு அருகில் பொழுதுபோக்கிக் கொண்டிருப்பதையோ அவர் ஊக்குவித்ததில்லை. அவர் எப்போதும், எனக்கும் அதே போன்ற நிறைய வேலைகள், விஜயங்கள் காத்திருக்கின்றன என்பது போலவே நடந்துகொண்டார். நான் நினைவில் வைத்துக் கொண்ட ஒரே ஆசிரியர் அவர்தான் என்பது அவருக்குத் தெரியுமா என்று நான் அடிக்கடி யோசிப்பதுண்டு.

கலிபோர்னியா லேபர் ஸ்கூலில் எனக்கு ஏன் படிப்புதவித்தொகை கொடுத்தார்கள் என்று எனக்குத் தெரியவில்லை. அது வயது வந்தோர்களுக்கான கல்லூரி. பல ஆண்டுகளுக்குப் பின்னால் அந்தக் கல்லூரி அமெரிக்க நலனுக்கு எதிரான சதிவேலைகள் செய்யும் அமைப்புகளின், அமெரிக்க நாடாளுமன்ற நிலைக்குழு தயாரித்த, பட்டியலில் இடம் பிடித்திருந்ததைத் தெரிந்துகொண்டேன். பதினான்காம் வயதில் நான் உதவித்தொகையை ஏற்றுக்கொண்டேன், அதற்கு அடுத்த ஆண்டும் அது தொடர்ந்தது. மாலைவேளை வகுப்புகளில் நாடகம், நடனப் பாடங்களை, வயது வந்த மற்ற வெள்ளை, கறுப்பின மாணவர்களோடு தேர்ந்தெடுத்துக்கொண்டேன். நாடகத்தை தேர்வுசெய்ததற்குக் காரணம்; ஹாம்லெட்டின் தனிப்பேச்சின் தொடக்கமான 'நான் ஆவதா ஆகாமல் இருப்பதா' எனக்கு மிகவும் பிடித்திருந்ததால் மட்டுமே. நான் ஒரு நாடகத்தைக் கூடப் பார்த்ததில்லை, திரைப்படங்களை நாடகத்துடன் இணைத்துப் பார்த்ததுமில்லை. உண்மையில் அந்தத் தனிமொழியை கேட்டது நானே ஆர்ப்பாட்டமாக ஓரிருமுறை எனக்குச் சொல்லிக் கொண்டதுதான், ஒரு நிலைக்கண்ணாடியின் முன்பாக.

மிகைப்படுத்தப்பட்ட அங்க அசைவுகளிலும் உணர்ச்சிகள் வழிந்தோடும் குரலிலும் எனக்கிருந்த மோகத்தை என்னால் அடக்கவே முடியவில்லை. நானும் பெய்லியும் சேர்ந்து கவிதைகளை வாசிக்கும்போது அவன் ஆக்ரோஷமான பேச்சில் ரத்போன் போன்றும் நான் வெறிபிடித்த பெட்டி டேவிஸ் போன்றும் குரலெழுப்பி வாசிப்போம். கலிபோர்னிய லேபர் ஸ்கூலில் ஒரு அழுத்தமான, பகுத்தறியும் தன்மை கொண்ட ஆசிரியர், விரைவாக, சம்பிரதாயமற்ற முறையில் என்னையும் மிகையுணர்ச்சி வெளிப்பாட்டையும் பிரித்துவிட்டார்.

ஆறு மாதங்களுக்கு என்னை அபிநய நடிப்பைச் செய்ய வைத்தார்.

பெய்லியும் அம்மாவும் என்னை நடனம் கற்க ஊக்குவித்தார்கள். அவன் என்னிடம் தனியாக, அந்தப் பயிற்சி என் கால்களைப் பெரிதாக்கவும் என் இடுப்பை விரிவடையவும் செய்யும் என்று சொன்னான். அதைவிடப் பெரிய உந்துதல் எனக்குத் தேவைப்படவில்லை.

ஒரு பெரிய ஹாலில் இறுக்கமான கறுப்பு உடையணிந்துகொண்டு வளைந்து நெளிந்ததில் எனக்கிருந்த கூச்சம் வெகுநாள் நீடிக்கவில்லை.

முதலில், நிஜமாகவே எல்லோரும் எனது வெள்ளரிக்காய் வடிவ உடம்பை, அதன் திருகுக்குமிழ்களோடுகூட, வெறித்துப் பார்க்கிறார்கள் என்று நினைத்தேன். கால்முட்டிகள் என்ற திருகுகுமிழ்கள், கைமுட்டிகள் என்ற திருகுக்குமிழ்கள் அப்புறம் அந்தோ பரிதாபம், முலைகள் என்ற திருகுக்குமிழ்கள். ஆனால் அவர்கள் என்னைக் கவனிக்கவேயில்லை. ஆசிரியை தரையில் மிதந்துசென்று ஒரு அரேபிய பூப்பின்னல் சித்திரம்போல் தனது அசைவுகளை முடித்து நின்றபோது என்னை அந்த லாவகம் முழுமையாகக் கவர்ந்துவிட்டது. நானும் அதேபோன்று ஆடக்கற்றுக்கொள்வேன், அவருடைய வார்த்தைகளில் சொன்னால், நானும் 'வெளியை ஆக்கிரமிக்கக்' கற்றுக்கொள்வேன். எனது நாட்கள் மிஸ் கிர்வினின் வகுப்புகள், பெய்லியுடனும் அம்மாவுடனும் இரவுஉணவு, நாடகமும் நடனமும் என்ற முக்கோண சட்டகத்தில் இயங்கின.

என் வாழ்வின் இந்தக் காலகட்டத்தில் நான் பற்றுகொண்டிருந்த எல்லாமே ஒன்றுக்கொன்று வித்தியாசம்: கம்பீரம் குறையாத மன உறுதியுடனிருந்த பாட்டி, திருமதி ஃப்ளவர்சும் அவரது புத்தகங்களும், மாறாத அன்புகொண்ட பெய்லி, தோரணையான அம்மா, மிஸ் கிர்வினும் அவரது தகவல்களும், நாடகமும் நடனமுமாக எனது மாலை வகுப்புகள்.

29

எங்கள் வீடு பதினான்கு அறைகள் கொண்ட, நிலநடுக்கத்துக்குப் பிறகு சான் பிரான்ஸிஸ்கோவின் பாணியில் உருவான வகைகளுள் ஒன்று. அங்கு தொடர்ச்சியாக அறைகளில் குடியிருந்து வந்தவர்கள், அவர்களுடைய வேறுவேறு பேச்சுமொழிகளை, ஆளுமைத் தன்மைகளை, உணவுவிதங்களைக் கொண்டு வருவதும் எடுத்துப் போவதுமாகவும் இருந்தனர். கப்பல்கட்டும் தளப்பணியாளர்கள் அவர்களுடைய எஃகு நுனி பூட்ஸ்களோடும் உலோகத்தொப்பிகளோடும் படிக்கட்டுகளில் உரசிச் சத்தம் எழுப்பியபடி ஏறிச்சென்றவர்கள், (அம்மாவையும் கிளிடெல் அப்பாவையும் தவிர நாங்களெல்லோரும் இரண்டாவது மாடியில் தூங்குவோம்) அறைகளைக் காலி செய்து, ஏகப்பட்ட பவுடர் பூச்சோடு பாலியல் தொழில் செய்த பெண்களுக்குத் தங்க வழிவிட்டனர். அவர்கள் தங்களது ஒப்பனையை ஊடுருவிய சிரிப்பைச் சிந்துபவர்கள், போலித்தலைமுடியைக் கதவுப் பிடிகளில் தொங்கவிடுபவர்கள். ஒரு ஜோடி, (அவர்கள் கல்லூரிப் பட்டதாரிகள்) அடித்தளத்திலிருந்த பெரிய சமையல் ஹாலில், கணவர் யுத்தத்துக்காகப் புறப்பட்டுப் போகும்வரை, என்னோடு 'பெரியவர்கள் உரையாடல்' செய்வார்கள். அதன்பிறகு, அதுவரை வசீகரமாகவும் புன்னகை செய்யத் தயங்காதவளாகவும் இருந்த மனைவி, சுவற்றில் அடிக்கடி தென்பட்ட நிழலாக மாறிவிட்டாள். ஒரு வயதான தம்பதியர் ஒரு வருடம் போல் எங்களோடு அங்கு வசித்து வந்தனர். அவர்களுக்குச் சொந்தமாக ஒரு உணவகம் இருந்தது, பதின்ம வயதினருக்குச் சுவாரஸ்யமானதாகவோ ஆர்வத்தூண்டலாகவோ எதுவும் அவர்களிடம் இல்லை, கணவர் அங்கிள் ஜிம் என்றும் மனைவி ஆன்ட் பாய் என்றும் அழைக்கப்பட்டனர் என்பதைத் தவிர. அது எதனால் என்று என்னால் கண்டுபிடிக்க முடியவில்லை.

முறையான கல்வியினால் கூர்மையாக்கப்பட்ட புத்திசாலித்தனமும் தேவையும் இணைந்த கலவைபோல் வலிமையும் இளகியமனமும் சேர்ந்த கலவைத்தன்மை தோற்கடிக்க முடியாதது. என்னுடைய அம்மாவால் வீழ்த்தப்பட்ட பட்டியலில் இன்னும் ஒரு எண்ணிக்கையாகச் சேர்ந்த முகமறியாப் பெயராக கிளைடெல் அப்பாவை ஏற்றுக்கொள்ளத் தயாராக இருந்தேன். ஆண்டுகள் ஊடாக

அவருடைய வீட்டில் வசித்துக்கொண்டே, அவர் என்னைப் பார்க்கவும் எனக்கு அறிவுரைகள் கூறவும் விடாதவாறு எனது மனதை வேறு விஷயங்களில் செலுத்திக்கொண்டிருந்தாலும் அவரிடம் மரியாதை இருப்பது போல் அல்லது குறைந்தபட்சம் அவரைக் கவனிக்கிறேன் என்று காட்டிக்கொள்ள வெற்றிகரமாகப் பழகியிருந்தேன். ஆனால் அவருடைய குணாதிசயங்கள் கவர்ந்திழுப்பவையாகவும் வியப்பை ஏற்படுத்துபவையாகவும் இருந்தன. தன்னிடம் முறையான கல்வி இல்லை என்பதைக் குறித்த எந்த தாழ்வு மனப்பான்மையோ, அதைவிட ஆச்சரியப்படும் விதத்தில், கல்விக்குறைபாடு இருந்தபோதும் அவர் வாழ்வில் வெற்றியடைந்திருந்தார் என்பதைக் குறித்த உயர்வு மனப்பான்மையோ இல்லாத எளிய மனிதர் அவர். அடிக்கடி, அவர் சொல்வதுண்டு,"என் வாழ்க்கையில் மூன்றே வருடங்கள்தான் பள்ளிக்குச் சென்றிருக்கிறேன். டெக்ஸாஸின் ஸ்லேட்டனில் மிகவும் கஷ்டமான நாட்களாக இருந்த காலத்தில் பண்ணையில் எனது அப்பாவுக்கு உதவியாக நான் இருக்க வேண்டியதிருந்தது."

அவருடைய வெளிப்படையான வாக்கியத்தில் எந்த அங்கலாய்ப்பும் இல்லை, அல்லது அவர், "நான் இப்போது கொஞ்சம் நல்லபடியாக வாழ்கிறேன் என்றால் அது நான் எல்லோரையும் சரியாக நடத்துகிறேன் என்பதுதான் காரணம்" என்று சொல்லும்போது அவரிடம் எந்தப் பெருமிதமும் இருப்பதில்லை.

அவருக்குச் சொந்தமாக அடுக்குமாடி குடியிருப்புகள் இருந்தன, பிறகு உள்விளையாட்டு வளாகங்களை நடத்திவந்தார், அரிதாகவே காணப்படும் 'மரியாதைக்குரிய மனிதர்' என்ற பெயரெடுத்திருந்தார். நிறைய நேர்மையான மனிதர்களைப் பீடித்திருந்ததும், அதுவே அவர்களுடைய மதிப்புக்குறைந்து போய்விடுவதற்குக் காரணமாக இருந்ததுமான அருவருக்கத்தக்க 'நான் நியாயவான்' என்ற பகட்டு, அவரிடம் இல்லவே இல்லை. அவருக்குச் சீட்டு விளையாடவும் தெரியும், மனித மனங்களையும் தெரியும். எனவே அம்மா எங்களுக்கு உடல் சுகாதாரம், ஒழுங்காக உட்காருவது, மேஜை நாகரீகம், நல்ல உணவகங்கள், 'டிப்ஸ்' கொடுப்பது போன்ற விஷயங்களைக் கற்றுத்தந்து கொண்டிருந்த காலகட்டத்தில், கிளைடெல் அப்பா, எனக்கு போக்கர், பிளாக்ஜாக், டாங் அண்ட் ஹை, லோ, ஜிக், ஜாக் அன்ட் தி கேம் போன்ற விளையாட்டுகளைக் கற்றுத்தந்தார். உயர்ந்த விலையில் தைக்கப்பட்ட கோட்சூட்களை அவர் அணிந்துகொள்வார், டையில் ஒரு பெரிய மஞ்சள் வைரபின் குத்தியிருப்பார். அந்த ஒரு ஆபரணத்தைத்தவிர மற்றபடி அவர் படோடமாக உடை அணிபவர் அல்ல. அவருடைய நடையுடை பாவனைகள் ஆர்ப்பாட்டமில்லாத கம்பீரத்தோடும், தன்னளவில் வசதியோடு வாழ்பவர் என்பதை வெளிப்படுத்துவதாகவும் இருக்கும். எதிர்பாராதவிதமாக நான் அவரைப்போலவே என்னைக் காட்டிக்கொண்டிருந்திருக்கிறேன். அவரும் அம்மாவும் நானும் தெருவில் நடந்துசென்ற தருணங்களில் அவருடைய நண்பர்கள் அடிக்கடி சொல்வதுண்டு, "கிளைடெல், நிச்சயம் அது உன்னுடைய மகள்தான். எந்த வகையிலும் நீ அதை மறுக்க முடியாது."

அவருக்குக் குழந்தைகள் கிடையாது என்பதால் அந்தப் பிரகடனங்களைத் தொடர்ந்து அவரிடமிருந்து பெருமை பொங்கும் சிரிப்பு வெளிவரும். அவர் நேரம் கழித்து வருபவராக இருந்தாலும் அவருடைய தீவிர தகப்பன் உணர்வு காரணமாகக் கறுப்பின நிழல் உலகத்தின் ஆகப்பெரிய, வண்ணப்பகட்டான, சில மனிதர்களைச் சந்திக்கும் வாய்ப்பைப் பெற்றேன். ஒரு பிற்பகலில் புகைமண்டலத்தால் சூழப்பட்டிருந்த எங்களது சாப்பாட்டறைக்கு நான் அழைக்கப்பட்டேன், ஸ்டோன்வால் ஜிம்மி, ஜஸ்ட் பிளாக், கூல்கிளைட், டைட் கோட், ரெட் லெக் ஆகியோரிடம் அறிமுகப்படுத்தப்படுவதற்காக. கிளைடெல் அப்பா, அவர்கள்தான் உலகிலேயே தலைசிறந்த சீட்டு விளையாட்டு ஏமாற்றுப்பேர்வழிகள் என்றும் நான் எப்போதும் 'யாருடைய குறி'யாகவும் ஆகாமல் இருப்பதற்காகச் சில சீட்டு விளையாட்டுகளைப் பற்றி என்னிடம் சொல்லப்போகிறார்கள் என்றும் விளக்கினார்.

தொடக்கமாக, ஒரு மனிதர் எச்சரிக்கை செய்தார், "இதுவரை ஒன்றையும் இழக்காமல் எதையாவது பெற வேண்டும் என்ற ஆசையில்லாத ஒரு குறியும் இருந்ததில்லை." அதன்பிறகு ஒவ்வொருத்தராக மாறிமாறி அவர்களுடைய சீட்டு விளையாட்டுத் தந்திரங்களையும் எப்படி தாங்கள் ஏமாற்ற நினைக்கும் நபர்களை (குறி), குதர்க்கமான பணக்கார வெள்ளையர்களிலிருந்து தேர்ந்தெடுப்பார்கள் என்பதையும் ஒவ்வொரு முறையும் ஏமாற்றப்படுபவரின் தவறான எண்ணத்தையே எப்படி அவர்களுக்கு எதிராகப் பயன்படுத்துவார்கள் என்பதையும் எனக்குச் சொல்லிக்கொடுத்தார்கள்.

சில கதைகள் வேடிக்கையாகவும் சில பரிதாபமாகவும் இருந்தன. என்றாலும் ஒரு கறுப்பன், தன்னை சர்வ முட்டாள் என காட்டிக் கொள்ளும் ஒரு ஏமாற்றுக்காரன், ஒவ்வொரு முறையும் வலிமையான, திமிர்பிடித்த வெள்ளையர்களை வெற்றிகொள்வது எனக்குச் சுவாரஸ்யமாகவும் மனநிறைவாகவும் இருந்தது.

திரு. ரெட் லெக்கின் கதை எனக்கு மிகவும் பிடித்த இன்னிசையாக இருந்தது ஞாபகத்திலிருக்கிறது.

"உங்களுக்கு எதிராக வேலைசெய்யும் எதனாலும் உங்களால் எதிர்வினைக் கோட்பாட்டைப் புரிந்துகொள்ள முடிந்தால், உங்கள் சார்பாக வேலைசெய்யவும் முடியும்."

"துல்சாவில் ஒரு அயோக்கியன் இருந்தான், அவன் பணம் சுருட்டிய நீக்ரோக்களின் எண்ணிக்கையைக் கணக்குப் பார்த்தால், ஒரு 'நீக்ரோ பில்க்கிஸ் கம்பெனி'யையே தொடங்கியிருக்கலாம். அதனாலேயே அவன் கறுப்புத்தோல் என்றால், இழவு, முட்டாள் என்று எண்ணிக் கொண்டிருந்தான். ஜஸ்ட் பிளாக்கும் நானும் அவனை வேவு பார்க்க துல்சாவுக்குப் போனோம். அவன் சரியான குறிதான் என்று கண்டு பிடித்தோம். அவனுடைய பாட்டி ஆப்பிரிக்காவில் நடந்த செவ்விந்தியப் படுகொலைகளால் பயந்துபோயிருக்க வேண்டும். செவ்விந்தியர்களை வெறுத்ததைவிடக் கொஞ்சமே அதிகமாக அவன் நீக்ரோக்களை வெறுத்தான். அதோடு அவன் பேராசைக்காரன்.

“பிளாக்கும் நானும் அவனை நன்கு ஆராய்ந்துவிட்டு நமது கல்லாவுக்கு எதிராக இழுத்துவருவதற்கு அவன் தகுதியான ஆள்தான் என முடிவு செய்தோம். தயாரிப்புகளுக்காகச் சில ஆயிரம் டாலர்களை முடக்குவது உத்தமம் என்பது அதன் பொருள். நியூயார்க்கிலிருந்து ஒரு வெள்ளைக்காரப் பையனை, அவனும் தேர்ந்த கைகாரன்தான், கூட்டுச்சேர்ந்துக்கொண்டு, அவனை துல்சாவில் ஒரு அலுவலகத்தைத் திறக்கச் செய்தோம். வடக்கிலிருந்து வந்து மதிப்புமிகுந்த நிலங்களை ஓக்லஹோமாவில் வாங்குவதற்கு வந்திருந்த முகவர் என்று அவன் நடந்துகொள்வது எங்களது ஏற்பாடு. ஒரு கட்டண பாலம் குறுக்காக வெட்டிச் செல்லும் நிலப்பரப்பை ஆய்வுசெய்தபோது அது முன்பு செவ்விந்தியர்களுக்கு ஒதுக்கப்பட்டுப் பின்னால் மாநில அரசினால் கையகப்படுத்தப்பட்டதாகும் என்று தெரிந்துகொண்டோம்.

“ஜஸ்ட் பிளாக்கை வலைவீசிப்பிடிக்கும் நபராகவும் நான் ஏமாறப் போகிறவளாகவும் இருப்பது என்று முடிவு செய்தோம். நியூயார்க்கிலிருந்து வந்திருந்த நண்பன், ஒரு உதவியாளரை நியமித்து, அலுவலக அறிமுக அட்டைகளையும் அச்சிட்டுத் தயாராகிவிட்டபிறகு, ஜஸ்ட் பிளாக் எங்கள் குறியை அணுகி நிலம் விற்பனைக்கு வரும் தகவலைச் சொன்னான். அவன், குறிமட்டும்தான் கறுப்பின மக்கள் நம்பக்கூடிய ஒரே வெள்ளை ஆள் என்று தான் கேள்விப்பட்டதாக அவனிடம் சொன்னான். அவன், அந்தத் திருட்டுப் பயல் ஏமாற்றிய சில முட்டாள் நீக்ரோக்களின் பெயர்களைச் சொல்லி அவர்கள் தன்னிடம் அந்தத் திருட்டுப்பயலை நம்பத்தகுந்த ஆள் என்று சொன்னதாகச் சொன்னான். இது எப்படி வெள்ளையர்களை அவர்கள் பாணியிலேயே அவர்களை ஏமாற்ற முடியும் என்பதைக்காட்டுகிறது. குறி பிளாக்கை நம்பிவிட்டான்.

“பிளாக், அவனிடம் தனக்குப் பாதி செவ்விந்திய, பாதி கறுப்பனான நண்பன் இருப்பதாகவும் ஒரு வடக்கத்திய நில புரோக்கர் தான் சொன்ன நண்பனுக்கு முழுவதும் சொந்தமான மதிப்புமிக்க நிலம் ஒன்று இருப்பதைக் கண்டுபிடித்து அதை வாங்க முயற்சி செய்துகொண்டிருப்பதாகவும் கூறினான். முதலில் இதில் ஏதோ சதி இருப்பதுபோலும் தான் அதை நம்பவில்லை என்பதுபோலும் குறி காண்பித்துக்கொண்டான், என்றாலும் தனது மடியில் யாரோ ஒரு நீக்ரோவின் பணம் வந்துவிழ வாய்ப்பிருக்கிறது என்று அவன் மோப்பம் பிடித்துவிட்டான்.

“நிலம் எங்கிருக்கிறது என்று அவன் துளைக்க ஆரம்பித்தான், ஆனால் பிளாக் அவனைத் தட்டிக்கழித்துக் கொண்டிருந்தான். அவன் அந்த ஏமாற்றுப்பேர்வழியிடம், அவனுக்கு நிஜமாகவே நிலத்தை வாங்கும் எண்ணமிருக்கிறதா என்றுதான் உறுதிசெய்து விரும்புவதாகச் சொல்லிக்கொண்டிருந்தான். குறியும் தனக்கு விருப்பம் இருப்பதாக உறுதியாகச் சொல்லவும், பிளாக் தான் தன்னுடைய நண்பனிடம் இதுபற்றிச் சொல்லி அவனைக் குறியுடன் சந்திக்கவைக்க ஏற்பாடு செய்வதாகக் கூறினான். சுமார் மூன்று வாரங்களுக்குப் பிளாக் குறியைக் கார்களிலும் சந்துப்பகுதிகளிலும் சந்தித்துப் பேசிக்கொண்டிருந்தாலும் நண்பனைக் கண்ணில் காட்டுவதைத் தள்ளிப்போட்டுக்கொண்டே

யிருந்தான். குறி பேராசையாலும் பதட்டத்தாலும் கிறுக்குப் பிடிக்கும் நிலைக்கு வந்தபோது, பிளாக் தற்செயலாகச் சொல்வதுபோல, வடக்கிலிருந்து நிலத்தை வாங்குவதற்கு வந்திருக்கின்ற நில புரோக்கர் பெயரைச் சொல்லிவிட்டான். அந்த நொடியில் எங்களுக்கு அந்தப் பெரிய மீன் தூண்டிலில் சிக்கிவிட்டது, இனி இழுத்துப் படகில் போட வேண்டியதுதான் என்று தெரிந்துவிட்டது."

"எங்களது போலி அலுவலகத்தை அவன் தொடர்புகொள்வான் என நாங்கள் எதிர்பார்த்தோம், அதுதான் நடந்தது. அந்த ஏமாற்றுக்காரன் நாங்கள் கொண்டுவந்திருந்த வெள்ளைக்காரப் பையன் ஸ்பாட்ஸிடம் தன்னை அறிமுகப்படுத்திக்கொண்டு தானும் எப்படி ஸ்பாட்ஸைப் போலவே ஒரு வெள்ளைக்காரன் என்று நெருக்கம் காட்டிப் பேசினான். ஸ்பாட்ஸ் நில விவகாரம் குறித்து, தெற்கிலிருக்கிற ஒரு பெரிய நில வியாபாரக் கம்பெனி அந்த நிலத்தைப்பற்றிய முழு ஆய்வைச் செய்துவிட்டதாகவும் நமது குறி அது தொடர்பாக எந்த விசாரிப்புகளையும் செய்து புழுதி கிளப்பாமல் இருந்தால்தான் அவனுக்கும் நல்ல வெட்டுத்தொகை பெற்றுத்தர முடியும் என்பதைத் தவிர, வேறெதுவும் சொல்ல மறுத்துவிட்டான். உண்மையாகவே அந்த நிலம் யாருக்குச் சொந்தம் என்று எந்த வெளிப்படையான விசாரிப்புகளும் மாநில அரசை விழிப்படைய வைத்து, நிச்சயம் அந்த நிலத்தை அரசே கையகப்படுத்த சட்டம் இயற்றிவிடுவார்கள் என்றும் ஸ்பாட்ஸ் எச்சரிக்கை செய்தான். ஸ்பாட்ஸ் குறியிடம் தான் அவனுடன் தொடர்பில் இருக்கப்போவதாக வாக்குறுதி கொடுத்தான். குறி, மூன்று நான்கு தடவைகள் எங்களது போலி அலுவலகத்துக்குச் சென்று பார்த்தான், ஆனால் ஸ்பாட்ஸ் மசியவில்லை. அப்புறம் இனி அவன் பொறுமையிழந்து பின்வாங்கிவிடுவான் என்று எங்களுக்குத் தோன்றியபோது பிளாக் என்னை, குறியைச் சந்திப்பதற்கு அழைத்துவந்தான். என்னைக் கண்டதும் குறி ஒரு சி சி சி முகாமில் அவன் ஒரு 'பொட்டை'யைக் கண்டுபிடித்து விட்டதுபோல் துள்ளிக்குதித்தான். அவனுக்கு, நான் கழுத்தில் தூக்குக்கயிறு கட்டப்பட்டு இருப்பதைப் போலவும் அவன் எனது காலுக்குக் கீழ் நெருப்பு வைக்க தயாராக இருப்பதைப் போலவும் தோன்றியிருக்க வேண்டும். அவனைப்போல் வேறு யாரை ஏமாற்றியதிலும் நான் அவ்வளவு சந்தோஷப்பட்டதில்லை.

"யாராக இருந்தாலும் நான் முதலில் ரொம்ப எச்சரிக்கையாகத்தான் பார்ப்பேன், ஆனால் ஜஸ்ட் பிளாக், நீங்கள் மட்டும் தான் எங்க ஜனங்கள் நம்பக்கூடிய ஒரே ஆள் என்று சொன்னான். நான் எந்த வெள்ளையனையும் நம்ப மாட்டேன், ஏனெனில் அவனுக்குத் தேவைப்படுவதெல்லாம் சட்டரீதியாக ஒரு கறுப்பனைக் கொன்றுவிட்டு அவனுடைய மனைவியை படுக்கைக்குக் (கிளைடெல், மன்னிக்கவும்) கொண்டுபோகக்கூடிய ஒரு வாய்ப்புமட்டுமே என்று நான் சொன்னேன். குறி, தான் மட்டுமே வெள்ளையர்களில் அந்த மாதிரி நினைக்கிற ஆள் இல்லையென்று சத்தியம் பண்ணாதக் குறையாகச் சொன்னான். அவனுடைய நெருக்கமான நண்பர்களில் சிலர் வண்ணநிறத்தவர் என்றும் உண்மையில் தன்னை வளர்த்தது ஒரு கறுப்பினப் பெண், அன்றைய தினம்வரை தான் அவளைப் பார்க்கச் செல்வதுண்டு, இது எனக்குத் தெரிந்திருக்க வாய்ப்பில்லை

என்றும் சொன்னான். அவனை நம்புவதுபோல் நான் காட்டிக்கொண்டதும் வடக்கத்திய வெள்ளையர்களைப் பற்றி இழிவாகப் பேச ஆரம்பித்தான். அவன் என்னிடம் வடக்கில் நீக்ரோக்களைத் தெருக்களில் தூங்க விடுவதாகவும், அவர்களைக் கைகளால் கழிப்பறைகளைச் சுத்தம் செய்ய வைப்பதாகவும் இன்னும் பல அநியாயங்களை வெள்ளையர்கள் செய்வதாகவும் கூறினான். நான் அதிர்ந்ததுபோல் சொன்னேன், "அப்படியானால் நான் என் நிலத்தை, எழுபத்தி ஐயாயிரம் டாலர்கள் தருவதாகச் சொன்ன அந்த வடக்கத்திய வெள்ளைக்காரனுக்குத் தரவே மாட்டேன்." ஜஸ்ட் பிளாக் சொன்னான், "அவ்வளவு பணத்தை வைத்து நீ என்ன செய்வாய் என்று எனக்குத் தெரியவில்லை." நான், என் வயதான அம்மாவுக்கு ஒரு வீடு வாங்கவும், ஒரு சின்னத் தொழில் நடத்தவும், ஒரு தடவை ஹார்லெமுக்குப் போய்விட்டு வருவதற்கும் போதுமான பணம் மட்டுமே எனக்குத் தேவை என்று சொன்னேன். குறி என்னிடம் இத்தனைக்கும் எவ்வளவு செலவாகும் என்று கேட்டான், நான் ஐம்பதாயிரம் டாலர்களில் இவையெல்லாவற்றையும் நான் நிறைவேற்றிக்கொள்ள முடியும் என்று சொன்னேன்.

"குறி என்னிடம் எந்த ஒரு நீக்ரோவும், அந்த அளவு பணத்தோடு பாதுகாப்பாக இருக்க முடியாது, வெள்ளையர்கள் அவனிடமிருந்து அதைப் பறித்துவிடுவார்கள் என்று சொன்னான். நான் எனக்கு அது தெரியும், என்றாலும் நாற்பதாயிரம் டாலர்களாவது எனக்குத் தேவைப்படுகிறது என்று சொன்னேன். அவன் ஒத்துக்கொண்டான். நாங்கள் கைகுலுக்கிக் கொண்டோம். 'நமது நிலம்' சம்பந்தமாக அந்தக் கேடுகெட்ட வடக்கத்தி யாங்கிப்பயல் ஏமாந்து நாசமாகப் போவதைக் காணவிருப்பது எனது மனதுக்கு எவ்வளவோ ஆறுதலாக இருக்கிறது என்று நான் சொன்னேன். அடுத்தநாள் நாங்கள் சந்தித்து அவனது காரில்வைத்து நான் ஒப்பந்தத்தில் கையெழுத்திட்டேன், அவன் பணத்தைத் தந்தான்."

"அர்க்கான்ஸாஸின் ஹாட் ஸ்பிரிங்க்ஸ் ஊரிலுள்ள ஒரு விடுதியில் எங்களது பொருட்களை வைத்திருந்தோம். எங்கள் ஒப்பந்தம் முடிவுக்கு வந்தபின், காருக்கு நடந்து சென்று அதில் ஏறி நேராக மாநில எல்லையைக் கடந்து ஹாட் ஸ்பிரிங்க்ஸூக்குப் போய்விட்டோம்.

"இதுதான் அங்கு நடந்ததெல்லாம்"

அவன் சொல்லிமுடித்தபின், மேலும் பல வெற்றிகரமான கதைகள் வானவில் வண்ணங்களாக அறைக்குள் பொழிந்து சிரிப்பின் தோள்களில், சவாரிசெய்து கொண்டிருந்தன. எப்படிப் பார்த்தாலும் இருபதாம் நூற்றாண்டின் தொடக்கத்தில் கறுப்பராகவும் ஆண்களாகவும் பிறந்த அந்தக் கதை சொல்லிகள், மண்ணுக்குள் புதைக்கப்பட்டு உபயோகமில்லாத புழுதியாகப் போயிருக்க வேண்டியவர்கள். மாறாக அவர்களது புத்திசாலித்தனத்தால், விலக்கிவைத்தல் என்னும் கதவை நெம்பித் திறக்கவைத்து வசதியானவர்களாக ஆனது மட்டுமன்றி, அந்த மாதிரி செயல்கள் மூலம் கொஞ்சம் பழிவாங்குதலையும் நிறைவேற்றிக் கொண்டார்கள்.

அவர்களைக் குற்றவாளிகளாகவோ அல்லது வேறுயாராகவோ என்னால் பார்க்க முடியவில்லை, மாறாக அவர்களது சாதனைகளைக் குறித்துப் பெருமைப்பட்டேன்.

ஒரு சமூகத்தின் தேவைகளே அதன் அறவுணர்வைத் தீர்மானிக்கின்றன. கறுப்பு அமெரிக்கச் சேரிகளில், ரொட்டித் துண்டுகளை மட்டுமே பெற்றுக்கொள்ள வேண்டிய நிலையிலிருக்கும் ஒருவன் தனது சாதுர்யத்தினாலும் நெஞ்சுரத்தினாலும் ஒரு லுக்குல்லன் விருந்தைத் தானே எடுத்துக்கொள்ள முடிந்தால் அவன்தான் நாயகன். ஆகவே ஒற்றை அறை குடித்தனத்தில் வசிக்கும் ஒரு காவலாளி, ராபின் பறவை முட்டைநிற கெடிலாக் காரில் போய்வந்துகொண்டிருப்பதைப் பார்த்து யாரும் கேவலச்சிரிப்பு சிரிக்க மாட்டார்கள், மாறாக அவர் வியந்து பார்க்கப்படுவார். ஒரு வீட்டுவேலையாள் நாற்பது டாலர் விலைகொடுத்து காலணி வாங்கினால் யாரும் அவரைக் கண்டனம் செய்ய மாட்டார்கள், மெச்சுவார்கள். அவர்கள் தங்களுடைய முழு மனோபலத்தையும் உடல் பலத்தையும் பயன்படுத்தியிருக்கிறார்கள் என்பது எங்களுக்குத் தெரியும். ஒவ்வொரு தனிப்பட்ட வெற்றியும் எங்களது மொத்தத்தின் வெற்றியினுள் இரண்டறக் கலந்திருக்கிறது.

சட்ட மீறல்கள் குறித்த அளவீடுகள் வெள்ளையர் மனங்களைவிட வேறு அளவுகோல்களில், கறுப்பின மனங்களில் எடை போடப் படுகின்றன. சிறு குற்றங்கள் எங்கள் சமூகத்தைச் சங்கடப்படுத்துகின்றன. நிறைய எங்களுடைய ஜனங்கள், ஏன் நீக்ரோக்கள் வங்கிகளை இன்னும் அதிக அளவில் கொள்ளையடிப்பதில்லை, பணத்தைச் சுருட்டுவதில்லை, தொழிற்சங்கங்களின் லஞ்ச லாவண்யங்களில் ஈடுபடுவதில்லை என்று ஏக்கத்தோடு நினைக்கிறார்கள். “நாங்கள் தான் உலகின் ஆகச்சிறந்த விலாவாரியான கொள்ளையில் பாதிக்கப்பட்டவர்கள், வாழ்வு ஒரு சமநிலையைக் கோருகிறது. இப்போது நாங்கள் கொஞ்சம் கொள்ளை யடித்துக்கொள்வது சரிதானே.” இந்த நம்பிக்கை தனது சக குடிமக்களோடு சட்டரீதியாகப் போட்டி போட முடியாத ஒருவருக்குக் கவர்ச்சியாகத் தோன்றுகிறது.

எனக்கும் என்னைப் போன்ற கறுப்பினப் பிள்ளைகளுக்கும் கிடைத்த கல்வி எனது வெள்ளைக்கார வகுப்புத்தோழர்களுக்குக் கிடைத்த கல்வியைவிட ரொம்ப வித்தியாசமானது. வகுப்பறைகளில் நாங்கள் எல்லோரும் கடந்த பெயரெச்சங்களைக் கற்றோம், தெருக்களிலும் எங்கள் வீடுகளிலும் கறுப்பினத்தவர் ‘எஸ்’ எழுத்தைப் பன்மையிலும் இறந்தகால வினைச்சொற்களில் விகுதியையும் விட்டுவிடக் கற்றுக்கொண்டோம். எழுதப்படும் வார்த்தைக்கும் பேச்சுவழக்கு வார்த்தைக்கும் இருந்த இடைவெளியை நாங்கள் கவனிக்கத் தவறவில்லை. ஒரு மொழியிலிருந்து இன்னொரு மொழிக்கு முயற்சியின் பிரக்ஞை இல்லாமலே வழிந்து செல்வதற்குக் கற்றுக்கொண்டோம். பள்ளியில் ஒரு குறிப்பிட்ட தருணத்தில் ‘அது அசாதாரணமானது அல்ல’ என்று பதிலளித்திருப்போம். ஆனால் தெருக்களில் அதே சூழலை எதிர்கொள்ளும்போது சுலபமாக நாங்கள் சொல்வது,’ ‘சில நேரங்களில் அது அப்படித்தான் இருக்கும் என்பதுதான்.’

30

ஜேன் விதர்ஸ், டொனால்ட் ஓ'கானர் போலவே நானும் விடுமுறைக்கு வெளியூர் சென்றேன். பெய்லி அப்பா, கோடை விடுமுறையில் தெற்குக் கலிபோர்னியாவில் அவரோடு வந்து இருக்குமாறு என்னை அழைத்திருந்தார், நான் மகிழ்ச்சியில் நிலைதடுமாறிக் கொண்டிருந்தேன். தன்னை உயர்வாகக் காட்டிக்கொள்ளும் அப்பாவின் குணம் எனக்குத் தெரியுமாததால் நான் மனதுக்குள், அவர் புல்வெளிகள் சூழ்ந்த பெரிய ஆடம்பர பங்களாவில் சீருடையணிந்த வேலையாட்கள் பணிவிடைசெய்ய வாழ்ந்து கொண்டிருக்கிறார் என்று ரகசியமாக எதிர்பார்த்திருந்தேன்.

கோடையில் அணியும் உடைகள் வாங்க அம்மா பெரிதும் உதவியாக இருந்தாள். சான் பிரான்ஸிஸ்கோவாசிகளுக்கு வெப்பமான பகுதியில் வாழும் ஆட்கள்மீது இருக்கும் இளக்காரத்தோடு, எனக்குத் தேவைப்படுவதெல்லாம் நிறைய குட்டைக்கால் சட்டைகள், முட்டிவரை மறைக்கும் பேன்ட்கள், சாதாரண செருப்புகள், பிளவுஸ்கள் மட்டுமே என்று விளக்கினாள், ஏனெனில் "தெற்குக் கலிபோர்னியாக்காரர்கள் வேறெதையும் அணிவதில்லை."

பெய்லி அப்பாவுக்கு ஒரு பெண் நண்பர் இருந்தார். சில மாதங்களுக்கு முன்னாலிருந்து அவர் என்னுடன் தொடர்பிலிருக்கத் தொடங்கினார். அவர் என்னை ரயில்நிலையத்தில் சந்திப்பார் என்று முடிவாகியிருந்தது. ஒருவருக்கொருவர் அடையாளம் தெரிவதற்காக நாங்கள் தலையில் வெள்ளை கார்னேஷன் பூக்கள் வைத்துக்கொள்ளவும் தீர்மானித்தோம். ரயில் சிப்பந்தி அந்தச் சூடான சின்ன நகரத்துக்கு ரயில் போய்ச் சேரும்வரை பூக்களை, சாப்பாட்டுப் பகுதியின் குளிர்பதனப்பெட்டியில் வைத்திருந்தார்.

ரயில்நிலையத்தின் நடைமேடையில் எனது கண்கள், எதிர்பார்ப்புடன் அங்குமிங்கும் நடந்துகொண்டிருந்த, வெள்ளையர்களுக்கு மேலாகவும், நீக்ரோக்களுக்குள்ளாகவும் துளாவிக்கொண்டிருந்தன. அப்பாவைப்போல் உயரமான ஆள் யாரும் அங்கு இல்லை, ரொம்ப அழகான பெண்களும் இல்லை. (அப்பா முதலில் தேர்ந்தெடுத்திருந்ததை வைத்து அவருடைய அடுத்தடுத்தப் பெண் தேர்வுகள் அபாரமான அழகிகளாக இருப்பார்கள் என்று எண்ணிக் கொண்டிருந்தேன்). வெள்ளைப் பூ சூடிய ஒரு சின்னப்

பெண்ணைக் கண்டேன், அவளாக இருக்க வாய்ப்பில்லை என்று விட்டுவிட்டேன். நாங்கள் நடைமேடை காலியாகும்வரை ஒருவரோடு ஒருவர் இணைந்தும், கடந்தும் திரும்பத் திரும்ப நடந்துகொண்டிருந்தோம். கடைசியில் அவள், நம்ப முடியாத 'மார்கிரெட்' என்ற சத்தத்தோடு என்னை நிறுத்தினாள். அதிர்ச்சியாலும் முதிர்ச்சியாலும் அவள் குரல் கிறீச்சிட்டது. ஆக, அவள் சின்னப்பெண் அல்ல. நானும் நம்பிக்கையின்மையால் ஆட்கொள்ளப்பட்டேன்.

அவள் சொன்னாள், "நான் டொலொரெஸ் ஸ்டாக்லெண்ட்."

திகைத்துப் போயிருந்தாலும், மரியாதையாக நடந்துகொள்ள வேண்டுமென்ற எண்ணத்தில் நான் சொன்னேன், "ஹலோ, என் பெயர் மார்கிரெட்."

இவளா அப்பாவின் பெண்தோழி? அவள் இருபத்தி ஒன்று, இருபத்தி இரண்டு வயதுடையவளாக இருக்கலாம் என்று யூகித்தேன். அவளுடைய சீர்சக்கர் மேலுடை, ஸ்பெக்டேட்டர் காலணிகள், கையுறைகள், அவள் முறையானவள், சிரத்தையானவள் என்பதை எனக்கு உணர்த்தின. அவள் சராசரியான உயரம் என்றாலும் ஒரு சிறுமியின் நேரான உடல்வாகுதான். இருந்ததனால், அவள் எனது தந்தையைத் திருமணம் செய்துகொள்ள எண்ணியிருந்தால், கிட்டத்தட்ட ஆறடி உயரமும், அழகும் இல்லாத வருங்கால வளர்ப்பு மகளைக் கண்டு அவள் திடுக்கிட்டுப் போயிருக்க வேண்டும். (பெய்லி அப்பா, அவளிடம் தன்னுடைய குழந்தைகள் எட்டு மற்றும் ஒன்பது வயதுடையவர்கள் என்றும் அவர்கள் பிரமாதமாக இருப்பார்கள் என்றும் கூறியிருந்ததாகப் பிறகு எனக்குத் தெரியவந்தது. நான் எழுத்து எண்ணிக்கை அதிகமுள்ள வார்த்தைகளிலும் திருகிமுறுக்கப் பட்ட வாக்கியங்களிலும் அபரிதமான மோகங்கொண்டிருந்தபோது, சிலமுறை அவளுடன் கடிதப்போக்குவரத்து நடத்திருந்தாலும் அப்பாவை அளவுக்கு அதிகமாக நம்பியதில் எனது முதிர்ச்சி வெளிப்படையாகத் தெரியவாய்ப்பிருந்தும் அவள் அதை கவனிக்கவில்லை).

ஏமாற்றங்களாலான அவளுடைய நீண்ட சங்கிலியில் நான் மற்றுமொரு கண்ணி. அவளை மணப்பதாக அப்பா வாக்குறுதி தந்திருந்தார், ஆனால் அதைத் தள்ளிப் போட்டுக் கொண்டேயிருந்துவிட்டு இறுதியில் ஆல்பெர்ட்டா என்ற பெயருடைய ஒரு பெண்ணைத் திருமணம் செய்துவிட்டார். அவளும் இன்னொரு சிறிய உடல்வாகு கொண்ட தெற்கத்தியப்பெண். நான் டொலொரெஸ்ஸைச் சந்தித்தபோது, எல்லா கறுப்பின மேட்டுக்குடிப் பாவனைகள் அவளிடம் இருந்தபோதும், அவ்வாறான பாவனைகளுக்குத் தோதான பொருளாதார வலு அவளுக்கு இல்லை. வேலையாட்களோடு கூடிய ஆடம்பர பங்களாவில் அல்லாமல், அப்பா வண்டிவீடுகள் பகுதியில், (அதுவே ஊரின் ஒதுக்குப்புறப் பகுதிக்குத் தொலைவிலிருந்த ஒதுக்குப்புறப்பகுதியிலே இருந்தது) வசித்துவந்தார். டொலொரெஸ் அதிலேதான் அவருடன் இருந்தாள், அவள் அந்த வீட்டைச் சவப்பெட்டியின் ஒழுங்கில் சுத்தமாக வைத்திருந்தாள். காகிதப் பூக்கள் கண்ணாடி ஜாடிகளில் மெழுகுத்தன்மையோடு இருந்தன. சலவை இயந்திரத்தோடும் இஸ்திரிப் பலகையோடும்

நெருக்கமான உறவைக் கொண்டிருந்தாள். அவளுக்குச் சிகையலங்காரம் செய்பவர், அவளிடம் ஒழுங்கையும் நேரம் தவறாமையையும் கண்டிப்பாக எதிர்பார்க்கலாம். ஒரே வார்த்தையில் சொல்வதென்றால் இடையூறுகள் இல்லையென்றால் அவளது வாழ்க்கை மிகச்சரியாக இருந்திருக்கும். அப்புறம், நான் அங்கு வந்துவிட்டேன்.

அவளால் ஓரளவுக்கு ஏற்றுக்கொள்ளும் வகையில் என்னை ஆக்குவதற்கு அவள் கடும் முயற்சி செய்தாள். சின்னச் சின்ன விஷயங்களில் என்னைக் கவனப்படுத்த நினைத்த அவளுடைய முதல் முயற்சி படுதோல்வியாக முடிந்தது. எனது அறையை ஒழுங்காக வைத்துக்கொள்ளச் சொன்னாள், கெஞ்சினாள், அப்புறம் கட்டளையிட்டாள். அவ்வாறு இருக்கவே நான் விரும்பினாலும் சிறிய பொருட்களைக் கையாளுவதில் எனக்கிருந்த முழுமையான அறியாமையும் தடுமாற்றமும் என் ஆர்வத்துக்குத் தடைக்கற்களாகி விட்டன. எனது அறையிலிருந்த நிலைக்கண்ணாடி மேஜையில் பீங்கானில் செய்யப்பட்ட குடைபிடித்த வெள்ளைக்காரிகளின் சிறிய உருவங்களும், சைனா நாய்கள், தொந்திவயிறுடைய குட்டி மன்மதன்கள், ஊதிச் செய்யப்பட்ட விதவிதமான கண்ணாடி விலங்குகள் என இறைந்து கிடந்தன. படுக்கையைச் சரிசெய்துவிட்டு, அறையைப் பெருக்கித் துணிகளைத் தொங்கவிட்டபின் எப்போதாவது எனக்குத் தோன்றி தூசுதட்டிய போதெல்லாம், ஒன்றில் அதை இறுக்கமாகப் பிடித்து அதன் கால்களில் ஒன்றையோ அல்லது இரண்டையுமோ உடைத்து விடுவேன். இல்லாவிடில், தளர்வாகப் பிடித்து கீழேபோட்டுச் சிதறடித்து விடுவேன்.

அப்பா தனது ஊடுருவ முடியாத மகிழ்ச்சி தவழும் முகத்தை தொடர்ந்து அணிந்துகொண்டிருந்தார். எங்கள் இருவருக்குமிடையில் இருந்த நெருடலை அவர் கண்டு மகிழ்ந்துகொண்டிருந்தது அவரை பேய்த்தனமாகக் காட்டியது. டொலொரெஸ் தனது பெரிய உடம்பு காதலரைக் கொண்டாடிக் கொண்டிருந்தது நிச்சயம், அதோடு அவருடைய, (அப்பா பேசுவதில்லை, உரையாற்றுவார்) மணத்துக்காகத் தூவப்படும் நறுமணப் பொருட்கள்போல, பேச்சில் புரண்டு உருளும் எர்ர்களும் எர்ர்ரர்களும் கொண்ட சொல்வன்மை, நடுத்தரத்துக்கும் கீழான அவர்களுடைய வீட்டில் அவளுக்குச் சற்று ஆறுதலாக இருந்திருக்கும். ஒரு கடற்படை மருத்துவமனையின் சமையல்கூடத்தில் அவர் வேலைசெய்தார், அவர்கள் இருவரும் அவர் அமெரிக்க கடற்படைக்கு உணவு ஆலோசகர் என்று சொல்லிக்கொண்டனர். அவர்களுடைய குளிர்பதனப்பெட்டியில் புதிதாகத் தருவிக்கப்பட்ட பன்றி இறைச்சிவில்லைகள், பாதிசுட்டு நான்காக வெட்டப்பட்ட கோழிகள் என்று நிறையவே எப்போதும் இருக்கும். அப்பா அற்புதமாகச் சமைப்பவர். முதல் உலகப்போரின்போது அவர் பிரான்ஸில் இருந்திருக்கிறார், அப்புறம் உயர்தரமான பிரேக்கர் ஹோட்டலில் முன்வாயில் காப்பானாக வேலைசெய்திருக்கிறார், இவற்றின் காரணமாக அவர் அடிக்கடி ஐரோப்பிய வகை இரவு சாப்பாடுகள் செய்வார். பலமுறை நாங்கள் ‘காக் அவு வின்’, ‘பிரைம் ரிப்ஸ் அவு ஜஸ்’, ‘கோட்டெலெட் மிலானீஸ்’ ஆகியவற்றுடன், அவற்றின் அலங்காரத்தோடு, சாப்பிட உட்காருவது உண்டு. ஆனால் அவருடைய சிறப்பான தயாரிப்பு

மெக்ஸிக்கன் உணவுதான். ஒவ்வொரு வாரமும் அவர் எல்லையைக் கடந்துசென்று, மசாலாப் பொருட்களையும் இதர விஷயங்களையும் வாங்கிவந்து எங்களது மேஜையில் 'போல்லோ என் சால்சா வெர்டே', 'என்சிலாடா கான் கார்னே'வாக அலங்காரமாகப் பறிமாறுவார்.

டொலொரெஸ் கொஞ்சம் குறைவாகவே ஒட்டாத நபராக இருந்திருந்தால், அந்தப் பொருட்களெல்லாம் அவர்கள் இருந்த நகரத்திலேயே கிடைப்பவை என்று தெரியவந்திருக்கும். அவரும் வாராவாரம் அவைகளை வாங்கவென்று மெக்சிகோவுக்குப் போய்வர வேண்டிய அவசியம் ஏற்பட்டிருக்காது. ஆனால் அவளோ 'மெக்சிகன் மெர்காடோஸ்'ஸை அதன் வாடை வீசும் உள்புறத்தைப் பிளந்து பார்ப்பதை விடுங்கள், பரபரவென்றிருக்கும் அதன் மேல்பகுதியைக் கூடக் கண்ணால் பார்த்திருப்பாளா என்பதே சந்தேகம். அப்புறம், "என் கணவர் திரு. ஜான்சன், கப்பற்படையின் உணவு ஆலோசகர் எங்கள் இரவுச் சாப்பாட்டுக்காக மெக்சிகோவுக்குப் போய் பொருட்களை வாங்கிவருவார்" என்று பீற்றிக்கொள்வது நன்றாக இருக்குமல்லவா. வேறு இதேமாதிரி பீற்றிக்கொள்ளும் அநேகரும் வெள்ளைக்காரர்கள் பகுதிக்குச் சென்று கூனைப்பூக்களை வாங்கிவருவார்கள்.

அப்பா சரளமாக ஸ்பானிய மொழி பேசுவார். நானும் ஒரு ஆண்டு பள்ளியில் அதைப் படித்திருந்ததால் நாங்கள் கொஞ்சமாக அம்மொழியில் உரையாடுவதுண்டு. ஒரு வேற்று மொழியில் எனக்கிருந்த திறன் மட்டுமே டொலொரெஸ் மதித்த, என்னிடமிருந்த ஒரே திறமை. அவள் வாய் ரொம்ப இறுக்கமானதாகவும் அவளது நாக்கு ரொம்பவே விறைப்பானதாகவும் இருந்ததால் வினோதமான ஒலிகளை உச்சரிக்க அவள் முயற்சிசெய்யவில்லை. ஆனால் அவளது ஆங்கிலம், அவளிடமிருந்த மற்ற அனைத்தையும் போல கச்சிதமானது என்பதை ஒத்துக்கொள்ளத்தான் வேண்டும்.

சில வாரங்களுக்கு எங்களுடைய வலிமையைப் பரஸ்பரம் சோதித்துக் கொண்டிருந்தபோது அப்பா ஒதுங்கி நின்று, உற்சாகப்படுத்தாமலும் கேலிசெய்யாமலும் ஆனால் ரொம்பவே கண்டு மகிழ்ந்துகொண்டு இருந்தார். ஒருமுறை அவர் என்னிடம் நான் அம்மாவை எப்போதாவது எர்ர் விரும்பியதுண்டா என்று கேட்டார். அவர் என் சொந்த அம்மாவைத்தான் கேட்கிறார் என்று நானும் ஆம், அவள் அழகானவள், கேளிக்கையானவள் அதோடு கருணையானவள் என்று சொன்னேன். அவர், நான் விவியனைச் சொல்லவில்லை, டொலொரெஸைப் பற்றிக்கேட்கிறேன் என்று சொன்னார். அப்புறம் நான் அவருக்கு விளக்கினேன், எனக்கு அவளைப் பிடிக்காது, ஏனென்றால் அவள் குரூரபுத்தி கொண்டவளாகவும் அல்பமாகவும் சும்மா படங்காட்டியாகவும் இருக்கிறாள் என்று. அவர் சிரித்தார், அப்புறம் அவளுக்கு என்னைப் பிடிக்காது, ஏனென்றால் நான் அவ்வளவு உயரமும், திமிர்பிடித்தவளாகவும் அவள் விரும்புமளவுக்குச் சுத்தமாகவும் இல்லாததால் என்று மேலும் சொன்னபோது இன்னும் பலமான சிரித்துவிட்டு 'நல்லது, அதுதான் வாழ்க்கை' என்பதுபோல் ஏதோ சொன்னார்.

ஒரு மாலையில் அடுத்தநாள் வாரஇறுதி உணவு வாங்குவதற்காக தான் மெக்ஸிகோ போகப் போவதாக அறிவித்தார். என்னையும் கூட்டிக்கொண்டு செல்ல இருப்பதாக அவர் சொல்லும்வரை அந்த அறிவிப்பில் வழக்கத்துக்கு மாறாக எதுவுமில்லை. அங்கு நிலவிய அதிர்ச்சி அமைதியை, மெக்சிகோ பயணம் நான் ஸ்பானிய மொழியைப் பயன்படுத்திப் பார்ப்பதற்காக என்று சொல்லி சரிப்படுத்தினார்.

டொலொரெஸ்ஸின் அமைதி பொறாமையினால் உருவான எதிர்வினையாக இருக்கலாம், ஆனால் நான் வாயடைத்துப்போனது சுத்தமான ஆச்சரியத்தினால் மட்டுமே. என் அப்பா பெரிய அளவுக்கு என்னைக் குறித்துப் பெருமைப்பட்டுக் கொண்டதில்லை, அன்பை வெளிப்படுத்தியதில்லை. அவரது நண்பர்களிடம் என்னை அழைத்துச் சென்று அறிமுகப்படுத்தியதில்லை, தெற்கு கலிபோர்னியாவின் சில சுவாரஸ்யமான இடங்களுக்குக் கூட்டிச் சென்றதுமில்லை. ஒரு கிளர்ச்சியூட்டும் விஷயமான மெக்சிகோ பயணத்தில் அவர் என்னைச் சேர்த்துக் கொண்டது எனக்கு நம்ப முடியாததாக இருந்தது. உடனேயே கணக்குப் போட்டுக் கொண்டேன், நான் அதற்குத் தகுதியானவள்தானே என்று. என்ன இருந்தாலும் நான் அவருடைய மகள், அந்த விடுமுறை நான் எதிர்பார்த்த அளவுக்கு அமையவில்லை இதுவரை என்பதும் சரிதானே. டொலொரெஸ்ஸை அழைத்துச் செல்லுங்கள் என்று நான் அப்போது மறுத்துச் சொல்லியிருந்தால் நாங்கள் ஒரு வன்முறை விளைவையும் சோக நிகழ்வு வாய்ப்பையும் தவிர்த்திருக்கலாம். ஆனால் என் இளவயது மனது 'நான்', 'எனது' என்ற உணர்வுகளால் மட்டும் நிரம்பியிருந்தது, எனது கற்பனையில், நான் அகல் விளிம்புத் தொப்பிகளையும் கௌபாய்களையும் டார்ட்டில்லா வகைகளையும் கிராமத்து மாளிகைகளையும் பார்க்கப் போகிறேன் என்ற ஆவல், என்னை உலுக்கிக்கொண்டிருந்தது. இரவை அமைதியாகக் கழித்தோம். ஏற்கெனவே நன்றாக இருந்த உள்ளாடை ஒன்றை டொலொரெஸ் சரிசெய்து கொண்டிருந்தாள், நான் ஒரு புதினத்தைப் படிப்பதுபோல் பாவனை செய்துகொண்டிருந்தேன். அப்பா கையில் மதுக் கோப்பையை வைத்துக்கொண்டு வானொலியைக் கேட்டவாறு இப்போது எனக்கு உறுதியாகத் தெரிந்த அந்தப் பரிதாபமான சூழலை கவனித்துக்கொண்டிருந்தார்.

காலையில் எங்களது வெளிநாட்டுச் சாகசத்துக்காக நாங்கள் புறப்பட்டோம். வழக்கத்துக்கு மாறான விஷயங்களுக்கு ஏங்கும் என் மனதுக்கு மெக்சிகோவின் புழுதிச் சாலைகள் நிறைவாக இருந்தன. கலிபோர்னியாவின் சீரான நெடுஞ்சாலைகளை, என் பார்வையில் உயரமான கட்டிடங்களை, கடந்த சில மைல்களிலேயே அர்கான்ஸிஸின் மிக மோசமான பாதைகளோடு போட்டிபோடக் கூடிய சரல்கற்களான தெருக்களில் குலுங்கியவாறு சென்றுகொண்டிருந்தோம். நிலப்பரப்பு, சுடுசெங்கற்களாலான குடிசைகளாலும் அல்லது சொரசொரத்த உலோகத் தகடுளாலான சுவர்களையுடைய அறைவீடுகளாலும் நிறைந்து பெருமை காட்டிக் கொண்டிருந்தது. மெலிந்து அழுக்காக இருந்த நாய்கள் மந்தமாக, வீடுகளைச் சுற்றிக் கிடந்தன, ஆடையில்லாமலும் குறைவான ஆடைகளோடும் ஒதுக்கப்பட்டுக் கிடந்த ரப்பர் டயர்களோடு

குழந்தைகள், இயல்பாக விளையாடிக் கொண்டிருந்தனர். பாதி ஜனங்கள் டைரோன் பவர் மற்றும் டொலொரெஸ் டெல்ரியோ போன்றும், மீதிபேர் அக்கிம் டமிராஃப் மற்றும் கடினா பாக்ஸின போன்றும், கொஞ்சம் குண்டாகவும் வயதுகூடியும் இருக்கலாம், காட்சியளித்தனர்.

அந்த எல்லைக்கருகிலிருந்த நகரத்தினூடே நாங்கள் கடந்து சென்றுகொண்டிருக்கும்போது அப்பா எந்த விளக்கமும் சொல்லாமல் மெக்சிகோவின் உள்பகுதிக்குச் சென்று கொண்டிருந்தார். எனக்கு ஆச்சரியமாக இருந்தாலும் நான் கேள்விகள் கேட்டு எனது ஆர்வத்தைத் திருப்திப்படுத்திக்கொள்ளவில்லை. சில மைல்கள் கடந்தபிறகு சீருடை யணிந்த காவலர் ஒருவர் எங்களைத் தடுத்து நிறுத்தினார். அவரும் அப்பாவும் ஏற்கெனவே அறிமுகமானவர்கள் என்ற ரீதியில் வணக்கங்களைப் பறிமாறிக்கொண்டனர். அப்புறம் அப்பா காரிலிருந்து இறங்கினார். திரும்பிக் கையை நீட்டி கார்க்கதவின் பின்புறப்பையிலிருந்து ஒரு மதுக்குப்பியை எடுத்துக்கொண்டு காவலரின் தற்காலிகக் கண்காணிப்பு அறைக்குள் சென்றார். அரை மணிநேரத்துக்கு மேலாக அவர்கள் சிரித்துக்கொண்டும் பேசிக்கொண்டுமிருந்தார்கள். நான் காரிலேயே, கலந்து தெளிவில்லாமல் வந்துகொண்டிருந்த அவர்களது குரல்களை விளங்கிக்கொள்ள முயன்றவாறு, உட்கார்ந்திருந்தேன். கடைசியில் அவர்கள் இருவரும் வெளியேவந்து காரை நோக்கி வந்தார்கள். அப்பாவின் கையில் இன்னும் அந்தக் குப்பி இருந்தது, ஆனால் அதில் பாதிதான் மீதியிருந்தது. அப்பா அந்தக் காவலரிடம் அவர் என்னைத் திருமணம் செய்துகொள்வாரா என்று கேட்டார். அவருடைய ஸ்பானியப் பேச்சு கரடுமுரடாக, எனது பள்ளியில் பயின்றதைவிட மாறுபாடாக இருந்தாலும், அது எனக்குப் புரிந்தது. என் அப்பா, காவலருக்குக் கூடுதல் ஆர்வத்தைத் தூண்ட எனக்குப் பதினைந்து வயதுதான் ஆகிறது என்றும் சொன்னார். அந்த ஆள் நான் அசிங்கமாக மட்டுமல்ல வயதானவளாகவும் இருப்பேன் என்று முதலில் நினைத்திருந்திருப்பார் என்று அனுமானித்தேன். இப்போது, நான் பயன்படுத்தப்படாதவளாக இருக்கக்கூடும் என்ற புரிதல் அவருக்கு என்மீது நாட்டத்தை ஏற்படுத்தியிருக்க வேண்டும். ஏனெனில் அவர் உடனே குனிந்து காருக்குள்ளிருந்த என் கன்னத்தைத் தடவினார். அவர் அப்பாவிடம் தான் என்னைக் கல்யாணம் செய்துகொள்வதாகவும் நாங்கள் ‘நிறைய குழந்தைகளை’ப் பெற்றுக்கொள்ளப் போவதாகவும் சொன்னார். என் அப்பா அந்த வாக்குறுதியைக் கேட்டு, நாங்கள் வீட்டிலிருந்து புறப்பட்டபின் அவர் கேட்ட மிகவும் வேடிக்கையான விஷயமென நினைத்து, சிரித்தார். (டொலொரெஸ், நான் புறப்படும்போது சொன்ன ‘போய் வருகிறேனுக்கு’ப் பதில் சொல்லாமல் இருந்தபோது அப்பா வெடிச்சிரிப்பு சிரித்தார். நாங்கள் காரில் புறப்பட்டபின் நான் சொன்னது அவளுக்குக் கேட்கவில்லை என்று சொன்னார்). காவலரின் துளாவும் கரங்களிலிருந்து விடுபட நான் எடுத்த எத்தனிப்புகள், அப்பா கதவைத்திறந்து காரினுள் ஓட்டும் இருக்கையில் உட்கார்ந்திருக்கா விட்டால், என்னை அந்த இருக்கையின் எல்லைக்குக் கொண்டுபோயிருக்கும். அப்பா கதவைத் திறந்து உள்ளே வந்தார். பல ‘அடியோ’க்கள், ‘போனிட்டா’க்கள், ‘எஸ்போசிட்டா’க்களுக்குப் பிறகு அப்பா காரை

முடுக்கிய பின், நாங்கள் எங்களது மருண்ட பயணத்தை மீண்டும் தொடர்ந்தோம்.

அடையாளப் பலகைகள் நாங்கள் என்செனடாவை நோக்கிப் போய்க்கொண்டிருக்கிறோம் என்று அறிவித்தன. கடந்துசென்ற அந்த மைல்களின்போது செங்குத்தான மலைகளுக்கு அருகில் வளைந்து நெளிந்த சாலையில் நான் திரும்பவும் அமெரிக்காவுக்குப் போக மாட்டேனோ என்று பயந்துபோனேன். ஆம் அமெரிக்காவுக்கு, நாகரிகத்துக்கு, ஆங்கிலத்துக்கு, பெரிய தெருக்களுக்கு. அப்பா குப்பியிலிருந்து அவ்வப்போது குடித்துக்கொண்டு, சித்ரவதையாக மலைப்பாதையில் ஏறிக்கொண்டிருக்கும்போது, மெக்சிகன் பாட்டுகளிலிருந்து சிலவரி களாகப் பாடிக்கொண்டுவந்தார். நாங்கள் சென்றடைந்த இடம் என்செனடா நகரமல்ல, நகர எல்லையிலிருந்து ஐந்துமைல் தொலைவி லிருந்த புறநகர்ப்பகுதி. ஒரு உணவகத்தின் புழுதிமுற்றத்தில் கார் நின்றது, அரைநிர்வாணக் குழந்தைகள் ஆக்ரோஷமான கோழிகளைச் சுற்றிச் சுற்றி விரட்டிக்கொண்டிருந்தனர். கார் சத்தம் அந்த இடிந்துவிழக்கூடிய நிலையிலிருந்த வாசல் கதவுக்குப் பெண்களை வரவைத்தது, ஆனாலும் அது உறுமியவாறு கவனம் பிசகாமல் தங்கள் நடவடிக்கையில் ஈடுபட்டிருந்த குழந்தைகளையோ இளைத்துப்போன கோழிகளையோ, திசை திருப்பவில்லை.

ஒரு பெண்ணின் குரல் நீண்டு ஒலித்தது, ‘பேலீ, பேலீ’ அப்புறம் திடீரென்று கூலிப்படைபோல் பெண்கள் கும்பல் கட்டிடத்துக்குள்ளிருந்து வெளியேவந்து முற்றத்தில் குவிந்தனர். அப்பா என்னைக் காருக்குள்ளிருந்து வெளியே வரச்சொல்லி அவர்களைச் சந்திக்க அழைத்துப்போனார். அவர்களிடம் விரைவாக, நான் அவருடைய மகள் என்று விளக்கினார், அதை அவர்கள் அடக்கிக்கொள்ள முடியாத வேடிக்கை என நினைத்தார்கள். அவர்கள், கடைசியில் மதுபான விற்பனைசெய்யும் பகுதி இருந்த ஒரு நீளமான அறையில் எங்களை வழிநடத்திக்கொண்டு சென்றனர். கழன்ற நிலையில் மரப்பலகைகளான தரையில் மேஜைகள் கோணல்மாணலாகக் கிடந்தன. அந்த அறையின் கூரை என் கவனத்தை ஈர்த்தது. எத்தனை வண்ணங்கள் உண்டோ அவ்வளவு வண்ணங்களிலும் காகிதப் பட்டைகள் அங்கிருந்த சலனமில்லாக் காற்றில் அசைந்துகொண்டிருந்தன, சில, கீழேயும் விழுந்த கிடந்தன. யாரும் அதைக் கவனித்ததாகவே தெரிய வில்லை, அப்படியே கவனித்திருந்தாலும் அது, அவர்களது வானம் கீழே விழுவது, அவர்களுக்கு முக்கியமாகப்படவில்லை எனத் தோன்றிது. மது விற்குமிடத்தில் இருந்த உயரமான ஸ்டூல்களில் சில மனிதர்கள் உட்கார்ந்திருந்தார்கள், அவர்கள் என் அப்பாவிடம் முன்பே பரிச்சயமாகியிருந்த சகஜநிலையில் வணக்கங்களைச் சொல்லிக் கொண்டார்கள். என்னை ஒருசுற்று கூட்டிக்கொண்டுபோய், ஒவ்வொருவரிடமும் எனது பெயரும் வயதும் சொல்லப்பட்டது. உயர்நிலைப்பள்ளியில் வழமையாகச் சொல்லப்படும் ‘கோமோ எஸ்டா உஸ்டெட்’டை நான் சொன்னபோது எவ்வளவு அதிக விரும்பத்தக்கதாகச் சொல்ல முடியுமோ அப்படி நான் சொல்லிவிட்டதாக அது ஏற்றுக்கொள்ளப்பட்டது. அவர்கள் எனது முதுகில் தட்டிக்கொடுத்தும்

அப்பாவுடன் கைகுலுக்கிக்கொண்டும் படுவேகத்தில் ஸ்பானிய மொழியில் பேசிக்கொண்டிருந்தார்கள், அந்த வேகத்தில் அவர்கள் பேசியது எனக்கு ஒன்றுமே புரியவில்லை. பேலி அந்த வேளையின் நாயகன், அங்கு வெளிப்பட்ட வெட்கமில்லாத பிரியத்தில் இளகி இதமாக இருந்த அப்பாவின் இன்னொரு புதிய முகத்தை அப்போது நான் கண்டேன். அவரது கேள்விக்குறி கலந்த புன்னகை மறைந்துவிட்டது, அவர் பழக்கமாக்கி வைத்திருந்த பேச்சு பாணியை நிறுத்திவிட்டார். (அந்த அதிவேக ஸ்பானிய உரையாடலுக்குள் அவரது எர்ர்களை நுழைப்பது முடியாத காரியம்.)

அவர் ஒரு தனிமைவயப்பட்ட மனிதர், விடாமல் மதுக்குப்பி களுக்குள்ளும் பெண்களின் பாவாடைகளுக்குள்ளும், தான் சார்ந்த கிறிஸ்தவ சபை வேலைகளுக்குள்ளும், சுயமுக்கியத்துவத்துக்காகப் படோடோபமான பதவிப் பெயர்களுக்குள்ளும், பிறக்குமுன்பே தொலைந்துபோய் இன்னும் கண்டுபிடிக்கப்படாமல் இருக்கும் நிலைக்குள்ளும் தன்னைத் தேடிக்கொண்டிருப்பவர் என்று நம்புவதற்குக் கடினமாக இருந்தது. அவர் எப்போதும் ஸ்டாம்ப்ஸைச் சேர்ந்தவராக இல்லை என்பது எனக்கு அப்பட்டமாகத் தெரிந்தது, அதைவிட, மெதுவாக அசையும், மெதுவாகச் சிந்திக்கும் ஜான்சன் குடும்பத்தைச் சேர்ந்தவருமில்லை. ஆடம்பரக் கனவுகளோடு பருத்திக் காட்டில் பிறந்தது எந்த அளவுக்குக் கிறுக்குப் பிடித்தாற்போல இருந்திருக்கும் அவருக்கு?

அந்த மெக்சிகன் மதுக்கடையில் அப்பா, நான் அதற்கு முன்னால் அவரை வந்தடைந்திராத நெகிழ்ச்சிக் காற்று சூழ்ந்திருக்கக் கண்டேன். அந்த எளிய மெக்சியக் குடியானவர்கள் முன்னால் அவர் எந்தப் பாசாங்கும் காட்ட வேண்டிய அவசியமிருக்கவில்லை. அவர் யாரோ, அப்படியே அவராக அங்கே இருக்கும்போது, வேண்டிய அளவுக்கு அவர்களை ஈர்க்கக் கூடியவராகவே இருந்தார். அவர் கறுப்பர், ஸ்பானிய மொழியைச் சரளமாகப் பேசுபவர். அவரிடம் பணம் இருந்தது, அவர்களில் பெரிய ஆள் யார்கூடவும் அவரால் டெக்யுல்லா குடிக்க முடியும். பெண்களும் அவரை விரும்பினார்கள். அவர் உயரமானவர், அழகானவர், தாராளமானவர்.

அது கொண்டாட்டமான கூடுகையானது. இசைப்பெட்டியில் யாரோ நாணயம் போட அது இசைத்துக்கொண்டிருந்தது, எல்லோருக்கும் மது வழங்கப்பட்டது. எனக்குக் குளிரூட்டப்படாத கொகோ கோலா தந்தார்கள். இசை, வட்டு இயந்திரத்திலிருந்து உச்சஸ்தாயில் வெளிவந்து தேயும், அப்புறம் நிலைபெறும், தேயும் அப்புறம் நிலைகொள்ளும். அந்த மோகங்கொண்ட பண்ணையாட்களுக்காக ஆண்கள் நடனமாடினர், முதலில் தனியாக, பின் ஒருவர் இன்னொருவரோடு, அப்புறம் அந்தப் பாதம் உதைக்கும் சடங்குக்காகத் திடீரென கலந்துகொள்ள வரும் பெண்ணுடன். என்னையும் ஆடச் சொன்னார்கள். கால் அடவுகளைப் பின்பற்றி என்னால் ஆட முடியுமா என்று தயங்கினேன், ஆனால் அப்பா தலையசைத்து முயற்சிபண்ணுமாறு உற்சாகப்படுத்தினார். நான் அறிந்து கொள்வதற்கு முன்பாகக் குறைந்தபட்சம் ஒரு மணிநேரமாவது களிசேர்ந்து கொண்டிருந்தேன். ஒரு இளவயதுக்காரன் உட்கூரையில் அட்டையை ஒட்டுவது எப்படி என்று சொல்லிக்கொடுத்தான். முதலில் மெக்சிகன்

சூயிங்கமிலிருக்கும் இனிப்பையெல்லாம் சுவைத்து எடுத்துவிட வேண்டும். அப்புறம் மதுபரிமாறுபவர் அந்த விளையாட்டை விளையாட விரும்புபவரிடம் சில காகிதத் துண்டுகளைத் தருவார், பெற்றுக்கொள்பவர் அதில் ஒரு பழமொழியையோ அல்லது உணர்வு வாசகத்தையோ எழுதுவார். வாயிலிருந்து இளக்கமாக இருக்கும் பசையை எடுத்து நீளத்தாள்பட்டையின் ஒருமுனையில் ஒட்டுவார். உட்கூரையில் அடர்த்தி குறைவான பகுதி ஒன்றைத் தேர்ந்தெடுத்து அந்த இடத்தைக் குறிபார்த்து மேலே எறிவார், எறியும் போதே ரத்தம் உறையச்செய்யும் காட்டுக் கூச்சலை எழுப்புவார், அந்த வெளிக்கூச்சல் ஒரு பழக்கப்படாத குதிரையின் மீது ஏறி கௌபாய் வீரர்கள் செய்யும் சாகசவிளையாட்டுப் போட்டிக்குக்கூட ரொம்ப பொருத்தமாக இருக்கும். சிலமுறை கீச்சுக்குரலோடு முயற்சி பண்ணிய பிறகு நான் எனது தயக்கத்தை வென்று தொண்டைச் சதை கிழிந்து தொங்கும் அளவுக்கு, ஸாபாட்டா தரத்துக்கு, காட்டுக்கூச்சலிட்டேன். அப்பா பெருமைப்பட்டார், மற்ற நண்பர்கள் கனிவாகப் பாராட்டினார்கள். ஒரு பெண், சிச்சாரோன்ஸை (தெற்கில் அதைக் கிரக்லிங்ஸ் என்று சொல்வார்கள்) எண்ணெய்த்தாளில் வைத்துக் கொண்டுவந்தாள். பொறித்த பன்றித் தோலைச் சாப்பிட்டேன், நடனமாடினேன், வீறிட்டுக் கத்தினேன், அதிக இனிப்பும் பிசுபிசுப்பும்கொண்ட கோகா கோலா குடித்தேன், இதுவரை நான் அனுபவித்திராத தன்னை மறந்த நிலையில் புது ஆட்கள் வந்து சேர்ந்து கொண்டபோது 'லா நினாடெபேலீ' என்று அறிமுகப்படுத்தப்பட்டேன், இயல்பாக அவர்களாலும் ஏற்றுக் கொள்ளப்பட்டேன். அங்கிருந்த ஒரே ஜன்னல் வழியாக அறையை வெளிச்சத்தில் வைத்திருக்கப் பிற்பகல் சூரியன் முயற்சி செய்து, தோல்வியுற்றது. அங்கிருந்த உடல்களின் நெருக்கமும், மணங்களும், சத்தங்களும் ஒன்றாகக் கலந்து எங்களுக்கு ஒரு வாசனையுள்ள செயற்கை அந்திஒளியைத் தந்தன. கொஞ்சநேரமாக அப்பாவை நான் காணவில்லை என்று உணர்ந்தேன். 'டோன்டே எஸ்டா மி பாட்ரே?', நான் என்னுடன் ஆடிக்கொண்டிருந்தவரைக் கேட்டேன். என்னுடைய முறைப்படியான ஸ்பானியக் கேள்வி பாவனையாக 'எனது தந்தை அவர்கள் எங்கு போயிருக்கிறார்கள்?' என்று அவர்களுக்கு அரைகுறையாகக் கல்விகற்ற ஒரு ஒசார்க் மலையேறுபவள் பேசுவது போல் கேட்டிருக்க வேண்டும். எதுவானாலும் அது கொல்லென்று ஒரு சிரிப்பை அவர்களிடமிருந்து கிளப்பியது, கரடிபோல ஒரு இறுகப்பிடிப்பு, பதில் இல்லை. நடனம் முடிந்ததும் ஆட்களின் நெருக்கதினூடே, அவர்களை எந்த அளவுக்கு வழி மறிக்காமல் வர முடியுமோ அப்படி கூட்டத்திலிருந்து விலகிவந்தேன். நீர்த்திரை போன்ற ஒரு பதற்றம் என்னைக் கிட்டத்தட்ட மூச்சுத் திணறவைத்தது. அவர் அங்கு இல்லை. வந்த வழியிலிருந்த காவலரோடு ஏதாவது ஏற்பாடு செய்துவிட்டாரா? அவர் அப்படி செய்ய மாட்டார் என்று எனக்குத் தோன்றவில்லை. நான் சாப்பிட்ட பானத்தில் ஏதாவது கலந்திருக்கலாம். அப்படித்தான் நடந்திருக்கும் என்று உறுதியாகத் தோன்றியதால் எனது கால்கள் துவண்டன, ஆடிக்கொண்டிருந்த ஜோடிகள் என் கண்முன்னே மங்கலானார்கள். அப்பா போய்விட்டார். ஒருவேளை வீட்டுக்குப் பாதிதூரம் கடந்து, என்னை விற்ற பணத்தைச்

சட்டைப்பையில் வைத்துக்கொண்டு, போய்விட்டார். பல மைல்கள், பல மலைகள் கடந்து இருக்கின்ற வாசல் கதவை அடைய வேண்டும். 'டோன்டே வஸ்?' என்ற கேள்வியோடு அங்கிருந்தவர்கள் என்னை நிறுத்தினார்கள். என்னுடைய பதில் இறுக்கமானதும் இரட்டை அர்த்தம் தொனிப்பதுமான 'யோ வோய் வார் வென்டிலார்மே' அல்லது 'நான் காற்றை வெளியே விடப்போகிறேன்' என்றிருந்தது. நான் பிரபலமாகிவிட்டேன் அங்கு.

திறந்திருந்த கதவு வழியாகப் பார்த்தபோது அப்பாவின் ஹட்சன் தனிமையான மாட்சியில் நின்றுகொண்டிருந்தது. நல்லவேளை, அவர் என்னை விட்டுவிட்டுப் போகவில்லை. அப்படியானால் எனக்கு மயக்கவஸ்து தரப்படவில்லை. உடனடியாக நான் உடம்புக்கு நலமாக உணர்ந்தேன். பிற்பகல் சூரியனால் மதியத்தின் கடுமை ரொம்பவே குறைந்திருந்த அந்த முற்றத்தில் யாரும் என்னைப் பின்தொடர்ந்து வரவில்லை. காருக்குள் உட்கார்ந்திருக்கலாம் என்று முடிவு செய்தேன், ஏனெனில் அவர் தூரமாக எங்கும் போயிருக்க முடியாது. ஏதோ ஒரு பெண்ணுடன் அவர் இருப்பார், அதைப்பற்றி யோசிக்க யோசிக்க, எந்த 'அழகி'களில் ஒருத்தியை அவர் கூட்டிப் போயிருக்கிறார் என்பதைக் கண்டுபிடிப்பது சுலபமாக இருந்தது. நாங்கள் முதலில் அங்கு வந்தபோது அவரை வரவேற்றுவிடாமல் ஒட்டிப்பிடித்துக்கொண்டு நின்ற கடுஞ்சிவப்பு உதடுகளோடு இருந்த வடிவான சின்னப் பெண்ணாகத்தான் அது இருக்க வேண்டும். அந்த நேரத்தில் அதைப்பற்றி யோசிக்கவில்லை ஆனால் அது என் மனதில் பதிந்திருந்தது. காருக்குள், நினைவுபடுத்தி, நான் மனதினில் மீண்டும் அந்தக் காட்சியை ஓட்டிப் பார்த்தேன். அவள்தான் முதலில் அவரை நோக்கி விரைந்து வந்தவள், அவரும் அவளிடம் வேகமாக, 'இது என் மகள்' என்றும், 'அவளுக்கு ஸ்பானிய மொழி தெரியும்' என்றும் சொன்னார். இது டொலொரெஸ்சுக்குத் தெரியவந்தால் அவள் தனது போலிப் பாசாங்குத் தனங்களாலான பாய்க்குள் சுருண்டு, புறக்கணிப்பு உணர்வில் செத்துப்போவாள். அவளுடைய துயர எண்ணங்கள் என்னவாக இருக்கக்கூடும் என்ற நினைப்பு என்னுடன் நீண்டநேரம் துணையாக இருந்தது, ஆனால் இசையின் சத்தமும் சிரிப்பொலிகளும் 'சிஸ்கோகிட்' வீறிடல்களும் என்னுடைய மகிழ்ச்சியான பழிவாங்கும் கனவுகளுக்கு இடையூறு செய்தன. அதுவும், சீக்கிரம் இருட்டப்போகிறது, அப்பாவும் நான் கூப்பிட முடியாதபடி பின்னாலிருக்கிற சிறு பெட்டி அறைகள் ஒன்றில் இருக்கிறார். காருக்குள்ளேயே இரவு முழுவதும் இருக்க வேண்டி வருமோ என்று நினைத்தபோது இனந்தெரியாத பயம் என்மீது பரவியது. முன்னர் என்னை ஆட்கொண்ட பதற்றத்தோடு சுற்றி வளைத்துத் தொடர்புடையது போன்ற ஒரு பயம். திகிலுணர்வு என்னை முற்றிலுமாகக் கவ்விக்கொள்ளவில்லை, ஆனால் பக்கவாதம் போல் ஊர்ந்து பரவிக்கொண்டிருந்தது. கார் கதவை ஏற்றிவிட்டு உள்ளேயிருந்து பூட்டிக்கொள்ள முடியும். நான், கார்தரையில் மடங்கிச் சுருண்டு என்னை மறைத்துக்கொள்ள முடியும். முடியவே முடியாது. அச்ச வெள்ளத்தை அணை போட்டுத் தடுக்க முயன்றேன். நான் ஏன் மெக்சிகர்களைக் குறித்துப் பயப்படுகிறேன்? என்ன இருந்தாலும் அவர்கள் என்னுடன் கருணையோடு நடந்துகொண்டார்கள். அப்புறம்

அவர்கள் என்னிடம் மரியாதைக்குறைவாக நடந்துகொள்ள அப்பா விடவே மாட்டார். அப்படித்தானே? விட்டுவிடுவாரா? எப்படி அவர் என்னை அந்தக் கூத்தடிக்கும் மதுவிடுதியில் விட்டுவிட்டுத் தனக்குப் பிடித்த பெண்ணோடு போய்விட்டார்? எனக்கு என்ன ஆச்சு என்று கவலைப்பட்டாரா? ஒரு மயிரும் இல்லை என்றுதான், எனக்குத் தோன்றியது, மறுபடியும் எனக்கு அதிர்ச்சிவெறி வந்துவிட்டது. கண்ணீர் வெள்ளம் தொடங்கியபின் அதை நிறுத்துவதற்கு வழியே இல்லாமல் போய்விட்டது. கடைசியில் ஒரு மெக்சிகோ புழுதிமுற்றத்தில் நான் சாகப்போகிறேன். ஒரு சிறப்பான நபரான நான், கடவுளும் நானும் சேர்ந்து உருவாக்கிய ஒரு புத்திசாலியான மனம் கொண்ட நான், அறியப்படாமல் அல்லது பங்களிப்பு எதுவும் செய்யாமல் இந்த வாழ்க்கையை விட்டு அகன்று செல்லப்போகிறேன். விதி எந்த அளவுக்கு இரக்கமில்லாதது, எந்த அளவுக்கு நிர்க்கதியானவள் பாவப்பட்ட இந்தக் கறுப்பினச் சிறுமி.

அப்பாவின் நிழலுருவம் கிட்டத்தட்ட முழு இருட்டாகிவிட்ட அந்த நேரத்தில் என் கண்ணில் பட்டதும், காரிலிருந்து வெளியில் குதித்து அவரருகில் போக நினைத்தேன், அப்போது நான் ஏற்கெனவே பார்த்திருந்த அந்தச் சிறிய உருவப் பெண் அவரைத் தள்ளிக்கொண்டு வருவதையும் வேறு ஒரு ஆளையும் பார்த்தேன். அப்பா தள்ளாடிக்கொண்டும் முன்னால் விழப்போவதுபோலவும் நடந்தார், அவர்கள் கெட்டியாக அவரைப் பிடித்துக்கொண்டு விடுதியின் கதவுக்குக் கொண்டுசென்றனர். அவர் ஒருதடவை கதவுக்குள் போய்விட்டால் நாங்கள் அங்கிருந்து கிளம்பவே முடியாது. நான் காரிலிருந்து இறங்கி அவர்களிடம் போனேன். அப்பாவிடம் அவர் காருக்குள் வந்து கொஞ்சநேரம் ஓய்வு எடுக்க விரும்பவில்லையா என்று கேட்டேன். அவர் கண்களைச் சுருக்கி தன்னை நினைவுக்குக் கொண்டுவந்து என்னை அடையாளம் கண்டுகொண்டு அதைத்தான் அவர் விரும்புவதாக, தான் ரொம்ப களைப்பாக இருப்ப தாகவும் தனது இருப்பிடத்துக்குத் திரும்பிப்போகுமுன் ஓய்வெடுக்க விரும்புவதாகவும் பதிலளித்தார். தன்னுடைய நண்பர்களிடம் ஸ்பானிய மொழியில் வாழ்த்துகளைச் சொன்னார், அவர்கள் அவரைக் காருக்கு வழிநடத்திக் கொண்டுவந்தனர். நான் முன்கதவைத் திறந்தபோது அவர், வேண்டாம், நான் பின் இருக்கையில் கொஞ்சநேரம் படுக்க வேண்டும் என்று சொன்னார். அவரை நாங்கள் காருக்குள் வைத்து அவருடைய நீண்ட கால்களைச் சௌகரியமாக வைத்துவிடுவதற்கு முயற்சிசெய்தோம். அவரைச் சரியாக உள்ளே வைத்துக்கொண்டிருக்கும் போதே அவர் குறட்டைவிட ஆரம்பித்தார். அது ஒரு நீண்ட, ஆழ்ந்த உறக்கத்தின் தொடக்கமாக, கடைசியில், மெக்ஸிகோவில், ஒரு காரில், நாங்கள் ஒரு இரவைக் கழிக்கப்போகிறோம் என்பதன் எச்சரிக்கையாகத் தோன்றியது.

நான், அந்த ஜோடி சிரித்துக்கொண்டும், என்னிடம் ஸ்பானிய மொழியில் எனக்குப் புரியாதவற்றைச் சொல்லிக்கொண்டும் இருந்தபோது, வேகமாகச் சிந்தித்தேன். நான் அதற்கு முன்னால் கார் ஓட்டியதில்லை, ஆனால் என் அம்மா – சான் பிரான்ஸிஸ்கோவில் ஆகச்சிறந்த காரோட்டி என்று பெயெரெடுத்தவள், அது அவளே அறிவித்ததுதான். ஓட்டும்போது கவனமாகப் பார்த்திருக்கிறேன். நான் அளவுக்கு அதிகமான புத்திசாலி, எனக்கு நல்ல உடல் ஒத்திசைவுகள் இருந்தன. நிச்சயமாக என்னால்

ஓட்ட முடியும். முட்டாள்களும் கிறுக்கர்களும் ஓட்டும்போது அதி புத்திசாலியான மார்கிரெட் ஜான்சன் ஓட்ட முடியாதா? அந்த மெக்சிகோ மனிதரை என்னுடைய பிரமாதமான பள்ளி ஸ்பானிய மொழியில் காரைத் திருப்பிவிடச் சொன்னேன், அவருக்குப் புரியவைப்பதற்கு எனக்குப் பதினைந்து நிமிடங்கள் ஆனது. அந்த ஆள் எனக்கு ஓட்டத் தெரியுமா என்று கேட்டிருப்பார், ஆனால் எனக்கு ஸ்பானிய மொழியில் 'ஓட்டுவது' என்பதன் வினைச்சொல் தெரியவில்லை. எனவே நான் 'ஆம்' 'ஆம்' என்றும் 'நன்றி' என்றும் தொடர்ந்து சொல்லிக்கொண்டிருந்தேன். எப்படியோ அவர் காரை நெடுஞ்சாலையை நோக்கித் திருப்பிவிட்டார். நிலவரத்தை அவர் புரிந்துகொண்டுவிட்டார் என்பதை அவருடைய அடுத்த செயல் நிருபித்தது. அவர் கார் இயந்திரத்தை அணைக்காமல் ஓடவிட்டிருந்தார். நான் கால்களை ஆக்சிலரேட்டரிலும் கிளச்சிலும் வைத்து கியர்ஷிப்டை அசைத்துவிட்டு இரண்டு கால்களையும் எடுத்து விட்டேன். ஒரு அபாயகரமான உறுமலோடு முற்றத்திலிருந்து நாங்கள் வெளியே பாய்ந்தோம்.

சாலையின் உயர்ந்த பக்க ஓரத்தை கார் அடைந்தபோது நான் இரண்டு கால்களையும் பெடலிலும் கிளட்சிலும் வைத்துப் பலமாக அழுத்தினேன். கார் நகரவில்லை, மோசமான சத்தம்தான் வந்தது, ஆனால் எஞ்சின் நிற்கவில்லை. அப்போதுதான் எனக்கு உறைத்தது, காரை முன்னே கொண்டு செல்வதற்கு நான் கால்களைப் பெடலிருந்து எடுக்க வேண்டும் என்று, ஆனால் அப்படி நான் செய்தால் செயின்ட் விட்டஸ் நடனம் ஆட்கொண்ட நபர்போல கார் குலுங்கும். இயந்திர உந்துவிசையின் விதிகளையெல்லாம் மனதில் நிலைநிறுத்தி ஐம்பது மைல்களுக்கு அப்பால் இருந்த காலெக்சிகோவை நோக்கி அந்த மலைச்சரிவுப் பாதையில் காரை ஓட்டிச்சென்றேன். என்னுடைய கற்பனைகளில் திளைக்கும் மனமும் சுலபமாகத் திகிலடையக்கூடிய தன்மையும் எப்படி அகோரமான, ரத்தக்களரியான விபத்துகளைப் பற்றி அந்த நேரத்தில் என்னை நினைக்கவிடாமல் வைத்திருந்தன என்பது ஆச்சரியம்தான். அந்த முரண்டுபிடித்த காரைச் செலுத்துவதில் எனது அனைத்துப் புலன்களும் குவிந்திருந்தன.

நேரம் முழு இருட்டானபோது நான் காரின் குமிழ்களைத் திருகியும் இழுத்தும் தட்டுத் தடுமாறி ஒருவழியாக முன்விளக்குகளை எரிய வைத்துவிட்டேன். இந்த விஷயத்துக்காக மல்லுக்கட்டியதில் காரின் வேகம் குறைந்து, பெடல்கள்மீது அழுத்துவதை மறந்ததால், எஞ்சின் கொழகொழவென்று சத்தம் எழுப்பி கார் முன்புறமாக உந்தப்பட்டு, அப்புறம் எஞ்சின் அணைந்துவிட்டது. 'பொளக்' என்று பின்னாலிருந்து வந்த சத்தம் அப்பா பின்னிருக்கையிலிருந்து கீழே விழுந்துவிட்டார் என்று எனக்குச் சொல்லியது (பல மைல்களாக இதை நான் எதிர்பார்த்துக் கொண்டிருந்தேன்). கை பிரேக்கைப் போட்டுவிட்டு அடுத்து என்ன செய்யலாம் என்று கவனமாக யோசித்தேன். அப்பாவைக் கேட்பது பயனற்றது. கீழே விழுந்தும்கூட அவர் எழுந்திருக்கவில்லை, என்னாலும் எழுப்ப முடியாது. ஒரு கார்கூட எங்களைக் கடந்து செல்லும் வாய்ப்பில்லை. காலையில் காவலரின் அறையைக் கடந்துவந்தபின் இதுவரை எந்தக் காரும் என் கண்ணில்படவில்லை. நாங்கள் மேட்டிலிருந்து இறங்கு

முகத்தில் இருந்தோம், ஆகவே அதிர்ஷ்டம் இருந்தால் நாங்கள் மேலக்சிகோவை அடைந்துவிடலாம் அல்லது குறைந்தபட்சம் அந்தக் காவலர் இருக்கும் இடத்தையாவது. அந்த ஆளை எப்படி எதிர்கொள்வது என்று மனதில் ஒரு திட்டத்தை உருவாக்கும்வரை காத்திருந்துவிட்டு, கார் பிரேக்கை விடுவித்தேன். அவருடைய கண்காணிப்பு அறையைச் சென்றடையும்போது நான் என்னுடைய மேட்டிமைத் தனத்தைக் கவசமாகப் போட்டுக்கொள்வேன், அந்தக் குடியானவனிடம் ஒரு குடியாவனிடம் பேசுவதுபோல் பேசுவேன், அவனிடம் காரை ஸ்டார்ட் செய்யச் சொல்லி உத்தரவிடுவேன், அவ்வாறு அவன் செய்ததும் அப்பாவின் சட்டைப் பையிலிருந்து ஒரு கால்டாலர் நாணயம், இல்லை ஒரு டாலர்கூட அவனுக்கு இனாம் தந்துவிட்டுக் கிளம்பிச் செல்வேன்.

இப்படி ஒரு திட்டத்தை உறுதியாகத் தீர்மானித்துவிட்டு நான் பிரேக்கை விடுவித்தேன், நாங்கள் இறக்கத்தில் செல்ல ஆரம்பித்தோம். நான் அவ்வப்போது கிளச்சையும் ஆக்ஸிலேட்டரையும் மாற்றிமாற்றி உதைத்ததில் ஆச்சரியத்திலும் ஆச்சரியமாக எஞ்சின் இயங்க ஆரம்பித்துவிட்டது. அந்த ஹட்சன் மலை இறக்கத்தில் பித்துப்பிடித்தது போல ஆகிவிட்டது. தனது எதிர்ப்பைக் காட்டுவதற்கும் எங்களை ஒழித்துக்கட்ட மலைச்சரிவில் துள்ளிச்சாடவும் அது செய்த முயற்சிகளெல்லாம் ஒரு நொடி நான் கட்டுப்பாட்டில் கவனமில்லாம லிருந்தால்கூட நிறைவேறியிருக்கும். அந்தச் சவால் கிளர்ச்சியூட்டுவதாக இருந்தது. நான், இந்த மார்கிரெட், இயற்கையின் ஆற்றல்களுக்கு எதிராக, ஸ்டியரிங்கை அசைத்துக்கொண்டு ஆக்சிலேட்டரை தரையோடு அழுத்தும்போது, மெக்ஸிகோவையும் வலிமையையும் தனிமையையும் அனுபவமில்லாத இளமையையும் மூத்த பெய்லி ஜான்சனையும் சாவையும் பாதுகாப்பின்மையையும் ஏன் ஈர்ப்புவிசையைக்கூட எனது கட்டுப்பாட்டுக்குள் வைத்திருப்பதாக உணர்ந்தேன்.

ஆயிரத்து ஒரு இரவுகளாக அனுபவித்ததுபோலிருந்த சவால் களுக்குப்பின் மலைகள் சமதளத்துக்கு வழிவிட்டன, நாங்கள் சாலையின் இருபக்கங்களிலும் சிதறி தெரிந்த வெளிச்சங்களைக் கடந்து சென்று கொண்டிந்தோம். இதற்குப்பிறகு என்ன நடந்தாலும் சரி, நான் வெற்றி பெற்றுவிட்டேன். கார் வேகம் குறைய ஆரம்பித்தது, ஏதோ அது அடக்கப்பட்டுவிட்டது போலவும் கௌரவமில்லாமல் சரணாகதி அடைவதைப் போலவும். எப்படியோ நான் அழுத்தி, அழுத்தி ஒருவழியாக காவலரின் பெட்டியை இறுதியில் வந்தடைந்தோம். நான் கை பிரேக்ஸை இழுத்துப் பிடித்ததில் கார் நின்றுவிட்டது. நான் காவலரிடம் பேச வேண்டிய அவசியமில்லை. ஏனெனில் காரின் இயந்திரம் ஓடிக்கொண்டுதான் இருந்தது, ஆனால் அந்த ஆள் வந்து காருக்குள் எட்டிப் பார்த்துவிட்டுப் போகலாம் என்று சைகை செய்தபிறகுதான் போக முடியும். இப்போதுதான் நான் வெற்றிகொண்ட மலையை நோக்கி நின்றுகொண்டிருந்த ஒரு காரிலுள்ளவர்களுடன், அவர் பேசிக்கொண்டிருந்தார். அவருடைய அறையிலிருந்து வந்த வெளிச்சத்தில் இடுப்பிலிருந்து அவர் வளைந்து நின்றதில் அவர் நெஞ்சுப்பகுதி, திறந்திருந்த கார் கண்ணாடிக்குள் முழுமையாக மறைந்திருந்தது. நான்

எனது காரை அடுத்த பாய்ச்சலுக்குத் தயாராக வைத்திருந்தேன். காவலர் நிமிர்ந்து நேராக நின்றபோதுதான் காலையில் என்னைச் சங்கடப்படுத்திய ஆள் அவர் இல்லையென்று தெரிந்தது. அதுவும், அந்த சல்யூட் அடித்து 'பாசா' என்று கர்ஜித்ததும் எனக்கு எதிர்பாராத விஷயமாக இருந்ததில் நான் பிரேக்கை விடுவித்துவிட்டு இரண்டு கால்களையும் கீழே அழுத்திவிட்டுக் கொஞ்சம் அதிகமாகத் தூக்கிவிட்டேன். கார் எனது நோக்கத்துக்கு மாறாக ஓட ஆரம்பித்தது. அது முன்னுக்குப் பாயும்போதே இடதுபக்கமாக விலகிச் சென்றது, சில கோபப்புகை வெளியேற்றங்களோடு குலுங்கி ஓடி, அது அப்போதுதான் அங்கிருந்து கிளம்பிக்கொண்டிருந்த அந்தக் காரின் பக்கவாட்டில் நெருங்கிச் சென்றது. உலோகங்கள் உரசிய சத்தத்தோடு என்னை நோக்கி ஸ்பானிய மொழியில் எல்லாத் திசையிலிருந்தும் கோபமான சொற்கள் வீசப்பட்டன. மறுபடியும், வினோதமாக என்னுடைய உணர்வுகளில் பயம் கலந்திருக்கவில்லை. கீழ்க்கண்ட வரிசையில் நான் யோசிக்க ஆரம்பித்தேன்: நான் காயமடைந்திருக்கிறேனா, வேறு யாராவது காயமடைந்திருக்கிறார்களா, நான் ஜெயிலுக்குப் போவேனா, மெக்சிகர்கள் என்ன சொல்கிறார்கள், இறுதியாக, அப்பா எழுந்துவிட்டாரா, இவைகள்தாம் அவை. முதல் மற்றும் கடைசி கேள்விக்கு உடனடியாகப் பதில் சொல்ல முடிந்தது எனக்கு. மலைச்சாலையில் கண்மண் தெரியாமல் வண்டி ஓட்டிக்கொண்டு வந்த மிதப்பில், அந்த அளவுக்கு முன்பு எப்போதும் உணர்ந்திராத உற்சாகத்தில் இருந்தேன், என் கார் கதவுக்கு வெளியே அப்பாவின் குறட்டை ஒலி விளங்கிக்கொள்ள முடியாத எதிர்ப்புக் குரல்களுக்கு நடுவில் கேட்டுக்கொண்டிருந்தது. நான் காரைவிட்டுக் கீழே இறங்கினேன், போலீசைக் கூப்பிட வேண்டும் என்ற எண்ணத்தில். ஆனால் அந்தக் காவலர் என்னை முந்தி, என் பக்கம் வந்துவிட்டார். அவர் சில வார்த்தைகளைச் சொன்னார், மணிகளால் கோர்க்கப்பட்டிருந்தவை போலிருந்த அவற்றுள் 'போலிசியாஸ்' என்ற சொல்லும் இருந்தது. அந்தக் காரிலிருந்த ஆட்கள் வெளியே ஒவ்வொருத்தராக இறங்கவும், என்னுடைய கட்டுப்பாட்டை நான் இழந்துவிடாமல் சத்தமாக, மிகவும் கண்ணியமாக 'கிராசியாஸ் செனர்' என்று சொன்னேன். வேறுவேறு உடலளவிலும் வயதிலுமாக அக்குடும்பத்தின் எட்டு, பத்துபேர், உரக்கப்பேசிக் கொண்டும் என்னை அளவெடுப்பதுபோல் பார்த்துக்கொண்டும் நான் என்னவோ நகரத்தின் நடுவில் நிற்கும் சிலைபோலவும், அவர்கள் புறாக்கூட்டம் போலவும் என்னைச் சுற்றி வந்தார்கள். ஒருவர் சொன்னார், 'ஜோவன்', அதாவது நான் இளம்வயது என்று. நான், அந்த அளவு புத்திசாலி யாரென்று கண்டுபிடிக்க முயன்றேன், ஏனெனில் என்னுடைய உரையாடலை அவருடனோ அவளுடனோ தொடர முடியும் என்ற நம்பிக்கையில். ஆனால் அவர்கள் தங்களை இடம்மாற்றிக் கொண்டிருந்த வேகத்தில் அது இயலாமல் போய்விட்டது. அப்புறம் இன்னொருவர் 'பொராச்சா'வாக இருக்கலாம் என்று சொன்னார். உண்மையில் நான் ஒரு டெக்யுல்லாத் தோட்டம் போல் மணந்துகொண்டிருக்க வேண்டும் அவர்களுக்கு. ஏனெனில், அப்பா தன் மூச்சுவழியாக மதுவின் நெடியை வெளியேற்றிக் கொண்டிருந்தார், வெளியில் நிலவிய குளிர்காற்று எங்களைப் பாதிக்காதவண்ணம் கார் ஜன்னல்களையும் நான் அடைத்துவைத்திருந் தேன். இதையெல்லாம் நான் அவர்களிடம் சொல்ல விரும்பினாலும்

சொல்ல முடியுமா என்று எனக்குத் தெரியவில்லை. யாரோ ஒருவருக்கு காருக்குள் பார்க்கத் தோன்றியதில் கார் ஜன்னலுக்குள் உற்றுப் பார்த்துவிட்டுப் போட்ட வீறிட்ட சத்தத்தில் ரொம்பக்குறைவாக இருந்த அவர்களெல்லோரும் நூற்றுக்கணக்கில் பெருகி ஜன்னல்களைச் சுற்றிவந்து இன்னும் சத்தம் போட்டார்கள். ஒருநிமிடம் ஏதோ ஏடாகூடமாக ஒன்று நடந்துவிட்டது என்று எனக்குத் தோன்றியது. ஒருவேளை கார்கள் உரசியபோது... நானும்கூட நெருக்கிக்கொண்டு ஜன்னலுக்குள் பார்த்தேன், அப்புறம் அந்தத் தாளகதியோடு வந்து கொண்டிருந்த குறட்டை நினைவுக்கு வந்தது, பதட்டமே இல்லாமல் நகர்ந்து சென்றேன். காவலர் தன் கைவசம் ஒரு பெரிய குற்றச்செயல் மாட்டியிருக்கிறது என்று நினைத்திருக்கக்கூடும். அவர் நகர்ந்தும் சத்தமிட்டும் ‘அவளைக் கவனியுங்கள்’ அல்லது ‘உங்கள் பார்வையிலிருந்து அவளை விட்டுவிடாதீர்கள்’ என்பதுபோல் சொல்லிக்கொண்டிருந்தார். இந்த முறை அந்தக் குடும்பத்தினர் ரொம்ப நெருங்கிவரவில்லை, ஆனால் முன்பைவிட ஆங்காரமாகத் தோன்றினர். அவர்களிடமிருந்து வந்ததில் ஒரு தெளிவான வாக்கியத்தைப் புரிந்துகொள்ள முடிந்தது, ‘கியுயன் எஸ்?’, நான் வறண்ட குரலில் என்னால் முடிந்த அளவுக்கு விலகல் தன்மையை வரவழைத்துக்கொண்டு, ‘மி பாட்ரே’ என்று சொன்னேன். அவர்கள் நெருக்கமான குடும்ப உறவு கொண்டவர்களும் வாராந்திர கேளிக்கைக் கூடுகைகளில் ஈடுபடுபவர்களும் ஆதலால் நிலைமையைப் புரிந்துகொண்டார்கள். கொண்டாட்டத்தில் அதிகநேரம் செலவளித்து மதிமயங்கிக் கிடக்கும் தந்தையைப் பராமரிக்கின்ற பாவப்பட்ட சிறுமி நான். ‘பாப்ரெசிட்டா’.

காவலர், அந்தக் குடும்பத்தலைவர், ஒன்றிரண்டு குழந்தைகள் என அனைவரும் என் தந்தையை எழுப்புவதென்ற இமாலய முயற்சியில் ஈடுபட்டனர். மீதமுள்ள ஆட்கள் என்னைச் சுற்றியும் சேதமடைந்த காரையும் எட்டு வடிவத்தில் சுற்றிச் சுற்றியும் வந்ததை, அமைதியாகப் பார்த்துக்கொண்டிருந்தேன். இரண்டுபேர் அவரை அசைத்தும், இழுத்தும், தள்ளியும் பார்த்தார்கள், இரண்டு குழந்தைகள் அவரது நெஞ்சின்மீது மேலும் கீழுமாகத் துள்ளினார்கள். அந்தக் குழந்தைகளுக்குத்தான் பின்விளைவுக்கான பாராட்டை நான் தருவேன். பெய்லி ஜான்சன் மூப்பர் ஸ்பானிய மொழியோடு விழித்தார். ‘கியூ டியனே,’ ‘கியூ பாசா?’ ‘கியூ குயிரோ?’ வேறு யாராக இருந்தாலும் நான் எங்கிருக்கிறேன் என்றுதான் கேட்பார்கள். இதுவே பொதுவான மெக்சிகோ வெளிப்பாடாக இருக்கக்கூடும். அவர் ஓரளவுக்குச் சுயநினைவுக்கு வந்துவிட்டார் என்று எனக்கு உறுதியாகத் தெரிந்தபோது நான் அமைதியாகக் கூட்டத்தை விலக்கி ஒரு முரண்டுபிடித்த காரை அடக்கி வளைந்து நெளிந்த மலையில் ஓட்டிவந்து நிறுத்திய தற்பெருமை பொங்கும் குரலில் அப்பாவிடம், ‘அப்பா ஒரு விபத்து ஆகிவிட்டது’ என்றேன். உடனடியாக என்னை அடையாளம் கண்டுகொண்டதுடன் மெக்சிகோ கேளிக்கைக்கு முந்தைய தந்தையாக மாறினார்.

‘என்னது விபத்தா? ஹ எர்ர், யாருடைய தவறு? உனதா, மார்கிரெட்? எர்ர்ர் நீதான் தப்பு பண்ணினாயா?”

அவரிடம் அவரது காரை நானாக ஓட்டக் கற்றுக்கொண்டு ஐம்பது மைல்கள் அவரைக் கொண்டுவந்ததைச் சொல்வதில் பயனில்லை, அதோடு அவருடைய பாராட்டை எதிர்பார்க்கவுமில்லை, எனக்குத் தேவையுமில்லை.

“ஆம், அப்பா. நான் ஒரு காரில் மோதிவிட்டேன்.”

அவர் இன்னும் முழுமையாக எழுந்திருந்து உட்காரவில்லை. எனவே நாங்கள் எங்கேயிருக்கிறோம் என்று அவருக்குத் தெரியவாய்ப்பில்லை. ஆனால் கார் தரையில், அதுதான் அவர் நியாயமாக உட்கார்ந்திருக்க வேண்டிய இடம்போலும், இருந்துகொண்டு, “சிறுபொருள் வைக்கும் திறப்பிலிருக்கிறது. காப்பீடுத்தாள்கள். அவற்றை எடுத்து எர் போலீஸ் கிட்டே கொடு, அப்புறம் இங்கே வா.”

நான் பொருத்தமான பதிலை யோசிக்கும் முன்பே காவலர் இன்னொரு ஜன்னல் வழியாகத் தலையை உள்ளே நுழைத்து அப்பாவை வெளியே வரச்சொன்னார். எதுவும் யோசிக்காமல் அப்பா சிறுபொருள் பெட்டிப்பகுதியை நோக்கி கைநீட்டி அதிலிருந்து ஒரு கத்தைத் தாள்களையும் காலையில் மீதி வைத்திருந்த பாதி மதுக்குப்பியையும் எடுத்துக்கொண்டு ஊர்ந்து வெளியே வந்தார். தரையில் இறங்கிய அவர் எழுந்துநின்றபோது அங்கு கோபமாக நின்றுகொண்டிருந்த அனைவரைவிடவும் உயரமாக இருந்தார். விரைவாக அந்தச் சூழ்நிலையைப் புரிந்துகொண்டு, அந்தக் காரின் ஓட்டுனர் தோள்மீது கைபோட்டுக் கொண்டார். அந்தக் காவலரிடம் குனிந்து இதமாக ஏதோ பேசினார், அப்புறம் அவர்கள் மூவரும் காவலர் அறைக்குள் சென்றனர். நிமிடங்களுக்குள்ளாக அந்தத் தகர அறைக்குள்ளிலிருந்து சிரிப்பு சத்தம் கேட்டது, பிரச்சினை தீர்ந்தது, மகிழ்ச்சியும் காலி.

அப்பா எல்லா ஆண்களுடனும் கைகுலுக்கினார், குழந்தைகளை முதுகில் தட்டிக்கொடுத்தார், பெண்களிடம் மனம் கவரும் புன்னகை செய்தார். அப்புறம் சேதமடைந்திருந்த கார்களை எட்டிப் பார்க்காமல் ஓட்டுனர் இருக்கைக்குள் உட்கார்ந்தார். என்னை உள்ளே வரச்சொல்லி விட்டு, அரை மணி நேரத்துக்கு முன்பாக மொடாக்குடியில் தன்னை மறந்து கிடந்ததை அப்படியொன்றும் நிகழவே இல்லை என்பதுபோல், கவனமாக வீட்டை நோக்கி காரை ஓட்டிச்சென்றார். அவர் என்னிடம், எனக்குக் கார் ஓட்டத் தெரியும் என்று தனக்குத் தெரியாது என்று சொன்னார், தனது கார் எனக்குப் பிடித்திருக்கிறதா என்று கேட்டார், அவர் அவ்வளவு சீக்கிரம் இயல்புநிலைக்கு வந்தது குறித்துக் கோபமும், எனது சாதனைகளின் சிறப்பைப்பற்றி அவர் ஒரு வார்த்தைகூடப் பேசாததில் வருத்தமும் அடைந்தேன். ஆகவே அவருடைய கூற்றுக்கும் கேள்விக்கும் இரண்டு ‘ஆம்’களையே பதிலாகத் தந்தேன். நாங்கள் எல்லையை அடைவதற்கு முன்பு அப்பா கதவுக்கண்ணாடிகளைக் கீழே இறக்கி விட்டார், அந்தப் புதிய காற்று வரவேற்கக்கூடியதாக இருந்தாலும் சங்கடப்படுத்துகிற அளவுக்குக் குளிராகவும் இருந்தது. என்னிடம் பின்இருக்கையில் இருக்கும் கவசஉடையை எடுத்துப் போட்டுக்கொள்ளச் சொன்னார். நாங்கள் நகரத்துக்குள் ஒரு உறைந்த, தனிமைவயப்பட்ட அமைதியில் நுழைந்தோம்.

31

டொலொரெஸ், முந்தைய இரவு உட்கார்ந்திருந்த இடத்திலேயே இருப்பதுபோல் தோன்றியது. அவள் உறங்கப் போயிருப்பாள், காலை உணவைச் சாப்பிட்டிருப்பாள் அல்லது தலைமுடியைகூடச் சரிசெய்திருப்பாள் என்றெல்லாம் நம்ப முடியாதபடி அவள் அப்படியே அமர்ந்திருந்தாள். அப்பா விளையாட்டாக 'ஹலோ, கிட்,' என்று சொல்லிவிட்டுக் குளியலறையை நோக்கிச் சென்றார். நானும் அவளுக்கு வாழ்த்துச் சொன்னேன்: "ஹலோ, டொலொரெஸ்." (நாங்கள் ஏற்கெனவே உறவு சொல்லிக் கொள்வதை விட்டுவிட்டோம்). அவள் லேசாக, ஆனால் அமைதியாகத் தலையசைத்துவிட்டுத் தனது கவனத்தை ஊசிக்காதினுள் நூல் கோர்ப்பதில் தீவிரமாகச் செலுத்திக்கொண்டிருந்தாள். இப்போது அவள் முன்யோசனையோடு சமையலறை திரைச்சீலைகளைச் செய்து கொண்டிருந்தாள். இனி அவை திடமாகக் காற்றை எதிர்த்து நிற்கும். வேறு எதுவும் சொல்வதற்கு இல்லாததால் நான் என்னுடைய அறைக்குப் போனேன். சில நிமிடங்களில் வரவேற்பறையிலிருந்து விவாதச்சத்தம், இடைப்பட்ட சுவர்கள் மஸ்லின் துணியாலானவை என்பதுபோல், தெளிவாகக் கேட்டது.

'பெய்லி, நீ உன்னுடைய குழந்தைகளை நமக்கு இடையில் வரவைத்துவிட்டாய்.'

'கிட், நீ ரொம்ப ஓவரா இதைப்பற்றி நினைக்கிறாய். குழந்தைகள், எர்ர் என்னுடைய குழந்தைகள், நமக்கிடையே வருவதற்கு வாய்ப்பில்லை, நீ அவர்களை வரவிட்டாலொழிய."

"எப்படி நான் அதைத் தடுக்க முடியும்?" – அவள் அழ ஆரம்பித்தாள் – "அவர்கள் அதைத்தான் செய்து கொண்டிருக்கிறார்கள்." அப்புறம் அவள் சொன்னாள், 'நீ உன்னுடைய ஜாக்கெட்டை அவளுக்குக் கொடுத்திருக்கிறாய் அல்லவா.'

"நான் அவளைக் குளிரில் உறைந்து செத்துப்போக விட்டிருக்க வேண்டுமா? அதுதான் உனக்குப் பிடிக்குமா கிட்?". அவர் சிரித்தார். "அப்படி நடக்க வேண்டும் என்று ஆசைப்படுகிறாயா?"

"பெய்லி, எனக்கு அந்தக் குழந்தைகள்மேல் ஆசைதான். ஆனால் அவர்கள்..." அவளால், எங்களைப் பற்றிச் சொல்ல நினைத்ததைச் சொல்ல முடியவில்லை.

"நீ என்ன சொல்ல நினைக்கிறாயோ அதை வெளிப்படையாகச் சொல்ல வேண்டியதுதானே. நீ ஒரு தேவையில்லாத படங்காட்டுகின்ற கழிசடை, இல்லையா? மார்கிரெட்டும் இப்படித்தான் சொல்கிறாள். அவள் சொன்னது சரிதான்."

அப்பா இதைப்போய் அவரிடம் சொல்கிறாரே, இப்போது ஏதோ கொஞ்சமாகத் தெரியும் வெறுப்பு இன்னும் அதிகப்பட்டு விடுமோ? என்று எனக்குப் பயமாகிவிட்டது.

"மார்கிரெட் எப்படி வேண்டுமானாலும் நாசமாகப் போகட்டும், பெய்லி ஜான்சன். நான் உன்னைக் கல்யாணம் செய்யப் போகிறேன், நான் உன் குழந்தைகளைக் கல்யாணம் செய்ய விரும்பவில்லை."

"அதிர்ஷ்டம் கெட்ட பன்றியே, உன்னைப் பார்த்தால் ரொம்பப் பாவமாக இருக்கிறது. நான் போகிறேன். குட்நைட்."

முன்கதவு இழுத்து அடைக்கப்பட்ட சத்தம் கேட்டது, டொலொரெஸ் அமைதியாக அழுதுகொண்டிருந்தாள். அவளுடைய இரக்கமான முனகல் அழுகையை மூச்சிழுப்புகள் மூலமும் கைக்குட்டையில் சீந்துவதன் மூலமும் இடைமறித்துக் கொண்டிருந்தாள்.

என்னுடைய அறையிலிருந்த நான், அப்பா மோசமானவராகவும் கொடுங்கோலராகவும் நடந்துகொள்கிறார் என்று நினைத்தேன். அவர் தன்னுடைய மெக்சிகோ பயணத்தை நன்றாக அனுபவித்தார், ஆனால் பொறுமையாக அவருக்காகக் காத்துக்கொண்டிருந்த, வீட்டுவேலைகளை ஒரு குடும்பப் பெண்ணாகச் செய்துகொண்டு காத்திருந்த அந்தப் பெண்ணிடம் கனிவாகப் பேசுவதற்கு அவரிடம் ஒன்றுமில்லை. அவர் குடித்துக்கொண்டிருந்தார் என்று அவளுக்குத் தெரிந்திருக்கும் என்று நான் நம்பினேன். அதோடு நாங்கள் கிளம்பிப்போய் பன்னிரண்டு மணிகளுக்கு மேல் ஆகியும் ஒரு டார்ட்டில்லாவைக்கூட வீட்டுக்குக் கொண்டு வரவில்லை என்பதையும் அவள் கவனித்திருப்பாள்.

எனக்கு இரக்கமாகவும் கொஞ்சம் குற்றஉணர்வாகவும் இருந்தது. நானும்கூட ஜாலியாக இருந்திருக்கிறேன். நான் 'சிக்காரென்ஸ் சாப்பிட்டுக் கொண்டிருக்கும்போது அவள் இங்கே அவர் பத்திரமாக வீடு திரும்ப வேண்டும் என்று ஜெபம் செய்துகொண்டிருந்திருப்பாள். நான் ஒரு காரையும் மலையையும் வெற்றிகொண்டிருந்த வேளையில் அவள் எனது அப்பாவின் நன்னடத்தையைப்பற்றி யோசித்துக்கொண் டிருந்திருப்பாள். அவளிடம் அவர் நியாயமாகவோ கனிவோடோ நடந்து கொள்ளவில்லை. எனவே நான் அறையிலிருந்து வெளியே போய் அவளுக்கு ஆறுதல் சொல்லலாம் என நினைத்தேன். கருணையை, பாரபட்சம் பார்க்காமல் பரப்பும் எண்ணம் அல்லது கருணையை நான் எந்தவிதத்திலும் அக்கறைப்படாத ஆளிடம் காட்டும் எண்ணம் என்னை முழுமையாக ஆக்கிரமித்தது. அடிப்படையில் நான் நல்லவள்,

புரிந்துகொள்ளப்படாதவள் மற்றும் விருப்பப்படாதவளும்கூட. ஆனாலும் நான் நியாயமானவள், நியாயமானவளைவிட மேலானவள். நான் கருணையுள்ளவள். அவள் இருந்த இடத்தில், நடுவாக வந்துநின்றேன், டொலொரெஸ் ஏறெடுத்துப் பார்க்கவில்லை. பூப்போட்ட துணியில் ஊசி நூலைக் கொண்டு, தனது வாழ்க்கையின் கிழிந்த ஓரங்களை தைத்துக்கொண்டிருப்பதைப்போல வேலை செய்துகொண்டிருந்தாள். என்னுடைய ப்ளோரன்ஸ் நைட்டிங்கேல் குரலில் சொன்னேன், "டொலொரெஸ், நான் உனக்கும் அப்பாவுக்கும் இடையில் வர விரும்பவில்லை. இதை நீ நம்ப வேண்டும் என்று நினைக்கிறேன்." இதோ நான் செய்து முடித்துவிட்டேன். எனது நல்லகாரியம் இந்த நாளின் அநியாயங்களைச் சமன்செய்துவிட்டது.

அவள் தலை இன்னும் குனிந்திருக்க, அவள் சொன்னாள், "உன்னிடம் யாரும் பேசவில்லை மார்கிரெட். பிறர் உரையாடலை ஒட்டுக்கேட்பது அநாகரிகம்."

இந்த அட்டைச்சுவர்கள் சலவைக்கற்களால் ஆனவை அல்ல என்பது தெரியாத அளவுக்கு அவள் முட்டாள் அல்ல. நான் ரொம்பக் கொஞ்சமாகத் துடுக்குத்தனத்தைக் குரலில் வரவழைத்துக்கொண்டு, "எனது வாழ்நாளில் நான் ஒட்டுக்கேட்டது கிடையவே கிடையாது. நீங்கள் இருவரும் பேசிக்கொண்டிருந்தது ஒரு செவிடனுக்குக்கூடக் கேட்காமல் இருந்திருக்காது. உங்கள் இருவருக்கிடையில் நுழைவதற்கு எனக்கு எந்த ஆர்வமும் கிடையாது என்று சொல்ல நினைத்தேன். அவ்வளவுதான்" என்றேன்.

என்னுடைய நல்லெண்ணம் தோல்வியுற்றது, வெற்றியும் பெற்றது. அவள் சமாதானமடைய மறுக்கிறாள், ஆனால் நான் என்னை நல்லவளாகவும் கிறிஸ்தவ ஒளியில் நிற்பவளாகவும் காட்டிக்கொள்ள முடிந்தது. நான் திரும்ப எத்தனித்தேன்.

'இல்லை, அது அவ்வளவுதான் என்பது இல்லை," அவள் தலையைத் தூக்கிப் பார்த்தாள். அவளது முகம் உப்பி கண்கள் வீங்கிச் சிவந்து இருந்தன. "நீ ஏன் உன் அம்மாவிடம், அப்படி ஒருவர் இருந்தார் என்றால், திரும்பிப் போகக் கூடாது?" அவள் என்னிடம் கொஞ்சம் அரிசி உலையில் வைக்க முடியுமா என்று கேட்பதைப்போல் அடங்கி ஒலித்தது அவளது குரல். எனக்கு அம்மா என்று ஒருவர் இருந்தாளா? நல்லது, நான் அவளிடம் சொல்கிறேன்.

"எனக்கு ஒரு அம்மா இருக்கிறார், அவள் உன்னைவிட பலமடங்கு நல்லவள், அழகானவளும், புத்திசாலியானவளும்..."

"அப்புறம்"–அவள் குரல் கூர்மையாகியது, "அவள் ஒரு வேசியும்கூட." நான் இன்னும் வயதானவளாக இருந்திருந்தால், அல்லது என் அம்மாவோடு நீண்டநாள் வாழ்ந்திருந்தால், அல்லது டொலொரெஸ்ஸின் ஏமாற்றத்தை ஆழமாகப் புரிந்திருந்தால் என்னுடைய பதில் அந்த அளவுக்கு வன்முறையாக இருந்திருக்காது. அந்தக் கொடூர குற்றச்சாட்டு என்னுடைய ரத்தஉறவைத் தாக்கியதைவிட, எனது புதிதாகப்

பெறப்பட்ட வாழ்க்கையின் அடித்தளத்தைத் தாக்கிவிட்டது. அந்தக் குற்றச்சாட்டில் உண்மைக்கான வாய்ப்பிருந்தால், நான் வாழ முடியாது, அம்மாவோடு சேர்ந்து வாழ முடியாது, ஆனால் நான் அவ்வாறு வாழ விரும்பினேன்.

நான் டொலொரெஸ் அருகில் நடந்துபோனேன், அவள் சொன்ன சொல்லால் ஏகப்பட்ட கோபத்தோடு. “நான் உன்னைக் கன்னத்தில் அறையப்போகிறேன், அறிவுகெட்ட கிழட்டு நாயே” என்று எச்சரிக்கை செய்துவிட்டு அவள் கன்னத்தில் அறைந்தேன். அவள் நாற்காலியிலிருந்து ஒரு ஈயைப்போல எழுந்து நான் பின்னுக்குப் போவதற்குள் என்னைச் சுற்றிக் கைகளால் பிடித்துக்கொண்டாள். அவளது தலைமுடி எனது நாடிக்குக் கீழே இருந்தது, எனது இடுப்பை, இரண்டு மூன்று சுற்று சுற்றியதைப் போல அவளது கைகள் சுற்றியிருந்தன. அவளது ஆக்டபஸ் பிடியிலிருந்து விடுபட முழு சக்தியையும் வரவழைத்துக் கொண்டு அவளது தோள் களைப் பிடித்துத் தள்ளினேன். கடைசியில் ஒரு வழியாக, அவளை சோபாவில் தள்ளிவிடும்வரை எங்கள் இருவரிடமிருந்தும் ஒரு சிறு சத்தம்கூட வரவில்லை. அப்புறம் அவள் வீறிட்டுக் கத்த ஆரம்பித்தாள். வயதான சல்லி முட்டாள். என் அம்மாவை வேசி என்று சொல்லிவிட்டு வேறு எதை என்னிடமிருந்து எதிர்பார்த்தாள்? நான் வீட்டிலிருந்து வெளியே வந்தேன். படிக்கட்டில் இறங்கும்போது கையில் ஏதோ ஈரமாக இருப்பதை உணர்ந்து குனிந்து பார்த்தபோது, ரத்தமாக இருந்தது. அவளது வீறிடல்கள் மாலைக்காற்றில் உருளும் கற்களைப்போல் இன்னும் கேட்டுக்கொண்டிருந்தன, ஆனால் எனக்கு ரத்தம் வந்துகொண்டிருந்தது. என் கையைக் கவனமாகப் பார்த்தேன், அதில் எதுவும் வெட்டுப்பட்டிருக்க வில்லை. என் கையை மீண்டும் இடுப்புக்குக் கொண்டு போய் கையை எடுத்தபோது அங்கிருந்து புது ரத்தம் கையில் இருந்தது. எனக்கு என்ன ஆயிற்று என்று உணர்ந்துகொள்வதற்கு, புரிந்துகொண்டு செயல்படுவதற்கு முன்பு, இன்னும் கத்திக்கொண்டே, டொலொரெஸ் கதவைத் திறந்து நின்றாள். என்னைக் கண்டதும், கதவைச் சாத்திமூடுவதற்குப் பதிலாக, வெறிபிடித்தவள் போல் படிகளில் இறங்கி ஓடிவந்தாள். அவள் கையில் சுத்தியல் ஒன்று இருந்தது, அதை அவளிடமிருந்து என்னால் பிடுங்க முடியுமா என்று யோசிக்கக்கூடத் தோன்றாமல் அங்கிருந்து ஓடினேன். முற்றத்தில் நின்ற அப்பாவின் கார் இரண்டாவது முறையாக எனக்குப் பிரமாதமான அடைக்கலத்தை வழங்கியது. நான் உள்ளே போய்விட்டு கண்ணாடிகளை ஏற்றிவிட்டுக் கதவைப் பூட்டிவிட்டேன். டொலொரெஸ், பறப்பதுபோல், மரணதேவதை ஓலமிடுவதுபோல், அடங்காச் சினத்தால் முகம் சிவந்து ஆங்காரமாகத் தோன்றிச் சத்தமிட்டுக்கொண்டே காரைச் சுற்றிச்சுற்றி வந்தாள்.

அப்பா பெய்லியும் அவர் போய் பேசிக்கொண்டிருந்த அக்கம் பக்கத்தினரும் அந்தக் களேபரச் சத்தம் கேட்டுவந்து அவளைச் சுற்றி நின்றனர். நான் அவள் மேல் பாய்ந்து அவளைக் கொல்ல முயற்சி செய்ததாகவும் பெய்லி அவளை மறுபடியும் வீட்டுக்குள் ஏற்றக் கூடாது என்றும் கத்திக் கொண்டிருந்தாள். ஆட்கள் அவளை அமைதிப்படுத்த முயன்று கொண்டிருந்தபோது நான் காருக்குள், ரத்தம் இடுப்பிலிருந்து

வழிந்து பின்புறத்தை நனைத்துக்கொண்டிருப்பதை உணர்ந்தவாறு உட்கார்ந்திருந்தேன். அப்பா என்னைக் கார் கண்ணாடியைத் திறக்கும்படி சைகை செய்தார், நான் திறந்ததும் அவர் டொலொரெஸை வீட்டுக்குள் கூட்டிச் செல்லப்போவதாகவும் என்னை காருக்குள்ளேயே இருக்கும் படியும் சொன்னார். அவர் திரும்பி வந்து என்னைக் கவனிப்பதாகச் சொன்னார்.

அன்றைய தினத்தின் அனைத்து நிகழ்வுகளும் என்னை அழுத்தி மூச்சுத் திணற வைத்துவிட்டன. அந்த நாளின் சந்தேகத்துக்கு இடமில்லாமல் நான் பெற்ற வெற்றிகளெல்லாம் பிசுபிசுப்பான சாவில் முடிந்துபோக இருக்கின்றன. அப்பா நீண்ட நேரம் வீட்டுக்குள் இருந்துவிட்டால், அவரைத் தேடி அங்கே போக முடியாதபடி பயந்துபோயிருந்தேன், அதோடு ஒரு பெண்ணாக நான் கற்றுக்கொண்ட வழக்கம் உடையில் ரத்தக்கறையோடு இரண்டு அடிகள்கூட நடந்துசெல்ல, என்னை அனுமதிக்காது. நான் எப்போதும் பயந்ததுபோல், இல்லை, அறிந்தது போல் பட்ட அவ்வளவு சிரமங்களும் வீண்தான். (விதிவசமே என்று இருப்பதுதான் என் வாழ்வைப் பீடித்திருக்கும் பெருந்தொற்று). ஆர்வக்கிளர்ச்சி, அச்சத்தயக்கம், விடுதலையுணர்வு, கோபம், எல்லாமு மாகச் சேர்ந்து அசையக்கூட முடியாதவாறு என்னுடைய சக்தியை முற்றிலுமாக வடித்துவிட்டன. பொம்மலாட்டக் கயிற்றைக் கையில் வைத்திருக்கும் விதிக்காக, என்னுடைய அசைவுகளை அது இயக்கும்வரை, காத்துக்கொண்டிருந்தேன்.

அப்பா, சில நிமிடங்களில் படிகளில் இறங்கி காருக்குள் வந்து கோபமாகக் கதவைச் சாத்தினார். ஒரு மூலையில், சிந்தியிருந்த ரத்தத்தின் மீது உட்கார்ந்தார், நான் அவரிடம் எந்த எச்சரிக்கையையும் கொடுக்க வில்லை. என்னை என்ன செய்வது என்று அவர் யோசித்துக்கொண்டிருக்கும் போது அவருக்கு அவருடைய கால்சட்டை ஈரம் உறைத்திருக்க வேண்டும்.

"என்ன இழவு இது?" இடுப்பை உயர்த்தி கால்சட்டையைத் தடவிப் பார்த்தார். வீட்டு வரவேற்பறையிலிருந்து பிரதிபலித்துத் தெரிந்த வெளிச்சத்தில் அவரது கை சிவப்பாக இருந்தது. "இது என்னது, மார்கிரெட்?"

அவர் பெருமையடையும் வகையில் எந்த அளவுக்கு உணர்ச்சியே இல்லாமல் சொல்ல முடியுமோ, அப்படிச் சொன்னேன், "எனக்கு வெட்டுப் பட்டிருக்கிறது."

"வெட்டுபட்டது என்றால், என்ன சொல்கிறாய்?"

ஒரே ஒரு அபூர்வமான நிமிடமே நீடித்தாலும் என் அப்பா குழம்பிப் போனதை என்னால் காண முடிந்தது.

"வெட்டுப்பட்டது." அது சொல்வதற்கு அவ்வளவு ரசமாக இருந்தது. கார் இருக்கைகளின் தளர்ந்த பஞ்சுகளுக்குள் என் ரத்தத்தை இழப்பதில் எனக்கு ஒன்றுமில்லை.

"எப்போது? யாரால்?"

அப்பா, அந்த நெருக்கடியான நேரத்திலும் 'யாரால?' என்று கேட்கவில்லை.

“டொலொரெஸ் என்னை வெட்டிவிட்டாள்.” நான் காட்டிய சொற்ச்சிக்கனம் அவர்கள் அனைவரின் மீதும் எனக்கிருந்த வெறுப்பை வெளிக்காட்டுவதாக இருந்தது.

“ரொம்ப மோசமாகப் பட்டிருக்கிறதா?”

நான் டாக்டர் இல்லையாதலால் காயத்தைப் பரிசோதிக்க என்னால் முடியாது என்று நான் அவருக்குப் பதிலளித்திருக்கக்கூடும், ஆனால் துடுக்குத்தனம், என் கை ஓங்கி இருப்பதற்கு ஆபத்தாக ஆகிவிடக்கூடும்.

“எனக்குத் தெரியாது.”

அவர் கார் கியரைப் போட்டார், ரொம்பவும் பதமாக. நான் காரை ஓட்டி வந்திருந்தாலும் எனக்குக் கார் ஓட்டத் தெரியாது என்று அப்போது பொறாமையோடு, எனக்குத் தோன்றியது.

நாங்கள் ஒரு விபத்துகால அவசர மருத்துவமனைக்குப் போய்க் கொண்டிருப்பதாக நினைத்தேன், எனவே சாந்தமான மனதோடு எனது இறப்பைக்குறித்தும் விருப்பம் குறித்தும் திட்டமிட்டேன். காலத்தின் நாட்களில் வராத இரவினுள் நான் மறைந்துகொண்டிருக்கும்போது டாக்டரிடம் நான் சொல்லுவேன், ‘எழுதிச் செல்லும் விதியின் கைகள் எழுதியெழுதி மேற்செல்லும்.’ அப்புறம் எனது ஆன்மா நளினமாக விடுபடும். பெய்லிக்கு எனது புத்தகங்கள், எனது லெஸ்டர் யங் இசைத் தட்டுகள் மற்றும் அடுத்த உலகத்திலிருந்து எனது அன்பு. கார் நின்றபோது நினைவுமறைந்த வெறுமைக்குத் தள்ளாடியவாறு, என்னைக் கையளித்துவிட்டேன்.

அப்பா சொன்னார், “ஓகோ, கிட், எர்ர் போகலாம்.”

நாங்கள் காரை ஒரு வித்தியாசமான பாதையில் நிறுத்தியிருந்தோம், நான் காரிலிருந்து வெளிவரும் முன்பே அவர் தெற்கு கலிபோர்னியாவின் பண்ணைத் தோட்ட வீடு மாதிரியான பெரிய வீட்டின் படிக்கட்டில் ஏறிக்கொண்டிருந்தார். கதவு மணியை அடித்துவிட்டு என்னைப் படியேறி வரும்படிக் கூப்பிட்டார். கதவு திறக்கப்பட்டதும் அவர் நான் வெளியே நிற்குமாறு சைகை செய்தார். நானோ ரத்தம் வடிய நிற்கிறேன், உள்ளே தெரிந்த வரவேற்பறையில் கம்பளம் விரிக்கப்பட்டிருப்பது தெரிகிறது. அப்பா உள்ளே போனார், ஆனால் கதவை முழுமையாகச் சாத்தவில்லை, சில நிமிடங்கள் கழித்து ஒரு பெண்மணி கிசுகிசுப்பான குரலில் பக்கவாட்டிலிருந்த ஒரு அறைக்கு அழைத்தார். விளையாட்டு அறை போலிருந்த அந்த அறைக்குள் போனதும், எனக்கு எங்கு காயம் பட்டிருக்கிறது என்று கேட்டார். அவர் அமைதியானவராகத் தோன்றினார், அவருடைய அக்கறை பாசாங்கில்லாததாக இருந்தது. நான் என் உடுப்பைத் தூக்கியபோது நாங்கள் இருவரும் எனது இடுப்புப்பகுதியின் திறந்த சதைப்பகுதியைப் பார்த்தோம். காயத்தின் நுனிகள் உறைய ஆரம்பித்திருந்ததில் அவர் திருப்தியானார். நான் ஏமாற்றமடைந்தேன். பிய்ந்திருந்த பகுதியில் டிங்க்சர் வைத்து தடவிவிட்டு நீளமான பாண்ட் – எய்ட்களை வைத்து இறுகக் கட்டிவிட்டார். அப்புறம் நாங்கள்

வரவேற்பறைக்குப் போனோம். அப்பா அவருடன் பேசிக்கொண்டிருந்த மனிதரோடு கைகுலுக்கிவிட்டு, என்னைக் கவனித்த அவசரக்கால நர்ஸூக்கு நன்றி சொல்ல நாங்கள் கிளம்பினோம்.

காரில் வைத்து, அப்பா என்னிடம் அந்த ஜோடி அவருடைய நண்பர்கள் என்றும் அவர்தான் அந்தப் பெண்ணிடம் என்னைக் கவனிக்கும்படி கேட்டுக்கொண்டதாகவும் சொன்னார். அவளிடம், அந்த வெட்டுக் கீறல் ரொம்ப ஆழமானதாக இல்லையென்றால் அவளே அதற்குச் சிகிச்சையளிக்க வேண்டும் என்று தான் கேட்டுக்கொண்டதாக அவர் சொன்னார். இல்லாவிட்டால் அவர் என்னை ஒரு மருத்துவமனைக்குக் கொண்டுபோக வேண்டியதிருக்கும். பெய்லி ஜான்சனுடைய மகள் அவருடைய பெண் நண்பரால் வெட்டுப்பட்டார் என்பதை மக்கள் கண்டுபிடித்தால் உண்டாகும் வதந்தியை என்னால் நினைத்துப் பார்க்க முடியுமா என்று கேட்டார். ஏனெனில் அவர் ஒரு மேசன், ஒரு எல்க், ஒரு கடற்படை உணவு ஆலோசகர் மற்றும் லூத்தரன் திருச்சபையின் முதல் நீக்ரோ டீக்கனார். எங்களது துரதிர்ஷ்டவசமான சம்பவம் எல்லோருக்கும் தெரிந்த விஷயமாகிவிட்டால், நகரத்தில் இருக்கும் எந்த நீக்ரோவாலும், தலைதூக்கி நடமாட முடியாது. அந்தப் பெண்மணி (அவரது பெயர் எனக்குத் தெரியாது) எனக்குக் கட்டுப் போட்டுக்கொண்டிருக்கும்போது அப்பா அவருடைய நண்பர்களைத் தொலைபேசியில் தொடர்புகொண்டு நான் இரவு தங்குவதற்கு ஏற்பாடு செய்திருந்தார். இன்னொரு வண்டிவீடுகள் நிறைந்த பகுதியிலிருந்த, இன்னொரு வினோதமான வண்டி வீட்டில் நான் ஏற்றுக்கொள்ளப்பட்டு, இரவு உடையும், படுக்கையும் தரப்பட்டுத் தங்கினேன். அடுத்த நாள் நண்பகல் பொழுதில் என்னைப் பார்க்க வருவதாக அப்பா சொன்னார்.

எனது சாவு ஏக்கம் நிகழ்ந்துவிட்டதைப்போல், நான் படுக்கைக்குப் போய் தூங்கிவிட்டேன். காலையில் அந்த வீட்டின் வெறுமையோ, பழக்கமில்லாத அந்தச் சூழலோ, அல்லது விறைப்பாக இருந்த எனது இடுப்புப் பகுதியோ என்னைச் சங்கடப்படுத்தவில்லை. தாராளமான ஒரு காலைச் சிற்றுண்டியை நானே தயாரித்து நானே சாப்பிட்டேன், ஒரு வழவழப்பான மாதாந்திர பத்திரிகையை எடுத்துவைத்துக்கொண்டு அப்பாவுக்காகக் காத்திருந்தேன்.

பதினைந்து வயதில், ஒருவருக்குத் தேர்ந்தெடுத்துக்கொள்ள வேறு எதுவும் இல்லையென்றால், சரணடைந்துவிடுவது, எதிர்த்து நிற்பதைப் போன்று, கௌரவமானதே என்று வாழ்க்கை எனக்குக் கற்றுத் தந்திருக்கிறது.

அப்பா, கடற்படைஉணவு ஆலோசகரின் சீருடையாகக் கோடுகளிட்ட பருத்திச் சீருடைமேல் கவச உடுப்பை மாட்டிக் கொண்டுவந்து, என்னிடம் நான் எப்படி இருக்கிறேன் என்று கேட்டார், ஒன்றரை டாலரும் முத்தமும் தந்தார், மாலையில் நேரம் கழித்துவருவதாகச் சொன்னார். வழக்கம்போல சிரித்தார், பதற்றமாக இருக்கிறாயா என்று கேட்டுவிட்டு.

தனியாக இருந்தபோது, அந்த வீட்டு உடமையாளர் வீட்டுக்குத் திரும்பிவந்து அங்கு என்னைக் கண்டு திகைத்துப் போவதாகக்

கற்பனை செய்துகொண்டிருந்தேன், அப்புறம்தான் அவர்கள் எப்படி இருப்பார்கள் என்று எனக்குத் தெரியவே தெரியாது என்பது உறைத்தது. எப்படி, அவர்களது அருவருப்பையோ அல்லது இரக்கத்தையோ நான் தாங்கிக்கொள்வது? நான் காணாமல் போய்விட்டால் அப்பாவுக்கு நிம்மதியாக இருக்கும், டொலொரெஸ் பற்றிச் சொல்லவே வேண்டாம். நான் ரொம்ப அதிக நேரம் தயங்கிக் கொண்டிருந்துவிட்டேன். நான் என்ன செய்யப்போகிறேன்? எனக்குத் தற்கொலை செய்யும் அளவுக்குத் தைரியம் இருக்கிறதா? நான் கடலில் குதித்துவிட்டால், ஸ்டாம்ப்ஸில் குளத்திலிருந்து ஊதிப்பெருத்து மிதந்து பெய்லி பார்த்த மனிதரைப் போல, நானும் உப்பி மிதந்து வருவேன் அல்லவா? எனது சகோதரன் நினைப்பு வந்தவுடன் கொஞ்சம் நிதானமானேன். அவன் என்ன செய்வான்? ஒரு முறை பொறுமையுடன் காத்திருந்தேன், அப்புறம் இன்னொரு முறையும். பின்னர் என்னிடம் அங்கிருந்து போய்விடு என்று கட்டளையிட்டான். ஆனால் நீ உன்னைக் கொல்லக் கூடாது. விஷயங்கள் ரொம்ப மோசமாகப் போய்விட்டால் அதை எப்போது வேண்டுமானாலும் சரி செய்து கொள்ளலாமே.

நான் சில சூரை மீன் சாண்ட்விச்களைச் செய்தேன், ஊறுகாய் வைத்து கனமாக, ஒரு கட்டு பாண்ட் எய்ட்களைப் பாக்கெட்டில் வைத்துக்கொண்டு, என்னிடமிருந்த பணத்தை எண்ணி எடுத்து, (மூணு டாலர்களுக்குக் கொஞ்சம் அதிகமாகவும் சில மெக்சிகன் நாணயங்களும் இருந்தன) வெளியே நடந்தேன். கதவு அடைத்துச் சாத்தப்பட்ட சத்தம் கேட்டதும் நான் எடுத்த முடிவு கெட்டியாக உறைந்துவிட்டது என்று எனக்குத் தெரிந்துவிட்டது. என்னிடம் சாவி இல்லை, பூமியில் எந்த சக்தியாலும் என்னை அங்கேயே, அப்பாவின் நண்பர்கள் வந்து இரக்கத்தோடு என்னை மறுபடியும் உள்ளே அனுமதிக்கும்வரை, நிற்கவைக்கத் தூண்ட முடியாது.

இப்போது நான் சுதந்திரமாக வெளியே இருப்பதால் என் எதிர்காலத்தைக் குறித்துச் சிந்திக்கத் தொடங்கினேன். வெளிப்படையாகத் தெரிந்த எனது இருப்பிடமில்லாத நிலைமை சிறிது நேரமே எனக்கு ஒரு பொருட்டாக இருந்தது. நான் எனது அம்மாவிடம் போகலாம், ஆனால் என்னால் போக முடியாது. எனது இடுப்பிலிருந்த வெட்டுக் காயத்தை அவளிடம் காட்டாமல் மறைக்க முடியாது. ரத்தம் உறைந்த பாண்ட் – எய்ட்களையும் நான் அந்தக் காயத்தைச் சொறிந்துகொள்வதையும் வைத்து நடந்தது என்ன என்று புரிந்துகொள்ளும் சக்தி அம்மாவுக்கு உண்டு. காயத்தை மறைப்பதில் நான் தோல்வியுற்றால் இன்னொரு வன்முறைக் காட்சியை நிச்சயம் காண வேண்டியது இருக்கும். எனக்கு அந்தப் பாவமான திரு. ஃப்ரீமேன் நினைவுக்கு வந்தார், என் இதயத்தில் குற்றஉணர்வு படர்ந்தது, இத்தனை ஆண்டுகள் கழித்தும், எனது மனதுக்குள் குடைந்துகொண்டே இருக்கும் உடன் பயணியாக.

32

வெளிச்சமான தெருக்களில் குறிக்கோளில்லாமல் அன்றைய தினம் முழுவதும் சுற்றிக் கொண்டிருந்தேன். சந்தடியான வணிகவளாகங்களில் பேரம்பேசிச் சிரிக்கும் கடற்படை வீரர்களும், குழந்தைகளும், வெற்றிவாய்ப்பைக் காட்டி சலனப்பட வைக்கும் விளையாட்டுக்களுமாக, கலகலவென்று அங்கு சூழல் நிலவியது. ஒரு விளையாட்டு இடத்துக்குள் போய்ப் பார்த்துவிட்டு வந்தபின், இன்னும் அதிக வாய்ப்புகள் மட்டுமே கிடைக்கும் வெற்றித் தொகை கிடைக்காது என்பது எனக்குத் தெரிந்துவிட்டது. நான் நூலகத்துக்குச் சென்று அந்த நாளின் மீதிப் பகுதியை விஞ்ஞான புனைகதையைப் படிப்பதில் செலவிட்டேன், அங்கிருந்த சலவைக்கல் ஓய்வறையில் என்னுடைய காயக்கட்டைப் புதுப்பித்துக்கொண்டேன்.

ஒரு சமவெளியாக இருந்த தெருவில், உபயோக மில்லாத இரும்புப் பொருட்களாகப் போட்டு வைத்திருந்த குவியலில் பழைய கார்களின் பாகங்களும் இருந்தன. அந்தச் செத்துப்போன கூடுகள் நெருங்கிப் பார்க்கும் ஆவலைத் தூண்டுபவையாக இல்லாததால், நான் அவற்றைப் பரிசோதிக்க முடிவு செய்தேன். கைவிடப்பட்ட அவற்றின் ஊடாகப் பார்த்துக்கொண்டு போனபோது ஒரு தற்காலிகத் தீர்வு எனது மனதுக்குள் உதித்தது. இருப்பதில் ஒரு சுத்தமான காரைக் கண்டுபிடித்து இரவை அதனுள் கழித்துவிட வேண்டும். அறியாமையால் உருவான நம்பிக்கையில், காலை இன்னும் சந்தோஷமான தீர்வுகளைக் கொண்டுவரும் என நினைத்தேன். வேலிக்குப் பக்கத்தில் நின்றிருந்த ஒரு உயரமான சாம்பல் நிறக்கார் என் கவனத்தை ஈர்த்தது. அதன் இருக்கைகள் கிழிபடாமல் இருந்தன, சக்கரங்களோ சக்கரப் பொருத்தி களோ இல்லாமல் இருந்தாலும், அது அதன் சகதித்தடுப்பு வளைவுகளால் சமமான நிலையில் நின்றுகொண்டிருந்தது. கிட்டத்தட்டத் திறந்தவெளியில் உறங்க இருப்பது, எனது சுதந்திர உணர்வை இன்னும் ஊக்கப்படுத்தியது. மெல்லிய காற்றில், எனது மனஉறுதியை மட்டும் இணைப்பு நூலாகக் கொண்டு, மிதந்து பறந்துகொண்டிருக்கும் விடுபட்ட பட்டம் நான். காரைக் குறித்து முடிவெடுத்தபின் நான் உள்ளே போய் சூரைமீன் சாண்ட்விச்களைத் தின்றேன். பிறகு காரின் தரைப்பகுதியில் ஓட்டை இருக்கிறதா என சோதித்தேன். நான் உறங்கிக்கொண்டிருக்கும்போது எலிகள்

வந்து என் மூக்கைக் கடித்துவிடுமோ என்ற பயம், (அப்படி நடந்த சம்பவங்களைச் செய்தித்தாளில் நான் படித்திருந்தேன்) நிழல்களாக நின்றிருந்த அந்தக் கூடுகளை விடவும், வேகமாகக் கவிழ்ந்து கொண்டிருந்த இரவைவிடவும், அதிகமாக இருந்தது. என்னுடைய சாம்பல் நிறத்தேர்வு, எலிவராத அளவுக்கு இறுக்கமானதாகத் தோன்றியதால் நான் மறுபடியும் நடந்து வேறு ஒன்றைத் தேர்வுசெய்யாமல் அதிலேயே உட்கார்ந்து தூக்கம் வருவதற்காகக் காத்திருந்தேன்.

அந்த கார் ஒரு தீவு; பழைய வண்டிகளின் அந்தத் திடல் ஒரு கடல். நான் மட்டுமே தனியாக, வெதுவெதுப்புடன் இருக்கிறேன். நிலப்பகுதி கொஞ்சம் வெளியே இருக்கிறது. மாலை மயங்கியதும் தெருவிளக்குகள் ஒளிர்ந்தன; சாலையில் செல்லும் வண்டிகளின் வெளிச்சம் எனது உலகைச் சுற்றிச் சுழன்றதைச் சோதிப்பதைப் போல. முகப்பு விளக்குகளை எண்ணிக் கொண்டேயிருந்தவள், இரவு பிரார்த்தனையைச் சொல்லி விட்டுத் தூக்கத்தில் ஆழ்ந்தேன்.

காலைப்பொழுதின் வெளிச்சம் என்னைத் தூக்கத்திலிருந்து எழுப்பியது, நான் வித்தியாசமானவைகளால் சூழப்பட்டிருந்தேன். நான் இருக்கையிலிருந்து நழுவி ஒரு சகிக்க முடியாத தோரணையில் உறங்கிப் போயிருந்தேன். நேராக நிமிர்ந்து எழும்புவதற்காக என் உடம்பை இயக்கிக் கொண்டிருக்கும்போது அந்தக் காரின் ஜன்னல்களுக்கு வெளியே நீக்ரோ, மெக்சிக, வெள்ளை முகங்களின் கலவையைக் கண்டேன். அவர்கள் சிரித்துக் கொண்டிருந்தனர், அதோடு பேசுபவர்களைப்போல் வாயசைத்துக்கொண்டிருந்தனர், ஆனால் அவர்கள் உருவாக்கிய சத்தம் எதுவும் என்னுடைய புகலிடத்துக்குள் துளைத்துக் கொண்டு வரவில்லை. அவர்களுடைய முகபாவங்களில் கொப்பளித்துக் கொண்டிருந்த ஆர்வத்தைக் கண்டபோது, நான் யார் என்று தெரிந்துகொள்ளாமல் அந்த இடத்தைவிட்டு அவர்கள் விலகப் போவதில்லை என்று எனக்குப் புரிந்துவிட்டதால் நான் கதவைத் திறந்து, அவர்கள் நம்பும்படியான ஏதாவது ஒரு கதையைச் சொல்லி (அது உண்மையையும்கூடச் சொல்லலாம்) எனது தனிமையை, அமைதியைக் காப்பாற்றிக்கொள்ள நினைத்தேன்.

அந்த ஜன்னல்களும் என்னுடைய முழுவதுமாக விழித்திருக்காத தன்மையும் சேர்ந்து எனக்கு, அவர்களுடைய முகங்களைக் கோணல்மாணல் களாகக் காட்டின. அவர்கள் பெரியவர்கள் என்றும் 'புரோப்டிங்கேங்க்'கின் உறுப்பினர்கள் என்றும் எனக்குத் தோன்றியது. வெளியே வந்து நின்றபோது ஒரே ஒருவன் மட்டும்தான் என்னைவிட உயரமானவன் அவர்களைவிட ஒன்றிரண்டு வயது மட்டுமே நான் சின்னவளாக இருக்கிறேன் என்பது எனக்குத் தெரிந்தது. எனது பெயரென்ன என்று கேட்டார்கள், நான் எங்கிருந்து வருகிறேன், இந்தக் குப்பைமேட்டில் என்ன செய்துகொண்டிருக்கிறேன் என்றெல்லாம் அவர்கள் கேட்டார்கள். நான் சான்பிரான்ஸிஸ்கோவைச் சேர்ந்தவள் என்பதையும் எனது பெயர் மார்கிரெட் என்பதையும் அவர்கள் ஏற்றுக்கொண்டார்கள், ஆனால் என்னை 'மாயா' எனக் கூப்பிடுவார்கள் என்பதையும், எனக்குத் தங்குமிடம் இல்லையென்பதையும் அவர்கள் ஒத்துக்கொள்ள மறுத்துவிட்டனர். பூட்சி என்று தன்னை அழைத்துக்கொண்ட அந்த உயரமான பையன்,

மிகத்தாராளமான செய்கையாக என்னை வரவேற்றுவிட்டு நான் அவர்களுடன், அவர்களுடைய விதிகளைப் பின்பற்றுவதாக இருந்தால், தங்கிக்கொள்ளலாம் என்று சொன்னான். மாற்றுப் பாலினத்தவர் இருவர் சேர்ந்து படுக்கக் கூடாது, மழை பெய்யாவிட்டால் எல்லோருக்கும் அவரவருக்கான தனித்தனி படுக்கை வசதியுண்டு, சில கார்கள் ஒழுகக் கூடியவை என்பதால் காலநிலை காரணமாகச் சில வேளைகளில் படுக்கை வசதியைப் பங்குபோட வேண்டியதிருக்கும், திருடக் கூடாது, அது ஒழுக்கநெறிக்காக அல்ல, ஏனெனில் அந்தக் குற்றம் போலீசை, கார்குப்பை வளாகத்துக்கு வரவழைத்துவிடும், அதோடு எல்லோரும் சட்டரீதியான வயதுக்குக் கீழுள்ளவர் இருப்பதால் தற்காலிக பராமரிப்பு வீடுகளுக்கு அனுப்புகின்ற அல்லது இளங்குற்றவாளிகளுக்கான நீதிமன்றத்தில் கொண்டு நிறுத்தப்படுகிற வாய்ப்புகள் அதிகம். ஏதாவது ஒரு வேலையை எல்லோரும் செய்ய வேண்டும். பெரும்பாலான சிறுமிகள் குப்பிகள் சேகரிப்பதிலும், வார இறுதிநாட்களில் பிசுபிசுத்த கரண்டிகளைச் சுத்தம் செய்வதிலும் ஈடுபட்டார்கள். பையன்கள் வீட்டு முற்றங்களில் புல்வெட்டினார்கள், உள்விளையாட்டு அறைகளைச் சுத்தம் செய்தார்கள், சிறிய நீக்ரோ உரிமையாளரையுடைய கடைகளில் எடுபிடி வேலைகளைச் செய்தார்கள். எல்லா வருவாயையும் பூட்சி வைத்திருந்தான், பணம் பொதுவில் அனைவருக்குமாகச் செலவு செய்யப்பட்டது.

அங்கிருந்த ஒரு மாதத்தில் நான் நன்றாகக் கார் ஓட்டவும் (ஒரு பையனுடைய மூத்த சகோதரன் ஓடக்கூடிய காரைச் சொந்தமாக வைத்திருந்தான்) வசைச்சொல் பேசவும், நடனம் ஆடவும் கற்றுக்கொண்டேன். லீ ஆர்தர் என்ற ஒரு பையன் மட்டும் இந்தக் கும்பலோடு பகலில் சுற்றுவான். ஆனால் அவன் அம்மாவுடன் வீட்டில் வாழ்ந்துவந்தான். திருமதி ஆர்தர் இரவில் வேலைக்குச் செல்பவர், எனவே வெள்ளிக்கிழமை மாலையில் எல்லாச் சிறுமிகளும் குளிப்பதற்காக அவர் வீட்டுக்குச் செல்வோம். துணி துவைக்கும் இயந்திரக்கூடத்தில் எங்கள் துணிகளை துவைத்துக்கொள்வோம், ஆனால் இஸ்திரி தேவைப்படும் உருப்படிகளை 'லீ'யின் வீட்டுக்குக் கொண்டுபோவோம். எல்லா வேலைகளையும்போல, இஸ்திரியும் பண்ணுவதையும் பங்கீட்டு முறையில் செய்யப்படும்.

சனிக்கிழமை இரவுகளில் நாங்கள் 'ஜிட்டர்பக்' நடனப்போட்டியில், அது 'சில்வர் ஸ்லிப்பர்' ஹோட்டலில் நடத்தப்படுவது, கலந்துகொள்வோம். ஆடத் தெரியுமோ தெரியாதோ, பரிசுப்பணம் (முதல்பரிசு பெறும் ஜோடிக்கு 25 டாலர்கள், 10 டாலர்கள் இரண்டாம், 5 டாலர்கள் மூன்றாம் பரிசு பெறும் ஜோடிகளுக்கு) ஆசையைத் தூண்டுவதாக இருந்தது. பூட்சி, நாங்கள் எல்லோரும் கலந்துகொண்டால் பரிசுபெறும் வாய்ப்பு எங்களுக்குப் பிரகாசமாக இருக்கும் என்று சொன்னான். மெக்சிகோப் பையனான ஜூவான்தான் எனது ஆட்ட இணை, என்னைவிடவும் திறமையாக ஆடக்கூடியவனாக அவன் இல்லாதபோதும், நடன அரங்கில் எங்கள் ஜோடி மிகுந்த பாராட்டைப் பெற்றது. அவன் மிகவும் குட்டையான பையன், அவன் தலையை அசைக்கும்போது நீளமான, நேரான, கறுத்த தலைமுடி அவனது தலையைச் சுற்றி அசைந்தாடும், நானோ ஒல்லியான, கறுத்த மரம்போல உயரமானவள். அந்தக் குழுவோடு நான் வசித்த

கடைசி வாரத்தில் நாங்கள் இரண்டாவது பரிசை வென்றோம். நாங்கள் அங்கு ஆடிய நடனத்தை மறுபடி நிகழ்த்தவோ, அதை விவரிக்கவோ இயலாது, ஆனாலும் ஒன்று சொல்லலாம்: அந்தச் சிறிய நடனதளத்தில் நாங்கள் ஒருவரையொருவர் இழுத்துக்கொண்டும் தள்ளிக்கொண்டும் காட்டிய ஈடுபாட்டு உத்வேகத்தை, நிச்சயமாக நிஜமான மல்யுத்தத்திலும் படைவீரர்கள் கைச்சண்டை போடுவதிலும் காணப்படும் ஆவேசத்துக்கு இணையாகச் சொல்லலாம்.

ஒரு மாதத்திற்குப் பின்னால் நான் சிந்திக்கின்ற பாணி எந்த அளவுக்கு மாறிவிட்டதென்றால், எனக்கு என்னையே அறிந்துகொள்ள முடியவில்லை. கேள்வியே கேட்காமல் என்னை ஏற்றுக்கொண்ட எனது தோழர்களின் உறவு எனக்குப் பழக்கமான தன்னம்பிக்கையின்மையை விரட்டிவிட்டது. வேடிக்கை முரண் என்னவென்றால், அந்த வீடுகளில்லா இளம்பிராயத்தினரால், அதாவது யுத்தக்கொந்தளிப்பின் வண்டலான அவர்களால், நான் மானுட சகோதரத்துவத்துக்குள் மூழ்கும் வாய்ப்பைப் பெற்றேன். உடையாத குப்பிகளைத் தேடிக்கண்டுபிடித்து. மிஸ்ஸோரியிலிருந்து வந்த ஒரு வெள்ளைச் சிறுமி, லாஸ் ஏஞ்சல்ஸைச் சேர்ந்த ஒரு மெக்சிகச் சிறுமி, ஒக்லஹோமாவைச் சேர்ந்த கறுப்பினச் சிறுமி இவர்களோடு விற்றுக் காசாக்கிக்கொள்ளும் அனுபவத்திற்குப் பிறகு மனித இனம் என்ற மகத்தான இழையைத் தாண்டி அப்பால் உறுதியாக நிற்கும் வகையானவள் நான் என்று இனிமேல் என்னைக் கருத முடியாது. விமர்சனங்களை முன்வைக்காத எனது அந்தத் தற்காலிகச் சமூகம் என்னிடம் பெரும் தாக்கத்தை ஏற்படுத்தியது, எனது வாழ்க்கையில் சகிப்புத்தன்மைக்கு ஒரு வண்ணத்தை அளித்தது.

நான் என் அம்மாவைத் தொலைபேசியில் அழைத்து என்னைக் கூட்டிப்போகக் கேட்டுக்கொண்டேன். (அவளது குரல் வேறு உலகத்தைச் சேர்ந்தது போலிருந்தது). அப்பாவுக்கு என் விமான டிக்கெட்டை அனுப்பி வைப்பதாக அம்மா சொன்னபோது நான் அவளிடம் விமான நிறுவனத்துக்கே பயணச்சீட்டை அனுப்பிவைப்பது எனக்கு எளிதாக இருக்கும் என்று சொன்னேன். அவளுக்குப் பெருந்தன்மையாக நடந்துகொள்ள வாய்ப்பு தரப்படும் போதெல்லாம் இயல்பாக அதை ஏற்றுக்கொண்டு தாராளமாகச் செயல்படும் குணாதிசயப்படி, அவள் நான் கேட்டுக்கொண்டதற்குச் சம்மதித்தாள்.

அங்கு நான் அனுபவித்த தடைகளற்ற வாழ்க்கைமுறை காரணமாக நான் அங்கிருந்து புறப்படுகிறேன் என்று சொன்னபோது எந்த அதீத உணர்ச்சியையும் அவர்கள் வெளிக்காட்ட மாட்டார்கள் என்று நினைத்திருந்தேன். எனது எண்ணம் சரியானதுதான். நான் பயணச்சீட்டைப் பெற்றுக்கொண்டு, மறுநாள் கிளம்ப இருப்பதாகச் சாதாரணமாகச் சொன்னேன். எனது திட்டத்தை நான் அறிவித்த அதே அளவுக்கு (அது வலியச் செய்ததல்ல) குறையாத விலகல் தன்மையோடு அது ஏற்றுக் கொள்ளப்பட்டது. எல்லோரும் என்னை வாழ்த்தினார்கள். அந்தப் பழைய கார் கிடங்கிற்கோ அல்லது எனது காருக்கோ பிரியாவிடை சொல்ல எனக்கு மனமில்லை; எனவே அன்றைய இரவை முழுஇரவு சினிமாக்கொட்டகையில் கழித்தேன். ஒரு சிறுமி, அவளது பெயரையும்

முகத்தையும் ஆண்டுகள் கரைத்துவிட்டன, எனக்கு 'நிரந்தர நட்பு மோதிரம்' ஒன்றைக் கொடுத்தாள். அப்புறம் ஜூவான் எனக்கு ஒருவேளை நான் சர்சுக்குப் போவதாக இருந்தால் பயன்படும் என்று ஒரு கறுப்பு பூவேலை போடப்பட்ட கைக்குட்டையைப் பரிசாகத் தந்தான்.

வழக்கத்தைவிட இளைத்தவளாக நான் சான்பிரான்ஸிஸ்கோவுக்கு வந்து சேர்ந்தேன். அது மட்டுமல்ல, பெட்டி படுக்கை எதுவுமில்லாதவளாக, முறையாக என்னை ஒழுங்குபடுத்திக்கொள்ளாதவளாக. பார்த்தவுடனேயே அம்மா, 'உன் அப்பாவின் இடத்தில் அவ்வளவு உணவுப் பஞ்சமா? என்று கேட்டுவிட்டு 'நீ கொஞ்சம் உணவு சாப்பிட்டு அந்த எலும்புகளோடு தசையை ஒட்டவைப்பது நல்லது' என்றும் சொன்னாள். அவள் சொன்னது போலவே, நான் அந்தத் துணிவிரிக்கப்பட்ட சாப்பாட்டு மேஜையில் கிண்ணம் கிண்ணமாக, அவள் எனக்காகவே தயார் செய்த உணவு வகைகளோடு உட்கார்ந்திருந்தேன்.

நான் மறுபடியும் எனது வீட்டிலிருக்கிறேன். என் அம்மா ஒரு மேன்மையான பெண்மணி. டொலொரெஸ் ஒரு முட்டாள், அதைவிட முக்கியமாக ஒரு பொய்க்காரி.

33

தெற்குப்பயணம் போய்வந்த பின்பு வீடு சிறியதாகிவிட்டது, அதோடு அமைதியும் ஆகிவிட்டது என்று எனக்குத் தோன்றியது. சான்பிரான்ஸிஸ்கோவின் ஆரம்பக் கவர்ச்சி கொஞ்சம் கொஞ்சமாக மங்க ஆரம்பித்துவிட்டது. பெரியவர்கள் முகங்களிலிருந்த அறிவு ஏறி போய்விட்டது. ஏதோ அறிவைப் பெற்றுக்கொள்வதற்காக நான் என் இளமைப்பருவத்தை விட்டுக்கொடுத்துவிட்டதாக எனக்கு நானே சமாதானப் படுத்திக்கொண்டேன். ஆனால் நானடைந்த பயன் இழப்பைவிட மதிப்பு மிகுந்தது.

பெய்லியும் நன்கு வயதாகிப்போயிருந்தான். என்னைவிட அதிகம் வயதுகளைத் தன்மேல் ஏற்றிக்கொண்டிருந்தான். அந்த இளமைப்பருவம் நொறுங்கிப் போய்க்கொண்டிருந்த கோடைகாலத்தில் அவனும் தெருவில் வாழும் பையன்கள் கூட்டத்தோடு நட்பு கொண்டிருந்தான். அவனுடைய பேச்சுமொழி மாறியிருந்தது. கொதிக்கும் பானைக்குள் பன்றி இறைச்சித் துண்டுகளைப் போடுவதுபோல, பேச்சில் எப்போதும் கொச்சைவழக்கு வார்த்தைகளைச் சேர்த்துப் பேசிக்கொண்டிருந்தான். என்னைக் கண்டதும் மகிழ்ச்சியடைந்திருப்பான் என நினைக்கிறேன், ஆனால் அவனிடம் எந்த ஒரு வெளிப்பாடும் இருக்கவில்லை. என்னுடைய சாகசங்களையும், துர்அனுபவங்களையும் அவனிடம் சொல்லலாம் என்று முயலும்போது அவன் காட்டிய அலட்சியம், அந்தக் கதைகளை என் உதடுகளுக்குள் அடைத்துவிட்டது. அவனுடைய புதிய நட்புகள் வரவேற்பறை யிலும், நீள் அறைகளிலும் சூழ்ந்திருப்பார்கள், அவர்கள் அகலநூல்தையல் வெளியே தெரியும் மேல்கவச உடை அணிந்திருப்பார்கள், அகல விரிந்த பட்டைத்தொப்பிகள் அணிந்து அவர்களுடைய இடுப்புவாரோடு இணைக்கப்பட்டு, பாம்புபோல் தொங்கிக்கொண்டிருக்கும் சங்கிலிகளோடு இருப்பார்கள். அவர்கள் ரகசியமாக ஜின் குடிப்பார்கள், ஆபாசக்கதைகள் பேசுவார்கள். எனக்கு எந்தவித வருத்தமும் இல்லையென்றாலும் வளர்ந்து வருவது, நான் எப்படியிருக்கும் என்று நினைத்தேனோ அப்படியில்லாமல், தொடர்ந்து வலி அளிப்பதாகத்தான் இருந்தது.

ஒரே ஒரு விஷயத்தில் மட்டும் நானும் என் சகோதரனும் ரொம்ப நெருக்கமாக உணர்ந்தோம். பொதுவெளியில் நடனமாடக் கூடிய மனநிலையை நான் பெற்றிருந்தேன். எந்த எத்தனிப்பும் இல்லாமல் இயல்பாக அழகாக நடனமாடக்கூடிய, என் அம்மா சொல்லிக்கொடுத்த பாடங்களெல்லாம், அப்போது உடனடியாக என்னிடம் பலனளிக்க வில்லை. ஆனால் புதிதாகவும் மிகுந்த விலைகொடுத்தும் உருவாக்கிக் கொண்ட தன்னம்பிக்கையில் நான் என்னை மொத்தமாகத் தாளங்களுக்குக் கையளித்துவிட்டு அவை என்னை எங்கு செலுத்திச் செல்ல விழைந்தனவோ அங்கு நான் சென்றுகொண்டிருந்தேன்.

அம்மா எங்களை மிகவும் கூட்டமாக இருக்கும் நகர அரங்கில் நடக்கும் பெரிய இசைக்குழு நடனங்களுக்குச் செல்ல அனுமதித்திருந்தாள். நாங்கள் ‘ஜிட்டர் பக்’ நடனங்களை, கவுன்ட் பேசீ, லிண்டி, பிக் ஆப்பிள், காப் காலோவோ, ஹாப் டைம் டெக்ஸாஸ் ஹாப் மற்றும் டியூக் எல்லிங்டன் பாடல்களுக்கு ஆடுவோம். சில மாதங்களுக்குள்ளாகவே வடிவான பெய்லியும் அவனது உயரமான சகோதரியும் அங்கு நடனமாடும் முட்டாள்களைப் போலவே, பிரபலமாகிவிட்டனர்.

அவளது நற்பெயரைக் காப்பாற்ற நான் என்னுடைய வாழ்க்கையைப் பணயம் வைத்திருந்தாலும் (அது அவ்வாறு செய்ய வேண்டும் என்பதற்காகச் செய்யப்பட்டதில்லை) அம்மாவின் பிராபல்யம், நற்பெயர், சமூகத்தில் அவருக்கிருந்த மதிப்பு இவை மேலெல்லாம் எனக்கு ஆர்வம் குறைந்துவிட்டது அல்லது கிட்டத்தட்ட போய்விட்டது. நான் அவளைக் குறித்துக் கவலைப்படவில்லை என்பதல்ல அதன் பொருள், மாறாக எதைப் பற்றியும் எல்லாவற்றைப் பற்றியும் பெரிய அக்கறை எனக்கு இருக்கவில்லை. எல்லா ஆச்சரியங்களையும் கண்டபின்பு வாழ்க்கையின் உழலும் தன்மை எவருக்கும் புரிந்துவிடும். இரண்டு மாதங்களில் நான் புடம் போட்டவளாகிவிட்டேன்.

அம்மாவும் பெய்லியும் ஒரு ஓடிபஸ் சிக்கலில் மாட்டிக்கொண் டிருந்தனர். இரண்டுபேருக்கும் ஒருவருக்கொருவர் விலகி இருக்கவும் முடியவில்லை. சேர்ந்து போகவும் முடியவில்லை. என்றாலும் மனசாட்சியின் உறுத்தல்கள், சமூகம், ஒழுக்கம், நெறிமுறைகள் எல்லாமாகச் சேர்ந்து தாங்கள் பிரிந்திருப்பது நல்லது என்ற நிலைமையில் அவர்கள் இருந்தார்கள். ஒரு அற்ப காரணத்தைக் காட்டி அம்மா, பெய்லியை வீட்டைவிட்டுப் போகச் சொல்லிவிட்டாள். அதற்கு நிகரான ஒரு அற்ப காரணத்தைச் சொல்லி அவனும் அதற்கு ஒத்துக்கொண்டான். பெய்லிக்குப் பதினாறு வயதாகிறது, அவனுடைய வயதுக்கு அவன் உருவம் கொஞ்சம் சிறியதுதான், ஆனால் அவன் விவரமானவன். அதோடு அவனைக் காப்பாற்றவே முடியாத அளவுக்கு, அருமை அம்மாமீது நேசம் கொண்டிருந்தான். அவளுடைய நாயகர்கள் எல்லோரும் அவளுடைய நண்பர்கள், அவளுடைய நண்பர்கள் எல்லோரும் சூதாட்ட ஏமாற்றுக்காரப் பெரிய ஆட்கள். அவர்கள் இருநூறு டாலர்கள் விலையுள்ள செஸ்டாஃபீல்டு கோட்களையும்,

ஒரு ஜோடி, ஐம்பது டாலர்கள் விலையுள்ள புஷ்ச் காலணிகளையும் நாக்ஸ் தொப்பிகளையும் அணிபவர்கள். அவர்களுடைய சட்டைகள் தனித்துவமாக அடையாளப்படுத்தப்பட்டிருப்பவை, விரல்கள் பதவிசாக நகம்வெட்டப்பட்டுப் பராமரிக்கப்படுபவை. எப்படி ஒரு பதினாறு வயது பையனால் அவ்வளவு பெரிய, ஆளை மறைக்கும் ஆகிருதி கொண்டவர்களுடன், போட்டிபோட முடியும்? அவன் என்ன செய்ய வேண்டுமோ அதை அவன் செய்தான். அவன் பாலியல் தொழில் செய்யும் ஒரு தேய்ந்துபோன வெள்ளைக்கார பெண்ணைப் பிடித்துக்கொண்டான். சுண்டுவிரலில் ஒரு வைர மோதிரத்தைப் போட்டுக்கொண்டான், அப்புறம் ராக்லன் ஸ்லீவ்ஸ் கொண்ட ஹாரிஸ் ட்வீட் கோட்டும் அணிந்துகொண்டான். அம்மாவின் அரவணைப்புக்கான திறவுகோல்கள் இல்லை, இந்தப் புதிய உடமைகள் என்பது அவனுக்குத் தெரிந்திருக்குமா என்பது சந்தேகம். அவளுடைய விருப்பத்தேர்வுகளே அவனை இவ்வாறு செயல்பட வைக்கிறது என்பதுகூட அம்மாவுக்குத் தெரியாது.

ஓரத்திலிருந்து நான் அந்தத் துன்பியல் கூத்து அதன் உச்சக் கட்டத்தை நோக்கி நகர்ந்துகொண்டிருப்பதைப் பார்த்துக்கொண்டும் கேட்டுக்கொண்டும் இருந்தேன். நிஜத்தில் அதை இடைமறிப்பதோ, அல்லது இடைமறிப்பு செய்ய நினைப்பதோ சாத்தியமற்றதாக இருந்தது. ஒரு சூரிய உதயத்துக்கோ, ஒரு சூறாவளிப் புயலுக்கோ அதைவிட சுலபமாகத் திட்டமிட்டுவிடலாம். அம்மா மிகவும் அழகான பெண்ணாக இருந்து, அவளைச் சுற்றிவரும் எல்லா ஆண்களிடமிருந்தும் அவர்கள் அவளுக்குக் கட்டுப்பட்டுக் கிடப்பதைக் கப்பமாகப் பெறுகிறாள் என்றால், அவள் ஒரு நல்ல தாயாகவும் இருக்கிறாள். அதிலும் மிகமிக நல்ல தாயாக. அவளுடைய மகன் ஒரு சூப்பிப்போட்ட வெள்ளை வேசியால் பயன்படுத்தப்படுவதை, அவனுடைய இளமை உறிஞ்சப்படுவதை, பருவவயதைக் கடக்கும்போது அவன் பாழ்பட்டுப் போவதை, ஏற்றுக் கொள்ள முடியாது. முடியவே முடியாது.

பெய்லி அவனைப் பொறுத்தவரை அவளுடைய மகன், எப்படி அவனுக்கு அவள் தாயோ, அப்படி. அவனுக்கு யாரிடமிருந்தும், அது உலகத்திலேயே அழகான பெண்ணாக இருந்தாலும் சரி, அவமானத்தை ஏற்றுக்கொள்ள முடியாது. அந்த அழகான பெண் அவனுடைய அம்மாவாக இருந்தபோதும். அவனுடைய வீம்பை அது இளக்கிவிடவில்லை.

வெளியே போகவா? நல்லது, சரி. நாளைக்கா? இன்றைக்கு என்ன கெட்டுப்போச்சு? இன்றைக்கு இப்போதே என்றாலும் சரிதானே. ஆனால் இருவரும் எந்த அடியும் எடுத்துவைக்கவில்லை, எல்லா விஷயங்களையும் பேசிமுடிவு செய்ய வேண்டுமே, அதுவரை பொறுத்திருக்க வேண்டும்.

சில வாரங்களாக நடந்துகொண்டிருந்த கசப்பான இழுபறியை நான் நம்பிக்கை இழந்த ஆச்சரியமாகப் பார்த்துக்கொண்டிருந்தேன். வீட்டில் நாங்கள் வசைச்சொல் பேசுவதற்கோ நேரடியான இடக்குப்பேச்சு பேசுவதற்கோ அனுமதிக்கப்பட்டிருக்கவில்லை, ஆனால் பெய்லி தனது நாவை மோசமான வார்த்தைகளில் சுழற்றி எடுத்து அம்மாவை நோக்கி படிகாரக்கரைசல் சொட்டுகள் போல் தெறித்துக்கொண்டிருந்தான்.

அவளோ, தனது ‘இங்க் பிங்க்ஸ்’களை (பலசாலியான ஆணின் நெஞ்சைக்கூட உத்தரவாதமாக வெடித்துப்போகச் செய்யும் உணர்ச்சி வெடிப்புகளை) விசிறி அடித்துக்கொண்டு, பின்பு உடனே இனிமையான ‘சாரி’ (என்னிடம் மட்டும்) சொல்லிக்கொண்டும் இருந்தாள்.

இந்த வல்லமையான நேசப் போராட்டத்தில் நான் தனித்து விடப் பட்டவளாக இருந்தேன். அவர்கள் இருவருக்குமே போலி கைதட்டல்கள் தட்டும் கூலிஆள் தேவைப்படாததால் நான் ஓரங்கட்டப்பட்டு, மறக்கப் பட்டேன் என்று சொல்வது சரியாக இருக்கும்.

அது இரண்டாம் உலகயுத்தத்தின்போது சுவிட்சர்லாந்து இருந்ததுபோல் தோன்றியது. பீரங்கிக் குண்டுகள் என்னைச் சுற்றி விழுந்து கிடந்தன, ஆன்மாக்கள் சித்ரவதைப் படுத்தப்பட்டன, நம்பிக்கைகள் மடிந்து போய்க்கொண்டிருந்தன, ஆனால் நான் எதுவும் செய்ய இயலாமல், திணிக்கப்பட்ட நடுநிலைமையில் தவித்துக்கொண்டிருந்தேன். ஒருவித ஆசுவாசத்தைக் கொண்டுவந்த இறுதிமோதல், ஒரு சாதாரண மாலைப்பொழுதில் எந்தவித முன்னறிவிப்பும் இல்லாமல் நிகழ்ந்தது. இரவு மணி பதினொன்றைத் தாண்டியிருந்தது. நான் அறைக்கதவை லேசாகத் திறந்து வைத்திருந்தேன். ஏனெனில் அம்மா வெளியே கிளம்பிச் செல்வதையோ, படிக்கட்டில் பெய்லி கிறீச்சொலியோடு ஏறிவருவதையோ அப்போதுதான் என்னால் கேட்க முடியும்.

முதல் மாடியிலிருந்து இசைத்தட்டு இயக்கத்தில் இசைகேட்கும் கருவியிலிருந்து லோன்னி ஜான்சன் பாடிக்கொண்டிருந்தது உரக்கக் கேட்டது. “நாளை இரவு, நீ இன்றிரவு என்ன சொன்னாய் என்பது உனக்கு நினைவிருக்குமா?” மதுக்குவளைகள் மெல்லத் தட்டப்பட்டன, குரல்கள் ஒன்றோடு ஒன்று இழைந்து ஒலித்தன. கீழே ஒரு கூடுகை களைகட்டத் தொடங்கியிருந்தது, பதினொரு மணிக்குள் நாங்கள் படுக்கைக்குச் செல்ல வேண்டும் என்ற அம்மாவின் விதி பெய்லியால் மீறப்பட்டிருக்கிறது. நள்ளிரவுக்கு முன்பாக அவன் வீட்டுக்குள் வந்துவிட்டால் சவுக்கு வீச்சுப்போல் விழும் வார்த்தைகளோடு கன்னத்தில் சில அறைகளோடு அவள் திருப்தியடைந்துவிடுவாள்.

12 மணி வந்தது, உடனே சென்றுவிட்டது. நான் கட்டிலில் எழுந்து உட்கார்ந்து வரவிருக்கும் ‘சாலிட்டயர்’ விளையாட்டுக்களில், முதலாவதுக்கான சீட்டுகளை விரித்தேன்.

‘பெய்லி!’

எனது கைக்கடிகாரத்தில் முட்கள் ஒரு மணியின் சற்றே மாறுபட்ட ‘வி’ வடிவத்தைக் காட்டின.

“இதோ இருக்கிறேன். மதர் டியர்,” அவனது குரல் இனிப்பாகவும் கசப்பாகவும் நீட்டி முழக்கியது. அப்புறம் அந்த ‘டியரை’ ரொம்பவே அழுத்தமாகச் சொன்னான்.

"நான் நினைக்கிறேன் நீ ஒரு ஆண்பிள்ளை என்று... அந்த ரிகார்ட் பிளேயர் சத்தத்தைக் குறைத்து வை."

"நான் உங்கள் மகன், மதர் டியர்." ஒரு வேகமான தற்காப்புப் பதில்.

"இப்போ பதினொரு மணி ஆகவில்லையா, பெய்லி?" எதிராளியை மடக்குவதற்கு மெதுவாக வீசப்பட்ட கேள்வி.

"மணி ஒன்றைத் தாண்டிவிட்டது, மதர் டியர்" அவனும் கோதாவில் குதித்துவிட்டான். இனி அடிகள் நேரடியாகவே விழப்போகின்றன.

"கிளைடெல் மட்டும்தான் இந்த வீட்டின் ஒரே ஆண் மகன். நீ உன்னை ஒரு ஆண்மகன் என்று நினைத்துக்கொண்டிருந்தாய் என்றால்..." அவளுடைய குரல் சாட்டை நுனியில் மாட்டியிருந்த கத்திபோல் சுண்டி விழுந்தது.

"நான் இப்போதே கிளம்பி விடுகிறேன் மதர் டியர்." அந்த மரியாதையான தொனி அவனது அறிவிப்பின் உள்ளடக்கத்தை மிகைப் படுத்திக் காட்டுவதாக இருந்தது. ஒரு ரத்தமில்லா வீழ்த்துதலாக அவன் அவளது முகத்தின் கவசத்துக்கு அடியில் குத்திவிட்டான்.

இப்போது விஷயம் வெட்டவெளிச்சமாகி விட்டபடியால் அவளுக்கு அவளுடைய கோபத்தின் போக்கிலே மேலே செல்வதைத் தவிர வேறு மார்க்கமில்லை.

"அப்படியானால் உனது கால்கள் கிளம்புகின்ற சந்தடியை எழுப்பட்டும்." அவளது கால்கள் அவள் சொன்னதை வலியுறுத்தும் முகமாக அந்த லினோலியம் ஒட்டப்பட்ட தரையில் தாளம் போட்டுக் கொண்டிருக்க மேலே அவனது அறைக்குப் போகும் படிக்கட்டில் அவனும் காலைத் தட்டி நடனம் ஆடிக்கொண்டிருந்தான்.

ஒருவழியாக இறுதியில், குழம்பிய காவிநிற அடிவானத்தைக் கழுவிவிடுவதற்காக மழை வரும்போது, அந்த இயற்கை நிகழ்வைக் கட்டுப்படுத்த முடியாத நமக்கு வருவது துயரம் அற்ற ஒரு உணர்வு, மட்டுமே. கிட்டத்தட்ட ஒரு அமானுஷ்ய உணர்வு: உலகின் முடிவுக்குச் சாட்சியாய் உண்மையாகவே நாம் நிற்கும்போது, அது வேறு வெளிப் படையான உணர்வுகளுக்கு நம்மைக் கொண்டுசெல்கிறது. தொடர்ந்து, வந்துகொண்டிருக்கும் உணர்வுகள் வழக்கமானவையாக இல்லா விட்டாலும், அவை குறைந்தபட்சம் புதிர்களாக இருப்பதில்லை.

பெய்லி வீட்டைவிட்டு வெளியேறுகிறான். அதிகாலை ஒரு மணிக்கு. சின்னவனான எனது சகோதரன், நான் தனியாக நெருப்புக்கோள வாழ்க்கையில் இருந்தபோது என்னை கோப்ளின்கள், க்னோம்கள், கிரெம்லின்கள், பேய்கள் எல்லோரிடமிருந்தும் பாதுகாத்தவன், வீட்டைவிட்டு வெளியேறுகிறான்.

தவிர்க்க முடியாத அந்த விளைவு ஏற்படும் என்று ஏற்கெனவே எனக்குத் தெரிந்திருந்தாலும், நான் அவனுடைய துயர மூட்டைக்குள் கிளறிப் பார்க்கவோ, அல்லது அதைச் சுமப்பதற்கு உதவிசெய்யவோ முன்வரவில்லை.

எனது முடிவுக்கு எதிராக, நான் அவனுடைய அறைக்குள் சென்றேன். அவன் பத்திரமாகப் பாவித்து வைத்திருந்த தன்னுடைய துணிகளை யெல்லாம் ஒரு தலையணைப் பைக்குள் அடைத்துக்கொண்டிருந்தான் அவனுடைய முதிர்ச்சி எனக்குத் தர்மசங்கடமாக இருந்தது. கைமுஷ்டியைப் பந்துபோல சுருட்டியிருப்பதைப்போன்று உருண்டிருந்த அவனது சின்ன முகத்தில் எனது சகோதரனுக்கான எந்த அடையாள எச்சமும் இல்லை. என்ன சொல்வதென்று தெரியாமல் நான் ஏதாவது உதவி செய்யட்டுமா என்று கேட்டதற்கு அவன், "என்னைத் தனியே விடு" என்று சொன்னான்.

நான் கதவுக் கைப்பிடியில் சாய்ந்துநின்று கொண்டு எனது இருப்பை மட்டும் அவனுக்கு அறிவித்துக் கொண்டிருந்தேன், வேறு எதுவும் சொல்லவில்லை.

"அவள் நான் வெளியே போக வேண்டுமென்று விரும்புகிறாள், இல்லையா? நல்லது, காற்று தீப்பிடித்துக்கொள்ளும் அளவுக்கு நான் புறப்படும் வேகம் இருக்கப்போகிறது. அவள் தன்னை அம்மா என்று சொல்லிக்கொள்கிறாள் அல்லவா? ஹ. நான் நாசமாப்போக, இதுதான் அவள் என்னைக் கடைசி முறையாகப் பார்ப்பது. என்னால் பிழைத்துக் கொள்ள முடியும். எப்படியும் என்னால் பிழைத்துக்கொள்ள முடியும்."

ஒரு குறிப்பிட்ட தருணத்தில் நான் கதவருகே இன்னும் நின்று கொண்டிருப்பதைப் பார்த்துவிட்டான், அவனது உணர்வுநிலை இழுக்கப்பட்டு எங்கள் உறவு முறை அவன் நினைவுக்கு வந்தது.

"மாயா இப்போது நீயும் வருகிறாய் என்றால் புறப்படு. நான் உன்னைக் கவனித்துக்கொள்வேன்."

எந்த பதிலுக்காகவும் அவன் காத்திருக்கவில்லை. வேகமாக மறுபடியும் தனக்குள் பேசிக்கொள்வதற்குப் போய்விட்டான். "அவள் நான் இல்லாததைப் பற்றிக் கவலைப்பட மாட்டாள், நானும் சத்தியமா அவள் என்னுடன் இல்லையென்று கவலைப்படப்போவதில்லை. அவளும் எல்லோரும் நாசமாகப் போகட்டும்."

அந்தத் தலையணைப் பைக்குள் தனது காலணிகளை, சட்டைகள், டைகள், காலுறைகளுக்கு மேலாக அமுக்கி வைத்தான். மறுபடியும் என் ஞாபகம் அவனுக்கு வந்தது.

"மாயா, எனது புத்தகங்களை நீ எடுத்துக்கொள்."

எனது கண்ணீர் பெய்லிக்காகவோ, அம்மாவுக்காகவோ, ஏன் எனக்காகவோகூடச் சிந்தப்படவில்லை, மாறாக வாழ்க்கையின் துயரங்களோடு வாழ்ந்துகொண்டிருக்கும் மானுடர்களின் இயலாமையைக் குறித்துச் சிந்தப்பட்டது. இப்படிப்பட்ட ஒரு துன்பமான முடிவைத் தவிர்க்க வேண்டுமென்றால் நாம் அனைவரும் மறுபடியும் பிறக்க வேண்டும், அதுவும் மாற்றுவழிகள் தெரியும் அறிவுடன். அப்படியே பிறந்துவிட்டாலும்?

பெய்லி புடைத்திருந்த அந்த தலையணைப் பையை எடுத்துக் கொண்டு என்னை விலக்கிவிட்டுப் படிகளை நோக்கிச் சென்றான். முன்கதவு அடைத்துச் சாத்தப்பட்டபோது கீழ்தளத்திலிருந்த ரிக்கார்ட்

பிளேயரிலிருந்து சத்தம் வீட்டை நிறைத்தது, நட் கிங் கோல் உலகத்துக்கு எச்சரிக்கை செய்தார், "நிமிர்ந்து நில், நேராகப் பறந்துசெல்." என்னவோ மனிதப்பிறவிகளால் தேர்ந்தெடுத்துக்கொள்ள முடியும் என்பதைப்போல.

அம்மாவின் கண்கள் சிவந்திருந்தன, முகம் வீங்கியிருந்தது. ஆனால் அடுத்தநாள் காலையில், தனது "எல்லாம் எல்லாமேதான்" பாணி சிரிப்போடு வலம் வந்தாள். காலைச் சிற்றுண்டி தயாரித்துக்கொண்டு, முக்கியமான வேலைகளைப் பற்றி பேசிக்கொண்டு, அவளிருக்கும் இடத்தையெல்லாம் பிரகாசமாக்கிக் கொண்டு. யாரிடமிருந்தும் பெய்லி அங்கு இல்லாமலிருப்பதைப் பற்றி, இப்போது எப்படி வீடு இருக்கிறதோ அப்படித்தான் எப்போதும் இருந்ததுபோல, பேச்சே எழவில்லை.

வீடு சொல்லப்படாத எண்ணங்களால் கறைபடிந்து இருந்தது, மூச்சுவிட நான் என் அறைக்குப்போகத் தேவை இருந்தது. நேற்றிரவு அவன் இங்கிருந்து எங்கே போயிருப்பான் என்று ஊகிக்க முடிந்தது, இன்று அவனைக் கண்டுபிடித்து எனது ஆதரவைத் தெரிவிக்க வேண்டும் என நினைத்தேன். பிற்பகலில் நான் வளைகுடாவை நோக்கிய ஜன்னல்களோடு 'அறைகள்' என்று பச்சை, ஆரஞ்சு வண்ண எழுத்துகளில் விளம்பரப் பெருமையடித்துக்கொண்டிருந்த வீட்டை அடைந்து, அவனைக் குறித்து விசாரித்தேன். முப்பது வயதைத் தாண்டிய எந்த வயதோடும் பொருத்திப் பார்க்கத்தக்க ஒரு பெண், எனது அழைப்பு மணிச்சத்தம் கேட்டு வந்து பெய்லி ஜான்சன் மேல்தளத்தில் இருப்பதாகச் சொன்னாள்.

அவனுடைய கண்கள் அம்மாவுடைய கண்களைப் போன்றே சிவந்திருந்தன, ஆனால் முந்தைய இரவைவிட அவனது முக இறுக்கம் குறைந்திருந்தது. ரொம்ப நாகரிகமாக அந்த அறைக்குள் வரும்படி அழைக்கப்பட்டேன், ஒரு மெத்தையுடன் கூடிய கயிற்றுக்கட்டில், ஒரு சாய்வு நாற்காலி, எரிவாயு கணப்பு, ஒரு மேஜை அங்கு இருந்தன.

அவன் பேசத் தொடங்கினான், நாங்கள் தள்ளப்பட்டிருந்த அசாதாரணமான சூழ்நிலையை மறைக்கும் விதமாகப் பேசத் தொடங்கினான்.

"நல்ல அறை, இல்லையா? உனக்குத் தெரியுமா இப்போதெல்லாம் வாடகைக்கு அறைகளைக் கண்டுபிடிப்பது மிகவும் சிரமமாக உள்ளது. இந்த யுத்தமும், சவமும்... பெட்டி (அவள்தான் அந்த வெள்ளைக்கார விலைமாது) இங்கேதான் வசிக்கிறாள். அவள்தான் எனக்கு இந்த அறையை ஏற்பாடு செய்து தந்தாள். மாயா, உனக்குத் தெரியும், இந்த வழிதான் நல்லது... நான் என்ன சொல்கிறேன் என்றால் இப்போது நான் வாலிபன். நான் என் வழியில்தான் இனி இருக்க வேண்டும்."

அவன் விதியையோ அம்மாவையோ சபிக்கவில்லை, அவதூறாகப் பேசவில்லை, தான் கோபமாக இருப்பதாகக் காட்டிக்கொள்ளக்கூட இல்லை என்பதைப் பார்த்து எனக்குக் கோபவெறி ஏற்பட்டுவிட்டது.

"நல்லது" – நான் ஒருவாறு தொடங்க நினைத்தேன். "அம்மா உண்மையிலே அம்மாவாக இருந்தால் அவள் இப்படி நடக்கவிட்டிருக்க மாட்...."

அவன் என்னை, தனது கறுப்புக் கையை உயர்த்தி, தடுத்து நிறுத்தனான். “பொறு, மாயா, அவள் செய்தது சரி. எல்லா மனிதனின் வாழ்க்கையிலும் சந்தர்ப்பம் என்று ஒன்று வரத்தான் செய்யும்.”

“பெய்லி, உனக்குப் பதினாறு வயதுதான் ஆகிறது.”

“ஆண்டுக் கணக்கில் வரவில்லை, ஆமாம். ஆனால் பல ஆண்டுகளாக நான் பதினாறு வயதில் இல்லை. எப்படியானாலும் நேரம் வரும்போது ஒருவன் தனது மேல்கவச அங்கியின் கயிறுகளை வெட்டிவிட்டு வாழ்க்கையை எதிர்கொள்ளத்தான் வேண்டும்… நான் மதர் டியரிடம் சொன்னதுபோல, நான் வந்து… ”

“நீ எப்போது அம்மாவிடம் பேசினாய்?”

“இன்று காலையில், நான் மதர் டியரிடம் சொன்னேன்…”

“நீ தொலைபேசியில் அவளுடன் பேசினாயா?”

“ஆம் அப்புறம் அவள் இங்கு வந்தாள். எங்களிடையே மிகவும் பயனுள்ள உரையாடல் நடந்தது” – ஞாயிற்றுக்கிழமை வேதபாட ஆசிரியர்போல வார்த்தைகளைத் தேர்ந்தெடுத்து அவன் பேசினான், “அவள் நன்றாகப் புரிந்துகொண்டிருக்கிறாள், ஒவ்வொரு மனிதனின் வாழ்க்கையிலும் அவன் பாதுகாப்பின் கரையிலிருந்து வாய்ப்புகளின் கடலுக்குள் குதிக்க வேண்டிய நேரம் என்று ஒன்று வரும்… ஓக்லேண்டி லிருக்கும் அவளுடைய ஒரு நண்பர் மூலம் என்னை, “சதர்ன் பசிபிக்”கில் சேர்த்துவிட ஏற்பாடு செய்திருக்கிறாள். மாயா, அது ஒரு தொடக்கம்தான். முதலில் நான் சாப்பாட்டுப் பெட்டியில் பரிமாறுபவனாகச் சேருவேன், அப்புறம் தலைமைப் பணியாள், அப்புறம் அங்கு தெரிந்துகொள்ள வேண்டியவை என்னவெல்லாம் உண்டோ, அனைத்தையும் தெரிந்து கொண்டபின் வேறு கிளைக்குச் செல்வேன்… எதிர்காலம் நன்றாகவே தோன்றுகிறது எனக்கு. கறுப்பு மனிதன் இன்னும் போர்முனைகளில் புயலைக் கிளப்பவில்லை. நானே போட்டுப் பார்த்துவிடலாம் என்றிருக்கிறேன்.”

அவனுடைய அறை எரிந்த எண்ணெய்ப்பசை, லைசால் மற்றும் புராதான வாடைகளால் நிறைந்திருந்தது. அதனால் அவனது முகம் அவனுடைய வார்த்தைகளிலிருந்த புத்துணர்ச்சியைப் பிரதிபலித்துக் கொண்டிருந்தது. மறுபடியும் அவனைப் புகையோடிருக்கும் எங்களது யதார்த்த வாழ்க்கைக்கும், காலத்துக்கும் இழுத்துக்கொண்டு வரும் மனமோ, ஆற்றலோ என்னிடம் இல்லை.

பாலியல் தொழில் செய்யும் பெண்கள், பக்கத்து அறையில், முதலில் கீழே படுப்பதும் கடைசியாக எழுந்திருப்பதும் என்று இருந்தார்கள். கோழிச் சாப்பாடும், சூதாட்ட விளையாட்டுகளும் கீழ்தளத்தில் கோலாகலமாக இருபத்திநாலு மணிநேரமும் நடந்து கொண்டிருந்தன. கடற்படை மாலுமிகளும், படைவீரர்களும், போருக்குப் போகும் வழியில் தங்களது இருண்ட எதிர்காலத்தைச் சுமந்தவாறு, ஜன்னல்களையும் அடுக்கடுக்காக இருக்கும் குடியிருப்புகளின் பூட்டுகளையும் உடைந்துக்கொண்டு, தங்களது முத்திரையை ஒரு

வீட்டிலாவது அல்லது பாதிக்கப்பட்ட ஒருவரின் மனதிலாவது பதிக்க முயற்சி செய்துகொண்டிருந்தார்கள். முனைந்து செயல்படுவதற்கு அது ஒரு வாய்ப்பு. பெய்லி தனது தீர்மானத்தில் வசப்பட்டுக் கிடந்தான். இளமையின் மயக்கமும் அவனிடமிருந்தது. அவனுக்குச் சொல்வதற்கு, என்னிடம் ஆலோசனையாக ஏதாவது இருந்தால், அதைக்கொண்டு அவனது துரதிர்ஷ்டக் கவசகுண்டலத்தை என்னால் துளைக்க முடியாது. அதோடு, வருத்தப்படும் படியாக, என்னிடம் அவனுக்குச் சொல்ல எந்த ஆலோசனையும் இல்லை.

“நான் உனது சகோதரி. என்னால் என்ன செய்ய முடியுமோ அதையெல்லாம் நான் செய்வேன்.” “மாயா, என்னைப் பற்றிக் கவலைப்படாதே. அதுமட்டும்தான் நீ செய்ய வேண்டியது. கவலைப் படாதே. நான் ஓக்சி – டூக்சியாக இருப்பேன்.”

அங்கிருந்து நான் புறப்பட்டேன். ஏனெனில், எங்களால் என்ன பேசிக்கொள்ள முடிந்ததோ அத்தனையையும் பேசிமுடித்துவிட்டதால் மட்டுமே நான் புறப்பட்டேன். சொல்லாத வார்த்தைகள், எங்களால் சொல்லில் வடிக்க முடியாத எண்ணங்களை முட்டிக் கொண்டு நின்றன; அந்த அறையைச் சூழ்ந்து நெருக்கடியை உருவாக்கின.

34

ஒரு குப்பைக் கிடங்கின் குதூகலத்தையும் ஒரு கல்லறையின் ஈர்க்கும் தன்மையையும் கொண்டதாக இருந்தது என் அறை. அங்கே தங்கியிருப்பது முடியாத காரியமாக எனக்குப்பட்டது. ஆனால் அங்கிருந்து அகன்று செல்வதும் எனக்கு உடன்பாடாகத் தெரியவில்லை, அதுவும் மெக்சிகோ அனுபவத்துக்கும், கார்கிடங்கில் இருந்த ஒரு மாதத்துக்கும் பிறகு. ஆனால் மாற்றத்துக்கான தேவை இடித்துத்தள்ளி என் மனதின் நடுவில், ஒரு சாலையை உருவாக்கிவிட்டது.

எனக்கு அது கிடைத்துவிட்டது. ஒரு மோதலைப் போன்ற வேகத்தில் திடீரென எனக்குப் பதில் கிடைத்தது. நான் வேலைக்குப் போக வேண்டும். அம்மாவை ஒத்துக்கொள்ளச் செய்வது அப்படி ஒன்றும் சிரமமாக இருக்காது. அதுவும் பள்ளியில் நான் ஒரு வகுப்பு கூடவே படித்திருந்தேன். அம்மாவும் தன்னிறைவில் நம்பிக்கை கொண்டவள். உண்மையாகவே எனக்கு அந்த அளவுக்கு ஊக்கம் இருக்கிறது, தன்னுடைய குணாதிசயம் என்னிடம் நிறைய இருக்கிறது என்று தெரிந்துகொள்ளும் பட்சத்தில் அவள் மிகுந்த மகிழ்ச்சி அடைவாள் (அவள் தன்னைப் பற்றி அசலான "தானே செய்து பழகிக்கொண்ட பெண்") என்று சொல்லிக்கொள்பவள்.

வேலைக்குப் போவது என்ற முடிவில் உறுதியான பின்பு, எந்த வகையான வேலை எனக்குப் பொருத்தமான தாக இருக்கும் என்பதைத் தீர்மானிப்பது மட்டும்தான் பாக்கியிருந்தது. என் அறிவின்மீது எனக்கிருந்த கர்வம், பள்ளியில் தட்டச்சு, சுருக்கெழுத்து, கோப்புகள் நிர்வாகம் ஆகிய பாடங்களைத் தேர்வு செய்யவிடாமல் தடுத்து விட்டது, எனவே அலுவலகப் பணிக்கு வாய்ப்பில்லை. யுத்தத் தளவாட உற்பத்திக் கேந்திரங்களுக்கும், கப்பல் கட்டும் தளங்களுக்கும் பிறப்புச் சான்றிதழ் தேவைப் பட்டது. என்னுடைய சான்றிதழ் எனக்குப் பதினைந்து வயதுதான் என்று காட்டிக் கொடுத்துவிடும். என்னை வேலையில் சேரத் தகுதியற்றவளாக்கிவிடும். ஆக, நல்ல சம்பளம் வரக்கூடிய பாதுகாப்புத்துறை சார்ந்த வேலைகள் கிடைக்காது. ஆண்களுக்குப் பதிலாகப் பெண்கள் டிராம்களில்

நடத்துனராகவும் ஓட்டுநராகவும் பணிபுரிய வந்துவிட்டார்கள். ஒரு பணப்பையை இடுப்புப் பட்டையில் தொங்கவிட்டுக்கொண்டு கருநீலச் சீருடையில் சான்பிரான்ஸிஸ்கோவின் குன்றுகளில் மேலும் கீழுமாக டிராமில் போய்வந்துகொண்டிருப்பது எனக்கு விருப்பமாகத் தோன்றியது.

அம்மா நான் எதிர்பார்த்ததைப் போலவே சுலபமாக இருந்தாள். உலகம் வேகமாகப் போய்க்கொண்டிருக்கிறது, எவ்வளவோ பணம் உண்டாக்கலாம், குவாமில் எத்தனையோ மக்கள் இறந்துகொண்டிருக்கிறார்கள், ஜெர்மனியிலும்கூட. ஒரே இரவில் கும்பலாக அந்நியர்கள் நண்பர்களாகி விடுகிறார்கள். மனித உயிர் மலிந்துபோய்விட்டது; சாவோ முற்றிலும் இலவசம். அம்மாவுக்கு என் உயர்கல்வி சார்ந்து யோசிப்பதற்கு நேரம் ஏது?

நான் என்ன செய்யத் திட்டமிடுவதாக அம்மா கேட்டதற்கு டிராம்களில் வேலைகேட்க இருப்பதாகச் சொன்னேன். அந்த யோசனையை: “அவர்கள் டிராம்களில் வண்ண நிறத்தவரை வேலைக்கு அமர்த்துவதில்லை” என்ற பதிலோடு அவர் நிராகரித்தாள்.

உடனடியாகச் சினத்தில் கொதித்து அப்புறம் அந்தப் பாகுபாட்டுச் செயல்பாடுகளை உடைத்தெறியாமல் ஓயப்போவதில்லை என்று நான் சூளுரைத்திருக்கலாம். ஆனால் உண்மையில் எனது முதல் எதிர்வினை ஏமாற்றம்தான். நேர்த்தியான நீலச்சீருடையில் பணப்பை இடுப்பில் உற்சாகமாக அசைய நான் அவர்களுடைய வேலைநாளைப் பிரகாசமாக்கப் பயணிகளிடம் இனிய புன்னகையைக் காட்டிக்கொண்டு, பணி செய்வதாகக் கற்பனையில் மிதந்துகொண்டிருந்தேன்.

ஏமாற்றத்திலிருந்து மெதுவாக உணர்ச்சிப் படிக்கட்டுகளில் மேலேறிச் சென்று தற்பெருமை கலந்த அருவருப்பு எண்ணத்துக்கு வந்தேன். அதன்பிறகு சினங்கொண்ட ‘புல்டாக்’கின் தாடை இறுகப்பூட்டிக் கொள்வதுபோல என் மனம் பிடிவாதத்துக்குள் பூட்டிக்கொண்டுவிட்டது.

நான் டிராமில் வேலைக்குப் போயே தீருவேன், அந்த நீலநிற கம்பளிக்கோட்டை அணிந்தே தீருவேன். அம்மா தனது வழக்கமான கறாரான குறிப்புகள்போல எனக்கு ஆதரவாக, “அதுதான் நீ செய்ய வேண்டும் என்று விரும்புகிறாய் அல்லவா? அப்படியானால் உன் முயற்சியை எதுவும் முறியடிக்க முடியாது, தோல்வியைத் தவிர. உன்னிடமிருக்கும் அனைத்தையும் இதற்காகக் களம் இறக்கு. நான் நிறையமுறை உன்னிடம் சொல்லியிருக்கிறேன், ‘செய்ய முடியாது என்றால் அதன் பொருள் அதைப்பற்றி நாம் அக்கறைப்படவில்லை என்பதுதான்.’ இரண்டுக்குமே நமது வாழ்வில் இடமில்லை.”

எளிதாக மொழிபெயர்த்தால் அதன் பொருள் ஒரு மனிதரால் செய்ய முடியாதது என்று ஒன்றுமில்லை, மட்டுமல்ல அவர் அக்கறை கொள்ளக்கூடாதென எதுவும் இல்லை என்பதுதான். நான் எதிர்பார்த்த ஆகப்பெரிய ஊக்குவிக்கும் வார்த்தைகளாக அவை இருந்தன.

மார்க்கெட் ஸ்ட்ரீட் ரெயில்வே கம்பெனியின் அலுவலகத்தில் வரவேற்பாளினிக்கு, நான் அந்த அலுவலகம் இருந்த அவலட்சணத்தையும்

மோசமான உள்அலங்காரத்தையும் கண்டு எவ்வளவு அதிர்ச்சியடைந்தேனோ, அதே அளவுக்கு என்னை அங்கு கண்டதில், அதிர்ச்சியாக இருந்தது. ஏதோ ஒரு காரணத்தால், அந்த இடம் மெழுகுகொண்டு தேய்த்துப் பளபளப்பாக இருக்கும், தரையில் கம்பளம் விரிக்கப்பட்டிருக்கும் என்று நான் நினைத்திருந்தேன். அங்கு நான் எந்த மறுதலிப்பையும் எதிர்கொண்டிராவிட்டால், இவ்வளவு சொத்தையாகக் காட்சியளிக்கும் அந்த இடத்தில் வேலை செய்ய வேண்டாம் என்று முடிவெடுத்திருப்பேன். எது எப்படியோ நான் அவளிடத்தில் அங்கு வேலை விஷயமாக வந்திருப்பதாகச் சொன்னேன். அவள், நான் ஏதாவது வேலைக்கு ஆள் தேடித்தரும் நிறுவனத்தால் அழைக்கப்பட்டிருக்கிறேனா எனக் கேட்டாள். நான் இல்லையென்று சொன்னவுடன் அவள், அந்த நிறுவனம் வேலைக்கு ஆள் ஏற்பாடு செய்துதரும் முகமை மூலம் வரும் விண்ணப்பதாரர்களை மட்டும்தான் பரிசீலிக்கும் என்று கூறினாள்.

காலை செய்தித்தாள்களின் விளம்பரப்பகுதியில் டிராம் ஓட்டும், டிக்கட் வினியோகம் செய்யும் பெண்களுக்குக் காலிப்பணியிடங்கள் இருப்பதாக விளம்பரம் வந்திருப்பதை அவளுக்குச் சுட்டிக்காட்டினேன். அவள் சொல்வதை நான் நம்பாதது பற்றி அவள் முகம் மொத்தமாக ஆச்சரியத் தோரணையைக் காட்டினாள்.

“இன்றைய காலை கிரானிக்கிளில் பட்டியலிடப்பட்டிருந்த வேலையிடங்களுக்கு நான் விண்ணப்பிக்க வந்திருக்கிறேன். என்னைப் பணியாளர்கள் நிர்வாக மேலாளரிடம் அழைத்துப்போக வேண்டும் என்று விரும்புகிறேன்.” நான் அவளிடம் துரைத்தனமான பேச்சு மொழியில் பேசியபோதும், அந்த அலுவலகத்தை ஏதோ எனது வீட்டின் கொல்லைப்புறத்திலே எண்ணெய்க் கிணறு இருப்பது போன்ற தோரணையில் ஏளனமாகப் பார்த்தபோதும், எனது அக்குள்களில் லட்சக்கணக்கான சூடான கூரிய ஊசிகள் குத்துவதைப் போலிருந்தது. அவள், தான் தப்பிக்கும் வழியைக் கண்டுபிடித்து அதனுள் பாய்ந்து விட்டாள்.

“அவர் இங்கில்லை. இன்றைக்கு அவர் வெளியே போயிருக்கிறார். அவர் நாளைக்கு அலுவலகத்தில் இருந்தால் நீங்கள் வரலாம்.” இதைச் சொல்லிவிட்டு அவளுடைய நாற்காலியை அதன் துருப்பிடித்த ஆணிகளில் சுற்றியபடி எனக்கு முதுகைக் காட்டிக்கொண்டு இருந்தாள். அப்படியானால், அந்த இடத்தைக் காலிசெய்து நான் அங்கிருந்து போய்விட வேண்டும் என்று அர்த்தமாம்.

“அவர் பெயர் என்னவென்று நான் தெரிந்துகொள்ளலாமா?”

அவள் பாதி திரும்பி நான் இன்னும் அங்கு நின்றுகொண்டிருப்பதை ஆச்சரியமாகப் பார்த்தாள்.

“அவருடைய பெயர்? யாருடைய பெயர்?”

“உங்களது பணியாளர் நிர்வாக மேலாளர்.”

இப்போது நாங்கள் இருவருமே அந்தப் போலி நாடகத்தில் முழுமையாக இணைந்துகொண்டோம்.

“பணியாளர் நிர்வாக மேலாளர்? ஓ... அவர்தான் திரு. கூப்பர், அவரை நாளைக்கு இங்கு பார்க்க முடியுமா என்று எனக்கு உறுதியாகச் சொல்ல முடியவில்லை. அவரை... ஆனால் நீங்கள் முயற்சி செய்யலாம்.”

“நன்றி.”

“வாருங்கள்.”

அப்புறம் அந்தத் தூசுபடிந்த அறையிலிருந்து இன்னும் அதிக தூசுபடிந்த முன்கூடத்துக்கு வந்தேன். இதுபோன்ற சந்தர்ப்பம் எனக்கு இதுவரை நேரடியாக வாய்க்காதபோதும், வரவேற்பாளினியும் சந்தித்திராதபோதும், நானும் அவளும் இதுபோன்ற சந்தர்ப்பத்துக்குப் பழகிப் போயிருப்பதுபோல பிசிறில்லாமல் செய்தோம் என்று தெருவில் நடக்கும்போது எனக்குத் தோன்றியது. நாங்கள் எங்கள் பாத்திரங்களை மனப்பாடம் செய்துகொண்ட நடிகர்கள் போலும், பழைய துன்பங்களை நினைவுக்குக் கொண்டுவந்து கதறிஅழும், வேடிக்கையான விஷயங்களுக்கு உடனடியாகச் சிரிக்கும் நடிகர்கள் போலும்.

அந்தப் பரிதாபமான சிறிய கசப்பு மோதல் என்னால் உருவானதல்ல, நானாக இருக்கும் என்னால் அல்ல, அதேபோன்று அந்த முட்டாள் வரவேற்பாளினியாலும் உருவானதல்ல. அந்தச் சம்பவம் தொடர்ந்து வந்துகொண்டிருக்கும் கனவு, பலநூறு ஆண்டுகளுக்குமுன் தந்திரமாக முட்டாள் வெள்ளையர்களால் புனையப்பட்டு எல்லோரையும் என்றென்றும் வதைக்க வந்துகொண்டிருக்கும் கனவு. அந்த வரவேற்பாளினியும் நானும், இறுதிக்காட்சியில், ஒருவரின் முன்னோர் இன்னொருவரின் மூதாதையருக்குச் செய்த கொடுமைக்காகச் சாகும்வரை சண்டையிட விதிக்கப்பட்ட ஹேம்லெட்டாகவும் லேயிர்டிஸ் போலவும் இருக்கிறோம். ஏனெனில் அதோடு, அந்த நாடகம் எங்காவது முடிவுக்கும் வர வேண்டும்.

அந்தப் பெண்ணை மன்னித்து விடுவதைத் தாண்டி அடுத்த நிலைக்கும் நான் சென்றேன், என்னோடு அவளும் ஒரே பொம்மலாட்டக்காரனின் கையால் பாதிக்கப்பட்டவள் என்று ஏற்றுக்கொண்டேன்.

டிராமில் என்னுடைய பயணக்கட்டணத்தைப் பெட்டியினுள் போட்டேன், பெண் நடத்துனர் வழக்கமான வெள்ளை வெறுப்பு ததும்பும் கடினமான கண்களால் என்னைப் பார்த்தாள். “பெட்டிக்கு உள்ளே நகர்ந்து செல், தயவுசெய்து நகர்ந்து முன்னுக்குச் செல்.” அவள் தனது பணப்பையைத் தட்டினாள்.

அவளுடைய தெற்கத்திய மூக்கறைப்பு உச்சரிப்பு என்னுடைய தியானத்தை வெட்டித்துண்டாக்கியதில் என்னால் என்னுடைய எண்ணங்களின் ஆழத்தைப் பார்க்க முடிந்தது. எல்லாமே பொய்கள், எல்லாம் வசதியான பொய்கள். வரவேற்பாளினி குற்றமற்றவள் அல்ல; நானும்தான். அந்தக் கேடுகெட்ட வரவேற்பறையில் நாங்கள் நடித்த பொய் நாடகம் நேரடியாக, நான் கறுப்பினம் என்பதோடும் அவள் வெள்ளைக்காரி என்பதோடும் தொடர்புடையது.

நான் டிராம் பெட்டிக்குள் நகர்ந்து செல்லாமல் மேல் படிக்கட்டில் அவள் உயரத்துக்கு நின்றவாறே அவளை வெறித்துப் பார்த்தேன். எனது

மனம் அவ்வளவு உற்சாகமாகக் கூவியதில் அந்த அறிவிப்பு என் நரம்புகளைப் புடைக்கச் செய்து எனது வாயை முறுக்கிக்கொள்ள வைத்தது.

எனக்கு அந்த வேலை வேண்டும். நான் ஒரு பெண் நடத்துனர், என்னுடைய இடுப்புப் பட்டையிலிருந்து பணம் நிறைந்திருக்கும் ஒரு பணப்பையைத் தொங்கவிடுவேன். நான் நிச்சயம் தொங்கவிடுவேன்.

அடுத்த மூன்று வாரங்கள், மனஉறுதி தேன்கூடுபோன்று இருக்கின்றது, துவாரங்கள் உள்ளே போவதற்கும் வெளியே வருவதற்கும் என்பதுபோல அமைந்துவிட்டன. நான் ஆதரவு கேட்ட நீக்ரோ அமைப்புகள் ஒரு இறகுப்பந்து மைதானத்தில் பந்தை அங்குமிங்கும் செலுத்துவதைப்போல என்னை அலைக்கழித்தார்கள். எதற்காக அந்தக் குறிப்பிட்ட வேலைக்கு நான் போராட வேண்டும்? அதைவிட இரண்டு மடங்கு சம்பளத்தோடு ஏராளமான வேலைகள் காத்திருக்கின்றனவே? முறையிடுவதற்கு எனக்கு அனுமதி தந்து பார்க்கவரச் சொன்ன சில கீழ்மட்ட அதிகாரிகள் நான் கிறுக்குப்பிடித்தவள் என்று நினைத்தனர். ஒருவேளை நான் அப்படித்தான் போலும்.

சான்பிரான்ஸிஸ்கோ நகரமத்தியப் பகுதி ஒரு அந்நிய, உணர்ச்சியற்ற பிரதேசமாக எனக்கு ஆகிவிட்டது. தனிப்பட்ட முறையில் எனக்கு மிகவும் அந்நியோன்னியமாக இருந்து நான் விரும்பிய தெருக்கள் இப்போது, கெட்ட நோக்கங்களோடு வளைந்து செல்லும் வீதிகளாகத் தோன்றின. வேலைப்பாடுகளையுடைய முகப்புகளோடு என்னுடைய நினைவுகளில் ஃபார்ட்டி நைனர்ஸ், டயமண்ட் லில், ராபர்ட் சர்வீஸ், சட்டர் மற்றும் ஜாக் லண்டன் ஆகியவையாக இருந்த சாம்பல்நிற பழைய கட்டடங்கள் இப்போது தீய எண்ணத்துடன் ஒன்றுசேர்ந்து ஓங்கி உயர்ந்து நின்று என்னை அணுகவிடாமல் செய்துவிட்டன. டிராம் கம்பெனியின் அலுவலகத்துக்கு ஒரு சம்பளம் பெறும் பணியாளர் போல விடாமல் போய்வந்துகொண்டிருந்தேன். அந்தப் போராட்டம் விரிவடைந்தது. இப்போது நான் மார்க்கெட் ஸ்ட்ரீட் ரெயில்வேயுடன் மட்டும் சச்சரவில் இல்லை, அதன் அலுவலகங்கள், மின்தூக்கிகள், அவற்றை இயக்குபவர்கள் என அனைத்தையும் உள்ளடக்கிய அந்த கட்டிட உரிமையாளர்களுடனும் எனது பிரச்சினை தொடர்ந்துகொண்டிருந்தது.

இந்த நெருக்கடியான காலகட்டத்தில் நானும் அம்மாவும் ஒருவரையொருவர் மெச்சிக்கொள்ளும் பெரியவர்களுடைய புரிதல்பாதையில், ஆரம்ப அடிகளை எடுத்துவைத்தோம். அவள் நடந்தவற்றைப் பற்றி எதுவும் என்னிடம் கேட்கவில்லை. நானும் விரிவாக ஒன்றும் சொல்லவில்லை. ஆனால் ஒவ்வொரு நாள் காலையிலும் நான் ஏதோ வேலைக்குச் செல்வதுபோல எனக்குக் காலை உணவு செய்து தருவாள், டிராம் கட்டணமும் மதிய சாப்பாட்டுக்குப் பணமும் தருவாள். வாழ்க்கையின் அபத்தங்களையும், அந்த அபத்தங்களோடு மல்லுக்கட்டுவதில்தான் மகிழ்ச்சி இருக்கிறது என்பதையும் அவள் புரிந்துகொண்டிருந்தாள். நான் பிரபலமாவதற்காக இதைச் செய்யவில்லை என்பதும் மாறாக, நான் எனக்கிருக்கும் எல்லா வழிகளையும் ஓயும் முன் பயன்படுத்திப் பார்த்துவிட வேண்டும் என்பதும் அம்மாவுக்குத் தெளிவாகத் தெரிந்திருந்தது.

வீட்டிலிருந்து வெளியே புறப்பட்டுக் கொண்டிருக்கும்போது, ஒருமுறை அம்மா சொன்னாள், "வாழ்க்கைக்கு நீ என்ன கொடுக்கிறாயோ அதையே வாழ்க்கை உனக்குக் கொடுக்கும். நீ செய்யும் எந்தக் காரியத்துக்கும் முழுவதுமாக உன்னைத் தந்து அதைச்செய், ஜெபம் செய், காத்திரு." இன்னொருமுறை எனக்கு நினைவுபடுத்தினாள். "தங்களுக்குத் தாங்களே உதவிசெய்து கொள்பவர்களுக்குக் கடவுள் உதவிசெய்கிறார்." அவளிடம் பழமொழிகளின் தொகுப்பு எப்போதும் கைவசம் இருந்தது, வேண்டிய தருணங்களில் பொருத்தமானவற்றை எடுத்து விடுவாள். வினோதமாக, தேய்வழக்குகளோடு நான் உடனே சலித்துப் போகிறவளாக இருந்தாலும், அவளிடமிருந்து வெளிவரும் சொல்முறையில் அவ்வழக்குகளுக்குப் புதிதாக ஏதோ பார்வை ஒன்றைத் தருவதாக அது இருக்கும். அதோடு கொஞ்ச நேரத்துக்காவது அதைப்பற்றி என்னைச் சிந்திக்கவும் வைக்கும். பின்னர் எப்படி எனக்கு வேலைகிடைத்தது என்று கேட்கப்பட்ட போது என்னால் அதுகுறித்துச் சரியாக எதுவும் சொல்ல இயலவில்லை. எனக்குத் தெரிந்ததெல்லாம், ஒருநாள், அதற்கு முந்தைய களைப்பான நாட்களைப்போலவே இருந்த அந்த ஒருநாள், வழக்கம்போல் ரெயில்வே அலுவலகத்தில் என்னை நேர்முகத்தேர்வுக்கு அழைப்பார்களா (என் போராட்ட நோக்கம் அதுதானே) என்று காத்திருந்தேன். வரவேற்பாளினி என்னை தன் மேஜைக்குக் கூப்பிட்டுச் சில தாள்களை என்முன் தள்ளினாள். அவை வேலைக்கான விண்ணப்பப் படிவங்கள். அவை மூன்று மூன்றாக நிரப்பப்பட வேண்டும் என்று அவள் சொன்னாள். நான் வெற்றி பெற்றுவிட்டேனா இல்லையா என்று யோசிக்கக்கூட எனக்கு நேரமில்லை, ஏனெனில் அதிலிருந்த வழமையான கேள்விகள், சுற்றிவளைத்துப் பொய் எழுத வேண்டிய தேவையை உருவாக்கிவிட்டன. எனக்கு எத்தனை வயதாகிறது? நான் செய்த முந்தைய வேலைகள், கடைசியிலிருந்து முதலாவது வரைக்கும் பின்வரிசைக்கிரமமாக, எழுத வேண்டும். எவ்வளவு சம்பளம் வாங்கிக்கொண்டிருந்தேன், ஏன் அந்த வேலையை விட்டேன்? இரண்டு சான்றாதார நபர்களின் (உறவினர்களாக இருக்கக் கூடாது) பெயர்கள்... இத்தியாதி... இத்தியாதி.

பக்கத்து மேஜையில் உட்கார்ந்து கொண்டு நானும் என் மனதும் கிட்டத்தட்ட உண்மைகளும் மொத்தப் பொய்களுமாகக் கலந்து ஒரு பூனைப் படிக்கட்டைப் பின்னிக்கொண்டிருந்தோம். எந்த உணர்ச்சியும் வெளிப்படாமல் முகத்தை வைத்துக்கொண்டு (அது எனக்கு கைவந்த பழைய கலை) நான் வேகமாகப் புனைவை நிரப்பினேன்: மார்கிரெட் ஜான்சன், வயது பத்தொன்பது, அர்க்கான்ஸாஸின் ஸ்டாம்ப்ஸ் நகரில் திருமதி ஆனி ஹெண்டர்சன் (ஒரு வெள்ளைக்காரப் பெண்மணி) அவர்களுக்குக் கை உதவியாளரும் வண்டி ஓட்டுநருமாகப் பணியாற்றிய அனுபவம்.

எனக்கு ரத்தப் பரிசோதனை, இயற்கைத் திறன் பரிசோதனை, கை கால் இயைபுப் பரிசோதனைகள், ஆளுமை அளவுச் சோதனைகள் என்று நடந்தன, அப்புறம் ஒரு அளவிட முடியாத மகிழ்ச்சி நிறைந்த தினத்தில் சான்பிரான்ஸிஸ்கோவின் டிராம்களில் வேலை செய்ய முதல் நீக்ரோ பெண்ணாக நான் பணியமர்த்தப்பட்டேன்.

நீலநிற கம்பளிக்கோட்டைத் தைத்துக்கொள்ள அம்மா பணம் தந்தார்கள். வேலை அட்டைகளை நிரப்ப, பணமாற்றுப் பையைக் கையாள, பயணச்சீட்டில் துளையிட என்று எல்லாவற்றையும் கற்றுக்கொண்டேன். நேரம் நெருங்கி, நெருக்கடி எல்லாம் கடந்து, ஒரு நிறைவான நாளில் இரைச்சலான தண்டவாள வண்டியின் பின்புறமாக அசைந்தாடி நின்றுகொண்டு, புன்னகை செய்தவாறு எனது கண்காணிப்பில் இருப்பவர்களைப் பார்த்து “பெட்டிக்குள்ளே நகர்ந்து வாருங்கள் தயவுசெய்து” என்று சொல்லிக்கொண்டிருந்தேன்.

ஒரு முழு கல்விப்பருவத்துக்கும் சான்பிரான்ஸிஸ்கோவின் உயரக்குன்றுகளில் மேலேறிச் சென்றும் இறங்கிக் கீழேயும் வந்துகொண்டிருந்தேன். எனக்கு மிகவும் தேவைப்பட்ட கறுப்பர் சேரிப்பகுதிகளின் மிருதுவான அரவணைப்பு, இப்போது – நான் மார்க்கெட் ஸ்ட்ரீட் வழியாக வழிவிலக்கி, பணப்பையைக் குலுக்கிக்கொண்டு, வீடில்லாத மாலுமிகளின் தகரடப்பா வீடுகளையும், அமைதியான கோல்டன் கேட் பார்க்கையும், சன்செட் டிஸ்டிரிக்டில், ஆட்கள் வசிக்காமல், தங்களைத் தாமே பார்த்துக்கொண்டிருந்த வீடுகளையும் கடந்து போய்வந்து கொண்டிருந்த நேரங்களில் – தேவைப்படாமல் போய்விட்டது.

எனது வேலை நேரப்பிரிவுகள் வகைதொகையில்லாமல் பிரிக்கப்பட்டிருந்ததில் எனது மேற்பார்வையாளர்கள் குதர்க்க எண்ணத்தில்தான் அப்படிச் செய்திருப்பார்கள் என்று நம்பினேன். என்னுடைய சந்தேகத்தை அம்மாவிடம் சொன்னபோது அவள், “அதைப்பற்றிக் கவலைப்படாதே. நீ விரும்பியதைக் கேள், உனக்குக் கிடைத்ததற்கு வேண்டியதை நீ கொடுத்துவிடு. நீ இன்னொரு வேலையைத் தேடிக்கொள்ளும்போது இது ஒரு பெரிய விஷயமில்லை என்று நான் உனக்குக் காட்டுகிறேன் பார்” என்று சொன்னாள்.

காலை நாலரை மணிக்கு டிராம் நிறுத்தப்பட்டிருக்கும் இடத்திற்கு காரில் என்னைக் கொண்டுவிடுவதற்காகவோ அல்லது விடிவதற்குச் சற்று முன்பாக வேலைமுடிந்து விடுவிக்கப்படும்போது என்னைக் கூட்டிச் செல்வதற்காகவோ அம்மா விழித்திருந்து உதவி செய்வாள். வாழ்க்கையின் இடர்பாடுகளைக் குறித்த புரிதலில் அவளுக்கு நான் பொதுப் போக்குவரத்தைப் பயன்படுத்துவது பத்திரமானது என்று தெரிந்திருந்தாலும் அவள், ‘என்னுடைய குழந்தையை ஒரு வாடகைக்கார் ஓட்டுனரை நம்பி ஒப்படைக்க மாட்டேன்’ என்ற ரீதியில் செயல்பட்டுக் கொண்டிருந்தாள்.

வசந்தகால பள்ளி வகுப்புகள் தொடங்கியவுடன் நான் மீண்டும் முறையான கல்வியைத் தொடர்ந்தேன். நான், அறிவிலும் வயதிலும் எவ்வளவோ கடந்து வந்திருக்கிறேன், அதிக சுயசார்பு, வங்கிக் கணக்கு, நானே வாங்கிக்கொண்ட துணிகள் என்று கற்றுக்கொண்டதையும் ஈட்டிக்கொண்டதையும் வைத்து உடன்பயின்றவர்கள் அனுபவித்துக் கொண்டிருந்த உல்லாச வாழ்க்கையில் பங்குபெற வைக்கும் மாயச்சூத்திரம் என்னிடமிருப்பதாக உறுதியாக நம்பினேன்.

ஒரு மண்ணும் இல்லை. சில வாரங்களிலேயே நானும் எனது பள்ளித் தோழர்களும் வேறுவேறு எதிர்திசைகளில் பயணிப்பவர்கள் என்று எனக்குத் தெரிந்துவிட்டது வரவிருக்கின்ற கால்பந்துப் போட்டிகளைக் குறித்து அவர்கள் ஆர்வத்துடனும் எதிர்பார்ப்போடும் இருந்தார்கள். என் மனதிலோ சிறிது காலத்துக்கு முன்பு மெக்சிகோவின் மலைப்பகுதியில் காரை நான் வேகமாக ஓட்டி வந்ததுதான் ஓடிக்கொண்டிருந்தது. அவர்கள், மாணவர் பேரவைக்குத் தலைவராக வரத் தகுதியானவர் யார், பற்களை இறுக்கிக் கட்டியிருக்கும் உலோக வளையங்கள் எப்போது கழற்றப்படும் போன்ற விஷயங்களில் தீவிர அக்கறை செலுத்தினார்கள். நானோ ஒரு மாதமாகப் பழைய கார்கிடங்கில் படுத்திருந்தது பற்றியும் வேறுபட்ட காலை நேரங்களில் டிராம் வண்டிகளை வழிநடத்திக் கொண்டிருந்ததைப் பற்றியும் யோசித்துக் கொண்டிருப்பேன்.

எந்தவித முயற்சியுமில்லாமல், நான் அறியாமையிலிருந்ததைக் குறித்த அறியாமையிலிருந்து, அறிந்திருக்கிறேன் என்ற அறிந்திருத்தலுக்கு வந்துவிட்டேன். அந்த அறிந்திருத்தலின் மோசமான பகுதி என்ன வென்றால் நான் எதையெல்லாம் அறிந்திருக்கிறேன் என்பதை அறிந்திருக்க வில்லை. மிகக்கொஞ்சமே அறிந்திருக்கிறேன் என்பதை நான் அறிந்திருந் தேன், ஆனால் இன்னும் கற்றுக்கொள்ள வேண்டியவற்றை ஜார்ஜ் வாஷிங்டன் உயர்நிலைப்பள்ளி கற்றுத்தர வாய்ப்பில்லை என்பதையும் உறுதியாக அறிந்திருந்தேன்.

நான் வகுப்புகளுக்கு மட்டம் போடத் தொடங்கினேன், கோல்டன் கேட் பார்க்கில் நடக்கவும் அல்லது எம்போரியம் பல்பொருள் அங்காடியின் பளபளக்கும் விற்பனை முகப்பைச் சும்மா சுற்றி வரவும் ஆரம்பித்தேன். அம்மா, நான் பள்ளிக்குச் செல்லாமல் டபாய்த்துக் கொண்டிருக்கிறேன் என்பதைக் கண்டு பிடித்தபோது, ஒருநாள் அவள் என்னிடம் எனக்குப் பள்ளிக்குப் போக விருப்பமில்லையென்றால், அன்று எந்தத் தேர்வும் நடப்பதாக இல்லையென்றால் என்னுடைய படிப்பு தரமானதாகவே இருக்கும் பட்சத்தில், அவளிடம் சொல்லிவிட்டு வீட்டிலேயே ஓய்வெடுத்துக் கொள்ளலாம் என்றாள். மேலும் அவளுக்குத் தெரியாத தன் மகள் குறித்த விஷயத்தை, ஒரு வெள்ளைக்காரி சொல்லக் கேட்கத்தான் விரும்பவில்லை என்றும் சொன்னாள். நான் ஒரு துணிவுள்ள பெண்ணாக இல்லாத காரணத்தால் தான் ஒரு வெள்ளைக்காரியிடம் பொய்பேசும் சூழ்நிலைக்குத் தள்ளப்படுவதை விரும்பவில்லை என்று சொன்னாள். என்னுடைய ஒழுங்கற்ற நடவடிக்கைகளுக்கு அம்மாவின் இந்தப் பேச்சு முற்றுப்புள்ளி வைத்தது, ஆனாலும் பள்ளியின் நீண்ட துடிப்பில்லாத நாட்களைப் பிரகாசமாக்க எதுவும் எனக்குத் தென்படவில்லை.

இளமையின் அறியாமை என்னும் கம்பிமேல் நடப்பதற்குத் தனித்துவிடப்படுவது, முழுச்சுதந்திரம் என்னும் அதீத அழகையும், முடிவுகளெடுக்க இயலாத நிரந்தரத்தின் அச்சுறுத்தலையும் ஒரு சேர அனுபவிப்பதாகும். வெகுசிலரே, யாராவது அப்படி இருந்தால், அவர்களின் பதின்ம வயதை இயல்பாகக் கடக்கிறார்கள். அநேகம் பேர், பெரியவர்கள் போல் இருக்க வேண்டும் என்ற தெளிவற்ற கொலைகார அழுத்தத்திற்கு

சரணடைந்து விடுகிறார்கள். இப்படி முதிர்ச்சியின் மேலான வலுவுள்ள விசைகளோடு தொடர்ந்து சண்டையிட்டுக் கொண்டிருப்பதைவிட செத்துப்போய் முரண்களைத் தவிர்ப்பது இலகுவானது.

சமீபகாலம் வரை ஒவ்வொரு தலைமுறைக்கும் அவர்கள் இளம் வயதினராகவும் அறியாதவர்களாகவும் இருக்கிறார்கள் என்ற குற்றச் சாட்டை ஒப்புக்கொண்டுவிடுவது அவர்களுக்குச் சௌகரியமாக இருந்திருக்கிறது, முந்தைய தலைமுறையினர் (சில ஆண்டுகளுக்கு முன் அவர்களே இதே வதையை அனுபவித்திருப்பார்கள்.) தரும் தண்டனை களை ஏற்றுக்கொள்வதும் அப்படியே.

இறங்கிக்கொண்டிருக்கின்ற சூரியனை இளையவர்கள் எதிர்த்து நின்ற பிரகாசமான மணித்துளிகள், இருபத்தி நான்கு எண்ணிக்கையில் 'நாட்கள்' என்று அழைக்கப்படுவதற்கும் அட்டவணைப்படுத்தப் படுவதற்கும் தங்களை விட்டுக்கொடுத்துவிட்டன.

ஒரு நீக்ரோ பெண் அவளுடைய இளம்பருவ வயதுகளில் இயற்கை யின் பொதுவான எல்லா விசைகளாலும் தாக்கப்படுகிறாள் என்பது மட்டுமல்ல, அதோடு ஆணாதிக்க முன்முடிவுகள், வெள்ளையரின் அறிவுசாராத வெறுப்பு, கறுப்பினத்தவரின் அதிகாரமற்ற இயலாமை ஆகிய மும்முனைத் தாக்குதலிலும் மாட்டிக்கொண்டு விடுகிறாள்.

பதின்ம வயதைக் கடந்த ஒரு அமெரிக்க நீக்ரோ பெண் வலிமை யானவளாக உருவெடுத்துவிடுகிறாள் என்ற உண்மை பொதுவாக ஆச்சரியத்தோடும், அருவருப்போடும் பார்க்க வைக்கிறது என்பது மட்டுமல்லாமல் பலரை சண்டைபோடவும்கூடத் தூண்டுகிறது. போராடி வெற்றிபெற்ற எஞ்சியவர்களின் தவிர்க்க முடியாத வளர்ச்சி நிலை இது என்பதும் ஆர்வமான ஏற்பு இல்லாவிட்டாலும் அது மரியாதைக்குரியது என்பதும் அரிதாகவே ஏற்றுக்கொள்ளப்படுகின்றன.

35

‘தி வெல் ஆப் லோன்லினெஸ்’ புத்தகம்தான் தன்பால் கவர்ச்சிக்கு என்னை அறிமுகப்படுத்தியது; ஆபாச எழுத்து என்று என்னை எண்ண வைத்தது. மாதக்கணக்கில் அந்தப் புத்தகம் எனக்கு விருந்தாகவும் அச்சுறுத்தலாகவும் இருந்தது. அது எனக்கு வக்கிர உலகத்தின் மர்மங்களைப் பார்ப்பதற்கு ஒரு வாய்ப்பைத் தந்தது. எனது கிளர்ச்சியைத் தூண்டி விட்டது, ரகசிய வக்கிர உலகத்தின் நெருடல்களைப்பற்றி அது என்னை அறியச் செய்தது என்று எனக்கு நானே சொல்லிக் கொண்டேன். எந்த வக்கிரமானவர்களையும் தெரியாது என்று எனக்கு உறுதியாகத் தெரியும். சில வேளைகளில் எங்கள் வீட்டில் வந்து தங்கியிருந்த, எட்டுவகை பதார்த்தங்களோடு இரவு உணவை தங்களது ஒப்பனைசெய்த முகத்தில் வேர்வை வடிய தயார் செய்து, எல்லோரோடும் கொண்டாடி மகிழும் ‘ஜாலி சகோதரிகளை’, நிச்சயமாக நான் குறிப்பிடவில்லை. எல்லோரும் அவர்களை ஏற்றுக்கொண்டதாலும், அதனினும் முக்கியமாக அவர்களே அவர்களை ஏற்றுக்கொண்டதாலும் அவர்களது சிரிப்பு உண்மையானது, அவர்களது வாழ்க்கை மகிழ்ச்சியான இன்பியல் நாடகம், இடையிடையே ஆடை மாற்றங்களுக்கும் ஒப்பனையைச் சரி செய்வதற்கும் நிறுத்தப் பட்டு அப்புறம் தொடரும் நிகழ்வு என்று எனக்குத் தெரியும்.

ஆனால் உண்மையான பிறழ்விருப்பம் கொண்டவர் களான ‘பெண்ணோடு பெண் காதலர்கள்’ என்னுடைய கற்பனையை ஆக்கிரமித்தார்கள். அதைத் துன்புறுத்தவும் செய்தார்கள். அந்தப் புத்தகத்தின்படி அவர்கள் குடும்பங் களிலிருந்து துண்டிக்கப்பட்டவர்கள், நண்பர்களால் புறக்கணிக்கப்பட்டவர்கள், ஒவ்வொரு சமூகத்திலிருந்தும் விரட்டியடிக்கப்பட்டவர்கள். இந்தக் கசப்பான தண்டனை, அவர்களுக்கு உடல்ரீதியான, அதன்மேல் அவர்களுக்கு எந்தவித கட்டுப்படுத்தும் ஆற்றலும் இல்லாத ஒரு தன்மை யினால் இழைக்கப்படுகிறது.

மூன்றாவது தடவையாக நான் ‘தி வெல் ஆப் லோன்லினெஸ்’ படித்தபிறகு எனக்கு, பாவப்பட்ட, தவறாகப் புரிந்துகொள்ளப்பட்ட பெண் ஓரினச்சேர்க்கையாளர் மேல் இரக்கமாக இருந்தது. பெண் ஓரினச்சேர்க்கையாளர்கள்

என்றால் ஆணுறுப்பும் பெண்ணுறுப்பும் ஒருசேரப் பெற்றவர்கள் என நினைத்திருந்தேன், அதோடு அவர்களுடைய பரிதாபமான நிலைமையைக் குறித்து வேதனைப்படாமல் இருந்த நேரங்களில் மட்டும், அவர்கள் எப்படி உடல்சார்ந்த இயக்கங்களை மேற்கொள்ளுவார்கள் என்றும் ஆச்சரியப்படுவேன். உறுப்புகளில் எதைப் பயன்படுத்துவது என்று தேர்வுசெய்து கொள்ள அவர்களால் முடியுமா? இரண்டு உறுப்புகளையும் கொண்ட இரண்டு விலங்குகள் எப்படி உடலுறவுகொள்ளும் என்று கற்பனைசெய்து பார்த்தேன், அதிகம் யோசிக்க யோசிக்க, அதிகம் குழப்பமடைந்தேன். பிறரிடம் ஒன்றாக இருப்பதை இரண்டு இரண்டாகக் கொண்டிருப்பதும் சாதாரண ஆட்கள் இரண்டாக வைத்திருப்பதை நான்காகக் கொண்டிருப்பதும் விஷயத்தை எந்த அளவுக்குச் சிக்கலாக்குகிறது என்றால், உடலுறவு செய்யும் எண்ணத்தையே விட்டுவிடத் தோன்றும் அளவுக்கு.

இந்தமாதிரி, நான் எண்ணங்களை அலசிக் கொண்டிருந்த நாட்களில் எனது குரல் எந்த அளவுக்குத் தடித்துப் போய்விட்டது என்பதை நான் கண்டுகொண்டேன். என் வகுப்பு மாணவிகளைவிட இரண்டுகட்டை அளவுக்கு அது கீழே இறங்கிவிட்டது. எனது கைகளும் கால்களும்கூடப் பெண்மைத்தன்மையும் நளினமும் இல்லாமல் இருந்தன. கண்ணாடிக்கு முன் நின்றுகொண்டு எனது உடலை நான் பற்றற்ற தன்மையோடு ஆராய்ந்து பார்த்தேன். வருத்தப்படும்படியாக, ஒரு பதினாறு வயதுப் பெண் என்ற நிலைமைக்கு என் மார்பகங்கள் வளர்ச்சி பெறவில்லை. ரொம்பக் கனிவாகச் சொல்ல விரும்பினாலும், தோல் லேசாக வீங்கியிருக்கிறது என்றுதான் அதைப்பற்றி சொல்ல முடியும். எனது விலா எலும்புப் பகுதியிலிருந்து கால் முட்டிகள் வரையிலான நீள்கோடு அதன் நேரான தன்மைக்கு எந்தப் பாதகமும் ஏற்படாதவண்ணம் ஒரு வளைவுகூட இல்லாமல் இருந்தது. என்னைவிட வயது குறைந்த பெண்கள் தங்கள் அக்குள்களைச் சவரம் செய்துகொள்வதாகப் பெருமையடித்துக் கொள்வார்கள், எனது அக்குள்கள் என் முகத்தைப்போலவே வளவளப்பாக இருந்தது. கூடவே ஒரு புதிரான வளர்ச்சி என் உடம்புக்குள், விவரிக்க இயலாதபடி, உருவாகிக்கொண்டிருந்தது. அது சுத்தமாகப் பயனற்றதாகவும் தோன்றியது.

பிறகு போர்த்திய போர்வைகளுக்கும் கேள்விகள் உயிர்பெற்றன: எப்படி பெண்ணோடு பெண் பாலியல் இச்சை உருவானது? அதனுடைய அறிகுறிகள் என்ன? பொதுநூலகத்தில் அதுகுறித்த தகவல்கள் மிகக் குறைவாக,துண்டுதுண்டாவே கிடைத்தன – ஆனால் அதில் ஈடுபடுவோரின் பெருக்கம் பற்றி ஒன்றுமில்லை. ஒரு விஷயத்தை மட்டும் தெரிந்து கொண்டேன், இரு பாலியல் உறுப்புகொண்டவர்கள் அவ்வாறே பிறக்கிறார்கள், பெண் மீது பாலியல் ஈர்ப்புகொண்ட பெண்களுக்கும் பெண் உறுப்பு மட்டும்தான் இருக்கும் என்பதை. பெண் மோகம் கொண்ட பெண்கள் மெதுவாக உருவாகிறார்களா அல்லது அவர்களே வெட்கப்படும் படியும் சமூகமே அருவருப்பாகப் பார்க்கும்படியும், திடீரென முளைத்து விடுகிறார்களா என்று தீர்மானிக்க முடியவில்லை.

திருப்தியில்லாத புத்தகத் தகவல்களாலும் இதைப் பற்றிய கேள்விகளுக்கு என் மனதில் விடைகள் கிடைக்காத விரக்தியாலும் உருவான அமைதியின்மை என்னை அரித்து கொண்டிருந்தது – அதே நேரத்தில், பிரக்ஞையோடு நான் உயர்த்திப்பேச விழையும் போதெல்லாம், என் குரல் உயர்ந்துநிற்கத் தவறிவிடுவதும் என்னுடைய காலணிகளை ‘முதிர்பெண்களின் வசதி’ப் பிரிவில் நான் வாங்குவதும் தொடர்ந்து கொண்டிருந்தது.

நான் அம்மாவிடம் கேட்டேன்.

கிளைடெல் அப்பா கிளப்பில் இருந்த ஒரு இரவில், அம்மா படுத்திருந்த கட்டிலின் ஒரு பக்கத்தில் நான் போய் உட்கார்ந்தேன். வழக்கம்போல் அவள் உடனே விழித்துக்கொண்டாள் (விவியன் பாக்ஸ்டரிடம் கொட்டாவியோ சோம்பல் முறிப்போ எப்போதும் கிடையாது. அவள் தூங்குவாள் அல்லது விழித்திருப்பாள், இடைப்பட்ட நிலை என்பது கிடையாது)

“அம்மா நான் உன்னிடம் பேச வேண்டும்,” அவளிடம் கேட்பதற்குப் பதிலாகச் சாகலாம் போலிருந்தது, ஏனெனில் நான் கேட்கப்போகும் விஷயம் என் சம்பந்தப்பட்டதுதானா என்று அவள் சந்தேகப்படுவதற்கு வாய்ப்பு அதிகம். நான் அம்மாவைப் பற்றி அறிந்து வைத்திருந்ததில், எந்தக் குற்றத்தைச் செய்திருந்தாலும் அதைப் பற்றிய உண்மையை அவளிடம் ஒத்துக்கொண்டால் அவள் என்னை ஒதுக்கிவிட மாட்டாள் என்பதும், எனக்கு தனது பாதுகாப்பைத் தருவாள் என்பதும் எனக்கு நன்கு தெரியும். ஆனால் பெண்பாலின இச்சையாளாராக நான் உருவாகிக் கொண்டிருந்தால் அவள் எப்படி எதிர்வினையாற்றுவாள் என்று எனக்குத் தெரியவில்லை. அப்புறம் நான் பெய்லியை நினைத்தும் கவலைப்பட வேண்டியுள்ளது.

“கேள், எனக்கு ஒரு சிகரெட் எடுத்துக்கொடு”. அவளுடைய அமைதி என்னை முட்டாளாக்கிவிடவில்லை. அவள் அடிக்கடி என்னிடம் தனது வாழ்க்கையை வழிநடத்தும் ரகசியம் என்னவென்று சொல்வதுண்டு. அவள் ‘நல்லதே நடக்கும் என்ற நம்பிக்கையும் அதீத கெட்ட விளைவு களுக்குத் தயாராக இருப்பதும் என்னுடைய கண்ணோட்டம் ஆதலால், இவற்றிற்கு இடைப்பட்ட எதுவும் எனக்கு ஆச்சரியத்தை ஏற்படுத்தாது,’ என்று சொல்வாள். இதெல்லாம் பெரும்பாலான விஷயங்களுக்குச் சரியாகவும் நல்லதாகவும் இருக்கலாம். ஆனால் அவளுடைய மகளே இப்படி ஒரு தன்மைக்குள் நுழைந்துகொண்டிருந்தால்…

கொஞ்சம் தள்ளிஉட்கார்ந்து படுக்கையைக் கையை வைத்துத் தட்டி, “இங்கே தள்ளிவா, பேபி, படுக்கையில் நன்றாக உட்கார். உனது கேள்வியை வெளியே நீ எடுப்பதற்குள் உறைந்துபோய் விடுவாய் போலிருக்கிறது” என்று சொன்னாள்.

தற்சமயம் நான் இருந்துகொண்டிருக்கிற இடத்திலேயே இருந்து கொள்வது நல்லது.

"அம்மா... எனது பைப் புத்தகம்..."

"ரித்தி உனது பெண்ணுறுப்பைச் சொல்கிறாயா? அந்த மாதிரி தெற்கத்திய வார்த்தைகளைப் பயன்படுத்தாதே. பெண்ணுறுப்பு என்ற சொல்லில் எந்தத் தவறும் கிடையாது. அது ஒரு மருத்துவ அடையாள விளிப்பு. இப்போ உனக்கு அதில் என்ன பிரச்சினை?"

படுக்கை விளக்குக்கு அடியில் புகை சேர்ந்தது, அப்புறம் மிதந்து பறந்து அறைக்குள் விடுதலைபெற்றது. அவளிடம் கேட்க நினைத்ததைக் குறித்து எனக்குப் பயங்கர வருத்தமாக இருந்தது.

"நல்லது... நல்லது? உனக்கு அங்கு சீலைப்பேன்கள் பற்றிவிட்டதா?"

அது என்னவென்றே எனக்குத் தெரியாததால், எனக்குக் குழப்பமாக இருந்தது. எனக்கு அது இருந்து, நான் இல்லையென்று சொன்னால் சரிப்பட்டு வராது அந்த நேரத்தில் என்று எனக்குத் தோன்றியது. இன்னொரு விதத்தில் எனக்கு அது இல்லாமலிருந்து, எனக்கு அது இருப்பதாக நான் பொய் சொல்லிவிட்டால் என்ன ஆவது?

"எனக்குத் தெரியவில்லை, அம்மா."

"உனக்கு அரிப்பாக இருக்கிறதா? உனது பிறப்புறுப்பு அரிக்கிறதா?" அவள் ஒற்றை முழங்கையில் சாய்ந்து சிகரெட் சாம்பலைத் தட்டி விட்டாள்.

"இல்லை, அம்மா."

"அப்படியானால் உனக்குச் சீலைப்பேன்கள் பற்றவில்லை. அப்படிப் பற்றியிருந்தால், இதற்குள் ஊரைக் கூட்டிச் சொல்லியிருப்பாய்."

அது எனக்கு இல்லாததில் எனக்கு வருத்தமும் இல்லை, சந்தோஷமும் இல்லை. ஆனால் நூலகத்துக்குப் போகும்போது 'சீலைப்பேன்'களைப் பற்றிப் புத்தகங்களில் பார்க்க வேண்டும் என்று மனதில் குறித்து வைத்துக் கொண்டேன்.

அம்மா என்னை இன்னும் நெருக்கமாகப் பார்த்தாள், அவள் முகத்தை நன்கு அறிந்த ஒருவரால் அவள் தசைகள் இளகுவது அவள் ஒருவிஷயத்தைக் குறித்துக் கவனம் கொள்கிறாள் என்பதற்காக என்பதைப் புரிந்துகொள்ள முடியும்.

"உனக்குப் பால்வினைநோய் எதுவும் இல்லையே, அப்படித்தானே?"

அந்தக் கேள்வி தீவிரமான தொனியில் கேட்கப்படவில்லை; ஆனாலும் எனக்கு அம்மாவை நன்கு தெரிந்த காரணத்தினால் அது எனக்கு அதிர்ச்சியாக இருந்தது. "ஏன் அம்மா, அப்படியொன்றமில்லை." அது ஒரு பயங்கரமான கேள்வி. நான் அறைக்குச் சென்று எனது கவலைகளோடு நானே மல்லுக்கட்டிக்கொள்ளத் தயாரானேன்.

"உட்கார் ரித்தி, இன்னொரு சிகரெட் எடு." ஒரு நொடிப்பொழுதுக்கு அவள் சிரிக்கலாமா என்று யோசித்துக் கொண்டிருப்பதைப்போலத் தோன்றியது. அது என்னை உறுதியாக முடிவெடுக்க வைத்துவிடும்.

அவள் மட்டும் சிரித்துவிட்டால் அவளிடம் நான் எதுவும் கேட்க, சொல்லப் போவதில்லை. அவளுடைய சிரிப்பு எப்போதும் சமூகத்தனிமையையும் மனித விபரீதத்தன்மையையும் நான் ஏற்றுக்கொள்வதை எளிதாக்கி விடும். ஆனால் அவள் சிரிக்கவில்லை. மெதுவாகப் புகையை உறிஞ்சி அதைத் தனது கன்னங்களுக்குள் உப்பலாகப் பிடித்துவைத்துக்கொண்டு, பின் மெதுவாக ஊதி வெளியே விட்டாள்.

“அம்மா, என்னுடைய பெண்ணுறுப்பில் ஏதோ வளர்ந்து கொண்டிருக்கிறது.”

இதோ, அது வெளிவந்துவிட்டது. நான் அவளுடைய முன்னாள் மகளாக போகிறேனா அல்லது ஒரு அறுவை சிகிச்சைக்காக அம்மா என்னை மருத்துவமனையில் அனுமதிக்கப்போகிறாளா என்று விரைவில் தெரிந்துவிடும்.

“பிறப்புறுப்பில் எந்த இடத்தில் மார்கிரெட்?”

அஹ் அஹ், எல்லாமே மோசமாகப் போய்விட்டது. ரித்தி இல்லை, மாயா இல்லை, அல்லது ‘பேபி’ கூட இல்லை. “மார்கிரெட்.”

“இரண்டு பக்கமும், உள்ளே.” எனக்கு, அவை நான்கு மாதங்களாக அங்கு வளர்ந்துகொண்டிருக்கும் சதைப்பிடிப்பான தோல்துண்டுகள் என்று சொல்ல முடியவில்லை. அவற்றை அம்மா எனக்குள்ளிருந்து எடுத்துவிட வேண்டும்.

“ரித்தி, போய் அந்தப் பெரிய வெப்ஸ்டரை எனக்காக எடுத்துவா. அப்புறம் ஒரு பீர் குப்பியையும் கொண்டுவா.”

திடீரென்று அது அவ்வளவு பெரிய விஷயமாக இல்லை. நான் மறுபடியும் ‘ரித்தி’, அப்புறம் அவளும் பீர் கேட்டாள். அது நான் எதிர்பார்த்த மாதிரியே பயங்கரமான விஷயமாக இருந்தால் அவள் ஸ்காட்ச் விஸ்கியும் தண்ணீரும் கேட்டிருப்பாள். அவள், கிளைடெல் அப்பாவின் பிறந்த நாள் பரிசாக வாங்கியிருந்த அந்தப் பெரிய புத்தகத்தை நான் கொண்டு வந்து கட்டிலில் வைத்தேன்.

சமையலறையிலிருந்து திரும்பிவந்த அவள் எனக்கும் பெய்லிக்கும் பீரை எப்படி ஊற்ற வேண்டும் என்று கற்றுத்தந்தாளோ அதேபோல் அவளுக்கு ஊற்றினேன்.

“உட்கார் பேபி, இதைப் படி.” அவள் விரல் எனது கண்களை வழிநடத்தி ‘வல்வா’ என்ற இடத்துக்குக் கொண்டு சென்றது. நான் வாசிக்கத் தொடங்கினேன். அவள் சொன்னாள், “உரக்கப் படி.”

எல்லாம் தெளிவாகவும் இயல்பாகவும் ஒலித்தது. நான் வாசிக்க அவள் பீர் குடித்துக்கொண்டிருந்தாள், நான் வாசித்துமுடித்ததும் சாதாரண பேச்சுமொழியில் அம்மா எல்லாவற்றையும் விளக்கிச் சொன்னாள். எனக்கு ஏற்பட்ட நிம்மதி உணர்வு எனது அச்சங்களை உருக்கியதில் அவைத் தண்ணீராக முகத்தில் வழிந்தது.

அம்மா வேகமாக எழுந்து தனது கரங்களை என்னைச் சுற்றி போட்டாள்.

"பயப்படுவதற்கு ஒன்றுமில்லை பேபி. எல்லாப் பெண்களுக்கும் நடப்பதுதான் இது. இயற்கையாக வருவதுதான்."

எனது கனத்த, மிகமிகக் கனத்த இதயத்தை அவளிடம் இறக்கி வைப்பது சரியானதாக இருக்கும் என்று எனக்குத் தோன்றியது. கையை மடக்கி முகத்தில் வைத்துக்கொண்டு அழுதேன், "நான் ஒரு பெண்மீது இச்சைகொண்டவளாக மாறிக்கொண்டிருக்கிறேனோ என்று நினைத்தேன்."

"ஒரு பெண்ணிச்சைப் பெண்ணாகவா? எப்படி உனக்கு இந்த நாசமாகப்போன எண்ணம் வந்தது?"

'எனது பிறப்புறுப்பில் வளர்ந்து கொண்டிருந்த அந்த இது..., எனது தடித்துப்போன குரல், எனது பாதங்கள் ரொம்ப பெரியவை, எனக்குத் திரண்ட இடுப்புப் பகுதியும் மார்பகங்களும் இல்லை, எனது கால்கள் ஒல்லிக்குச்சி போன்றவை. இவையெல்லாம் சேர்ந்து என்னை அப்படி நினைக்க வைத்தது.'

அப்புறம் அம்மா சிரித்தாள். அப்போதே எனக்குத் தெரிந்துவிட்டது அவள் என்னைப் பார்த்து கேலியாகச் சிரிக்கவில்லை என்று. அல்லது அவள் என்னைப் பார்த்துத்தான் சிரித்திருப்பாள், ஆனால் அது என்னைக் குறித்த ஏதோ ஒன்றுக்காக, அவள் மகிழ்ச்சியடைந்திருப்பதாக. அந்தச் சிரிப்பு சிகரெட் புகையால் லேசாகத் தடைபட்டாலும் இறுதியில், சுதந்திரமாகத் தடைநீங்கி வெளியே வந்தது. எனக்குச் சிரிப்பு எதுவும் வரவில்லையென்றாலும் நானும் லேசாகச் சிரித்துவைத்தேன். ஒருவர் ஒன்றைக் குறித்து மகிழ்ந்துகொண்டிருப்பதைப் பார்த்து அவர்கள் மகிழ்ச்சியை நீங்கள் புரிந்துகொண்டிருக்கிறீர்கள் என்பதைக் காட்டாமல் இருப்பது நல்ல செயல் இல்லை அல்லவா?

அவள் சிரித்து முடிக்கும்போது ஒவ்வொரு முறையும் ஒவ்வொரு இதழாக உதிர்த்துக்கொண்டே வந்து கடைசியில் என் பக்கம் திரும்பினாள், அவளது கண்களைத் துடைத்துக்கொண்டே.

"நீண்ட காலத்துக்கு முன்பே நான் ஒரு பையனுக்காகவும் ஒரு பெண்ணுக்காகவும் ஏற்பாடுகள் செய்துவிட்டேன். பெய்லிதான் எனது பையன், நீதான் எனது பெண். மேலே இருக்கும் அந்தப் 'பெரிய ஆள்', அவர் எந்தத் தவறுகளும் செய்வதில்லை. அவர் உன்னை எனக்குப் பெண்ணாக என்னிடம் தந்தார். இப்போது நீ பெண்ணாகத்தான் இருக்கிறாய் போய் முகத்தைக் கழுவிவிட்டு ஒரு கிளாஸ் பால் குடித்துவிட்டுத் தூங்கச்செல்."

அவள் சொன்னபடியே நான் செய்தேன் என்றாலும் சீக்கிரமே, நான் புதிதாகப்பெற்ற வாக்குறுதி எனது பழைய சங்கடமான உணர்வுகள் ஏற்படுத்திய இடைவெளியை நிரப்புமளவுக்குப் பெரிதாக இல்லாமல் போய்விட்டது. ஒரு தகரக் குவளையில் இருக்கும் நாணயம் போன்று எனது மனதுக்குள் அது ஒலியெழுப்பிக்கொண்டிருந்தது. அதை

அபூர்வமெனப் பதுக்கிவைத்தேன், ஆனால் இரண்டு வாரங்கள் கழிந்தது அது மொத்தமும் மதிப்பில்லாததாக ஆகிவிட்டது.

பெண்கள் தங்குமிடத்தில், எனது பள்ளித்தோழி ஒருத்தியின் தாயும் அவளும் வாடகை அறையில் வசித்துவந்தனர். ஒருநாள் எனது தோழி, அந்த இருப்பிடம் பூட்டப்படும் நேரத்துக்குப் பின்னும் வெளியில் இருந்துவிட்டதால், அவளுக்கு இரவு தங்க இடமில்லாமல் ஆயிற்று. அவள் என்னைத் தொலைபேசியில் அழைத்து எங்கள் வீட்டில் ஓர் இரவு தங்கிக்கொள்ளலாமா என்று கேட்டாள். அவள் எங்கள் வீட்டிலிருந்து தன் அம்மாவுக்குத் தகவலைத் தெரிவித்தால் தங்கிக்கொள்ளலாம் என்று அம்மா அனுமதி தந்தாள்.

அவள் எங்கள் வீட்டுக்கு வந்தபோது கட்டிலிலிருந்து இறங்கி நான் அவளைக் கூட்டிச்சென்று மேல்மாடியிலிருந்த சமையலறையில் 'ஹாட் சாக்கலேட்' தயாரித்துக்கொண்டேன். எனது அறையில் எங்களது நண்பர்களைப் பற்றி வம்பும் புரளியுமாகப் பேசிக்கொண்டோம், பையன்களைப் பற்றி கிளுகிளுப்பாகச் சிரித்துக்கொண்டோம், பள்ளியைப் பற்றியும் வாழ்க்கையின் சிரமங்களைப் பற்றியும் புலம்பிக் கொண்டோம். எனது படுக்கையில் புதிதாக ஒருவர் படுக்கும் பழக்க மில்லாத நிலைமையும் (நான் பாட்டிகளுடன் தவிர வேறு யாருடனும் சேர்ந்து படுத்ததில்லை) நடுஇரவில் எங்களின் காரணமற்ற சிரிப்பு நான் அடிப்படையான உபசரிப்பு மரியாதைகளை மறந்துபோகச் செய்துவிட்டன. எனது தோழி தான் படுப்பதற்கு, மாற்று உடை கொண்டு வரவில்லை என்று என்னிடம் நினைவுபடுத்தினாள். நான் என்னுடைய கவுன்களில் ஒன்றை கொடுத்தேன், அவள் தன்னுடைய உடைகளைக் களைந்துகொண்டிருப்பதை எந்தவித ஆர்வமோ குறுகுறுப்போ இல்லாமல் பார்த்தேன். அந்த ஆடைக்களைதலின் ஆரம்பக் கட்டத்தில் அவளது உடலைக்குறித்த எந்தக் கவனமும் எனக்கு இருக்கவில்லை. அப்புறம் திடீரென்று ஒரு மிகக்குறுகிய கண்பார்வைவீச்சுத் தருணத்தில் அவளுடைய மார்பகங்களை நான் கண்டேன். அப்படியே அதிர்ச்சியில் உறைந்துவிட்டேன்.

ஐந்து – பத்து சென்ட் கடைகளில் வைத்திருக்கும் இளம் பழுப்புநிற செயற்கை முலைகள் போன்ற வடிவத்தில் அவை இருந்தன, ஆனால் இவை உண்மையானவை. நான் அருங்காட்சியகங்களில் பார்த்த நிர்வாண ஓவியங்கள் உயிர்பெற்று வந்ததுபோல் இருந்தது. ஒரு பிரபஞ்ச இடைவெளி, அவளிடமிருந்த அதற்கும் என்னிடமிருந்த அதற்கும் இடையே இருந்தது. அவள் ஒரு பெண்.

என்னுடைய உடை அவளுக்கு இறுக்கமாகவும் நீளமாகவும் இருந்தது, தனது கோலத்தைக் குறித்து அவள் சிரிக்க முயன்றபோது என்னிடமிருந்த நகைச்சுவையுணர்வு திரும்பவரும் உத்தரவாதமில்லாமல் என்னைவிட்டுப் போயிருந்தது.

எனக்கு வயதாகியிருந்தால் நான் அழகைக் கண்ட கலையுணர்வினா லும் கலப்படமில்லாத பொறாமையுணர்வினாலும் அலைக்கழிக்கப்படு கிறேன் என்பதைப் புரிந்துகொண்டிருப்பேன். ஆனால் இந்தக் காரணங்கள்,

எனக்குத் தேவைப்பட்ட அந்த நேரத்தில் எனக்குத் தோன்றவில்லை. எனக்குத் தெரிந்ததெல்லாம் ஒரு பெண்ணின் மார்பகங்களைப் பார்த்து நான் அசைக்கப்பட்டிருக்கிறேன் என்பதுதான். ஆக, சில வாரங்களுக்கு முன் கிடைத்த அம்மாவின் அமைதியான இயல்பான விளக்கங்களும் நோவா வெப்ஸ்டரிடமிருந்து கிடைத்த மருத்துவ கலைச்சொற்களும் என்னிடம் அடிப்படையில் ஏதோ ஒரு விசித்திரப்பாங்கு இருக்கிறது என்ற உண்மையை மாற்றி அமைத்துவிடவில்லை.

என்னுடைய விருப்பப் பதுங்குமிடமான துன்ப எண்ணங்களுக்குள் நான் ஆழமாகக் குதித்துவிட்டேன். பெண் ஓரினச்சேர்க்கையாளர் களைப் பற்றியும் பெண்ணாக அடையாளப்படுத்திக்கொண்டு திரியும் ஆண்கள் பற்றியும் படித்து, கேட்டுத் தெரிந்தவற்றின் அடிப்படையில், என்னை நானே முழுவதுமாகப் பரிசோதித்துவிட்டு எனக்கு வெளிப் படையாக அந்தவித அடையாளங்கள் – நான் கால்சட்டைகள் அணிவதில்லை, எனக்கு அகன்ற பெரிய தோள்கள் இல்லை, நான் விளையாட்டுகளில் ஈடுபடவில்லை, ஆண்கள்போல நடப்பதில்லை அல்லது ஒரு பெண்ணைத் தொடுவதற்கு விருப்பமே இல்லை – ஏதுமில்லை என்று உறுதி செய்துகொண்டேன். நான் ஒரு பெண்ணாகவே இருக்க விரும்பினேன். ஆனால் அது எனக்கு நிரந்தரமாக அனுமதி மறுக்கப்பட்ட உலகமாகத் தோன்றியது.

எனக்குத் தேவைப்பட்டது ஒரு ஆண் நண்பரின் துணை. ஒரு ஆண் நண்பர் என்னுடைய நிலை என்ன என்பதை உலகுக்குத் தெளிவுபடுத்திவிட முடியும், அதைவிட முக்கியமாக எனக்குத் தெளிவுபடுத்திவிட முடியும். ஒரு ஆண் நண்பன் என்னை ஏற்றுக்கொள்ளும்போது அவன் என்னை அந்த அலங்காரமான பெண்மைத்தன்மையின் வேறுபட்ட, வினோத உலகுக்கு, கைப்பிடித்து அழைத்துச் செல்வான்.

என்னுடன் படித்தவர்களுள் என்னைச் சீண்டுவார் யாருமில்லை. என் வயதையும் சமூகத் தரத்தையும் ஒத்த பையன்களெல்லாம் மஞ்சள் அல்லது இளம் பழுப்பு நிறங்கொண்ட, முடிஅடர்ந்த கால்களும் பட்டுப்போன்ற சின்ன இதழ்களும், ‘குதிரையின் பிடறிமயிர்’ போல் தொங்கிய தலைமுடியும் கொண்ட பெண்கள் மீது மையல் கொண்டிருந்ததை என்னால் புரிந்துகொள்ள முடிந்தது. அப்படி மிகவும் விரும்பப்பட்ட மாணவிகளும் ‘அதைக் கொடுக்கும்படி அல்லது காட்டும்படி’ வற்புறுத்தப்பட்டனர். அந்தக் காலத்தில் பிரபலமாக இருந்த பாடல் ஒன்று இதற்கு மிகவும் பயன்படுத்தப்பட்டது, “உன்னால் புன்னகை செய்து சரியென்று சொல்ல முடியவில்லையென்றால் தயவுசெய்து அழுது, வேண்டாம் என்று சொல்லிவிடாதே.” ரொம்பவும் அழகானவர்களே நண்பர்களாக இருப்பதற்கு இந்த உச்சக்கட்ட தியாகத்திற்கு உடன்பட வேண்டிய நிலையில், கவர்ச்சியில்லாத ஒரு பெண் என்னதான் செய்ய முடியும்? சக்கரமாகச் சுழன்றுகொண்டிருக்கும் வாழ்க்கை ஓட்டத்தில் மாறாத விளிம்பிலேயே நின்றுகொண்டிருப்பவர்கள், பகலிலேயும், ஒருவேளை இரவிலேயும் ‘நண்பர்களாக’ ஆகத்தயாராக இருக்க வேண்டும். அழகான பெண்கள் கிடைக்காத நேரங்களில், தாராளமாக நடந்து கொள்ள அவர்கள் கூப்பிடப்படுவார்கள்.

சுமாராக இருக்கும் அநேக பெண்கள் 'ஒழுக்கமாக' இருப்பது, அவர்களுக்கு வேறுமாதிரியாக இருப்பதற்கு வாய்ப்புகள் கிடைக்காததினால் மட்டுமே என நான் நம்புகிறேன். அவர்கள் நாங்கள் யாருக்கும் கிடைக்க மாட்டோம் என்ற மாயப் பிரகாசத்தில் தங்களை மூடிக்கொள்கிறார்கள், (பிறகு கொஞ்சநாள் கழித்து அதையே தங்களது தனிச்சிறப்பாகப் பெருமையும் பட்டுக்கொள்கிறார்கள்).

என்னுடைய பிரச்சினையில், நல்லவளாக இருக்க வேண்டும் என்று நானே தீர்மானித்து அப்படியிருக்கிறேன் என்ற திரைக்குப் பின்னால் என்னால் ஒளிந்துகொள்ள முடியவில்லை. விடாமல் நெருக்கிக்கொண்டிருந்த இரண்டு விசைகளுக்குள், நான் நசுங்கிக் கொண்டிருந்தேன். நான் சாதாரணமான பெண்ணா, இல்லையா என்ற சந்தேகம், ஒன்று. மற்றொன்று புதிதாகக் கிளர்ந்துகொண்டிருந்த பாலியல் பசி.

தன் கையே தனக்கு உதவி (துரதிர்ஷ்டவசமான ஆனால் பொருத்தமான சொற்றொடர்) என்று தீர்மானித்துவிட்டேன்.

எங்கள் வீட்டிலிருந்து இன்னும் உயரத்தில், தெருவின் அதே பக்கத்தில் இரண்டு அழகான சகோதரர்கள் இருந்தார்கள். எங்கள் தெருவில் ரொம்பவும் தகுதியான இளவயதினர் அவர்கள்தான். உடலுறவில் நான் ஈடுபடப்போவதாக இருந்தால், இருப்பதிலேயே பிரமாதமான ஆளுடன் நான் ஏன் அந்தச் சோதனையைச் செய்துபார்க்கக் கூடாது என்பதற்கு சரியான காரணம் எதுவும் எனக்குத் தெரியவில்லை. அந்த இருவரில் யாரையும் என்னால் தொடர்ந்து 'பிடித்து வைத்துக்கொள்ள' முடியும் என்று எனக்குத் தோன்றவில்லை. ஆனால் ஒருவனை தற்காலிகமாகக் கோர்த்துக்கொண்டால், அதிலிருந்து அந்த உறவை அதிகநாள் நீட்டிக்கச் செய்துகொள்ளலாம்.

என்னுடைய முதல் அஸ்திரமாகப் பயன்படுத்தும் ஒரு வசியத் திட்டத்தை நான் வகுத்தேன். ஒரு மாலைப்பொழுதில் குன்றுமேட்டில், இளைஞர்களின் விவரிக்க முடியாத சுகக்கேட்டோடு (வேறு எதுவுமில்லை, செய்வதற்கு) நடந்து சென்று கொண்டிருந்தேன், நான் தேர்ந்தெடுத்து வைத்திருந்த அந்தச் சகோதரன் என் வலையில் விழும்படியாக நேராக என்னை நோக்கி வந்துகொண்டிருந்தான்.

"ஹலோ, மார்கிரெட்", அவன் கிட்டத்தட்ட என்னை கடக்க இருந்தான்.

என் திட்டத்தை நான் செயல்படுத்த ஆரம்பித்தேன். 'ஹே'. நான் குதித்துவிட்டேன். "என்னோடு உடல் உறவு வைத்துக்கொள்ள விரும்புகிறாயா?" திட்ட வரிசையில் விஷயங்கள் சரியாகப் போய்க்கொண்டிருக்கின்றன. அவனது வாய் தோட்டக்கதவுபோல விரிந்து தொங்கியது. எனக்குச் சாதகமாகிவிட்ட சூழ்நிலையில் மேலும் அழுத்தம் கொடுத்தேன்.

"என்னை எங்கேயாவது கூட்டிச்செல்."

அவனுடைய பதிலில் கண்ணியம் குறைவாக இருந்தது, ஆனால் நியாயமாகப் பார்த்தால் அவன் நாகரிகமாக, கெஞ்சுவதுபோல் கேட்பதற்கு நான் எந்த வழியையும் தரவில்லை.

அவன் கேட்டான், "எனக்குக் கொஞ்சம் உன் சாமானைத் தரப்போகிறாய் என்று சொல்ல வருகிறாயா?"

நான் அவனிடம் அதுதான் நான் அவனுக்குத் தரப்போவது என்று உத்தரவாதமாகச் சொன்னேன். திட்டமிட்ட அந்தக் காட்சி நிகழ்ந்துகொண்டிருந்தபோதே அவனது மதிப்பீட்டில் இருந்த வேறுபாடு எனக்கு உறைத்தது. நான் அவனுக்கு ஏதோ கொடுக்கிறேன் என்று நினைத்துக்கொண்டிருக்கிறான். உண்மையில் விஷயம் என்னவென்றால், அவனிடமிருந்து எனக்குத் தேவையானதை எடுத்துக்கொள்வதுதான் எனது நோக்கம். அவனுடைய கவர்ச்சியான தோற்றமும் பிரபலமும் சேர்ந்து அவனை எனது நோக்கத்தை அவன் புரிந்துகொள்ளவிடாமல் செய்துவிட்டன.

நாங்கள் அவனுடைய நண்பர்களில் ஒருவனுக்குச் சொந்தமான தட்டுமுட்டுச் சாமான்களோடு இருந்த ஒரு அறைக்குச் சென்றோம். அவன் சூழ்நிலையைப் புரிந்துகொண்டு தனது கோட்டை எடுத்துக்கொண்டு வெளியே சென்றுவிட்டான். வசியப்படுத்தப்பட்டவன் விளக்குகளை வேகமாக அணைத்தான், அவை எரிந்துகொண்டிருக்கவே நான் விரும்பினேன். ஆனால் ஏற்கனவே நான் எனது வேகத்தைக் காட்டி விட்டபின் இன்னும் ஆவேசமாக, அதற்கு வாய்ப்பிருந்தாலும், காட்டிக் கொள்ளக் கூடாது என்று விட்டுவிட்டேன்.

படபடப்பைவிட எனக்குக் கிளர்ச்சி தான் இருந்தது, நடுக்கத்தைவிட எனக்கு நம்பிக்கைதான் இருந்தது. உடல்ரீதியாக வசியப்படுத்துவது எப்படி இருக்கும் என்று எனக்குத் தெரிந்திருக்கவில்லை. நீண்ட, ஆத்மார்த்தமான நாக்குதுழாவும் முத்தங்களையும் மிருதுவான உடல் தடவுதல்களையும் எதிர்பார்த்தேன். ஆனால் எனது கால்களை விரித்த கால்முட்டியிலும் எனது நெஞ்சுப் பகுதியில் உரசிய மயிரடர்ந்த தோலிலும் எந்தக் காதலுணர்வும் இல்லை.

பரஸ்பர பகிர்தலின் நெகிழ்ச்சியே இல்லாமல், எங்களது நேரம் செய்ய வேண்டுமே என்ற கணக்கில் தடவுதல்கள், இழுப்புகள், அசைப்புகள், அழுத்தல்கள் என்று கழிந்தது.

ஒரு வார்த்தைகூட நாங்கள் பேசிக்கொள்ளவில்லை.

எனது துணை சடாரென்று எழுந்தது எங்கள் அனுபவம் உச்சத்தை எட்டிவிட்டதைக் காட்டியது. எனது கவனம் அப்போது சீக்கிரம் வீட்டுக்குப் போய்விடுவதைப் பற்றி இருந்தது. தான் பயன்படுத்தப்பட்டு விட்டதாக அவன் உணர்ந்திருக்கலாம், அவனது ஆர்வமின்மை, என்னால் அவன் திருப்தியடையவில்லை என்பதைக் காட்டுவதாகவும் இருக்கலாம். இரண்டுமே எனக்கு ஒரு பொருட்டல்ல.

தெருவில் நாங்கள் பிரிந்து செல்லும்போது "சரி, பிறகு பார்க்கலாம்" என்பதைத் தவிர வேறெதுவும் பேசிக்கொள்ளவில்லை.

ஒன்பது வருடங்களுக்கு முன் திரு. ஃப்ரீமேன் செய்த உதவியால் எனக்கு நுழைவு வலியைச் சகித்துக்கொள்ள வேண்டிய அவசியம்

ஏற்படவில்லை; அதோடு பரஸ்பரக் காதலுணர்வு ஈடுபாடு எதுவும் இல்லாததால் ஏதோ நடந்தது என்ற உணர்வும் எங்கள் இருவரிடமும் இல்லை.

வீட்டில் வைத்து நான் விஷயத்தின் தோல்வியை யோசித்துப் பார்த்து, எனது இப்போதைய நிலையை எடைபோட முயன்றேன். என்னோடு ஒரு ஆண் இருந்தான். என்னோடே இருந்தான். நான் அதை அனுபவிக்கவில்லை மட்டுமல்ல, நான் சரியாக இருக்கிறேனா என்ற கேள்வி இன்னமும் கேள்வியாகத்தான் இருக்கிறது.

கவிஞர்களைப் பாடல்களுக்கு அடுத்துப் பாடல்களாக எழுதவைத்த, ரிச்சர்ட் ஆர்லெனை ஆர்டிக் பனிவெளியைக் கடக்கவைத்த, மொத்த சுதந்திர உலகையும் வெரோனிக்கா லேக் காட்டிக்கொடுக்கவைத்த அந்த உணர்வைப் பகிர்ந்துகொள்ள இயலாதபடி என்னிடம் என்ன குறை உள்ளது?

என்னுடைய தனிப்பட்ட, ரகசியக் குறைபாட்டுக்கு எந்தவித விளக்கமும் இருப்பதாக – எனக்குத் தெரியவில்லை, ஆனால் தெற்கத்திய நீக்ரோ வளர்ப்புமுறையால் (பாதிப்படைந்தவள் என்பது பொருத்தமான வார்த்தையாக இருக்கும்) படிப்படியாக என்னால் அதைப் புரிந்து கொள்ள முடியும் என்று தீர்மானித்துக்கொண்டேன். அப்புறம் தூங்கிப் போய்விட்டேன்.

மூன்று வாரங்கள் கழித்து, வித்தியாசமானதும் விசித்திரமான விதத்தில் வெறுமையானதுமான அந்த இரவைப் பற்றி கொஞ்சமும் யோசிக்காமல் இருந்தபோது, நான் கர்ப்பமுற்றிருப்பதைத் தெரிந்து கொண்டேன்.

கூண்டுப்பறவை ஏன் பாடுகிறதென்று எனக்குத் தெரியும்

36

உலகம் முடிந்துவிட்டது, அதைத் தெரிந்துகொண்டது நான் மட்டும்தான். தங்கள் பாதங்களுக்குக் கீழே, நடைபாதைகள் நொறுங்கிப் போகவில்லை என்பதைப் போல மனிதர்கள் தெருவீதிகளில் நடந்து போய்க்கொண்டிருந்தார்கள். அவர்கள் காற்றை உள்ளுக்கு இழுத்தும் வெளியே விட்டும் சுவாசித்துக்கொண்டிருப்பதுபோல் இருந்தார்கள். ஆனால் எனக்குத் தெரியும், கடவுளின் ஒரு ராட்சச உறிஞ்சலில் அத்தனை காற்றும் மாயமாகிவிட்டது என்று. பிறகு எப்படி அவர்கள் சுவாசிக்கிறார்கள்? நான் மட்டும்தான் கொடுங்கனவில் மூச்சுத்திணறிக் கொண்டிருந்தேன்.

என்னால் ஒரு குழந்தையைப் பெற்றுக்கொள்ள முடியும் என்பதும் நான் பெண் இச்சையாளர் இல்லை என்று எடுத்துக் கொள்ளலாம் என்பதும் கொஞ்சம் சந்தோஷமளிக்கும் விஷயங்களாக இருந்ததென்றால், அவற்றைப் பயம், குற்றவுணர்வு, சுயவெறுப்பு எல்லாமாகச் சேர்ந்து, மனதில் எட்டாத ஒரு மூலைக்குத் தள்ளிவிட்டன.

விதி, தேவதைகளின் கோபம் இவற்றிற்கு இரையாகி இப்படி பரிதாப நிலைக்கு ஆளாகிவிட்டேன் என்றே பல யுகங்களாக நான் நினைத்து வந்தது போலிருந்தது. ஆனால் இம்முறை இந்தப் புதிய பேரழிவை எனக்கு நானே கொண்டு வந்துவிட்டேன் என்ற உண்மையை நான் எதிர்கொள்ளத்தான் வேண்டும். ஏதுமறியாத என்னிடம் உடலுறவுகொள்ள வளைத்துப்போட்ட, அந்தப் பையனை நான் எப்படி குறை சொல்ல முடியும்? ஒருவன் நேர்மையற்றவனாக இருக்க வேண்டுமானால், அவனுக்கு வகைதொகையில்லாத பேராசை இருக்க வேண்டும் அல்லது அசைக்க முடியாத தற்பெருமை அவனைப் பீடித்திருக்க வேண்டும். தன்னுடைய காரியங்கள் நடப்பதற்கு எதை வேண்டுமானாலும் யாரை வேண்டுமானாலும் அலைக்கழித்துக்கொள்ளலாம் அல்லது அவனுடைய உலகத்தின் நடுநாயகம் மட்டுமல்ல பிறர் உழலும் உலகங்களின் ஒரே நாயகமும் அவனே. என்னுடைய ஆளுமையில் இந்த இரண்டு கூறுகளும் இல்லை. ஆகவே பதினாறு வயதில் நான் உருவாக்கிக்கொண்ட கர்ப்பத்தை நானே, அது இருக்க வேண்டிய, என் தோள்களிலேயே சுமந்து கொண்டேன். அதன் பளுவில் நான் தடுமாறிப்போனேன் என்பதை ஒத்துக்கொள்ளத்தான் வேண்டும்.

கடைசியில், கடலில் வணிகக் கப்பலிலிருந்த பெய்லிக்குக் கடிதம் எழுதினேன். அவன் எழுதிய பதில் கடிதத்தில் என் நிலைமையை அம்மாவிடம் சொல்ல வேண்டாம் என்று எச்சரித்தான். அவள் கருக் கலைப்பைத் தீவிரமாக எதிர்ப்பவள் என்பதும், விஷயம் அவளுக்குத் தெரிந்துவிட்டால் என்னைப் பள்ளியிலிருந்து நிறுத்திவிடுவாள் என்பதும் எங்கள் இருவருக்கும் தெரியும். உயர்நிலைப் பள்ளிப் படிப்புச் சான்றிதழைப் பெறுவதற்கு முன் நான் பள்ளிப் படிப்பை நிறுத்திவிட்டால் மறுபடியும் சேர்ந்து படிப்பது இயலாததாகிவிடும் என்று பெய்லி அறிவுறுத்தினான்.

முதல் மூன்று மாதங்கள், நான் கருவுற்றிருக்கிறேன் என்ற உண்மைக்கு என்னைத் தயார் செய்துகொண்டிருக்கும்போது, வீட்டில் நான் முடங்கிக்கிடக்கும் நிலை வரும்வரையிலும், (கருவுற்றிருப்பதற்கும் எனக்குக் குழந்தை கிடைக்க இருப்பதற்கும் தொடர்பிருக்கிறது என்று நான் உண்மையிலேயே நினைக்கவில்லை) நாட்கள் புகைமூட்டமாக இருப்பதுபோலவும் லேசாக நீருக்குள் அமிழ்ந்து எப்போதும் வெளியே வராமல் இருப்பதுபோலவும் எனக்குத் தோன்றியது.

அதிர்ஷ்டவசமாக அம்மா, தனது வாழ்க்கையின் மிக இறுக்கமான வலைப்பின்னலில் சிக்கியிருந்தாள். வழக்கம்போல அவளுடைய இருத்தலின் ஒரு மூலையில் வைத்தே என்னைப் பார்த்துக்கொண்டிருந்தாள். நான் ஆரோக்கியமாக, நல்ல உடையில் புன்னகையோடு அவள் கண்ணில்பட்டால் என்னைக் கவனிக்க வேண்டிய தேவை அவளுக்கு வராது. எப்போதும்போல் தனக்குத் தரப்பட்டிருக்கிற வாழ்க்கையை முழுவதுமாக வாழ்வதுதான் அவளது முக்கியமான அக்கறை. அதேயேதான் தனது பிள்ளைகளும் செய்ய வேண்டும் என்பதும் அவளது எதிர்பார்ப்பு. அதையும் ரொம்பவும் அலட்டிக்காமல் செய்ய வேண்டும்.

அம்மாவின் மேலோட்டமான கண்காணிப்புச் சூழலில் நான் கொஞ்சம் சதைப்பிடிப்பு கூடியும், எண்ணெயில்லாத சட்டியில் சுட்ட பான்கேக்போல நெருக்கமான புள்ளிகளையுடைய பழுப்புநிறத் தோலைக் கொண்டவளாகவும் ஆனேன். அப்போதும் அவள் சந்தேகப்படவில்லை. சில ஆண்டுகளுக்கு முன்பு நான் எப்போதும் மாற்றம்கொள்ளாத விதி முறையை உருவாக்கியிருந்தேன் நான் பொய் சொல்வதில்லை. நான் ஏன் பொய் சொல்வதில்லையென்றால் உன்னதமான செய்கைகளுக்குக் கீழானவற்றைச் செய்து மாட்டிக்கொண்டால் அதை ஒப்புக்கொள்வதற்கு எனது தற்பெருமை இடம்தராது என்பதால். நான் பொய் சொல்வதற்கு அப்பாற்பட்டவள் என்ற முடிவுக்கு அம்மா ஏற்கெனவே வந்திருக்கக்கூடும், அதோடு ஏமாற்ற மாட்டாள் என்ற எண்ணத்துக்கும். ஆனால் அவள் ஏமாற்றப்பட்டாள், என்னால்.

பருவ இடைத்தேர்வுகளைக் குறித்து சிந்திப்பதைத் தவிர வேறு எதைப் பற்றியும் கவலைப்படவில்லை என்ற பாசாங்கிலேயே எனது அனைத்துச் செயல்பாடுகளும் இருந்தன. அப்படி நடித்துக்கொண்டிருக்கும்போதே வினோதமான முறையில், இளம்வயதினருக்குரிய பச்சோந்தித்தனம், கிட்டத்தட்ட எனக்கு ஏற்பட்டுவிட்டது. எனினும், ஏதோ முக்கியமான

நிகழ்வு, உடல்ரீதியாக, எனக்குள் ஏற்பட்டுக்கொண்டிருக்கிறது என்பதையும் மறுக்க முடியவில்லை.

காலைவேளைகளில் டிராமில் போய்க்கொண்டிருக்கும்போது கப்பலைப்போன்ற அதன் அசைவுகளால் குமட்டல் வந்து டிராமிலிருந்து குதித்துவிடுவேன், இறங்குமிடம் வருவதற்கு முன்பே. பிறகு அந்த அசைவுகளுக்கும், காலை சிற்றுண்டி சாப்பிட்ட கை வாசனைகளுக்கும், அப்பால் தரையில் நின்றுகொண்டிருக்கும்போது, இயல்புநிலைக்கு வந்து அடுத்த வண்டிக்காகக் காத்திருப்பேன்.

பள்ளி மறுபடியும் என்னிடம் தனது மாயாஜாலத்தைக் காட்டியது. ஸ்டாம்ப்ஸிலிருந்து வந்தபிறகு முதன்முறையாகத் தகவல்கள் எனக்கு ஆர்வமூட்டுவதாக இருந்தன. உண்மையின் குகைகளுக்குள் ஊர்ந்து சென்றேன், கணிதத்தின் தர்க்க முடிவுகளில் மகிழ்ச்சியடைந்தேன்.

மிகவும் சிக்கலான அந்தக் காலக்கட்டத்தில், எனக்கு மேற்கண்ட விஷயங்களில் ஏற்பட்ட புதிய ஈடுபாடு (அப்போது அவற்றின்மூலம் நிறையக் கற்றுக்கொண்டேன் என்பதை உணர்ந்திராவிட்டாலும்) என்னை நம்பிக்கையற்ற தன்மைக்குள் இழுத்துச்செல்ல விடவில்லை என்பதற்குத்தான் நான் நன்றி சொல்ல வேண்டும். வாழ்க்கை ‘கன்வேயர் – பெல்ட்’ தன்மையைக் கொண்டது. அது எதையும் விரட்டாமல், எதனாலும் விரட்டப்படாமல் போய்க்கொண்டே இருக்கும். எனது ஒரே சிந்தனை நேராக, நிமிர்ந்துநிற்க வேண்டும், என் ரகசியத்தை எனது சமநிலை குலையாமல் பாதுகாத்து வைத்துக்கொள்ள வேண்டும்.

பிரசவத்துக்கு இன்னும் பாதி நாட்கள் இருக்கும்போது பெய்லி வீட்டுக்கு வந்தான். தென் அமெரிக்காவிலிருந்து ஒரு வெள்ளி முறுக்குவளையை எனக்காக வாங்கிவந்தான். அதோடு தாமஸ் ஓல்ஃபின் ‘லுக் ஹோம்வர்ட், ஏஞ்சல்,’ இன்னும் பல புதிதான ஆபாசத் துணுக்கு களையும் கொண்டுவந்தான்.

எனக்கு ஆறாவது மாதம் நெருங்கும்போது அம்மா சான் பிரான்ஸிஸ்கோவிலிருந்து அலாஸ்காவுக்குப் புறப்பட்டுச் சென்றாள். அங்கு ஒரு இரவுவிடுதியைத் தொடங்கவும், அது காலூன்றும்வரை, நான்கு மாதங்கள் அங்கு தங்கியிருக்கவும் அவள் திட்டமிட்டிருந்தாள். கிளைடெல் அப்பா என்னைக் கவனித்துக்கொள்ள வேண்டும்; ஆனால் பொதுவாக என் போக்கில் இருந்து கொள்ளலாம், எங்கள் கட்டடத்தின் குடியிருந்த பிற பெண்மணிகளின் அவ்வப்போதைய கண்காணிப்பில் நான் இருக்க வேண்டுமென்பதும் அவளது எண்ணம்.

ஒரு குதூகலமான பிரியாவிடைக் கொண்டாட்டத்துக்குப் பின் (அலாஸ்காவில் எத்தனை நீக்ரோக்கள் இருக்கப் போகிறார்கள்?) அம்மா கிளம்பிச் சென்றார். அவள் விரைவில் பாட்டியாகப் போகிறார் என்ற தகவலை அவளுக்குச் சொல்லுமுன்பே அவளைக் கிளம்பிப் போகவிட்டதை எனது துரோகச் செயலாக நான் நினைத்தேன்.

வெற்றி தினத்துக்கு இரண்டு நாள் கழித்து, சான்பிரான்ஸிஸ்கோவின் மிஷன் ஹை ஸ்கூலில் வைத்து ‘சம்மர் ஸ்கூல்’ வகுப்பின் படிப்புச்

சான்றிதழைப் பெற்றேன். அன்று மாலை இப்போது நெருக்கமாக, அன்பாக இருக்கும் எனது வீட்டின் மடியிலிருந்துகொண்டு, எனது அச்சமுறும் ரகசியத்தை, அப்பா கிளைடெலின் கட்டிலில் தைரியமாக ஒரு துண்டுச்சீட்டில் எழுதிவைத்து, வெளிப்படுத்தினேன். அது இவ்வாறு இருந்தது: அன்பான பெற்றோர்களே, இந்த அவமானத்தைக் குடும்பத்துக்கு ஏற்படுத்தியதற்காக நான் வருந்துகிறேன். நான் கர்ப்பமாக இருக்கிறேன். மார்கிரெட்.

இதைத் தொடர்ந்து அங்கு நிலவிய குழப்பம், நான் மூன்று வாரங்களில் குழந்தை பெற்றுக்கொள்ளப் போவதாக குறிப்பாக எனது வளர்ப்புத் தந்தையிடம் சொன்னதை அவர் கையாண்டவிதம் ‘மோலியர்’ தமாஷ்போல இருந்தது. ஆனால் பல ஆண்டுகளுக்குப் பின்புதான் வேடிக்கையாகத் தோன்றியது. அப்பா கிளைடெல், அம்மாவிடம் நான் மூன்று வாரங்களாகக் கருவுற்றிருப்பதாகச் சொன்னார் என்று தெரிய வந்தது. அம்மா முதன்முறையாக என்னை ஒரு வளர்ந்த பெண்ணாகப் பார்த்துவிட்டு ‘அவள் எந்த மூன்று வாரங்களை விடவும் அதிக நாட்கள் ஆகி இருக்கிறாள்’ என்று கோபத்தோடு சொன்னாள். அவர்களுக்குச் சொல்லப்பட்டதைவிட அதிக நாட்கள் எனக்கு ஆகியிருக்கும் என்று அவர்கள் இருவரும் ஒத்துக்கொண்டாலும் எட்டு மாதங்கள், ஒரு வாரத்துக்கு, அவர்களுக்குத் தெரியாமல் குழந்தை சுமந்துகொண்டிருந்தேன் என்று அவர்களால் நம்ப முடியவில்லை.

அம்மா கேட்டாள், “அந்தப் பையன் யார்?” நான் சொன்னேன். அவனைப் பற்றி அவளுக்கு லேசான ஞாபகம்தான் இருந்தது.

“நீ அவனைத் திருமணம் செய்ய விரும்புகிறாயா?”

“இல்லை”

“அவன் உன்னைத் திருமணம் செய்ய விரும்புகிறானா?” குழந்தையின் தகப்பன் எனக்கு நாலுமாதம் நடக்கும்போதே பேசுவதை நிறுத்தி விட்டான்.

“இல்லை.”

“நல்லது, அப்படியே ஆகட்டும். மூன்றுபேர் வாழ்க்கையை அழிப்பதில் பிரயோஜனமில்லை.” அம்மாவின் பேச்சில் வெளிப்படையாகவோ மறைமுகமாகவோ எந்தக் கண்டனமும் இல்லை. அவள் விவியன் பாக்ஸ்டர் ஜாக்சன். சிறந்ததையே எதிர்பார்ப்பவள், மிக மோசமானவற்றுக்குத் தயாராக இருப்பவள், இவற்றுக்கு நடுவில் எதற்கும் ஆச்சரியப்படாதவள். என் அம்மா.

அப்பா கிளைடெல் என்னிடம் எதற்கும் கவலைப்பட வேண்டாம் என்று ஆறுதல் படுத்தினார். ‘அந்த ஆப்பிளை ஏவாள் சாப்பிட்டதில் இருந்து பெண்கள் கருவுற்றுக்கொண்டிருக்கிறார்கள்’ என்று அவர் சொன்னார். தன்னிடம் வேலைசெய்யும் ஒரு பெண்ணை என்னுடன் இருக்கவைத்தார். பேறுகால உடைகள் வாங்க மேக்னினுக்கு அனுப்பி வைத்தார். அடுத்த இரண்டு வாரங்களுக்கு நகரத்துக்குள் சூறாவளியாகச் சுழன்றேன், டாக்டர்களிடம் போக, வைட்டமின் ஊசிகள் போட, மாத்திரைகள்

வாங்க, குழந்தைக்கான துணிகள் வாங்க என்று, தனியாக இருந்த சில அபூர்வமான நேரங்களைத் தவிர, வர இருக்கும் ஆசீர்வதிக்கப்பட்ட தருணத்தை நினைத்து மகிழ்ந்து கொண்டிருந்தேன்.

ஒரு குறுகிய பிரசவ உடல் முன்னெடுப்புகளுக்கு அப்புறம், பெரிய அளவுக்கு வேதனை இல்லாமல் (பிரசவ வலி ரொம்ப மிகைப்படுத்திப் பேசப்படுகிறது என்ற முடிவுக்கு வந்துவிட்டேன்) எனது மகன் பிறந்தான். நன்றியுணர்ச்சியை என் மனதில் அன்போடு ஒப்பிட்டு நான் குழப்பிக் கொண்டதைப் போல உடமையுணர்வும் தாய்மையுணர்வோடு இரண்டறக் கலந்துவிட்டன. எனக்கு ஒரு பையன் இருக்கிறான். அவன் அழகாக என்னுடையவனாக இருக்கிறான். முழுவதும் என்னுடையவன். அவனை யாரும் எனக்கு வாங்கித்தரவில்லை. அந்த நோய் பீடித்த, சாம்பல்நிற நாட்களை நான் சகித்துக்கொள்வதற்கு யாரும் உதவிசெய்யவில்லை. அந்தக் குழந்தை கருவாக ஆக ஒரு உதவியைப் பெற்றுக்கொண்டேன், ஆனால் யாரும் எனக்கு ஒரு மாசற்ற கர்ப்பம் உண்டானது என்பதை மறுக்க முடியாது.

மொத்தமாக அவன் எனது உடமை, என்றாலும் அவனைத் தொடுவதற்கு எனக்குப் பயமாக இருந்தது. மருத்துவமனையிலிருந்து வீட்டுக்கு வந்தபின் மணிக்கணக்காக அவனது தொட்டிலுக்குப் பக்கத்தில் உட்கார்ந்துகொண்டு அவனுடைய புதிரான முழுமையை உள்வாங்கிக் கொண்டிருந்தேன். அவனது கச்சிதமான உடற்பகுதிகள் இருந்த அழகில் அவை இன்னும் வளர்ச்சி முடிவை அடைய வில்லையோ என்று எனக்குத் தோன்றியது. அம்மா ஒரு குழந்தைகளுக்கான செவிலியைப் போல அவனைச் சுலபமாகக் கையாண்டாள். ஆனால் அவனுடைய இடுப்புத் துணிகளை மாற்றும்போது எனக்கு நடுக்கமாக இருந்தது. செய்கைத் தடுமாற்றங்களுக்கு நான் பேர்போனவள் அல்லவா? ஒருவேளை அவனைக் கையிலிருந்து நழுவவிட்டுவிட்டால் அல்லது எனது விரல்களை அவனது நடுமண்டையில் துடித்துக்கொண்டிருக்கும் பகுதியில் வைத்து அழுத்திவிட்டால்?

அம்மா ஒருநாள் இரவு என்னுடைய மூன்றுவாரக் குழந்தையை எடுத்துக்கொண்டு என் கட்டிலுக்கு வந்தாள். நான் போர்த்தியிருந்த போர்வையை விலக்கி என்னை எழுந்திருக்கச் சொன்னாள், குழந்தையை என்னிடம் தந்து வைத்திருக்கச் சொல்லிவிட்டு என்னுடைய கட்டிலில் ரப்பர் விரிப்புகளைப் பரப்பினாள், இனி என்னுடன் அவன் தூங்க வேண்டும் என்று சொன்னாள்.

அம்மாவிடம் நான் கெஞ்சினேன், பயனில்லை. நான் படுக்கையில் உருண்டு அவனை நசுக்கி உயிர்போக வைத்துவிடுவேன் அல்லது அவனுடைய மிருதுவான எலும்புகளை நொறுக்கிவிடுவேன் என்று பயந்தேன். அம்மா எதையும் காதில் வாங்கிக்கொள்வதைப்போலத் தெரியவில்லை. சில நிமிடங்களுக்குள் அந்தத் தங்கநிறக் குழந்தை எனது கட்டிலின் நடுவில் மல்லாக்காகப் படுத்து என்னைப் பார்த்துச் சிரித்துக்கொண்டிருந்தது.

நான் கட்டில் ஓரமாக, பயத்தினால் விறைத்துப்போய், இரவு தூங்கிவிடக் கூடாது என்ற முடிவோடு கிடந்தேன். ஆனால் சாப்பிடு – தூங்கு என்ற அம்மாவின் சர்வாதிகாரக் கட்டளையை மருத்துவமனை யிலிருந்து பின்பற்றிப் பழகியதில் தூக்கம் என்னை வெற்றிகொண்டு விட்டது, நான் தூங்கிப்போனேன்.

எனது தோள்கள் லேசாகத் தட்டப்பட்டன, அம்மா மெதுவாகப் பேசினாள். “மாயா எழுந்திரு, ஆனால் அசையாதே.”

உடனேயே நான் அசையக் கூடாது என்பது குழந்தையோடு தொடர்புடைய விஷயம் என்று எனக்கு விளங்கிவிட்டது. நான் பதற்றமடைந்தவாறு “நான் விழித்துவிட்டேன்,” என்று சொன்னேன்.

அவள் விளக்கைப் போட்டுவிட்டுச் சொன்னாள், “குழந்தையைப் பார்.” எனக்கிருந்த பயம் அவ்வளவு அகோரமாக இருந்ததில் கட்டிலின் நடுவில் என்னால் பார்க்க முடியாமல் இருந்தது. அவள் மறுபடியும் சொன்னாள் “குழந்தையைப் பார்.” அவளுடைய குரலில் எந்த வருத்தத் தொனியும் தென்படவில்லை. அது பதற்றப் பயங்கரத்தோடு எனக்கிருந்த அந்த நேரத் தொடர்பை அறுத்துக்கொள்ள உதவியது. குழந்தை கட்டிலின் நடுவில் இப்போது இல்லை. முதலில் அது நகர்ந்துவிட்டது என்று நினைத்தேன். அப்புறம் மிகக் கவனமாக அவதானிக்கும்போது நான் கவிழ்ந்து எனது கைமடங்கி வலதுகோணத்தில் இருக்கும்படி படுத்துக்கிடந்திருக்கிறேன், என்பது தெரிந்தது. எனது முட்டியும் முழங்கையும் சேர்ந்து சற்றே உயரத்தூக்கியிருந்த போர்வைக்குக் கீழே எனது விலாப் பகுதியை ஒட்டியவாறு குழந்தை தூங்கிக்கொண்டிருந்தான்.

அம்மா கிசுகிசுப்பாகச் சொன்னாள், “பார்த்தாயா, சரியான விஷயத்தைச் செய்வதற்கு யோசித்துக் கொண்டிருக்கக் கூடாது. நாம் சரியான விஷயத்துக்கான ஆளாக இருந்தால் யோசிக்காமலேயே சரியான விஷயத்தைத்தான் செய்வோம்.”

அவள் விளக்கை அணைத்தாள். நான் எனது மகனை மெதுவாகத் தட்டி கொடுத்துவிட்டுத் தூங்கிப்போனேன்.